நண்டு மரம்

நண்டு மரம்

இரா. முருகன்

எழுத்து பிரசுரம்

Title: Nandu Maram
Author's Name: Era. Murukan

Published by Ezutthu Prachuram

Ezutthu Prachuram
(An imprint of Zero Degree Publishing)
No. 55(7), R Block, 6th Avenue,
Anna Nagar,
Chennai - 600 040

Website: www.zerodegreepublishing.com
E Mail id: zerodegreepublishing@gmail.com
Phone: 89250 61999

Ezutthu Prachuram First Edition: April 2024
ISBN: 978-93-90053-99-5
TITLE NO EP: 509

Rs. 370/-

Cover Design & Layout: Vijayan, Creative Studio
Printed at Rathna offset, Chennai, India

பொருளடக்கம்

முன்னுரை

இது என் பத்தாவது சிறுகதைத் தொகுப்பு. சிறுகதையிலும் குறுநாவலில் மும்முரமாக இயங்கிய 1990-களுக்கு அப்புறம் நாவலில் கவனம் குவிந்த கடந்த பனிரெண்டு ஆண்டுகளில் எழுதப்பட்ட சிறுகதைகள் இவையெல்லாம். அனேகமாக எல்லாக் கதைகளுமே பத்திரிகைகள் கேட்டு வாங்கிப் பிரசுரித்தவை. இந்தப் பத்திரிகைகளில் இலக்கியச் சிற்றிதழ்களும், பெரும் வணிக இதழ்களும் அடங்கும்.

வடிவத்தில் சோதனை நிகழ்த்தப்பட்ட கதைகளோடு கதானுபவத்தையும் கதை சொல்வதில் உண்டாகும் மகிழ்ச்சியையும் பகிர்ந்துகொள்வதற்கென எழுந்த கதைகளும் இதிலுண்டு. வேகமாக நகரும் கதைப்போக்கும், முனைந்து மெல்ல நிகழ்த்திப் போகும் கதையாடலும் இவற்றில் அடுத்தடுத்த கதைகளிலேயே காணக் கிடைக்கும். எல்லாக் கதைகளுமே சற்றே நீண்டவை. எழுதப்பட்ட வடிவிலேயே பிரசுரம் கண்டவையும் கூட.

என் நாவல்களில் வருவதை விடக் குறைந்த அளவில் தான் மேஜிக்கல் ரியலிசம் இந்தச் சிறுகதைகளில் உருவத்திலும்

உள்ளடக்கத்திலும் கலந்து வருகிறது. வரும்போது, மெல்லிய, எனில், அவசியமான கீற்றாகவே அது தட்டுப்படுகிறது. ஒன்றிலிருந்து ஒன்றுக்குச் சங்கிலித் தொடராகப் பற்றிப் பிடித்துப் போகும் கதைகளாக இல்லாமல் அததற்கு என்று களம், மொழி, நடை என்று எல்லை தாண்டாமல் நிகழ்கிறவை இவை.

மனதில் ஒரு சிறு நினைவுக் கீற்றாக, என் லேப் டாப் கம்ப்யூட்டரில் ஒன்லைன் சுருக்கமாகச் சில வருடங்கள் உறைந்த கதைகள் இவற்றில் சில. இவை போன்ற இன்னும் சிலவோ, நாவல் கதையாடலுக்குள் ஏதோ ஒரு தருணத்தில் கலந்து கரைந்துவிட்டன. யாராவது எந்தப் பத்திரிகையில் இருந்தாவது கதை கேட்டுச் சிறுகதை ஆகியிருக்க அவற்றுக்குக் கொடுப்பினை இல்லை.

ஆலப்புழைக்கு அருகே வேம்பநாட்டுக் காயல் கரையோரம் ஒரு கிராமத்தில் தங்கி இருந்தபோது மனதில் எழுந்த தொன்ம நினைப்பு காத்திருக்க வேண்டியில்லாமல் 'போத்தல்' கதையானது, மழை தொடங்கிய அதே ராத்திரியில்தான். உடைந்த போத்தல் துண்டுகளை மறுபடி சுமாராகப் பழைய வடிவில் ஒட்டித் தரச் செய்யப்படும் பிரார்த்தனை என்ற கதைச் சரடு, ஜி.அரவிந்தனின் திரைப்படம் 'எஸ்தப்பன்' பாதிப்பில் இருக்கலாம் என்று இதை எழுதும்போது தோன்றுகிறது. ஆனால் எஸ்தப்பன் படத்தை நான் கடந்த நாலாண்டுகளுக்குள்தான் பார்த்தேன். சிறு அற்புதங்கள் செய்யும் என் எஸ்தப்பனை நானே உருவாக்கி இருக்கக் கூடாதா என்ன? அவன், 'தகவல்காரர்' என்ற என் குறுநாவலில் வரும் சாமியாருடைய நீட்சிதானோ!

ஒரு பத்து வயதுச் சிறுவனாக என்னைப் பாதித்தது ஜவஹர்லால் நேருவின் மரணம். கோடை விடுமுறை நேரத்தில், வார நடுவில் ஒரு புதனன்று ஏற்பட்ட அந்த இறப்பின் சூழலில், சென்னையில் திரைப்படத் துறையில் பணிபுரியும் முகம் தெரியாத அல்லது தெரியத் தொடங்காத உதிரிகள் இருவரின் பார்வையில் 'குடம்' கதை எழுத ஆரம்பித்தபோது அது நேரு இறந்து முப்பது வருடம் கழித்துத்தான் நிகழ இருந்தது. நினைவும், மனமும், கற்பனையும் ஏதோ ஒரு கணத்தில் பச்சையம் உருவாவது போல ஒன்று கலக்க, அந்தச் சிறுகதை எழுதப்பட்டபோது நேரு பற்றி வாசாலகமாகக் கதைக்கும் என் அரசூர் நாவல்கள் எழுதப்பட்டிருக்கவில்லை.

மாய யதார்த்தவாதம் சற்றே தூக்கலான 'அண்ணன் அண்ணி கதை'யில் வரும் அண்ணன் மட்டுமில்லை, அவனுடைய இளைய சகோதரனான கதை சொல்லியும் இப்போது இல்லை. அவர்கள் எனக்கு வெகுவாகப் பழக்கமானவர்கள். காதில் காளான் முளைப்பது போல் அடிக்கடி வீக்கம் ஏற்பட்டு மருத்துவரிடம் சிகிச்சைக்குப் போக வேண்டி இருந்த பெண் குழந்தை இப்போது வெளிநாட்டில் பள்ளி இறுதி வகுப்பில் படிக்கிறாள். அங்கே குடியேறி நல்ல உத்தியோகத்திலிருக்கும் அண்ணி எப்போதாவது நலம் விசாரித்து மின்னஞ்சல் அனுப்புவாள். காலைக் காப்பிக்கு இறங்கி வரும் முன்னோர்கள் அரசூர் வம்சம் நாவல்களுக்குக் கோலாகலமாகப் புறப்பட்டுப் போய்விட்டார்கள்.

தொகுப்பில் இடம் பெற்றிருக்கும் அறிவியல் சிறுகதையான 'போகம் தவிர்' அளிக்கும் சாத்தியங்கள் எதிர்காலத்தில் நடந்தேறக் கூடியவை. 'முகம் பார்க்கும் கறுப்புக் கண்ணாடி' போன்ற தொலைக்காட்சித் தொடர்களை நெட்ப்ளிக்ஸில் பார்க்கும்போது பயம்கொள்ள வைத்தபடி இக்கதை ஒரு வினாடி மனக் கிணற்றில் இருந்து கையசைத்துப் பார்க்கிறது. ஆமா, அந்தக் கதையில் தமிழ்த் தாத்தா உ.வே.சா வந்து போகிறார், தெரியுமோ.

இன்னொரு குதிரை முழுக்க *future tense*-ல் எழுதிப் பார்த்த கதை. இந்த மாதிரியான சோதனை முயற்சி கல்கி பத்திரிகையில் வெளியாகும் என்று யாராவது இக்கதை பிரசுரமாவதற்கு முன் சொல்லியிருந்தால் நம்பியிருக்க மாட்டேன். கல்கிக்கு நன்றி.

இருபத்து நாலு பெருக்கல் ஏழு, ஒட்டகம், அரிசிக் கடவுள், இளைப்பாறுதல் போன்ற கதைகள் நான் பணிபுரிந்த இன்ஃபர்மேஷன் டெக்னாலஜி என்ற கம்ப்யூட்டர் துறை அனுபவங்களின் அடிப்படையில் எழுந்தவை. அத்துறை இன்னும் நம்பிக்கையையும், நம்பிக்கைக் குறைவையும் ஒருசேரக் கலந்துதான் தருகிறது. ஆனாலும் ஐ.டி இங்கே ஆல் போல் தழைத்து இன்னும் வளர்ந்தபடி இருக்கும். நான்தான் பணி ஓய்வு பெற்று வெளியே வந்துவிட்டேன். இனி கணினித் துறை பற்றி எழுதினால் அது நனவிடைத் தோயும் ஒரு நாவலாக இருக்கும்.

இந்தக் கதைகள் எழுதப்படும் போது என்னுள் எழுந்த உணர்வுகள் இன்னும் மாறவில்லை. அவற்றை எழுதியபின் ஏற்பட்ட நிறைவு

வெவ்வேறு விகிதத்தில் இருந்தாலும் எதுவும் தள்ள வேண்டியது இல்லை என நம்புகிறேன்.

இவற்றைப் பிரசுரித்த வடக்கு வாசல், உயிர்மை, தீராநதி, விருட்சம், புதிய பார்வை, வார்த்தை, அமுதசுரபி, குமுதம், கல்கி, குங்குமம், தினமணி கதிர், விகடன், ஜன்னல், திண்ணை பத்திரிகைகளுக்கு என் நன்றி

இத்தொகுப்பு இப்போது உங்களிடம். *Bon appétit littéraire.*

அன்புடன்
இரா.முருகன்
ஜூலை *2017*

போத்தல்

படகு அக்கரையில் இருந்தது.

படகுத் துறையில் கேசவனோடு மொத்தம் பத்துப் பேர் காத்திருந்தார்கள். எல்லோரும் ஆண்கள். கேசவனையும், தோள் இடுக்கில் கட்டை ஊன்றிய வயதானவன் ஒருவனையும் தவிர மற்றவர்கள் எல்லோரும் மோட்டார் சைக்கிள் வைத்திருந்தார்கள். அவற்றையும் படகில் ஏற்றியே அக்கரை போக வேண்டும்.

வண்டிகளை ஸ்டாண்ட் போட்டு நிறுத்திவிட்டு பக்கத்துக் கடையில் எலுமிச்சை சர்பத் குடித்தபடியோ, அது முடிந்து புகை வலித்துக் கொண்டோ, சீட்டில் உட்கார்ந்தபடிக்கே நாலாக மடித்த பத்திரிகையை விரித்துப் படித்தபடியோ இருந்த அவர்களில் யாருக்கும் அக்கரை போக அவசரம் உண்டென்று கேசவனுக்குத் தோன்றவில்லை.

அவசரம் வேண்டாம். ஆனால் ஏன் எலுமிச்சை சர்பத்? கேசவன் உத்தியோகம் பார்க்கும் கம்பெனி விற்பனைக்கு இறக்கிய குளிர் பானத்தைக் குடிக்கலாம்தானே? சர்வதேச அளவில் எல்லா வயதினரும் விரும்பி வாங்கி வருடத்தின் பனிரெண்டு மாதமும் நாளின் இருபத்துநாலு மணி நேரமும் ஆஹா.

கேசவன் மனதில் எழுந்த விளம்பர கீதத்தைக் கஷ்டப்பட்டு விழுங்கியபடி கிழவனைப் பார்த்தான்.

கிழவன் பக்கத்தில் வைத்திருந்த சிறிய சணல் மூட்டையை இன்னும் பக்கமாக இழுத்து அணைத்துக்கொண்டான்.

ஐந்து நிமிடத்தில் கடந்துடலாம். படகு வந்தால்தானே?

அவன் கேசவனிடம் முறையிடுவதுபோல் பேசினான். அவனுக்கும் அக்கரை போக அவசரம் உண்டு என்பது கேசவனுக்கு ஆறுதலாக இருந்தது.

ஞாயித்துக்கிழமை என்பதாலோ என்னமோ மெத்தனமா இருக்காங்க எல்லோரும்.

கேசவன் அக்கரையில் நிறுத்தி வைத்திருந்த படகைச் சுட்டிக் காட்டியபடி ரகசியம் போல் கிழவனிடம் தெரிவித்தான். மற்றவர்கள் கேட்டுத் தவறாக எடுத்துக்கொள்ளக்கூடும் என்று ஏனோ அவனுக்கு ஒரு தயக்கம். படகு வர இன்னும் சற்று நேரமானால் அவர்களில் ஒருவராவது குளிர்பானம் குடிக்க முற்படலாம். கேசவன் வேலை பார்த்துச் சம்பளம் வாங்க அதுவும் ஏதோ விதத்தில் உதவியாக இருக்கும். அதற்கு அக்கரை போகணும். படகு வரவேணும்.

உத்தியோகத்திலே இருக்கறவங்களுக்கு வேலைக்கும் ஓழிவுக்கும் கிழமை உண்டு. மத்தவங்களுக்கு எல்லா நாளும் ஒண்ணு போலதானே? கிழவன், கேசவனிடம் சொன்னான்.

படகுத் துறை ஓரமாக நகர்ந்து தண்ணீரில் கால் நனைய உட்கார்ந்தபடி, தாங்கு கட்டையைச் சத்தமெழத் தரையில் போட்டான். அந்தக் கட்டை அவனை வெகுவாக இம்சித்திருக்க வேண்டும். அதனோடு சதா இருக்க வேண்டிய கட்டாயம் அலுப்படையச் செய்திருக்கலாம் என்று கேசவன் நினைத்தான்.

அக்கரையில் ஸ்டீம் லாஞ்சின் இஞ்ஜின் அறையிலிருந்து தலையை எக்கிப் பார்த்து ஒருத்தன் ஏதோ உரக்கக் கூவினான். அவன் என்ன சொல்கிறான் என்பது இந்தப் பக்கத்தில் யாருக்கும் அர்த்தமாகவில்லை. ஒரு வினாடி அவனைக் கவனித்துவிட்டு எலுமிச்சை ரசத்திலும் பத்திரிகையிலும் சிகரெட்டின் கடைசித் துண்டத்திலும் அவரவர்கள் மூழ்கியிருந்தார்கள்.

என்ன சொல்றார் அவர்?

கேசவன் கிழவனைக் கேட்டபடி அவன் பக்கமாக உட்கார்ந்து சட்டைப் பையில் இருந்து ஒரு சிகரெட் எடுத்துப் பற்ற வைத்துக் கொண்டான்.

கிழவன் அவசரமாகத் தன் தாங்கு கட்டையைக் கொஞ்சம் எழும்பி வாரியெடுத்து மடியில் குழந்தை போல் போட்டுக் கொண்டான். அதனிடம் இருந்த வெறுப்போ மற்ற எதுவோ வெகுவாகத் தணிந்து அது திரும்ப விருப்பமுடையதாக மாறி இருக்கும். சணல் மூட்டையும் இன்னும் அருகே நகர்த்தப்பட்டது. அது இன்னும் கொஞ்சம் நகர்ந்தாலும் ஆற்றில் விழுந்துவிடலாம்.

எஞ்ஜினிலே ஏதோ ரிப்பேர்னு சொல்றான் போல.

கிழவன் கொஞ்சம் சத்தத்தைக் கூட்டிச் சொன்னான். அவன் கூறுவதை மற்றவர்களும் கவனிக்க வேண்டும் என்று ஆசைப் பட்டிருக்கலாம். கேசவனைத் தவிர வேறு யாரும் இந்தப் பக்கம் கூடத் திரும்பவில்லை.

அவ்வளவு தூரத்திலிருந்து வரும் சத்தம் உங்களுக்கு என்னன்னு புரியுதா?

கேசவன் நம்பியும் நம்பாமலும் கேட்டபடி சிகரெட் பெட்டியைக் கிழவனிடம் நீட்டினான்.

இல்லே, நான் பீடிதான் குடிக்கறது. வள்ளம் போனதோடு அதுவும் போச்சு. காசு வேணாமா பீடி வாங்க?

கிழவன் சிரித்தான்.

இவன் படகுக்காரனாக இருந்திருக்கிறான். காலும் கையும் திடமாக இருந்தபோது படகு வலித்துப்போயிருக்கிறான். ஒரு பரிசல் மாத்திரம் இருந்தால் இவன் இப்போதும் தன்னைக் கரைசேர்த்துத் தானும் போய்விட முடியும்.

கேசவன் கிழவனை ஒரு புதிய மரியாதையோடு பார்த்தான். இவனுக்கு நீந்தவும் தெரிந்திருக்கும். கேசவனுக்குக் கைவராத வித்தை அதுவும் கூட.

எங்கே படகு ஓட்டிட்டு இருந்தீங்க?

கேசவன் சிகரெட் துண்டைத் தண்ணீரில் எறிந்தபடி கேட்டான். இறுதி சுவாசம் போல் புகைவிட்டு அணைந்த அந்தத் துண்டைப் பார்த்தபடி இருந்தான் கிழவன். அதைத் தண்ணீரில் எறிந்தது அவனுக்குப் பிடிக்காத காரியமாகக் கேசவனுக்குப் படவே தண்ணீரில் கை விட்டு அதைத் திரும்ப எடுக்க முற்பட்டான். அவன் கைக்குக் கிட்டாமல் அது விலகி மிதந்து போனது.

விடுங்க. ரொம்பக் குனிஞ்சாத் தண்ணியிலே விழுந்துடப் போறீங்க. அப்புறம் உங்களை யாராவது வந்துதான் கரையேத்தணும்.

தனக்கு நீந்தத் தெரியாததைக் கிழவன் எப்படி அறிந்துகொண்டான் என்று கேசவனுக்கு நிச்சயமாகத் தெரியவில்லை. ஜாக்கிரதையாகத் தண்ணீரில் கையை அளைந்ததை வைத்துப் புரிந்துகொண்டவனாக இருக்கும்.

அக்கரையிலிருந்து தொப்பென்று சத்தம். ஸ்டீமரிலிருந்து இடுப்பில் அண்டர்வேர் மட்டும் தரித்த ஒரு வாலிபன் தண்ணீரில் குதித்து நீந்த ஆரம்பித்திருந்தான்.

ஆறு இந்தப் பக்கம் பல இடத்திலேயும் ஆழம் அதிகம். போதாக் குறைக்கு மணல் வேறே. உள்ளே மாட்டினா சிக்க வச்சிடும்.

அப்ப இங்க ஒரு பாலம் கட்டலாமே? ஏன் இதுவரை அதை யாரும் யோசிக்கலே?

கேசவன் கேட்டான்.

ஆரம்பிச்சாங்களே. அதோ அங்கே பாருங்க.

கேசவன் அவன் காட்டிய திசையில் பார்க்க, காலே அரைக்கால் பகுதி பணி தீர்த்த ஒரு கறுப்பு மேடை ஆற்றுக்குள் துருத்திக் கொண்டிருந்தது.

சர்க்கார் மாறிப்போனதும் ஊழல் புகார். விசாரணை. பாலம் அப்படியே நின்னுடுச்சு.

கிழவன் மறுபடி சிரித்தான். புகை வலித்து முடிந்த யாரோ திரும்பப் போக வண்டியை உதைத்து ஸ்டார்ட் செய்த சத்தத்தில் அது அமுங்கி ஒலித்தது.

பாலம் வராததும் ஒரு விதத்திலே நல்லதுதான். நானும் இன்னும் ரெண்டு பேரும் எப்பவும் போல இங்கே பரிசல் ஓட்டி

ஜனங்களை இக்கரைக்கும் அக்கரைக்கும் கொண்டு விட்டுட்டு இருந்தோம். ஒரு அணாதான் வாங்கறது. மழைக்காலத்திலே கூட ஒரு அணா.

அணாக் கணக்கில் பேசும் கிழவன். கட்ட ஆரம்பித்த பாலமும் அவனைப் போலவே எத்தனை வருடமாக இப்படிக் கிழடுதட்டி நிற்கிறதோ.

பாலம் பாதியிலே நின்னதும் சர்க்கார் இலவசப் படகு சர்வீஸ் ஆரம்பிச்சது. அப்போ ஏதோ எலெக்ஷன் கூட வந்தது. தெரியுமோ அதெல்லாம் உங்களுக்கு?

கேசவனுக்கு அதொண்ணும் தெரியாது. அவன் பிறப்பதற்கு முன்பே நடந்த பலதில் அதுவும் ஒண்ணாக இருக்கலாம்.

அக்கரையில் பிரார்த்தனைக்குப் போறீங்களா?

“இல்லை” என்றான் கேசவன். அந்தப் பதிலில் கிழவனுக்கு நிராசை என்று அவன் முகத்தில் தெரிந்தது.

அவன் சணல் மூட்டையைச் சற்றே திறந்து கேசவனுக்குக் காட்டினான். உடைந்த கண்ணாடித் துண்டுகள் உள்ளே நிறைந்து கிடந்தன. கேசவனுக்கு வெகுவாகப் பழக்கமானவை அவை.

அங்கே பிரார்த்தனை செய்தால், இதெல்லாம் திரும்ப முழு போத்தலாகிறது.

கிழவன், கேசவனின் கண்களைத் தீர்க்கமாகப் பார்த்தபடி சொன்னான்.

நம்ப முடியாது என்பதாக தன்னிச்சையாக மறுத்துத் தலையாட்டி னான் கேசவன். தனக்கு விதிக்கப்பட்ட ஏதோ காரியத்தைச் சரியாக நிறைவேற்றாத குற்ற உணர்வோடு அவன் கண்கள் ஆற்று நீர் வீசியெறிந்து போகும் அலைகளில் நிலைத்திருந்தன.

கிழவன் தோளில் தொங்கிய துணி சஞ்சியிலிருந்து எதையோ எடுத்தான். பழைய போத்தல். இங்கே சின்னச் சின்ன சோடா பானத் தயாரிப்பு நிறுவனங்கள் கறுப்பும் சிவப்பும் ஆரஞ்சு வர்ணமுமாக திரவங்களை அடைத்து விற்கும் குடுவை. கேசவனுக்கு மிகவும் பழக்கமானது அந்தப் போத்தல்.

இதென்ன நாலைஞ்சு கம்பெனி பாட்டிலை ஒட்டிச் சேர்த்தமாதிரி இருக்கே?

கேசவன் குரலில் தெரிந்துகொள்ளவேண்டும் என்ற ஆர்வத்தை மீறி ஒரு சிறிய நிம்மதி தென்பட்டது.

ஆனா என்ன? இது விலைபோகும். மண்ணெண்ணெயோ, பிரார்த்தனை முடிஞ்சு தர தைலமோ எடுத்துப் போக இதை ஐம்பது காசு கொடுத்து வாங்கறாங்க.

அக்கரையில் சம்பளம் வாங்கியதும் கேசவனும் பிரார்த்திப்பான். நாளைக்கு மோட்டார் சைக்கிளில் இங்கே படகேற வருகிறவர்களுக்கு நேரத்தில் படகு கிடைக்கும். அவனுடைய கம்பெனியின் குளிர்பானம் குடிக்க அவர்களில் சிலருக்காவது விருப்பம் உண்டாகும். தற்காலம் ஆகக் குறைந்த விலைக்குக் கிடைப்பதும். சர்வதேச அளவில் எல்லா வயதினரும் விரும்பி வாங்கி வருடத்தின் பனிரெண்டு மாதமும் நாளின் இருபத்துநாலு மணி நேரமும் குடித்து சுகப்படுவதுமானது.

படகு வந்தா இந்த மூட்டையிலிருந்து ஒரு அஞ்சு ரூபாயாவது சம்பாதிக்கலாம். அதுக்குள்ளே பிரார்த்தனை முடியாம இருக்கணும்.

கிழவன் பெருமூச்சு விட்டான்.

பிரார்த்தனை எங்கே நடக்கறது?

கேசவன் கேட்டான்.

ஒரு பழைய கட்டிடத்திலே. முப்பது பேருக்கு மேலே உள்ளே இருக்க முடியாது. நான் போகிறபோது வெளியேதான் நிக்க வேண்டி வருது. இப்படி நாலஞ்சு கூட்டிச் சேர்க்காமே ஒரே போத்தலோட துண்டுகள் மட்டும் ஒண்ணாச் சேரத்தான் போறது. சீக்கிரமே. ஒரு தடவை உள்ளே போய் பிரார்த்தனை செய்தாப் போதும். அந்தப் போத்தல் ஒரு ரூபாய்க்குப் போகும். கம்பெனிக்காரனே வாங்குவான்.

அவனுக்கு நம்பிக்கை இருக்கிறது. ஒரு ஞாயிற்றுக்கிழமை விடிகாலையில் பிரார்த்தனைக்குப் போகும்போது அவன் திரும்ப நடக்கவும் தொடங்குவான். அப்புறம் இந்தத் தாங்கு கட்டை தேவையிருக்காது. இன்னொரு கோணிப்பையைச் சுமந்து போய் முழு போத்தல்களாக்க அவன் முயற்சி செய்யலாம். ஆனால்

அதற்குள் அக்கரையில் படகு சரியாகி இருக்க வேண்டும்.

கிழவன் தோளில் மாட்டியிருந்த துணிப்பையை மறுபடி திறந்தான். உலர்ந்த இரண்டு பன் துண்டங்கள் அழுக்கு கண்ணாடிக் கடுதாசில் பொதிந்து இருந்த சிறு பொட்டலத்தைப் பிரித்தான்.

அதோ அந்த உசந்த கட்டடம் இருக்கே அதுக்குப் பக்கத்திலே தான் நான் குடியிருந்தது. வெகுநாள் முன்னாடி.

அவன் பன்னைப் பிய்த்துத் தின்றபடி அக்கரையை நோக்கிக் கைகாட்டினான். கேசவன் அந்தக் கட்டடத்தைப் பார்த்தான். அவன் அங்கேதான் போகவேண்டும். சம்பளம் வாங்க வரச் சொல்லியிருக்கிறார்கள். படகு வராவிட்டால் அவர்கள் கதவு அடைத்துக்கொண்டு போய்விடலாம்.

அக்கரையிலே வீடு. வீடுன்னா செங்கல் வச்சுக் கட்டினது ஒண்ணும் இல்லை. ஓலைக் குடிசை தான். அங்கே போய்ப் பத்து நிமிசமாவது பார்த்துக்கிட்டே நிப்பேன். அப்புறமாத்தான் பிரார்த்தனைக்குப் போறது.

இப்ப யாரு இருக்காங்க அங்கே?

கேசவன், கிழவனிடம் தொடர்ந்து பேச்சுக் கொடுத்தபடி இருந்தான். படகு வராததால் ஏற்படும் படபடப்பைக் குறைக்க யாரோடாவது ஏதாவது வார்த்தை சொல்லிக்கொண்டு நேரம் கடத்த வேண்டியிருக்கிறது.

யாரும் இல்லே. எதுவும் இல்லை. அப்பப் பரிசல் வச்சிருந்தேன். வீட்டுக்காரி இருந்தா. கால்லேயும் கையிலேயும் வலு இருந்தது. ஒண்ணும் இல்லே இப்போ.

இன்னும் சில அற்புதங்கள் நிகழட்டும். முழு போத்தலோடும், ஊனம் நிவர்த்தியான காலோடும் கூடவே அவனுக்குக் குடிசையும் படகும் திரும்பக் கிட்டலாம். வீட்டுக்காரி?

ரெண்டு வருசம் முன்னாடி வரைக்கும் என்னோடதான் டவுன்லே குப்பை பொறுக்கினா. அரை வயிறும் கால் வயிறும் கிடைச்சதைத் தின்னா. அடைச்ச கடை வாசல்லே போலீஸ்காரன் விரட்டற வரைக்கும் பட்டினியும் மயக்கமுமாப் படுத்துத் தூங்கிட்டுக் கிடந்தா. அப்படியே போய்ச் சேர்ந்தாச்சு.

கேசவனுக்கு இப்போது என்ன சொல்லவேண்டும் என்று தீர்மானமாகப் புலப்படவில்லை. மௌனமாக இன்னொரு சிகரெட்டைப் பற்ற வைத்துக் கொண்டு அணைந்த தீக்குச்சியை ஜாக்கிரதையாகப் படிக்கல்லில் வைத்தான்.

குடிசை இருந்த இடத்துப் பக்கத்துலேதான் பழைய பூட்டு சாவி விக்கற கடை. அங்கே போத்தல் மூடியும், கார்க்கும் கூடக் கிடைக்கும். வாங்கித் துணி சஞ்சியிலே வச்சுக்கிட்டு பிரார்த்தனை. அப்புறம் போத்தல். போத்தலை மூடி அடைச்சுட்டு அங்கேயே வாசல்லே உக்காரணும். வித்து முடியச் சாயங்காலமாயிடும். படகிலே இக்கரை வந்து திரும்ப டௌண் தெரு முழுக்க குப்பையைத் தேடணும். ஆமா, நீங்க என்ன தொழில் பண்றீங்க?

கேசவன் சும்மா சிரித்தான். அப்புறம் குளிர்பான கம்பெனி பெயரைச் சொன்னான்.

ஆபீசரா?

ஆமா.

எக்சிக்யூடிவ் என்றால் ஆபீசரும்தான். கிராமம் கிராமமாகச் சுற்றி நடந்து அங்கங்கே தங்கி உள்ளூர் சரக்கான குளிர்பானங்களை மொத்தமாக வாங்க வேண்டிய வேலை ஆபீசர் வேலைதான். அந்தப் போத்தலை எல்லாம் ஒவ்வொன்றாக உடைத்து எறிய வேண்டியதும் அதிகாரிப் பணிதான். உடைந்த போத்தலுக்கும் சேர்த்துக் காசு கொடுத்து அடுத்த கிராமத்தை, சிறு நகரத்தைத் தேடிப் போக வேண்டியதும் அதிகாரிப் பணியில் அடக்கம்தான்.

சின்னச் சின்ன உள்ளூர் கம்பெனி எல்லாம் சக்கரைத் தண்ணி உண்டாக்கி விக்கறதுக்கு ஆதாரமே இந்தப் போத்தல்தான். போத்தலை எல்லாம் உடைச்சு அழிச்சுக் குப்பையிலே வீசினா, அவங்க அடுத்து அடைச்சு விற்க ஏதுமில்லா ஆயிடும். அடைச்சுப் பூட்டிட வேண்டியதுதான். அப்புறம் நம்ம கோலாதான் எங்கேயும்.

கம்பெனியில் சேர்ந்த புதிதில் வகுப்பெடுத்தது நினைவுக்கு வந்தது கேசவனுக்கு. டையைக் கட்டிக்கொண்டு கிளம்புவது கிராமம் கிராமமாக பாட்டிலை வாங்கி உடைக்கத்தான் என்பது கொஞ்சம் அவமானமாக இருந்தாலும் கிடைக்கிற சம்பளத்துக்காக எல்லாம் பொறுத்துக்கொள்ள வேண்டியிருக்கிறது. படகு வந்தால்,

அக்கரைக்குப் போனால், கிழவனின் குடிசை இருந்த இடத்துக்கு அருகே உயர்ந்த கட்டடத்தில் அலுவலகம் திறந்திருந்தால் அவன் செலவு கணக்கு சமர்ப்பிப்பான். சம்பளமும் படிப்பணமும் இதர செலவினமும் எல்லாம் கிரமமாகக் கிட்டும். போன வாரம் போத்தலை உடைத்தபோது கையில் கண்ணாடிச் சில்லு கீறி ஏற்பட்ட சிறு காயத்துக்கு ஊசி குத்திவைத்ததற்கும் சேர்த்து.

நீந்தி வந்த இளைஞன் கரையேறினான்.

இன்னிக்கு படகு சரியாகாது. நாளைக்கு விடிகாலை வாங்க.

அவன் உரக்க அறிவித்துவிட்டுத் திரும்ப ஆற்றில் குதித்து நீந்த ஆரம்பித்தான்.

மோட்டார் சைக்கிள்களில் வந்தவர்கள் ஒவ்வொருவராகத் திரும்பிப் போய்க் கொண்டிருந்தார்கள். அவர்கள் எல்லோரும் இங்கே எலுமிச்சை ரசம் குடித்து, புகை வலித்துப் போக மட்டுமே வந்ததாகவும், அது முடிந்தது கொண்டு தற்போது திரும்பிப் போவதாகவும் எது குறித்தும் ஏமாற்றமில்லை என்றும் தோன்ற வண்டிகளில் ஹார்ன் உச்சத்தில் ஒலியெழுப்பியபடி போனார்கள்.

நிறுத்தி வைத்த மோட்டார் சைக்கிளில் உட்கார்ந்து பத்திரிகை படித்துக் கொண்டிருந்தவன் மட்டும் இன்னும் தீவிரமாகப் படிப்பதில் மூழ்கி இருந்தான். அவன் பத்திரிகையின் கடைசிப் பக்கத்தைப் படித்து முடித்ததும் கிளம்புவான் என்று கேசவன் கிழவனிடம் சொன்னான். இந்த முறை அவன் சத்தத்தைக் குறைக்க பிரயத்தனப்படவில்லை.

சரி, போகலாம். இனிமே அடுத்த வாரம்தான். இன்னும் அஞ்சாறு போத்தலுக்காவது கண்ணாடிச் சில்லு கிடைச்சுடும் அதுக்குள்ளெ.

கிழவன் கிளம்பினான். கேசவனும் எழுந்து கொண்டான்.

கிழவன் தலையில் அந்தச் சாக்கு மூட்டை ஏற்ற உதவினான் அவன். ஊன்றுகோலை எடுத்துக் கையில் கொடுத்தான்.

உங்க கம்பெனியிலே உடைஞ்ச போத்தலை எல்லாம் என்ன பண்றீங்க?

கட்டை ஊன்றி இன்னொரு கையால் தலையில் மூட்டையை அணைத்துப் பிடித்தபடி முன்னால் நடந்த கிழவன் திரும்பிப் பார்த்துக் கேசவனைக் கேட்டான்.

அதெல்லாம் உடையவே உடையாது.

கேசவன் சொன்னபோது அவனுக்கு ஏனோ வருத்தமாக இருந்தது.

அக்கரையில் உயர்ந்து நின்ற கட்டடத்தை இன்னொரு தடவை பார்த்தபடி அவன் மெல்ல நடந்தான்.

(உயிர்மை 2004)

குடம்

ஆகாசவாணியில் ஜவஹர்லால் நேரு இறந்துபோன செய்தி படித்துக்கொண்டிருந்தபோது ஆனந்தராவ் சைக்கிளில் வந்து இறங்கினான். ஊர் முழுக்க கடையடைப்பும் அங்கங்கே வரப் போகவிடாமல் சைக்கிளை, கட்டை வண்டியை, பிளஷர் காரை எல்லாம் வழிமறிக்கிறதாகவும் தகவல் வந்துகொண்டேயிருக்க, இவன் சைக்கிளில் எப்படித்தான் வந்தானோ.

எனக்கும் நேரு இஷ்டம்தான். ஆனாலும் அவர் இப்படித் திடீர் என்று போய்ச் சேருவார் என்று எதிர்பார்க்கவில்லை. எழுபத்து நாலு எல்லாம் ஒரு வயசா என்ன? சுதந்திர தினம், குடியரசு தினம், காந்தி பிறந்தநாள் என்றால் இனிமேல் தில்லியிலிருந்து யார் அறிக்கை விடப் போகிறார்கள்? கொடி ஏற்றுகிறது போல், சமாதானப் புறா பறக்கவிடுகிற மாதிரியெல்லாம் பத்திரிகை முதல் பக்கத்தில் போட வேறு யாருடைய படம் தோதாக இருக்கும்? அதற்கெல்லாம் ஏற்பாடு செய்துவிட்டு அவர் போயிருக்கலாம். குறைந்த பட்சம் சக்ரபாணி ஓட்டலை அடைக்காமல் அங்கே வழக்கம்போல் இட்லியும் காப்பியும் கிடைக்கவாவது வழி செய்திருந்தால், குளித்து, நாஷ்டா பண்ணிவிட்டு வேலைக்குக் கிளம்பி இருக்கலாம். வேலை இன்று நடக்கும் என்று தோன்றவில்லை. ஆனாலும் பசியாறாமல் முடியுமா?

போனவாரம் பார்த்தபோது சொன்னேனே, நாங்கள் ஒரு சினிமாப் படம் எடுத்துக்கொண்டிருக்கிறோம். தமிழ்ப் படம். தேவகோட்டை அனாருனாதான் பைனான்சியர். கண்டமங்கலம் பையன் ஒருத்தன் கெச்சலாக நம்ம ராமநாதன் சார் கூடத் திரிந்துகொண்டிருப்பான் இல்லே, அவன் தான் டைரக்டர். ராமநாதன் சார் டைரக்ட் செய்து போன மாதம் வந்த படத்தில் உதவியாளர்கள் பெயர் அடங்கிய டைட்டில் கார்டில் கீழாக துணை வசனம் என்று போட்டு அவன் பெயரும் வந்திருந்தது, பார்த்திருப்பீர்கள். அந்தப் படம் சரியாக ஓடவில்லைதான். டவுனுக்கு வெளியே எங்கேயாவது கீற்றுக் கொட்டகையிலாவது அது தட்டுப்படாமல் போகாது. கிடைத்தால் அவசியம் பாருங்கள். இன்றைக்கு வேண்டாம். கொட்டகை எல்லாம் அடைத்திருக்கும்.

ராமநாதன் சாரும் கண்டமங்கலம் பையனும் ஜவஹர்லால் நேருவும் கிடக்கட்டும். ஆனந்தராவ் என்னத்துக்கு வந்திருக்கிறான்? சட்டையில் கறுப்புத் துணி குத்திவிடவா? அதற்கும் வழி இல்லாமல் சட்டையைத் துவைத்துப் போட்டிருக்கிறேன். ஆனந்தராவ் போல அசிஸ்டெண்ட் டைரக்டராக நான் இருந்தால் ரெண்டு சட்டையாவது கைவசம் இருக்கும். ஆர்ட் டைரக்டருக்கு எடுபிடி. கொஞ்சம் மேலே வந்து என் பெயரும் டைட்டில் கார்டில் போடுவதற்குள் நேருவுக்குப் பத்து இருபது திதி திவசம் நடந்திருக்கும். அதுவரை இந்தச் சட்டை கிழியாமல் இருக்குமா?

வாய்யா ஜேம்சு. ஷூட்டிங் லேது. நேரு மர்கயா. சரியா?

நான் புஷ் டிரான்சிஸ்டரை மேன்ஷன் வாசல்படியில் வைத்துவிட்டு ஆனந்தராவை விசாரித்தேன். என்னுடையதில்லை. கூடத் தங்கியிருக்கிற காமரா அசிஸ்டெண்டுடையது. எனக்கான டைட்டில் கார்ட் போட்டதும் நானும் வாங்குவேன். வயிறு நிறையச் சாப்பிட்டுவிட்டு டிரான்சிஸ்டரில் மங்கல இசை, ஒலிச் சித்திரம், ஆகாசவாணி செய்திகள், சோக கீதம் என்று கேட்க சுகமாக இருக்கும்.

ராவ் சைக்கிளை ஸ்டாண்ட் போடாமல் சுவரில் அதைச் சார்த்தி வைத்துவிட்டு அரக்கப்பரக்கப் படி ஏறினான். அவன் காலடியில் டிரான்சிஸ்டரில் ஒற்றை வயலின் புலம்பியது. கிட்டத்தட்ட இதே டியூனில்தான் ஒரு பேத்தாஸ் பாட்டு போன மாதம் படத்துக்காக ரிக்கார்ட் செய்தோம். ரேப் சீனுக்கு அடுத்த காட்சி. நேரு உயிரோடு இருந்த நேரம்.

பல்லு வெளக்கிட்டியா? சட்டையைப் போட்டுக்கிட்டு வா.

ஆனந்தராவ் சொன்னான். நான் பல்லு வெளக்கியிருந்தால் உடனே சட்டையை மாட்டி விட்டுச் சாப்பாடு போடக் கையோடு கூட்டி வரும்படி யாரோ சொல்லி அனுப்பியதுபோல் இருந்தது. துக்கம் இல்லாமல் மங்கல இசை கேட்கிற யாரோ.

எங்கே போகணும் சொல்லு. காலையிலே இருந்து காப்பி கூட இல்லாம உக்காந்திருக்கேன். நேரு இப்படி திடீர்னு அவுட்டாகி.

அதுக்கு சாவகாசமா உக்காந்து கட்டிப் பிடிச்சுக்கிட்டு அழுதுடலாம் மவனே...

ரூம் உள்ளே அவன் வந்தபோது ராத்திரி படுத்துக் கிடந்த பாயைக் கூடச் சுருட்டி வைக்காதது ஞாபகத்துக்கு வந்தது. ஆனந்தராவ் பாயில் காலைப் பரப்பி உட்கார்ந்தான். பாய் ஓரமாகப் பிரிந்து இருந்த கோரையைப் பிய்த்தான்.

முந்தாநாள் பாட்டு ஷூட் பண்ணினோம் இல்லே.

அவன் கோரைத் துரும்பால் காது குடைந்தபடி சாவகாசமாக ஆரம்பித்தான். போன வருடம் கல்யாணம் முடிந்து ஸ்டோர் வீட்டில் குடித்தனம் நடத்துகிற சம்சாரி. தாம்பத்தியத்தில் வேறே ஏது கிடைத்தாலும் கிடைக்காவிட்டாலும் காலையில் ஒரு தம்ளர் நீர்க்கவாவது காப்பி கிடைக்கும். குடித்துவிட்டுக் காது குடைந்து கொண்டு உட்காரலாம். நேரு சாவுச் செய்தி திடீரென்று வந்தது எல்லாம் இதை மாற்றாது.

நான் சும்மா வாய் பார்த்துக்கொண்டு நிற்க ஆனந்தராவ் தொடர்ந்தான்.

முடிச்சு பேக் அப் பண்ணி செட் ப்ராப்பர்டி எல்லாம் திருப்பிக் கொடுத்தாச்சோ?

பின்னே? உதவி-ன்னு டைட்டில் கார்ட் போடாவிட்டாலும் என் பொறுப்பில் இருக்கப்பட்ட காரியம் இல்லையா அது எல்லாம்? கிணத்தங்கரையிலே ஹீரோயின் தண்ணீர் இறைத்தபடி செகண்ட் ஹீரோயினோடு பாடுகிற காட்சி. கிணற்றுப் பக்கம் துளசி மாடம், அவசரமாகக் கட்டி வைத்த செங்கல், மேலே கவிழ்த்து நிறுத்தின ப-வடிவ மரச் சட்டம், நடுவில் ராட்டினம், தாம்புக் கயிறு, தகர வாளி இப்படி ஒரு ஜாமானையும். வேண்டாம். அது கெட்ட வார்த்தையாகிக் கொண்டிருக்கிறது இப்போது பட்டணத்தில்.

ஒரு பொருள் விடாமல். இது நல்ல வார்த்தை. ஒரு பொருள் விடாமல் ஜாப்தா படி எடுத்துப் போய் வாடகைக்கு எடுத்த கடைகளில் கொடுக்க வேண்டும். ஹீரோயினின் பஞ்சு அடைத்த உள்பாடி முதற்கொண்டு என் பொறுப்பில்தான் விடப்படுகிறது. அதுக்கு ஒரு வாடை உண்டு.

கிணற்றுப் பாட்டுக்காக தகரவாளியில் ஸ்டூடியோ கழிப்பறையிலிருந்து தண்ணீர் கொண்டு வந்து நிரப்பியது நான் தான். எடுத்து முடிந்து ஒன்றுவிடாமல் பொறுக்கி எடுத்துப் போய் சொக்கலிங்க ஆசாரியாரின் சகலபாடியின் கடையில் கொடுத்துவிட்டு வர ப்ரொடக்‌ஷன் யூனிட் காரில் போனேன். அப்போதும் நேரு மூச்சு விட்டுக்கொண்டு இருந்தார். அன்றைக்கு டேராடூனில் இருந்தார் அவர். மகள் இந்திராவோடு பூந்தோட்டத்தைப் பார்வையிட்டுக் கொண்டிருந்ததாக சகலபாடி கடையில் அப்போது ஆகாசவாணி செய்தி அறிக்கை படித்தது துல்லியமாக நினைவில் இருக்கிறது.

கிணத்துக் கைப்பிடிச் சுவர் மேலே ஒரு பித்தளைக் குடம் இருந்துதே. இன்னொரு குடம் வச்சா இடுப்பு உடையாதான்னு கதாநாயகி பாடும். அப்ப இந்த செகண்ட் ஹீரோயின் பொண்ணு குடத்தைத் தூக்கி இடுப்புலே வச்சுக்கும். அதை அப்படியே அணைச்சுப் பிடிச்சுக்கிட்டு சைட் ப்ரொபைல்லே ரெண்டு மாரும் அலுக்கிக் குலுக்கிக்கிட்டு ஒய்யாரமா நடக்கும். காமிராவிலே மூணு குடம் தெரியும். சரியா?

ஆனந்தராவ் மாரைத் தள்ளிக்கொண்டு அசைந்தபடி பாடிக் காட்டினான். துணைக்கு ரேடியோவில் துக்கமான சங்கீதம். அது என்னமோ சாவு என்றால் யாரையாவது பிடித்து வந்து ஆகாசவாணியில் அழ வைத்து விடுகிறார்கள். வீட்டிலிருந்து சப்பாத்தி கட்டி எடுத்துக்கொண்டு அவர்கள் வேலைக்கு வந்திருப்பார்கள் போல.

அந்தப் பித்தளைக் குடம் திரும்ப வந்து சேரல்லேன்னு சொக்கலிங்கம் ஆசாரியார் வீட்டுக்கு வந்து சத்தம் போட்டுட்டுப் போனார். சகலை புகார் பண்ணியிருக்காராம்.

ஆசாரியும் அவர் சகலையும் என்ன விதமான ஆட்கள் என்று புரியவில்லை. நாடு முழுக்க துக்கம் அனுஷ்டிக்கிற நேரம். இந்த வார்த்தை எடுப்பாக இல்லையா? அனுஷ்டித்தல். ஜாமான் மாதிரி

கிடையாது. நாலு பேர் கூடியிருக்கப்பட்ட இடத்துலே கவுரவமாகச் சொல்லலாம். குடத்தோடு பெண்கள் இருந்தாலும் சரிதான்.

அது சரி. துக்கம் அனுஷ்டிக்கிற நேரம் என்பதால் வாடகைக்குக் கொடுத்த குடத்தைத் தலை முழுகிவிடலாமா? வேண்டாம்தான். அதுக்காகப் பொழுது ஒரு பக்கம் விடிந்ததுமே ஆனந்தராவ் வந்து இறங்கித் தேடச் சொல்லி அவசரப்படுத்த அது தங்கக் குடமா என்ன? தங்கத்திலே குடம் செய்வார்களா? செட்டிநாட்டில் வேணுமானால் கொல்லுப் பட்டறையில், இதுக்கெதுக்கு கொல்லுப் பட்டறை? பத்தர் நகைக்கடையில் செய்து வாங்கி கல்யாணத்துக்கு சீர் பரப்பி இருப்பார்கள். நம்ம படத்தில், ஆந்திராவிலிருந்து புறப்பட்டு வந்த ரெண்டாம் கதாநாயகி கோடம்பாக்கம் ஸ்டூடியோ கிணற்றடி செட்டில் தடவத் தங்கக் குடம் எல்லாம் கட்டுப்படியாகாது.

ஆனாலும் எனக்குப் பித்தளைக் குடத்தைத் திருப்பிக் கொடுத்ததாக நினைவு இல்லை. அம்பாசிடர் கார் டிக்கியிலிருந்து ஒவ்வொன்றாக எடுத்துக் கடையில் பரத்திய பொருளில் ஈரமான தாம்புக்கயிறும் தகர வாளியும் இருந்தது. சட்டையை நனைத்தது அது ரெண்டும். குடம் என்ன ஆச்சு?

ஸ்டூடியோ லைட்பாய் பாத்தானாம். செகண்ட் ஹீரோயின் குடத்தோட ஆட்டோவிலே ஏறிப் போச்சாம். சொக்கலிங்க ஆசாரி துப்புக் கொடுத்திருக்கார்.

ஆனந்தராவ் பாயை மடித்து வைத்தபடி சொன்னான். பஞ்சு வெளியே வந்து சிதற என்னத்துக்காகவோ தலைகாணியை, இதுவும் சரியான வார்த்தை இல்லை, தலையணையை உதைத்தான் அவன். ஒரு காப்பி குடித்தால் சரியான வார்த்தை எல்லாம் சரம் சரமாக வந்து விழும்.

கிளம்பு. குடத்தைப் பத்தி விசாரிச்சுட்டு வந்துடலாம்.

எங்கே போகவேண்டும் என்று தெரியவில்லை. பஸ் பிடிக்கக் கையில் காசு குறைச்சலாக இருக்கிறது. ரெண்டு டிக்கட் போக வர எடுக்க நிச்சயம் துட்டு கிடையாது. வரும்போது குடத்தை வேறே கட்டித் தூக்கி வர வேண்டும். பஸ் இருக்குமா? நேருவே போய்விட்டார்.

பஸ், ரிக்ஷா எல்லாம் எதுக்கு? இப்படியே நேரா வண்டியை விட்டா ராஜாபாதர் தெருவாண்டை சாக்கடைத் தண்ணி சுத்தப்படுத்தற ஆபீஸ் இருக்கு இல்லே? அங்கேதான் எங்கேயோ இருக்குது அந்தப் பொண்ணு. மதமதன்னு நிஜமாவே எடுப்பான ராயலசீமைக்காரி. கொஞ்சம் அனுசரிச்சுப் போனா வெர்சா முன்னுக்கு வந்துடலாம். மாட்டேன்னு முரண்டு பிடிக்குறா. ஹீரோ கூட ஒரு கண்ணு வச்சிருக்கான் தெரியுமில்லே?. போய்யா, முடியாதுன்னாளாம், சொக்கலிங்க ஆசாரி போட்ட கிணத்தடி செட்டிலேயே அவ ஆயுசு பூரா, தலை நரைச்சு நிக்கட்டும். நீ கிளம்பு.

தொழில் கூப்பிடுகிறது. தொழில் தர்மம் தெரிந்த ஆர்ட் டைரக்டர்கள் பற்றி நிறையக் கேட்டிருக்கிறேன். ஷூட்டிங்குக்காகக் கொண்டு வந்த நாலு வாத்துக்களை, வாத்துகளையா வாத்துக்களையா, சரி ஏதோ ஒண்ணு, அதுகளை உடனே திருப்பிக் கொடுக்க முடியாத சூழ்நிலையில் வீட்டு முற்றத்தில் நாலைந்து நாள் மேயவிட்டிருந்த சுப்பையரைத் தெரியுமோ? வாத்து மேக்கி ஐயர் என்று இன்னும் கூட பழைய கைகள் கூப்பிடுகிறார்கள். ஒரு படத்துக்கு அவரிடம் அசிஸ்டெண்டாக இருந்தேன். இழைப்பு உளியைக் கையில் எடுத்தால் மனுஷர் அற்புதமான தச்சராகி விடுவார். தெலுங்கில் மாயாஜாலப் படங்களில் மந்திரவாதி குகை செட் போடுவது அவராகத்தான் இருக்கும். வில்லன் மந்திரவாதி ஏவி விட்ட பிசாசுகள் எல்லாத் திசையிலும் ஓடிய பிறகு, வில்லி தொடை வரைக்கும் வழித்துக் கொண்டு தொம்தொம் என்று குலுக்கியபடி குதித்து ஆடினாலும் ஒரு ஆணி கூட கழண்டு வராத குகை அதெல்லாம். அவருடைய மூக்குப் பொடி வாடையையும், மூக்குக்கு மேல் சதா வரும் கோபத்தையும் சகித்துக்கொள்ள முடிந்திருந்தால் நானும் ஐருகண்டி என்று தெலுங்கில் நுழைந்து லட்டு லட்டாகப் பணம் எண்ணிக் கொண்டிருப்பேன். இப்படி இட்லி காப்பிக்கு அண்ணாந்து கிடக்க வேணாம்.

காப்பி, நாஷ்டாவை எல்லாம் துச்சமாகப் புறக்கணித்து தேசமே துக்கத்தில் மூழ்கிக் கிடக்கிற ஒரு தினத்தில் பித்தளைக் குடத்தைத் தேடி அலைய ஆயத்தமாக ஈரச் சட்டையைக் கொடியிலிருந்து உருவி எடுத்தேன். ஆனந்தராவோடு வாசலுக்கு

வந்தபோதுதான் அவன் சைக்கிளில் கேரியர் இல்லை என்பது கண்ணில் பட்டது.

முன்னால் உட்காருடா, மிதிச்சுடலாம்.

அவன் சொன்னபடிக்குக் குந்தினேன். சைக்கிள் தறிகெட்டு அலைபாய்ந்து அடுத்த வீட்டுத் தோட்டத்துக்குள் ஓடியது. பூச்செடியில் முட்டி மோதிக் குடை சாய, உள்ளே இருந்து யாரோ இரைந்தார்கள். பீப் பீப் என்று சத்தத்தோடு ஆகாசவாணி வீட்டுக்குள் செய்தி படிக்க ஆரம்பித்தது கேட்டது. நேருவின் சடலம் தகனமாகிற நாள், நேரம் குறித்த தகவலாக இருக்கும் என்பதால் தோட்டத்தில் ஏற்பட்ட குழப்பம் பொருட்படுத்த வேண்டியதாகத் தோன்றியிருக்காது.

வண்டியை நிமிர்த்தி எடுத்துக்கொண்டு ராவ் அவசரமாக வெளியேறினான். பின்னால் தட்டிக்கொண்டு நானும் நடந்தேன். பசியில் வயிறு ஆகாசவாணி போல் அழுதது.

தெருக் கோடியில் சின்னக் கும்பல் ஒன்று இன்னும் அடைக்காத கடைகளை உடனடியாகப் பூட்டச் சொல்லி வற்புறுத்திக் கொண்டிருந்தது. தெலுங்கு கடையில் கொத்தாகத் தொங்கும் பச்சை வாழைப்பழங்களைப் பார்க்கப் பசி அதிகமானது. கடையை அடைக்கும் முன்னால் ஓடினால் பிய்த்துத் தின்னலாம். துக்கம் அனுஷ்டிக்கவும் பித்தளைக் குடத்தைத் தேடவும் வயிற்றில் தீனி வேண்டும். குடத்தை இடுப்பில் ஏற்றி இறக்க, கதவை அடைக்கக் கூடத்தான்.

சைக்கிள் ஓட்டக்கூடாது, தெரியுமில்லே?

கூட்டத்தில் இருந்து கெச்சலாக ஒருத்தன் முன்னால் வந்து ஆனந்தராவ் சைக்கிளின் ஹேண்டில்பாரைப் பிடித்து நிறுத்தினான். புசுபுசுவென்று இருந்த அவன் மீசை என் கன்னத்தில் குத்துகிற நெருக்கத்தில் நின்றிருந்தான். மீசையை முறுக்கிவிட்டபடி முறைப்பான் என்று எதிர்பார்த்தபடி கீழே குதித்தேன். வயிற்றைத் தடவிவிட்டுக் கொண்டு அவன் சொன்னதையே திரும்பச் சொன்னான். முகத்தில் திருப்தி தெரிந்தது. தெலுங்குக் கடை அடைக்கும் முன்னால் வாழைப்பழம் பிய்த்துத் தின்றுவிட்டுத் துக்கம் அனுஷ்டிக்கிறவனாக இருப்பான். பத்து நிமிடத்தில்

வயிற்றில் இருந்து பாரம் இறக்க வசதியாக வீடு இந்தப் பக்கம்தான் எங்கேயாவது இருக்கும். சுகமோ துக்கமோ அதெல்லாம் நடந்தே ஆகவேண்டிய விஷயம்.

ஆனந்தராவ் சைக்கிளைத் தள்ளிக்கொண்டு கெத்தாக நடக்க ஆரம்பித்தான். அவன் நடைக்குச் சரியாக நடந்தால், சுழன்று வந்த சைக்கிள் பெடல் காலில் இடறியது. கொஞ்சம் பின்னால் நடந்தால் அவனுக்கு சேவகம் செய்கிறதுபோல் தோன்றியது.

ராஜாபாதர் தெருக் கோடியில் சீரான சத்தத்தோடு மோட்டார் ஓடிக் கொண்டிருந்தது. பெரிய குழாய் மூலம் தொட்டியில் விழுந்து கொண்டிருந்தது கழிவு நீரா, இல்லை சுத்தப்படுத்தப்பட்ட தண்ணீரா என்று உறுதியாகச் சொல்ல முடியவில்லை. நேரு காலமானதற்காக இந்த மோட்டாரை நிறுத்த யாருக்கும் தோன்றவில்லை என்பது வருத்தமாக இருந்தது.

ஆனந்தராவ் சைக்கிளை நிறுத்தினான். முன்னால் வாய்க்கால் விட்டுப் போகிற மாதிரிப் பிரிந்த சந்துக்குள் இருந்து ஒரு பழைய வீடு எட்டிப் பார்த்தது. குகை வாசல் போல் கதவு பாதி திறந்திருந்தது. ஒற்றை அறை. வாசலை ஒட்டி அடிபம்பில் ஒரு தாடிக்காரன் தண்ணீர் அடித்துக்கொண்டிருந்தான். தகர வாளி.

அந்த வீட்டுப் பக்கம் நடந்தேன். தண்ணீர் சன்னமாக வாளியில் விழுந்தாலும் அடிபம்பை விடாமல் அடித்துக்கொண்டிருந்தான் அவன். வீட்டுக்குள் இருந்து முட்டை உடைத்த வாடை. காற்றில் மிதந்து வந்து காலில் ஒரு நீளமான முடிக்கற்றை சிக்கியது. எடுத்துப் போட்டுவிட்டு தாடிக்காரனை விசாரித்தேன்.

நடிகை வீடுதான் இது. இத்தனை கீகடமான இடத்திலா இருக்கிறாள்? புதுசாக வந்து ஒரு படத்தில் மட்டும் தலைகாட்டியவள். இன்னொரு குடம் இடுப்பில் வைத்தால் ஒன்றும் குடிமுழுகிவிடாது என்று ஹீரோவுக்கும் மற்ற தேவையானவர்களுக்கும் நிரூபித்தால் சொக்கலிங்க ஆசாரி போட்ட படுக்கையறை செட்டோடு நாலு படம் கிடைக்கும். நிரூபிக்க வாகாகக் குடம் எங்கே?

வீட்டு நடையில் சுவரில் சாய்ந்து இருந்த வயதானவள் என்னைக் கவனிக்காமல் இருமலோடு தெலுங்கில் யாரிடமோ நைச்சியமாகப் பேசிக்கொண்டிருந்தாள். ஒரு நடுவயசுக்காரர் மடித்துக் கட்டிய வேட்டியோடு நாற்காலியில் வந்து உட்கார்ந்து தரையில் சிதறிக்

கிடந்த முட்டை ஓட்டைத் தர்மசங்கடமாகப் பார்த்தார். மேல் சட்டை மட்டும் அணிந்த ஒரு சின்னப் பையன் வாசலை நனைத்து விட்டுத் திரும்ப வீட்டுக்குள் ஓடினான். செகண்ட் ஹீரோயினுக்கு இவர்கள் எல்லாம் என்ன உறவு? எல்லாரும் காலையில் முட்டை சாப்பிட்டார்களா? ரேடியோ கேட்டார்களா?

உள்ளே இருந்து தலைப்பா கட்டிய இன்னொருத்தர் கிழவிக்குக் கடுமையாகப் பதில் சொல்லியபடி வேகவேகமாக வெளியே வந்தார். 'சாயந்திரம் டாக்சி கிடைச்சா எடுத்துக்கிட்டு' அவர் சொன்னதை முழுசாகக் கேட்க விடாமல் வீட்டுக்குள் இருந்து ரேடியோவில் நேருவுக்காக திருவாசகம் படிக்கிற சத்தம். வீட்டுச் சுவரில் சாய்த்து வைத்திருந்த சைக்கிளை நிமிர்த்தியபோது என்னைப் பார்த்து முறைத்தார்.

இவர் கடன் வசூல் செய்ய வந்திருப்பார். முட்டை சாப்பிடக் காசு இருக்கிறது, கடனை அடைக்க முடியாதோ என்று கேட்டிருப்பார். பாக்கிக்கு ஈடாக ஜாமான் செட்டைத் தூக்குவேன் என்று மிரட்டியிருப்பார். எடுத்துப் போக நேரு இறந்த துக்க நாள் சரிப்படாது போயிருக்கலாம். நேருவுக்காகத் துக்கம் கொண்டாடாத டாக்சி டிரைவர் அகப்படும் பட்சத்தில் அவர் சாயந்திரம் டாக்சி எடுத்து வருவார். அனுசரித்து நடந்தால் இனி துக்க நாள் ஏதும் இருக்காது. முக்கியமாக, கவுரவமான பெண்கள். ஹீரோவின் கண்பட்டவர்கள். குகைகளில் வசிக்கிற, ஆடுகிற பெண்கள்.

வாசலில் சிறுநீரை மிதிக்காமல் திரும்பினேன். உடம்பு சூட்டில் சட்டை உலர்ந்திருந்தது. ராவ் தூரத்தில் இருந்தபடிக்கே குடம் கிடைச்சுதா என்று ஜாடையில் விசாரித்தான். இல்லை என்று தலையசைத்தேன். அது உள்ளே இப்போதைக்கு பத்திரமாக இருக்கும். இன்னொரு தடவை வந்தால் யாராவது கைப்பற்றிக் கொண்டு போயிருப்பார்கள். தெரு திரும்பும்போது ரேடியோவில் நேரு மரணம் பற்றி அடுத்த செய்தி வாசிப்பது கேட்டது. காலையிலிருந்து கேட்கும் அதே தழுதழுத்த குரல்தான். அவர் சாப்பிட்டாரா என்று தெரியவில்லை.

(புதிய பார்வை 2008)

அண்ணன் அண்ணி கதை

காலையில் அண்ணி நேரம் கழித்துத்தான் எழுந்திருந்தாள். ராத்திரி முழுக்க உறங்கி இருக்கவில்லை என்று என் மனைவியிடம் சொன்னாள். குழந்தையின் காது மடல்களில் இரவில் ஒவ்வொரு மணியிலும் முளைவிட்ட காளான்களைக் கிள்ளி எறிவதிலேயே நேரம் போனதாக, நான் குசினியில் நுழைந்தபோது எழுந்து நின்று தெரிவித்தாள். எழுந்திருக்க வேண்டாம் என்று இன்னொரு முறை வேண்டிக்கொண்டேன். அவள் அப்படி இல்லை என்று தலையசைத்துக் கழிவறைக்கு நடந்தபோது தரையில் காளான்களுக்கு இடையே படுத்திருந்த அவள் குழந்தை சிரித்தது.

தமையனின் விதவை. எனக்கு மூத்தவள் அல்லது ஒரே வயது காணும். நாங்கள் பேசுகிறதல்லாத வேற்று மொழி பேசுகிறவள். நேற்று மாலை இங்கு, அதாவது, புறநகரில் என் வீட்டுக்கு வந்திருக்கிறாள். காலையில் அவள் நகரத்துக்குப் போக வேண்டி இருக்கிறது. நானும் கூடப் போவதற்காக நேற்றே அலுவலகத்தில் விடுமுறை சொல்லிவிட்டேன்.

குசினி மூலையில் என் மனைவி விளம்பிய காப்பியை அருந்தியபடி இருந்த முன்னோர்கள், நானூறு வருடம் முன்னால் இதே தேதியில் கையில் சமையல் கரண்டிகளோடு அவர்கள் இந்த மொழிப்

பிரதேசத்துக்குக் கடந்து வந்த கதையைச் சொல்லத் தொடங்கி இருந்தார்கள். அப்போது காலைச் சிற்றுண்டியாகக் குழாய்ப் புட்டு புழக்கத்தில் இருந்ததா என்று கேட்க நினைத்தேன். அப்புறம் இன்று முழுக்கக் கதை கேட்பதிலும் சொல்வதிலும் கழிந்துவிடும்; வேறு எதுவும் உருப்படியாக நடக்காது என்று படவே, உலர்ந்த துணிகளை இஸ்திரி செய்வதற்காக மாடிக்கு வந்தேன்.

வீடு கிழக்கிலிருந்து மேற்கு நோக்கி மெதுவாக நகரத் தொடங்கி இருந்தது. இரவு வரும்வரை இது தொடரும். அப்புறம் மறுபடி மேற்கிலிருந்து கிழக்காக மறுநகர்வு. தினசரி நடப்பது இது. சுவர்களுக்கு உள்ளே இருந்து சமையல் கரண்டிகளின் சத்தமும் உலைகளில் பிரம்மாண்டமான சமையல் பாத்திரங்களை ஏற்றி இறக்குகிறவர்கள் எழுப்பும் ஒலியும் அவ்வப்போது ஒலித்துக் கொண்டிருந்தது.

மாடிப்படி ஏறும்போது இப்படி நகர்வது விநோதமாக இருக்கிறது என்று கையில் இரண்டு காப்பித் தம்ளர்களோடு வந்த அண்ணி சொன்னாள். அண்ணன் இதுபற்றி ஏற்கெனவே சொல்லியிருந்தார்; இரவில் பயணக் களைப்பில் கவனிக்கத் தவறிவிட்டேன் என்றாள் அவள்.

அவள் இருக்கும் நிலப்பிரிவில் அரசாங்கத் துறையில் பணிபுரிகிறாள். அண்ணனும் அங்கேதான் வேலை பார்த்தான். பழைய மரபின் இலக்கிய வடிவங்களில் நவீன அறிவியல் கருத்துகளை உள்ளடக்கும் சீரிய நோக்கத்துடன் செயல்படும் துறை அது. அண்ணன் அங்கே போய்த்தான் அந்த மொழியைக் கற்றுக்கொண்டான். ஆனால் அவனுக்கு அறிவியல் ஏற்கெனவே நன்றாகப் பழக்கமானது என்பதால் அங்கே மேற்பார்வைப் பணியில் அமர்த்தப்பட்டான்.

அலமாரியில் வைத்திருந்த புத்தகங்களின் தலைப்புகளை அண்ணி எழுத்துக் கூட்டிப் படிக்க முயன்றாள். அண்ணன் அவளுக்கு அவ்வப்போது நாங்கள் புழங்கும் மொழியையும் கற்றுக் கொடுத்திருந்ததாக இங்கே வரும் முன்னால் அவள் தொலைபேசியில் சொல்லியிருந்தது நினைவு வந்தது. இங்கே அறிவியல் புத்தகங்கள் இல்லையா என்று கேட்டாள் அவள். எல்லா அறிவியலையும் கட்டமைப்பான இலக்கிய வடிவங்களில் அடைப்பதைவிட முக்கியமான பணி வேறு எதுவும் இருக்க முடியாது என்று அவள் உறுதியான புன்னகையுடன்

கூறிக்கொண்டிருந்தபோது, கீழே குழந்தை அழும் சத்தம். இந்தக் காளான்கள் நிறையத் தொல்லைப் படுத்துகின்றன என்றபடி அவள் படி இறங்கிப் போனாள்.

அண்ணன் இறந்து ஒரு மாதமாகி விட்டது. காலையில் காப்பிக்காக வரும் முன்னோர்கள் அவன் இறந்துபோன நாளில் நேரம் கழித்து வந்தார்கள். அண்ணன் பெருநகருக்கு வெளியே ஒரு லாரி விபத்தில் மரணமடைந்ததை அவர்கள்தான் எனக்கும் என் மனைவிக்கும் தெரிவித்தார்கள். அன்றைக்கு வீடு இடவலமாக நகரவில்லை. தொலைபேசிச் செய்தி வந்தபோது நான் அலுவலகம் புறப்பட்டுக் கொண்டிருந்தேன். உடனே நாம் ஊருக்குப் போக வேண்டும் என்றாள் மனைவி. அதிசயமாக, இன்னொரு வாய்க் காப்பிக்காக மறுபடி இறங்கி வந்த முன்னோர்கள், அவனை மின்சார மயானத்தில் எரியூட்டியதாகவும் கொஞ்சம் பொறுத்துப் பயணத்தை வைத்துக் கொண்டால் போதும் என்றும் சொன்னார்கள்.

அதற்குள், அண்ணியே இங்கே குழந்தையோடு வந்துவிட்டாள்.

வெயில் ஏறுவதற்குள் குளித்துவிட்டுக் கிளம்புங்கள். சான்றிதழ் வழங்கும் அரசாங்கத் துறையில் மதியத்துக்கு மேல் மனமகிழ் மன்ற விழா இருப்பதால் வேலையைக் காலையிலேயே முடித்துக் கொள்ள வேண்டியது அவசியம் என்றாள் மனைவி. அடுப்பில் அப்பம் தீய்ந்துகொண்டிருக்கிறது என்று சுவருக்குள் இருந்து வந்த குரலைக் காதில் வாங்காமல் குளிக்கக் கிளம்பினேன். ஆட்டோவில் குழந்தையை இடையில் உட்கார வைத்து அண்ணி அமர்ந்து கொண்டாள். ஒரு நீலக் கைக்குட்டையால் தலையைச் சுற்றிக் கட்டிக் கொண்டிருந்தாள். அவள். தலையின் முன் பகுதியில் முடி எல்லாம் உதிர்ந்துவிட்டிருந்தபடியால் அரை வழுக்கையோடு வெளியே வரக் கூச்சப்பட்டவளாக அவள் தெரிந்தாள். கூந்தலை விரித்து விட்ட பெண் தெய்வமாக அவளும், குதிரைத் தலை முகமூடியோடு அண்ணனும் தெரு நாடகத்தில் பங்கு பெற்றிருந்த ஒரு புகைப்படத்தை அண்ணன் அவர்கள் திருமணத்துக்குக் கொஞ்சம் முன் எனக்கு அனுப்பியிருந்தது நினைவு வந்தது.

அண்ணனின் பிறப்புச் சான்றிதழ் எதற்குத் தேவைப்படுகிறது என்று அவளைக் கேட்டேன். இறப்புச் சான்றிதழ் வாங்க அதை முதலில் கொடுத்தாக வேண்டும். அலுவலகத்தில் அதைச் சமர்ப்பித்துப்

பணம் வாங்கி சேமிப்பில் போட்டால், குழந்தை வளர்ந்து பெரியவளாகும்போது உதவியாக இருக்கும் என்றாள் அண்ணி.

அரசாங்கத் துறை வாசலில் ஆட்டோ நின்றது. கையில் குழந்தையுடன் அவள் முன்னால் இறங்கினாள். அரசனைப் போல் கவச குண்டலங்களோடு வாசலில் புகைபிடித்துக்கொண்டிருந்த ஊழியர் மாடிக்குப் போகச் சொன்னார். மதியத்தில் மனமகிழ் மன்ற விழாவில் மாறுவேடப் போட்டி இருப்பதாக அறிவித்த சுவரொட்டியைப் பார்த்தபடி மாடி ஏறினோம்.

ஆதாரங்களைத் தேடிப் பிறப்புச் சன்றிதழை வழங்க நேரம் பிடிக்கும் என்று சொன்ன அதிகாரி தலையில் கொம்புகளோடு காணப்பட்டார். முகத்தில் சிடுசிடுப்போடு இருந்தாலும் அவர் உடுத்தியிருந்த பட்டாடையிலிருந்து நல்ல மணம் வீசியது. நான் இன்று ஊர் திரும்பியாக வேண்டும் என்று அண்ணி சொன்னதை மொழிபெயர்த்தேன். மேசையில் இறக்கி விடப்பட்ட அண்ணியின் குழந்தை, அதிகாரியின் கொம்புகளைத் திருகி விளையாடியது. சாந்தமடைந்த அவர் அழைப்பு மணியை ஒலிக்க, வனக் கொள்ளைக்காரன் போல் ஒப்பனை தரித்த ஓர் ஊழியர் ஓட்டமும் நடையுமாக உள்ளே வந்தார்.

இவர்களுக்கு ஒரு பிறப்புச் சான்றிதழ் தேவைப்படுகிறது. அதிகாரி ஊழியரிடம் கூறினார். யார் பிறந்ததற்கு? ஊழியர் பொறுமையில்லாமல் கேட்டார். இவர்தான். அண்ணி கைப்பையிலிருந்து புகைப்படத்தை எடுத்துக் காட்டினாள். சினம் கொண்ட பெண் தெய்வமாக அவளும் குதிரை முகமூடியோடு அண்ணனும் தெருநாடகத்தில் பங்கு பெறும் புகைப்படம். என்னிடமும் அந்தப் படம் இருப்பதாக அரசு அதிகாரியிடம் அறிவித்தேன்.

இவர் இறந்துவிட்டார். இவருக்குத்தான் பிறப்புச் சான்றிதழ் தேவைப்படுகிறது. அண்ணி சொல்லி முடிக்கும் முன் ஊழியர் அவளைக் கையமர்த்தினார். அவர் இறந்ததற்கு ஆதாரம் காட்டினால், பிறப்புச் சான்றிதழை உடனே வழங்க முடியும் என்றார். குழந்தை அவர் பக்கம் தவழ்ந்து, மேசையில் இருந்தபடி அவர் உடைகளைப் பிடித்து இழுத்தது.

பிறப்புச் சான்றிதழ் கிடைத்த மூன்றாம் நாள் எங்கள் அரசாங்கம் இறப்புச் சான்றிதழை வழங்கும். இயக்க விதிகளை மரபான

இலக்கிய வடிவத்தில் அடைக்கும் திட்டம் முடிவடையும் போது அவர் புகைப்படத்தோடு அரசாங்க அறிவிப்பும் வெளியிடப்படும். அதில் ஒரு பிரதியைப் பதிவுத் தபாலில் உங்கள் கோப்புகளில் வைப்பதற்காக அனுப்ப ஏற்பாடு செய்கிறேன் என்று சர்க்கார் தோரணையோடு அண்ணி கூறியதைச் சாதாரணமாக மொழி மாற்றிச் சொன்னேன்.

புகைபிடித்த வாடையோடு தெய்வங்களும் அரசர்களுமாக அதிகாரியின் அறையில் குழுமத் தொடங்கினார்கள். மேசையில் இருந்த குழந்தை அண்ணி கைக்குத் தாவியது. சான்றிதழ் வழங்கலாமா வேண்டாமா என்பது பற்றிய சர்ச்சை பெரிதாகத் தொடங்கிய போது அதிகாரி எழுந்து நின்று அவர்கள் எல்லோரும் அவரவர் இருக்கைகளுக்குச் செல்லலாம் என்று அறிவித்தார். கைப்பையில் இருந்து எடுத்த நாணயத்தை அவர் சுண்டிய போது, அது கோப்புக் குவியலுக்கு இடையே எங்கோ போய் விழுந்தது.

ஒரு பழைய தட்டச்சு இயந்திரத்தில் அவர் சான்றிதழை அடிக்கத் தொடங்கியபோது வெளியே மழை பெய்ய ஆரம்பித்தது. முடிவே இல்லாமல் அவர் விரல்கள் விரைவாக இயங்கிக்கொண்டிருக்க, நாங்கள் காத்திருந்தோம்.

குழந்தை அழத் தொடங்கியது. அதன் காது மடலில் சிறியதாக ஒரு காளான் முளைவிட்டிருந்தது காரணமாக இருக்கலாம். அவளுக்கு இந்த ஊரின் வெப்பம் ஒத்துக்கொள்ளவில்லை. எங்கள் ஊரில் இருக்கும்போது பகல் நேரங்களில் இந்த அவஸ்தை இல்லை என்றாள் அண்ணி. மேலும் அங்கே பகலில் மழை பெய்வதில்லை என்றும் தெரிவித்தாள்.

திறந்திருந்த ஜன்னல் வழியாக மழைத் துளிகள் அதிகாரி மேல் பட்டு அவர் நனையத் தொடங்கி இருந்தார். ஒரு குழந்தையைப் போல கூவென்று கூவியபடி தட்டச்சுப் பொறியை அடுத்த மேசைக்கு நகர்த்தினார். மருத்துவர் போலவும் புகைவண்டிப் பாடகர் போலவும் வேடமிட்டிருந்த இரண்டு ஊழியர்கள் ஜன்னலைச் சாத்த வந்தபோது முகத்தில் மழைத் துளிகள் முகத்தில் விசிறித் தெளிக்க அவர்களும் சிரிக்க ஆரம்பித்தார்கள். பாடகர் கரகரப்பான குரலில், வாழ்க்கை நிலையாமை பற்றி ஒரு பாடலை முகத்தில் சிரிப்பு மறையாமலேயே பாடத் தொடங்கினார். குழந்தை அழுகை அதிகமாகியது. மேல் தளத்தில் எங்கள் அலுவலக

மனமகிழ் மன்றத்துக்காக ஒதுக்கிய அறை உண்டு. காற்றோட்டமாக இருக்கும். சாரல் இருக்காது. குழந்தையுடன் அங்கே இருங்கள். சான்றிதழ் தயாரானதும் கூப்பிடுகிறேன் என்றார் அதிகாரி.

கேரம் போர்டுகள் சுவரோரம் சார்த்தி வைக்கப்பட்டிருந்த அந்த அறையில் சாக்குப் பொடி வாடை வீசியது. பாதி விளையாடிய நிலையில் ஒரு சதுரங்கப் பலகையில் காய்கள் நிறுத்தப்பட்டிருந்தன. ஊதிய உயர்வு விகிதங்கள் பற்றி அறிவிக்கும் அரசுச் சுற்றறிக்கைக் காகிதத்தின் மேல் காலியான காப்பித் தம்ளர் வைக்கப்பட்டிருந்தது. தரையில் அரசாங்கச் சுற்றறிக்கை நகல்கள் சிதறிக் கிடந்தன. சுவரில் ஒரு கரும்பலகையில் சம்பள விகிதங்கள் குறித்த சிக்கலான கணக்குகளை எழுதி அழித்துப் பகுதி திரும்பவும் எழுதியிருந்தது. அவற்றை இலக்கிய வடிவங்களில் அடக்க முடியுமானால் எவ்வளவு நன்றாக இருக்கும் என்றாள் அண்ணி.

உங்கள் அலுவலகமும் இப்படித்தான் இருக்குமா? என்னிடம் அண்ணி கேட்டாள். கைப்பையில் இருந்து ஒரு நீலத் துணியை எடுத்துத் தரையில் பரந்து கிடந்த அரசாங்கக் காகிதங்கள் மேல் விரித்து அதன் மேல் குழந்தையைக் கிடத்தி உறங்கப் பண்ணினாள்.

எங்கள் அலுவலகம் இப்படி இருக்காது; அங்கே முழுக்கக் கணிப் பொறிகள். காகிதம் கிடையாது. அதனால் மனமகிழ் மன்றமும் இல்லை என்றேன். அண்ணி அலுவலகம் அவர்கள் நகரத்தில் கடற்கரையை ஒட்டிய ஒரு புராதனமான கட்டடத்தில் இருக்கிறதாம். தொலைவில் நீலம் விரிக்கும் கடலைப் பார்த்தபடி அண்ணன் அங்கே தன் தனி அறையில் இருந்து இரவு வெகுநேரம் வரை பணி செய்வது வழக்கம் என்று அண்ணி குறிப்பிட்டாள். அவர் இறந்த தினத்திலும் அப்படித்தான் என்றாள்.

அவள் எப்போது அண்ணனை முதல் முதலாகச் சந்தித்தாள் என்றும் அவர்கள் மொழியில் தெரு நாடகங்கள் பற்றியும் கேட்க நினைத்தேன். அந்தத் தகவல்கள் எனக்கு எந்த விதத்திலும் பயன் தராது என்று தோன்றவே சும்மா இருந்தேன். மழை நேரத்தில் அவற்றைப் பகிர்ந்துகொள்ளச் சொல்லிக் கேட்பது துயரமளிக்கக்கூடும்.

அவர் இரவில் வெகு நேரம் கழித்து வீடு திரும்பினார் என்றாள் அண்ணி. நான் அப்படியா என்று தலையசைத்தேன். ஆமாம், அவர் வந்தபோது நான் நல்ல உறக்கத்தில் இருந்தேன். மாத

விலக்கு நேரம் எனக்கு அது. மேசையில் மூடி வைத்திருந்த இரவு உணவை மௌனமாகச் சாப்பிட்டு விட்டு, கடலைப் பற்றிய ஒரு கவிதையை உரக்கச் சொல்லியபடியே என்னை எழுப்பினார். கடலின் அலைகள் உத்தியோகத்தில் கவனம் செலுத்துவதைப் பாதிப்பதாகக் குறைபட்டுக் கொண்டே என்னை அழைத்தார். நான் என் உடல் நிலை பற்றிச் சொன்னேன். நான் அன்று அலுவலகத்தில் செய்த பணியில் அறிவியல் கொள்கையில் பகுதியை மட்டுமே மரபிலக்கியமாக்கி விட்டு, வேலை நேரம் முடிந்ததும் வீடு திரும்பியது பொறுப்பற்ற செயல் என்றார். மேலும் நான் வைத்த புளிக்குழம்பில் உப்பு குறைந்திருந்ததென்றார். நான், அறிவியலை இலக்கியமாக்கும் போது எவ்வளவு சுதந்திரம் எடுத்துக் கொள்ளலாம் என்று அரசாங்கம் வெளியிட்டிருக்கும் வெள்ளை அறிக்கையின் ஷரத்துகளை மேற்கோள் காட்டிப் பேச முற்பட்டேன். முதலில் புளிக்குழம்பு வைக்கத் தெரிந்துகொள்; அப்புறம் அறிவியலும் இலக்கியமும் பற்றி விவாதிக்கலாம்; நீ எழுதியதைத் திருத்தி எழுதப் போகிறேன் என்றபடி கோபமாக மோட்டார் சைக்கிளில் மறுபடி அலுவலகம் கிளம்பினார்.

அண்ணனின் மோட்டார் சைக்கிளைப் பற்றி முன்னோர்கள் பேசிக்கொண்டிருந்தது நினைவுக்கு வந்தது. அவர்கள் காலத்தில் இந்தப் பிசாசு இயந்திரங்கள் இல்லாததால் கால்நடையாகவே காத தூரம் நடந்து போனதாகச் சொன்னார்கள் அவர்கள். நாலு ஊர்ச் சந்திப்பில் கருங்கல் கட்டடமாக எழுந்து நின்ற சத்திரத்தில் சமையல்காரர்களாக வேலை செய்யத் தொடங்கிய போது பல்லக்குகள் அதிகம் புழக்கத்தில் இருந்ததாகவும், குதிரைகள் அபூர்வமாகவே காணப்பட்டதாகவும் அவர்கள் சொன்னபோது இடைமறித்து, அண்ணனின் மோட்டார் சைக்கிள் என்ன ஆனது என்று நான் கேட்டேன். அது சேதமில்லாமல் விபத்து நடந்த இடத்திலேயே கிடந்ததாகவும் அதிகாலையில் வழியில் வந்த யாரோ அதை எடுத்துப்போனதாகவும் அவர்கள் அளித்த தகவலை, அண்ணிக்கு அறிவித்தேன். நாளை முன்னோர் வரும்போது அதுபற்றி அதிக விவரம் சேகரித்துத் தபால் அட்டையில் தெரிவிக்கும்படி அண்ணி கேட்டுக்கொண்டாள். அண்ணனும் நாளை காப்பிக்கு வருவான் என்று எனக்குத் தோன்றியது.

குழந்தைக்கு வலிக்காமல் மெல்லத் தன் காது மடலில் இருந்து காளானைக் கிள்ளினாள் அண்ணி. அதிகாரி வந்து

கொண்டிருக்கிறார் என்று புலி வேடம் தரித்திருந்த ஒருவர் சொல்லியபடி அறையின் குறுக்கே அந்தப் பக்கமும் இந்தப் பக்கமும் பாய்ந்தது ரசிக்கும்படியாக இருந்தது. பக்கத்து உணவு விடுதியில் சாப்பிட்டுவிட்டுக் கிளம்பினால் அண்ணி ஊருக்குப் போக ரயிலைப் பிடித்து விடலாம் என்றேன். வழியில் குழந்தைக்கு ஒரு பொம்மை வாங்கித் தர வேண்டும்.

வெளிர் நீல உறையில் அண்ணனின் பிறப்புச் சான்றிதழை வைத்து வழங்கத் தலையில் கொம்புகளோடு அதிகாரி படியேறி வந்தபோது வெளியே மங்கல வாத்தியங்கள் முழங்க ஆரம்பித்திருந்தன. மழை நின்றிருந்தது.

(இணையம் 2003)

இருபத்து நாலு பெருக்கல் ஏழு

ரெட்டி எனக்கு ஈ-மெயில் அனுப்பியிருந்தான்.

'நடுராத்திரியில் டெலிவிஷன் பெட்டிக்குள் இருந்து நாலைந்து பேர் இறங்கிவருகிறார்கள். உடனே அறையைக் காலி செய்துவிட்டு வெளியேறாவிட்டால் நாளைக்கு என் சாவு தலைப்புச் செய்தியாகப் படிக்கப்படும் என்று மிரட்டுகிறார்கள்.'

நான் என் கண்ணாடிக் கூண்டிலிருந்து வெளியே பார்த்தேன். அடுக்கடுக்காக விரிந்த புரோகிராமர்களின் கம்ப்யூட்டர் வரிசைக்கு ரொம்பவும் பின்னால் நாலாவது சுற்றில் ரெட்டியின் தலை தெரிந்தது. மேல் கூரையை வெறித்துக்கொண்டிருந்தான் அவன்.

பத்து அடி நடந்தால் என் அறைக்கு வந்துவிடலாம். எதற்காக ஈ-மெயில் அனுப்பிவைக்க வேண்டும்? அப்புறம் ஈ-மெயில் சொன்ன விஷயம். ஏதாவது ஜோக் அனுப்ப உத்தேசித்துப் பாதி எழுதியதை ஞாபக மறதியாக அனுப்பிவிட்டானா?

கம்ப்யூட்டர் கம்பெனியில், அதுவும் உலகப் பிரசித்தியான நிறுவனத்தில் சீனியர் மேனேஜர் உத்தியோகம் பார்ப்பது மாதிரித் தொல்லை பிடித்த சமாச்சாரம் வேறு எதுவும் இல்லை. தலைக்கு மேலே உட்கார்ந்து முதலாளி வர்க்கம் 'இருபது மில்லியன் டாலர் பிசினஸ் இந்த வருடம் பிடித்துக்கொண்டு வராவிட்டால்

வயிற்றுக்குக் கீழே ஆப்பரேஷன் செய்து நீக்கிவிடுவோம்' என்று உத்தரவு போட்டுக் கத்தரிக்கோலோடு காத்திருப்பார்கள். வாரம் ஏழு நாள் இருபத்து நாலு மணி நேரம் வெள்ளைக்கார துரைகளின் கழிப்பறையைக் கழுவி, கால் பிடித்துவிட்டு சிஷ்ருஷை செய்தாலும் ஒரு டாலர் அதிகமாக பிசினஸ் பெயராது என்பது அவர்களுக்கும் தெரியும். இருப்பதும் கைநழுவிப் போகாமல் காப்பதற்காக மேற்படி கஸ்டமர் துரை, துரைசாணிகளுக்கு உள்ளாடை துவைத்துப் போடுகிறது தவிர மற்ற சகலமான குற்றேவலும் செய்யத்தான் என்னை சீனியர் மேனேஜராக்கிக் கண்ணாடிக் கூண்டில் அடைத்துப் பெரிய ஹாலில் ஐநூறு புரோகிராமர்கள், பிராஜக்ட் லீடர், பிராஜக்ட் மேனேஜர் வர்க்கங்களுக்கு நடுவே உட்கார்த்தியிருக்கிறார்கள்.

இந்த ஐநூறு சகபாடிகளில் பெரும்பாலானவர்கள் கடைசிக் கட்ட இன்டர்வ்யூவில் நான் நேரில் ஒரு நிமிடமாவது சந்தித்துப் பேசித் தேர்ந்தெடுத்தவர்கள். ரெட்டியை ஆந்திராவில் விசாகப்பட்டினத்திலோ, ராயலசீமையிலோ வைத்து டெலிபோனில் இன்டர்வ்யூ செய்த கம்பெனியின் தொழில் வல்லுனர்கள் பலமாக சிபாரிசு செய்த காரணத்தால் அவனைச் சந்திக்காமலேயே சரி என்று சொல்லிவிட்டேன். பையன் வேலைக்குச் சேர்ந்து ஒரு மாதம் ஆகிறது. தினசரி ஹலோ சொல்வதோடு சரி. இன்றைக்கு சாயந்திரமாவது அவனைக் கூப்பிட்டுப் பேசவேண்டும் என்று நேற்று நடுராத்திரி வீடு திரும்பும்போது தீர்மானமெடுத்திருந்தேன். அவனே இப்போது ஈ-மெயில் அனுப்பியிருக்கிறான். விஷயம் தான் என்னவென்று புலப்படவில்லை.

மேஜையில் இருந்த நாலு டெலிபோனில் இரண்டு ஒரே நேரத்தில் ஒலித்தது. சிவப்புத் தொலைபேசியை முதலில் எடுத்தேன். மும்பை தலைமை ஆபீசிலிருந்து படியளக்கும் பெருமாளான கம்பெனித் தலைவர் மற்றும் நியூயார்க், லண்டன், ஸ்டாக்ஹோம் போல இன்டர்நேஷனல் தலைநகரங்களில் சொகுசு வாசம் அனுபவித்தபடி டெலிபோனில் லாடம் கட்டும் உப கடவுள்கள் குரல் ரூபமாக வந்து சேரும் மார்க்கம் இது.

"போன மாதம் அட்ரிஷன் பதிமூணு புள்ளி நாலு பெர்சென்ட். இந்த மாதம் அது பதிமூணு புள்ளி ஏழு. என்ன ரிசோர்ஸ் மேனேஜ்மென்ட் செய்து முடியைப் புடுங்கறே?"

போன மாதம் கால் கடுதாசி கொடுத்துவிட்டு ஓடினவர்களைவிட இந்த மாதம் இரண்டு பேர் அதிகம். மற்ற கம்பெனிகளில் கூடுதல் சம்பள ஆசை காட்டி இவர்களைத் தூண்டில் போட்டுப் பிடித்துப் போனதற்கு நான் என்ன செய்ய முடியும்?

தலைவர் வெடித்துச் சிதறி ஓய்ந்தபோது முகத்தைத் துடைத்துக்கொள்ள மேஜைப் பக்கம் பேப்பர் நாப்கின் தேடினேன். அங்கே வெகு கரிசனமாக யாரோ டாய்லெட் பேப்பர் சுருளை வைத்திருந்தார்கள். முகமும் பின்புறமும் ஒன்று என்றாகிப் போனபோது எந்தப் பேப்பரால் துடைத்தால் என்ன? டாய்லட் பேப்பரைக் கிழித்து முகம் துடைத்துக் கொண்டிருந்தபோது அடுத்த டெலிபோன் ஒரு வினாடி ஓய்ந்து அழிச்சாட்டியமாக மறுபடி சத்தம் போட்டது. எந்த கஸ்டமரோ? புழுத்த நாயே என்பதை அழகான ஆங்கிலத்தில் மரியாதையாகச் சொல்லப்போகிறான். போகிறாள்.

ஹலோ என்றேன் குரலில் செயற்கை உற்சாகத்தை வரவழைத்துக் கொண்டு.

“சார் நான்தான் கிருஷ்ணன் நம்பியார்.”

வெளியே பார்த்தேன். பிராஜக்ட் மேனேஜர் நம்பியார் அவனுடைய குட்டி மரக்கூண்டில் தலையை மட்டும் குருவி மாதிரி எக்கிப் பார்த்துக்கொண்டு போனில் பரபரத்தான். அவசரமாகப் பேச வேண்டுமாம். நடக்க சோம்பல் படுகிற நடுவயதுக்காரன். கையை அசைத்து உள்ளே வரச் சொன்னேன்.

“எங்கே இருந்து சார் பிடிச்சீங்க இந்த ரெட்டியை? ஓரே சல்யம் புள்ளிக்காரனோட...”

நம்பியார் உள்ளே வந்ததுமே குற்றப் பத்திரிகை வாசித்தான். டெலிபோனில் ரெட்டியை ஆந்திராவில் தேடிப் பிடித்து இன்டர்வ்யூ நடத்திய குழுவில் அவனும் உண்டு என்பதை சவுகரியமாக அவன் மறந்துபோனதை நினைவுபடுத்தினேன்.

“சரி சார், நாங்கதான் சொல்றோம். நீங்க தீர விசாரிச்சு ஆளெடுக்க வேண்டாமா?”

பிளேட்டைத் திருப்பிப் போட்டான் அவன். அடுத்த உபகடவுள், கடவுள் பதவி உயர்வுகளுக்குச் சகல தகுதிகளும் உள்ளவன்.

“நம்பியாரே, பிரச்சனையை நாலு வரியிலே சொல்லிட்டு நட”

நான் அவசரப்படுத்தினேன். டாய்லெட் போகணும். வெளியே இன்னும் எத்தனை பேர் ராஜினாமா கடிதாசு எழுதிக் கொண்டிருக்கிறார்களோ? உளவறிந்து கையைக் காலைப் பிடித்தாவது தடுக்காவிட்டால் அடுத்த மாதமும் டாய்லெட் பேப்பரில் முகம் துடைக்க வேண்டி வரும். அது முதலாளி பின்புறத்தில் ஒற்றி எடுத்ததாக இருக்கும்.

என்டர்பிரைசஸ் ஜாவா மொழி வல்லுனன் என்பதற்காக ரெட்டியை வேலைக்கு எடுத்திருக்கிறோம். பில்கேட்ஸ் அனுக்கிரகத்தோடு களம் இறங்கிய மைக்ரோசாப்டின் டாட் நெட் தொழில்நுட்பத்தை உலகில் பாதி கம்ப்யூட்டர் நிறுவனங்கள் தூக்கிக் கடாசிவிட்டு ஜாவுக்குக் கட்சி மாறியபோது ரெட்டி போன்ற வல்லுனர்களுக்கு மவுசு ஏறிவிட்டது. முகத்தைப் பார்க்காமலே குரலைக் கேட்டுத் திருப்திப்பட்டு, பயோடேட்டாவில் தகுதி விவரம் பார்த்துப் பரவசம் அடைந்து ஆளெடுக்க அதுவும் முக்கிய காரணம். வந்தவனை, கம்பெனி கெஸ்ட் ஹவுசில் தற்போதைக்கு ஹளேயங்காடி நாகப்பா பங்காரப்பாவோடு தங்க வைத்திருந்தோம். இந்தக் கன்னடக்கார ஹ.நா.பங்காரப்பா புதுசாச் சேர்ந்த இன்னொரு ஜாவா எக்ஸ்பர்ட்.

“ராத்திரி முழுக்க பங்காரப்பா தூங்க முடியலியாம் சார். ரெட்டி அவனை எழுப்பி உட்கார்த்தி ட்யூப் லைட்டை எல்லாம் துணி போட்டு மூடச் சொல்றானாம். அதிலேருந்து யாரோ இறங்கி வந்து அவன் தூக்கத்தைக் கெடுக்கறாங்களாம்.”

ஆக ரெட்டி விஷயத்தில் ஏதோ தகராறு. காலையில் அவன் அனுப்பிய ஈ-மெயில் வேறு வயிற்றில் புளியைக் கரைத்தது. ஆள் தெரியாமல் உள்ளே நுழைத்திருக்கிறோமா?

“அப்புறம் இன்னொரு சேதி சார். ஜப்பான் ப்ராஜக்ட் இருக்கே, அதான் யோகுச்சி சான், யஷிகரோ சான் வகையறா. அவங்களுக்கு நவம்பர் எட்டு டெலிவரி வேணுமாம். சொன்னதுக்கு நாலு நாள் முந்தி. டோக்கியோவிலே யாரோ வாக்குக் கொடுத்தாச்சு.”

“அதுக்கென்ன, செஞ்சாப் போச்சு” நான் ட்யூப் லைட்டாகச் சொன்னேன்.

“எப்படி சார்? அன்னிக்கு தீபாவளி. அந்த டீமிலே நாலு மதுரைக்காரங்க, நாலு கோயம்புத்தூர் பசங்க. மிச்சம் எட்டுப் பேரும் நாக்பூர் மராத்திப் பொண்ணுங்க. எல்லோருக்கும் ரெண்டு நாள் தீபாவளி லீவு போன மாதம்தான் அப்ளை செய்து நீங்க அனுமதிச்சிருக்கீங்க” நம்பியார் முகத்தில் அலாதி ஆனந்தத்தோடு சொன்னான்.

“அதை நான் கேன்சல் பண்ணிட்டேன்.” க்ரூப் ப்ராஜக்ட் மேனேஜர் எஸ்.ஆர்.ஆர் அறிவிப்பு கொடுத்தபடி உள்ளே நுழைந்தான். மும்பை கடவுளின் பூர்ண அனுக்கிரகம் உள்ளவன் அவன். அவன் கூடவே கண்கலங்கியபடிக்கு வந்த நீனா ஒரு அழகான இளம் மராத்திப் பெண். அதைவிட முக்கியமாக, அவளும் ஜாவா மொழி எக்ஸ்பர்ட்.

“சார், எங்க அப்பா காலமானதிலே இருந்து ரெண்டு வருஷமா தீபாவளி இல்லே. இந்த வருஷமாவது துக்கத்தை மறந்து வீட்டோட தீபாவளி கொண்டாடலாம்னு ரயில் டிக்கெட் எடுத்திருக்கேன். இன்னிக்கு ராத்திரி வண்டி. போக விடுங்க சார், ப்ளீஸ்...”

நீனா ஜாக்கிரதையான ஆங்கிலத்தில் சொல்லியபடி கெஞ்சியபோது, எஸ்.ஆர்.ஆர் தடியன் ஈவிரக்கமில்லாமல் சொன்னது இது - “ரெண்டு வருஷம் இல்லாத தீபாவளியை இன்னொரு வருஷம் ஒத்தி வைச்சா என்ன குறைஞ்சுடும்?”

இவன் உள்ளூரில் காரும் பங்களாவும் வீடும் பெண்டாட்டி குழந்தைகளுமாகக் குளிரக் குளிர எண்ணெய் தேய்த்து கங்கா ஸ்நானம் செய்து பட்டாசு வெடித்து அல்வா சாப்பிட்டு ஏப்பம் விடும்போது அந்தப் பரிதாபப்பட்ட மராத்திப் பெண் வீட்டோடு சந்தோஷமாக இரண்டு நாள் இருந்துவிட்டு வர அனுமதிக்க மாட்டானாம்.

“டெலிவரியை ஷெட்யூல் பிரகாரம்தான் தரமுடியும்னு கஸ்டமர் கிட்டே சொல்லு” நான் சொல்லிக்கொண்டிருந்தபோதே சிவப்புத் தொலைபேசி அதிகாரமாக ஒலித்தது. மும்பாயில் கடவுளுக்கு சுற்றுப் பிராகாரத்தில் பிரதிஷ்டையான ஒரு பரிவார தேவதை.

“டோக்கியோவில் இருந்து கரோஷி சான் தலைவர் கிட்டே பேசிட்டார். ஜப்பான் பிராஜக்ட் டீம் அடுத்த மாசம் தீபாவளியை வச்சுக்கலாம். இது அரச கட்டளை.”

என் பதிலுக்குக் காத்திருக்காமல் தொலைபேசி அந்தப் பக்கத்தில் பட்டென்று வைக்கப்பட, உள் விஷயம் ஏற்கெனவே அறிந்த எஸ்.ஆர்.ஆர். விஷமமாகச் சிரித்தான்.

"போய் வேலையைப் பாரு. இல்லே கால் கடுதாசு கொடுத்துட்டு தீபாவளிக்கு ஊருக்குப் போ." அவன் சொன்னபோது அழுதபடிக்கு என் மேசையில் வைத்திருந்த டாய்லெட் பேப்பர் சுருளைத் தரையில் வீசிவிட்டு நீனா வெளியே போனாள்.

என் கண்ணாடிக் கூண்டுக்கு வெளியே ஏழெட்டுத் தலைகள் தட்டுப்பட்டன. ரெட்டியின் பக்கத்து மேஜைகளில் உட்கார்ந்து வேலை பார்க்கும் ப்ரோகிராமர்கள் எல்லோரும். கூட்டமாகக் கிளம்பி வந்து பதற்றத்தோடு நின்றுகொண்டிருக்கிறார்கள்.

"ரெட்டி எல்லோரையும் கம்ப்யூட்டரை ஆஃப் செய்துட்டு உட்காரச் சொல்றான். இல்லாட்ட மணிக்கட்டுலே பிளேடாலே அறுத்துக்கிட்டுச் செத்துப்போயிடுவேன்னு பயமுறுத்தறான். எல்லா கம்ப்யூட்டர் டெர்மினல்லே இருந்தும் அடியாள் கும்பல் ஜீப்பிலே வந்து இறங்கி அவன் வீட்டுக்காரியையும் குழந்தையையும் பிடிச்சுட்டுப் போக ரெடியா இருக்காங்களாம். நாங்க அதுக்கு ஒத்தாசை பண்றோமாம்."

நான் தலையில் கை வைத்துக் கொண்டு உட்கார்ந்தேன். நம்பியார் திரும்ப கண்ணாடிக் கூண்டுக்குள் நுழைந்திருந்தான்.

"மும்பையிலே இருந்து ஹெச்.ஆர் தலைமை அதிகாரி என்னோட பேசினார் சார். உங்க லைன் பிஸியா இருந்ததாம். ரெட்டி விஷயம்தான். அவன் தலைக்கு வட்டுன்னு முந்தின கம்பெனியிலே துரத்திவிட்டுட்டாங்களாம். விசாரிக்காம சேத்துட்டீங்க".

வட்டுன்னா? மலையாளத்தில் பைத்தியம். நம்பியாரும் மலையாளமும் நாசமாகப் போக.

"இங்கே ஏம்ப்பா கூட்டம் போடறீங்க? போய் வேலையைக் கவனியுங்க. அந்தக் கிறுக்கனை வீட்டுக்கு அனுப்ப ஏற்பாடு செய்யச் சொல்றேன்."

எஸ்.ஆர்.ஆர். சொல்லியபடி என்னைச் சந்திக்க வந்த குழுவை வெளியே துரத்திக்கொண்டு போனான். நம்பியாரும் என்ன இழவுக்கோ என்னைப் பார்த்துக் கட்டைவிரலை உயர்த்திக் காட்டியபடி வெளிநடப்புச் செய்தான்.

எல்லோரும் போக, ஒரு பையன் மட்டும் நின்றான். தெலுகுதேசப் பிரதிநிதிதான். ரஜினி சினிமா ரிப்பீட்டாகப் பார்த்து, தமிழும் சுமாராகப் பேசக்கூடியவன்.

"சார், ரெட்டி வந்ததுலே இருந்து ரெண்டு வாரம் நல்லாத்தான் வேலை பார்த்தான். சகஜமாப் பேசினான். ஹைதராபாத்துலே கம்ப்யூட்டர் கம்பெனியிலே வேலை பார்த்திருக்கான். வெளிநாட்டு அசைன்மெண்டிலே ஆணி புடுங்க நியூயார்க் போயிருக்கான். அங்கே ராத்திரி வீட்டுக்குத் திரும்பற நேரத்துலே மக்கிங். அதான் சார், அடிச்சு உதச்சு வழிப்பறி செஞ்சதிலே ஆள் அப்செட் ஆயிட்டான். திரும்பி வந்து ஆஸ்பத்திரியிலே கொஞ்சநாள் அட்மிஷன். அப்புறம் உள்ளூர்லேயே வேலை."

ஆஸ்பத்திரியில் இருந்து திரும்பி வந்து உள்ளூர் கிளையிலேயே ரெட்டி வேலைக்குப் போனபோது சக்கையாகப் பிழிந்து வேலை வாங்கியிருக்கிறார்கள். வெளிநாட்டில் கஸ்டமர் ஆபீசில் உட்கார்ந்து வேலை பார்த்து கம்பெனிக்கு மூணு மடங்கு அதிகம் வருமானம் தர அனுப்பினால் நஷ்டத்தை உண்டாக்கிவிட்டுத் திரும்பி வந்தவனுக்கு கம்ப்யூட்டர் கசாப்புக்கடைகளில் இந்த மரியாதைதான் கிடைக்கும்.

அங்கே துரத்திவிடப்பட்டு எப்படியோ இங்கே வந்து சேர்ந்தபோது முதல் இரண்டு வாரம் எஸ்.ஆர்.ஆர். தினசரி பதினாறு மணி நேரம் உழைக்க வைத்திருக்கிறான்.

"ஏற்கெனவே மைண்ட் அப்செட் ஆகியிருந்தவன் திரும்ப அதேபடி ஆகிவிட்டான். தினசரி ராத்திரி வழிப்பறிக் கூட்டம் டெலிவிஷன்லேயிருந்தும் லைட்டுலே இருந்தும் எறங்கி வந்து மிரட்டுதுன்னு சொல்லிப் பயப்படுறான். அவன் பொண்டாட்டியையும் கைக்குழந்தையையும் அவங்கதான் வலுக்கட்டாயமா மாமனார் வீட்டுக்குப் போக வச்சுட்டாங்களாம். ஊருக்குப் போய் அவங்களைத் திரும்ப அழைச்சு வந்துட்டா எல்லாம் சரியாப் போயிடும்னான். அதுவரை யாரையும் இங்கே கம்ப்யூட்டரை ஆன் செய்ய விடமாட்டானாம்."

தெலுங்குப் பையன் தொடர்ந்தபோது சிவப்புத் தொலைபேசி திரும்ப அதட்டியது. எடுத்துக் காதில் வைக்கும்போதே உஷ்ணத்தில் காது பொசுங்கியது.

“இருக்கற நல்ல ஆளை எல்லாம் போக விட்டுடறே. அப்புறம் ஸ்க்ரூ கழண்ட பசங்களை எங்கேயோ தேடிப் பிடிச்சு வேலைக்குச் சேர்த்துக்கறே. சீனியர் மேனேஜர் வேலைக்கே லாயக்கு இல்லாத ஆளய்யா நீ” கடவுள் எகிறினார்.

“சாரி சார். உடனே பத்திரமா ஊருக்கு அனுப்பி வைச்சுடறேன்.”

“நீ வேலையைப் பாருய்யா. நாய் வண்டியோ குதிரை வண்டியோ அவனே பிடிச்சுப் போய்க்கட்டும். ஒரு பைசா தரக்கூடாது சொல்லிட்டேன்.”

பாத்ரூம் போய்விட்டு அடுத்த பிரச்சனையில் முழுகி முத்தெடுக்கக் கிளம்பினேன். கதவைத் திறக்கிறபோதே முட்டி மோதியபடி உள்ளே வந்தான் நம்பியார்.

“சார், தீபாவளிக்கு மட்டும் வேலை பார்த்தாப் போறாது. ஜப்பான்காரன் டெட்லைனை சந்திக்கணும்னா இன்னிக்கு ராத்திரியிலேருந்து தொடர்ந்து எல்லோருக்கும் சிவராத்திரிதான். கதவை இழுத்துப் பூட்டி இங்கே பொட்டி தட்டற பொண்ணு பையன் எல்லாரையும் அடைச்சு வச்சுடலாமா? சும்மாவா? கை நிறையச் சம்பளம் வாங்கறாங்க இல்லே? உழைக்கட்டும். வாங்க, ஒரு மீட்டிங் போட்டுச் சொல்லிடலாம்.”

நான் ஒன்றும் பேசாமல் பாத்ரூமுக்கு நடந்தேன்.

நீனா சீட் பக்கம் நடந்தபோது தலையை நிமிர்த்திப் பார்த்தாள். அழுகை இன்னும் மாறாத குரலில் சொன்னாள் - “சார், லீவு இல்லேங்கிறார் பிராஜக்ட் மேனேஜர். நாங்க எல்லாரும் ரிசைன் பண்ணிட்டு ஊருக்குப் போறோம். இந்த வேலையே வேணாம். பப்ளிக் ஹாலிடே, ஞாயித்துக்கிழமை கூட வரச்சொல்றீங்களே. எதுக்கு உழைக்கணும்? யாருக்கு இதோட பலன் எல்லாம் போய்ச் சேருது? எங்களுக்கா?”

“நீனா, உனக்கும் உங்க டீம் மெம்பர்களுக்கும் நான் கொடுத்த ரெண்டு நாள் லீவுலே எந்த மாற்றமும் இல்லே. சாயந்திரம் ஊருக்குப் போயிட்டு தீபாவளி முடிச்சு உடனே வந்து சேருங்க. நான் கிளையண்டுக்குச் சொல்லிக்கறேன். காண்ட்ராக்ட் பிரகாரம் ஏற்கனவே ஒத்துக்கிட்ட ஷெட்யூலை மாத்தச் சொல்றது தப்புன்னு விவரமா லெட்டர் எழுதறேன். இந்த முடிவுக்கு நானே

பொறுப்புன்னு மேலிடத்துக்கும் எழுதிடறேன். உங்களுக்கு எந்தப் பாதிப்பும் இருக்காது."

ரெட்டி சீட்டில் இருந்து எழுந்து வந்து ஹலோ சொன்னான்.

"சார், நானும் என் மகளும் இங்கே வெளியே இருந்தா கொன்னுடுவாங்க. உங்க அறையிலே வந்து உக்கார்ந்து வேலை பார்க்கறேன் சார். நாள் முழுக்க ராத்திரி முழுக்க கோட் அடிக்கச் சொன்னாலும் ரெடி. உங்க லேப்டாப்லே இருந்து அவங்க இறங்க மாட்டானுங்க. அப்புறம், உள்ளே லைட்டை மட்டும் போட்டுடாதீங்க."

அந்தக் கூண்டு வேணாம் ரெட்டி. அங்கே டெலிபோன்லே இருந்து இறங்குவாங்க.

நானும் இரண்டு நாள் லீவு போடப் போகிறேன். இவனைப் பத்திரமாக இவனுடைய வீட்டில் கொண்டு போய்ச் சேர்க்க வேண்டும். ஆளைப் பார்க்காமலேயே வேலையில் சேர்த்ததால் இதற்கும் நான்தான் பொறுப்பு ஏற்க வேண்டும். அவனுடைய, நீனாவுடைய மற்ற துக்கம் துயரமெல்லாம் நான் ஆற்ற முடியாத விஷயங்கள். குறைந்த பட்சம் பரிவு காட்டவேண்டிய கடமையாவது எனக்கு உண்டு. நான் ஜப்பான் நாட்டில் தயாரித்த ரோபோட் இல்லை. இனியும் அப்படி ஆக உத்தேசம் இல்லை.

என் கண்ணாடி அறையைப் பார்த்தேன். அந்நியமாகத் தெரிந்தது. நான் திரும்பி வரும்போது அதற்குள் நுழைய வேண்டிய அவசியம் இருக்காது. அநேகமாக அங்கே எஸ்.ஆர்.ஆர். உட்கார்ந்திருப்பான். சிவப்புத் தொலைபேசியில் பேசிக்கொண்டிருப்பான். எல்லோருக்கும் சம்பளத்தில் இன்னும் இரண்டாயிரம் அதிகமாக்கி, கூடுதல் நேரம் வேலை வாங்க ஆலோசனையாக இருக்கும் அது.

"முழு ஆபீசுமே கண்ணாடிக் கூண்டாக்கிட்டேன். கதவைப் பூட்டிவை. யாரும் வெளியே போகக் கூடாது, வாரம் ஏழு நாள், தினம் இருபத்துநாலு மணி நேரம் வேலை." கடவுள் அவனுக்கு உத்தரவு போட்டுக்கொண்டிருப்பார்.

(விகடன் தொகுப்பு 2008)

ரங்கா சேட்

'இதென்னடா நாய் வண்டி மாதிரி இருக்கு?'

பஸ்ஸில் ஏறினதும் ரங்கா சேட் கேட்டார்.

மகா தப்பு. அவர் சேட் இல்லை. தமிழ்தான். அப்புறம், அவராக பஸ்ஸில் ஏறவில்லை. திடகாத்திரமான நாலு இளவயசுப் பிள்ளைகள் பித்தளைக் கூஜா, கான்வாஸ் பை சகிதம் அவரை அலாக்காகத் தூக்கி பஸ் உள்ளே போட்டார்கள்.

'எதுக்கு மாமா கூஜாவும் மண்ணாங்கட்டியும்?'

முந்திரிக்காய் கூஜா மூடி லூசாகி வென்னீர் காலில் சிந்தின அவஸ்தையைப் பொறுக்க முடியாமல் நந்து கேட்டான். ஆறே கால் அடி ஜாம்பவான். நித்தியப்படிக்கு நாலு சிகரெட் ஒளிந்து நின்று ஊதித் தள்ளுகிறதைத் தவிர ஒரு கெட்ட பழக்கம் கிடையாது. முதலாவது விடிகாலை கொல்லைக்குப் போக, அடுத்த மூணும் அந்தந்த வேளை ஆகாரம் முடிந்த அப்புறம்.

ரங்கா சேட்டின் ஒரே தங்கை நாச்சியார் கிழங்கு கிழங்காக நாலு பிள்ளைகளைப் பெற்று நல்லெண்ணெய் முழுக்காட்டி வளர்த்து நிறுத்திவைத்திருக்கிறாள். பக்தவத்சலம் முதலமைச்சராக இருந்த நேரத்தில் அவளுக்குக் கல்யாணம் செய்தபோது சீராகக்

கொடுத்த கிழங்கு மாதிரியான முந்திரிக்காய் கூஜாவை மட்டும் இத்தனை வருஷம் போனபிறகு கழித்துக் கட்டிவிட்டாள்.

'இதை எடுத்துண்டு போய் புழங்கிக்கோடா அண்ணா...'

நாச்சியார் களிம்பேறிய அந்தக் கூஜாவை காலையில் விசேஷம் எல்லாம் முடிந்ததும் ரங்கா சேட்டிடம் கொடுத்தாள். நேற்று சாயந்திரம் தேங்காய் நாரை வைத்துத் தேய்க்கிறேன் என்று பெயர் பண்ணி முனிசிபல் குழாய்த் தண்ணீரில் அலம்பி, சுத்த ஜலம் என்று கொதிக்கக் கொதிக்க ஊற்றி வேறே கொடுத்தாள்.

முந்திரிக்காய் கூஜாவை எப்படிப் புழங்குவது என்று சேட்டுக்குப் புரியவில்லை. உசிர் இருக்கப்பட்ட மனுஷ ஜீவன் என்றாலும் வர, போக, பார்க்க, நாலு வார்த்தை பிரியமாகப் பேச, தலைவலி, கைகால் குடைச்சல் வந்தால் அலுப்பு மருந்து வாங்கி வந்து கொடுத்து, 'நாளைக்கு சரியாப் போயிடும். ரஸ்க் சாப்பிட்டுத் தூங்கு' என்று ஆறுதல் சொல்லிவிட்டு வர என்று பழக முடியும். கூஜாவோடு எப்படி உறவாட?

"எஞ்ஜாய் மாமா, தூங்கிட்டே சென்னை." நந்து உற்சாகமாகச் சொன்னான்.

சேட் திகிலோடு பஸ் உள்ளே பார்த்தார். ரெண்டு வரிசையாகப் படுக்கை. ரயிலில் ஸ்லீப்பர் கம்பார்ட்மெண்டில் ஏறின மாதிரி. ஆனால் இங்கே சுத்தமான பஸ் வாடை, வெளியே அகாலத்தில் பலாச்சுளை விற்கிறவன் குரல், முன்னால் ஸ்டியரிங்கைப் பிடித்து ஆரோகணித்த டிரைவர், மற்றும் கண்டக்டர்.

"இந்தக் கூஜாவை வேணும்னா உங்க அம்மா கிட்டேயே பத்திரமா."

ரங்கா சேட் ஜன்னல் வழியே கூஜாவின் முந்திரித் தலையை மட்டும் நுழைத்து மிச்சம் நுழையாத ஏக்கத்தோடு கேட்டபோது பஸ் நகர்ந்திருந்தது.

காக்கி நிஜார் மாட்டிய கண்டக்டர் படுக்கை படுக்கையாக டிக்கெட் விவரம் விசாரித்துக் கொண்டு வந்தான். ரங்கா சேட் எங்கே இருக்கணும்?

"டிக்கட் கொடு சார்."

அவர் பவ்யமாக கான்வாஸ் பையைத் திறந்து நாமக்கட்டிக்கும் தலைவலி மாத்திரைக்கும் நடுவே வைத்திருந்த டிக்கட்டை எடுத்து நீட்டினார்.

'சேட்டுன்னு போட்டிருக்கே. யாருக்கு எடுத்தது?'

படுபாவி நந்து. ஊரில் பெயர் புழங்குகிற படிக்கே டிக்கட் எடுத்து விட்டான். முந்திரிக்கா கூஜா என்று புழங்கியிருந்தாலோ?

"உங்க பேரு என்ன"?

முந்திரி. அவசரமாக வார்த்தையை முழுங்கியபடி ரங்கநாதன் என்றார்.

"அப்புறம் ஏன் சேட்டுன்னு வடக்கத்தியாருங்க பேரு"?

பாவ மன்னிப்பு கேட்க வேண்டிய நேரம்.

"அது ஒண்ணும் இல்லேப்பா. நாள் முழுக்க ஜர்தாபான் வாயிலே அடக்கிண்டே இருப்பேனா, மார்வாடிப் பெயர் வச்சுட்டாங்க சிநேகிதங்க எல்லாரும்".

பக்கத்து படுக்கை கொஞ்சம் அசைந்து அதில் பத்து சதவிகிதம் தூக்கத்தில் இருந்தவன் ஒதுங்கிப் படுத்தான். அவன் மேலே ரங்கா சேட் புகையிலை அபிஷேகம் நடத்துவார் என்று தூக்கத்தை மீறின ஜாக்கிரதை உணர்ச்சி.

"பஸ்ஸுக்குள்ளே ஜர்தா குர்தா எல்லாம் போடக்கூடாதுன்னு சொல்லு கபாலி"

டிரைவர் இரைந்தது தன்னைப் பற்றித்தான் என்று ரங்கா சேட்டுக்குப் புரிந்தது.

"நான் ஜர்தா போடறதை விட்டு ஒரு மாமாங்கம் ஆகப் போறது. நீ ஏன் வெட்டியா கவலைப் படறே".

அவர் குரல் எழுவதற்குள் பஸ் ஹாரன் பெரிசாக முழங்கி அதை விழுங்கிவிட்டது.

"என் சீட் எது"?

ரங்கா சேட் நகர முற்பட்ட கண்டக்டரை அவசரமாகக் கையைப் பிடித்து இழுத்து நிறுத்திக் கேட்டார்.

"அந்தக் கோடி சேட்டு. கடைசிப் படுக்கை. ஏணியிலே ஏறி மேலே போய்ப் படுத்துடு. துப்பிடாதே. சொம்புலே தண்ணி இருந்தா இப்பவே குடிச்சுட்டு."

"குடிச்சுட்டு?"

"அதையும் உமிஞ்சிடாதே. கபால்னு முளுங்கிடு."

கபாலி அறிவுரை அருளிய ஒளி முகத்தில் வீச ஞானஸ்தனாக முன்னே நடந்தான்.

கான்வாஸ் பை தோளில் கனக்க, கையில் வென்னீர் கூஜா குலுங்க தேகம் முழுக்க ஆடியபடி ரங்கா சேட் பஸ்ஸின் ஈசான மூலையை நோக்கிப் போனபோது யாரோ விடலைப் பசங்களைப் போல் விசில் அடித்தார்கள்.

பஸ் கம்பத்தைப் பிடித்தபடி மூச்சுவாங்கத் திரும்பிப் பார்த்தார். பஸ் வீடியோ உயிர்பெற்று பெருஞ்சத்தத்தோடு இயங்க ஆரம்பித்திருந்தது. ஒரு சுந்தரிப் பெண்ணை பரட்டைத் தலைப் பையன் பையப் பதறாமல் கொட்டு முழக்கோடு கேலி செய்து பாடிக்கொண்டு போன பாட்டு.

இன்னிக்கு வைகுண்ட ஏகாதசிதான். இந்த இரைச்சலில்.

அவர் மனசு சொல்ல அதை அடக்கினார். முதல்லே எங்கே முடங்கறதுன்னு பாரு.

தனக்குத்தானே உத்தரவிட்டபடி பஸ் கோடிக்கு வந்து விட்டார்.

இருட்டில் கீழ் பெர்த். இங்கேயும் பெர்த்னுதான் பெயர் புழங்குகிறதா? இல்லை வேறே ஏதாவது டெர்மினாலஜியா?

ஏதோ ஒண்ணு. கீழே புளிமூட்டை மாதிரி அடைந்து கிடந்தவன் கொஞ்சம் போல் உட்கார்ந்து எந்த சீட் என்றான்.

"மேலே போகணும்."

தத்துவார்த்தமாக, தான் சொன்னதை, தானே ரசித்தார் ஒரு வினாடி.

"செருப்பை இப்படிக் கீழே விட்டுட்டு ஏணியைப் பிடிச்சு ஏறுங்க."

கீழே பாதி அறுந்து கிடந்த அவனுடைய ரப்பர் ஸ்லிப்பரை பத்திரமாக ஓரத்தில் நகர்த்தி வைத்தான். அப்புறம் என்னமோ

தோன்ற அதைத் தலைமாட்டில் வைத்து, செய்தித்தாளுக்குள் பொட்டலம் கட்டிப் பத்திரப்படுத்தினான்.

உலகத்தை, அறுந்துபோன ஸ்லிப்பர் மதிப்புக்குக்கூட அவன் நம்பத் தயாராக இல்லை என்று உறைக்க, சேட் மேலே போகிற வழியை அண்ணாந்து பார்த்தார்.

"இப்படி மலைச்சுப் போய் நின்னா, ராத்திரி முழுக்க நின்னுக்கிட்டே கிடக்க வேண்டியதுதான். ஏறு சார் சரசரன்னு."

பின்னால் கண்டக்டர் குரல். அவன் ரங்கா சேட்டின் தோள்பையைப் பறித்து மேலே வீசினான். கூஜாவைப் பிடுங்கி ஒரு எம்பு எம்பி இருட்டுக் குகைக்குள் வைத்தான். அப்புறம் ரங்கா சேட்டின் இடுப்பில் கைகொடுத்து ஒரு தள்ளு தள்ளி இரும்பு ஏணியில் ஏற்ற, சேட் மேலே சயனப் பொந்தில் அலக்க மலக்க விழுந்தார்.

"ஏம்ப்பா, இங்கே சௌகரியம் எல்லாம்."

அவர் சரிந்தபடி கேட்டபோது கண்டக்டர் நிமிர்ந்து பார்த்தான்.

"என்ன சௌகரியம் வேணும்? ஏசி போட்டு வைச்சிருக்கு. இப்போ ஜிலுஜிலுன்னு ஆயிடும். ஃபேன் இருக்கு. சைடுலே கையை விட்டுத் துளாவினா சுவிட்ச் கிடைக்கும். பிளேட்லே கையை விட்டுக்காம பத்திரமா சுவிட்ச் போடணும்."

"அது இல்லேப்பா வேறே சௌகரியங்கள்."

"கம்பளிப் போர்வை இருக்கு. போர்த்திக்கிட்டு தூங்கு. இறங்கும்போது என் கையிலே ஒப்படைச்சுட்டுப் போகணும்."

"போர்வை கிடக்கட்டும். பாத்ரூம் சங்கதி."

"அதுக்கெல்லாம் இடம் எங்கே இருக்கு? வண்டி நிக்கும்போது ஓரமாப் போய்."

அவன் முடிப்பதற்குள் வீடியோ பாட்டு முடிந்து வசனம் ஆரம்பித்திருந்ததால் படுத்தபடி சினிமா பார்க்கிற யாரோ இடைஞ்சலாக இருப்பதாக ஆட்சேபிக்க, அவசரமாக நகர்ந்தான்.

ரங்காசேட் இருட்டுக்குள் பீதியோடு உற்றுப் பார்த்தார். அந்தக் கூஜா இங்கேதான் புழங்கிக்கொண்டிருக்கிறது. அதற்குள் சுத்த

ஜலம். குடித்தால் ஒரு மணி நேரத்தில் பாத்ரூம் போக வேண்டி வரும்.

பஸ் வேகமாக நகர்கிறது. எப்போ நிற்கும்? எதுக்கு நிற்கணும்? இறங்கணுமா? இல்லே பாத்ரூம்.

வருதா? இப்போ வரல்லே.

அப்போ தூங்கு.

அவர் தூங்குகிற மாதிரி பாவனை செய்தார். குளிர் அதிகமாக இருந்தது. கம்பளிப் போர்வை என்று சொன்னானே?

தலைமாட்டில் ஹேர் ஆயில் வாசனையும் புளிப்பு மிட்டாய் வாடையுமாகக் கிடந்த பழந்துணிதானா அது?

அதுதான் போலிருக்கு. உட்கார்ந்து அதைப் பரிசோதிக்க நினைத்தார்.

எங்கே உட்கார? கொஞ்சம் நிமிர்ந்தால் தலை மேல் கூரையில் முட்டுகிறது. கிடப்பதைத் தவிர வழி இல்லை. சென்னை போகிற வரைக்குமா?

தூங்கினால் இதோ வேகமாக விடிந்து சென்னைதான். தூக்கம் எங்கே வருது?

காலையில் இருந்தே வித்தியாசமாக விடிந்தது சேட்டுக்கு.

அசை போட்டபடி கிடக்க, வீடியோவில் யாரோ செத்துப்போய் மூக்கில் பஞ்சு அடைத்து எடுத்துப் போனது பாதியில் நின்று ஜிகினா ஜிகினாவாக வெளிச்சம்.

“அமர்த்திடுங்க தூங்கணும்.”

யாரோ ஆணையிட அந்த வெளிச்சமும் போய் முழு அந்தகாரம்.

நேற்று வந்து இறங்கினதுமே நாச்சியார் சுவாதீனமாக வேலை ஒப்பித்தாள்.

“தோ பாருடா அண்ணா, நீ தனிக்கட்டை. ரெண்டு நாள் முந்தியே வந்திருக்கலாமில்லே. புது வீட்டுக்குத் தரை பாலீஷ் போடறதுக்கும், கரண்ட் சப்ளைக்கும் அலைய ஒத்தாசையா இருந்திருக்கும். என்னமோ போ.”

கல்யாணம், பெண்டாட்டி, பிள்ளை குட்டி தேவை இல்லாமலேயே தாலுகா ஆபீசில் சீனியர் அசிஸ்டெண்டாக, அசிஸ்டெண்ட் என்ன, அவர் சேர்ந்தபோதே எழுத்தர்னு கூப்பிட ஆரம்பித்திருந்தார்கள். அப்புறம் முதுநிலை எழுத்தர்.

கிழ எழுத்தராக அவர் ரிடையர் ஆனபோது வட்டாட்சியர் அலுவலகத்திலும் கம்ப்யூட்டர் வந்துவிட்டது. அதுக்குப் பக்கத்தில் நிறுத்தி பிரிவுபசார போட்டோ எடுத்தபோது, ஏனோ பெருமையாக இருந்தது. நாச்சியாரிடமும் அவள் பிள்ளைகளிடமும் காட்ட அதை எடுத்து வந்திருந்தார். யாருக்கு அவர் கொண்டு வந்ததைப் பார்க்க நேரம் இருக்கு? வேலை சொல்ல மட்டும் அது உண்டு போல.

நேற்று ராத்திரியே நாச்சியார் கட்டிய புதுவீட்டில் போய்ப் படுத்துக் கொள்ள வேண்டி வந்தது. வீடு இல்லை. ரெண்டாவது மாடியில் எழுநூறு சதுர மீட்டர் ப்ளாட். காலையில் கிரகப்பிரவேசம். வீடெல்லாம் தண்ணீரை அடித்துக் கழுவி, அது காயாமல் பாதி ராத்திரி வரை ஒத்தி ஒத்தி எடுத்து ஈரத் துணியைப் பிழிந்து ஒரு மாதிரி பொழுது போய்விட்டது.

காலையில் வந்து சேர்ந்த எல்லாரும் அவரை லட்சியம் செய்யாமல் புரோகிதருக்கு பிளாஸ்கில் இருந்து காப்பி ஊற்றிக் கொடுத்து உட்கார வைத்தார்கள்.

“பிரமாதமான காப்பி டிபன் கேடரிங்லே சொல்லியிருக்கு. இப்போ வந்துடும்.”

ரங்கா சேட் தேற்றப்பட்டார். ஏழு மணி வரை கேட்டரிங் பற்றிக் கேட்டும் பயனில்லை. காப்பியை யாரும் கண்ணில் காட்டவில்லை. பசுமாடு வந்தாச்சா என்று ஆளுக்கு ஆள் பரபரத்துக் கொண்டிருந்தார்கள்.

“மாமா, இங்கே தெருக்கோடிதான். இப்படியே நடந்து வலதுகைப் பக்கம் திரும்பி அரை கிலோமீட்டர் போனா, அஞ்சனா பண்ணைன்னு போர்ட் தெரியும். யாரைக் கேட்டாலும் சொல்வாங்க. வாயிலே இருக்கு வழி.”

நந்து அவரைக் கிளப்பிவிட்டான்.

“நீயும் வாயேன். உன் மோட்டார் பைக்கிலே போய்ட்டு வந்துடலாம்.”

யார்யாரையோ புதுமனை புகுவிழாவுக்கு விருந்தாளியாகக் கொண்டு சேர்க்க அந்த வண்டியை அவன் விடிந்ததிலிருந்து உபயோகித்துக் கொண்டிருக்கிறான்.

அவன் போயிருந்தான். மற்ற மருமகன்களும் கேடரிங் காண்ட்ராக்டர், புரோகிதருடைய உதவியாளர், யாரோ ஒரு மகாலட்சுமி மாமி, சிடியில் விஷ்ணு சகஸ்ரநாமம் முடிந்து பாவயாமி ரகுராமம் என்று சுற்றிக்கொண்டிருந்ததால் அஞ்சனா பண்ணைக்கு அவர் தனியாக நடக்கவேண்டிவந்தது.

அரை கிலோமீட்டர் என்பது மூணரை கிலோமீட்டராக வாய்வழியாக நீண்டு அஞ்சனா பண்ணையில் நுழைந்தபோது, முழுத் தொகையும் அட்வான்ஸாகத் தராத காரணத்தால் பசுமாடு வராது என்று கண்டிப்பாகச் சொல்லிவிட்டார்கள்.

அட்வான்ஸ் கொடுத்திருந்த நூறு போக, சிறப்புக் கட்டணமாக ரங்கா சேட் பாக்கெட்டில் இருந்து இன்னொரு இருநூறை வெட்டினார். ஒரு கட்டுமஸ்தான ஆளோடு மாட்டை முன்னும் பின்னும் இழுத்துத் தட்டி தாஜா செய்து நகர்த்தி ப்ளாட் வந்தபோது எட்டு மணி. கேடரிங் முடிந்து வேன் கிளம்பிக்கொண்டிருந்தது.

“மதியச் சாப்பாடு சீக்கிரமே வச்சுக்கலாம் மாமா.”

“காப்பி?”

பிளாஸ்கைக் கவிழ்த்து ஆறி அவலாகிப் போன அரை கப் காப்பியை வாயில் ஊற்றியதும் புத்துணர்வு பெற்றார் சேட்.

“ரெண்டாம் மாடிக்கெல்லாம் மாடு ஓட்டிப் போக முடியாது. க்ரூயல்டி டு அனிமல்.”

அசோசியேஷன் செக்ரட்டரி கண்டிப்பாகச் சொல்லிவிட்டார். கட்டு மஸ்தான ஆசாமியும் ஆமோதித்தான். மாடு கூட அதேபடிக்குத் தலையை ஆட்டியது.

நந்து ஒரு நல்ல வழி சொன்னான்.

“பசுமாடு மாடிப்படி பக்கமா நிக்கட்டும். என் ஹேண்டிகாம் வீடியோ காமிராவிலே அதைப் படம் எடுத்துக்கலாம். கேமராவை அப்படியே பிடிச்சுட்டு படியேறி வீட்டுக்குள்ளே போனா, சம்பிரதாயம் நடந்து முடிஞ்ச மாதிரிதானே.”

ரங்காசேட்தான் இதுக்கும் அழைக்கப்பட்டார். பசுமாட்டை சிரத்தையாக எடுத்த ஹேண்டிகாமை கையில் பிடித்தபடி அவர் மாடிப்படி ஏற வேண்டிப் போனது. "மெல்ல", "ஓடாமப் போங்க" என்று அங்கங்கே சகலரும் அறிவுரைத்தார்கள்.

நாலு படி ஏறுவதற்குள் ரங்கா சேட் தானே பசுமாடானதாக உணர்ந்தார். காலை எடுத்து முன்னால் வைக்கவே கஷ்டமாக இருந்தது. பாத்ரூம் போனால் தேவலை என்று ஒரு தோணல்.

சட்டென்று நினைவுச் சங்கிலி அறுபட்டது. பாத்ரூம். போகணும். போனால் தேவலை. இப்போதும்.

சும்மா கிட. அப்படி ஒண்ணும் இல்லே. வேறே எதையாவது நினை.

மனதுக்குக் கட்டளை இட்டது நாச்சியார் குரலில் இருந்தது தப்பாகி விட்டது. "முந்திரிக்காய் கூஜாவைப் புழங்க வச்சுக்கோடா அண்ணா."

அது நிறைய வென்னீர். இங்கேதான் பக்கத்தில் இருட்டில் எங்கேயோ. பாத்ரூம் போயே ஆகணும்.

தூங்கு. இப்போ இல்லே. அப்புறம் ஒரு மணி நேரம் கழித்து உட்காரலாம்.

தூக்கமா விழிப்பா என்று தெரியாத நிலை. வயிறு மட்டும் படியேறாத பசுமாடு போல அடம்பிடித்தது.

கீழ் பெர்த்காரன் மேலே நிமிர்ந்து பார்த்தான்.

அவனுக்கு ஒரு குரலை கற்பனை செய்யலாம். நாச்சியார் குரல் வேணாம்.

முப்பது வருடம் முன்னால் அவர் வட்டாட்சியர் அலுவலகத்தில் ஜூனியர் அசிஸ்டெண்ட் ஆகச் சேர்ந்தபோது ஆகாசவாணியில் செய்தி வாசித்த குரல்.

சக வருஷம்... செய்திகள் வாசிப்பது. கடவுள்.

கீழே படுத்திருந்த லுங்கி கட்டிய ஆசாமி சிரித்தான்.

"என்ன வேணும் கேளு ரங்கா. இந்தச் செருப்பை மட்டும் கேட்காதே."

செய்தித்தாள் பார்சலில் இருந்து செருப்பை எடுத்து கால் பக்கம் நகர்த்தியபடி ரங்கா சேட்டைப் பார்த்தான்.

கடவுள்தானா? படுத்துக்கொண்டே பயணம் போகிற பஸ்ஸிலா?

ரங்கா சேட்டுக்கு எழுந்து உட்காரணும் போல் இருந்தது. கீழ் பர்த் கடவுள்காரன் ஒரு மாதிரி முதுகு வளைத்து உட்கார்ந்தான். செருப்பைக் கீழே போட்டான்.

பக்கத்தில் ஒரு நசுங்கின ப்ளாஸ்டிக் வாட்டர் பாட்டிலில் இருந்து களக் களக் என்று சத்தம் எழ தண்ணீர் முழுவதையும் குடித்துத் தீர்த்தான். அத்தனை நீரும் ரங்கா சேட் வயிற்றில் இறங்கின மாதிரி இருந்தது.

சேட்டுக்கு இனியும் பாத்ரூம் போகாமல் முடியாது.

உட்காரவும் வழியில்லை. இறங்கி, டிரைவரை நிறுத்தச் சொல்லலாமா?

நகரும் இருட்டுப் பொதிக்குள் அவன் எங்கே இருப்பான் என்று தெரியவில்லை.

பாத்ரூம் போகணும்.

சத்தம் போடலாமா?

மேலண்ணத்தில் ஒட்டிக் கொண்ட நாக்கு. பஸ் நகர்கிற இரைச்சலும், ஏணியில் ஏதோ சங்கிலி உரசி உரசி வருகிற ஓசையும் தவிர வேறே சத்தம் இல்லை.

கீழ் சீட்காரன் திரும்ப மேலே பார்த்தான். கடவுள் பேசின மாதிரி இருந்தது.

"சொல்லு ரங்கா. என்ன வரம் வேணும்? என்ன வேணும்னாலும் கேளு, தரேன்."

"பாத்ரூம் போகணும்."

அவன் தலையை ஆட்டிக் கொண்டான்.

"கண்டக்டர் நிறுத்துங்க ப்ளீஸ்."

அவன் இரைந்து அரை நிமிஷம் கழித்து பஸ் நின்றது.

"இறங்கிக்கறேன். திரும்ப ஊருக்குப் போக வேண்டிய அவசரம்."

மொபைல் போனை சட்டைப் பையில் போட்டுக்கொண்டான்.

“இங்கே இறங்கினா வண்டி கிடைக்காது. யாரும் நிறுத்த மாட்டாங்க.”

கண்டக்டர் சொன்னபோது ரங்கா சேட் கான்வாஸ் பைகூட இல்லாமல் தனியாக ஏணியைப் பிடித்து இறங்கிக் கொண்டிருந்தார்.

“பரவாயில்லே. ரொம்ப அவசரம்.”

கீழ் பெர்த் கடவுள்காரன் செருப்பில் கால் நுழைத்துக்கொண்டபோது ரங்கா சேட் அவன் பக்கத்தில் நின்றார்.

“நீங்களும் இறங்கணுமா?”

கண்டக்டர் கேட்டான். தலையாட்டியபடி லுங்கிக்காரக் கடவுளைத் தொடர்ந்தார் ரங்கா சேட். பசுமாடு மாடிப்படி ஏறுகிற படபடப்பு அவர் நடையில்.

“இதை விட்டுட்டுப் போறீங்களே.”

கான்வாஸ் பையையும், முந்திரிக்காய் கூஜாவையும் நீட்டினான் கண்டக்டர்.

லுங்கிக்காரனும் பின்னால் ரங்காசேட்டும் இறங்கினார்கள்.

சேட் முகத்தில் அலாதி நிம்மதி. இருட்டில் ஓரமாக நின்று கூஜாவை கான்வாஸ் பையில் திணித்துக்கொண்டார். பாத்ரூம் என்றது மனம். இருடா ரங்கா என்றார்.

ஐந்து நிமிடம் கழித்து அவர் புறப்பட்டபோது லுங்கிக்காரன் போன தடம் தெரியவில்லை. இது வந்த வழியா, போக வேண்டியதா?

இருட்டில் எதுவும் புலப்படவில்லை. கடந்துபோகிற பஸ் வெளிச்சத்தில் பாதை மட்டும் விட்டு விட்டுத் தெரிந்தது.

முந்திரிக்காய் கூஜாவில் இருந்து தண்ணீர் குடித்தார். அது திறக்கவும், மூடவும் சகஜமாக கைக்குப் பிடித்த பிடிக்கு வந்தது. பழகிவிட்டது.

நடக்க ஆரம்பித்தார்.

(கல்கி தீபாவளி மலர் 2010)

ஒட்டகம்

பஸ்ஸா, வேனா, ஆஸ்பத்திரியிலே அறுத்து முடிச்சு அள்ளிப் போட்டுக்கிட்டுப் போகிற பொண வண்டியான்னு தெரியலை. எங்கேயோ தூக்கலா பச்சை இலை வாசனை. கூடவே விடிகாலையிலே மீன் சாப்பிட்டு வரிசையா ஏழெட்டுப் பேர் ஏப்பத்தோடு விட்ட வாடை. சக மனிதர்கள். பொறுத்துக்கணும்.

அனேகல். னேகல். கல்.

கானா பாடிட்டு கண்டக்டர் விட்ட இடத்திலிருந்து தூங்க ஆரம்பிச்சார். சுவாதீனமாக ஆளாளுக்கு அவரோட லெதர்பையிலே காசு போட்டுட்டு வண்டி ஏறியிருந்தாங்க. என் பக்கத்து சீட் நரை மீசைக்காரர் அந்தப் பையில் இருந்து காசு எடுத்துக்கிட்டு ஏறி வந்தவர். அசாம் போலீஸ்னு காக்கிச் சட்டை சொன்னது.

யானைக்கால்தானே இது?

நான் கேட்டதுக்கு அசாம் போலீஸ் உஸ்பெஸ்கிஸ்தான் பிரதமர் போல அமர்த்தலா சிரிச்சுது. உஸ்பெஸ்கிஸ்தான் பிரதமரை உனக்கு எப்படிய்யா தெரியும்னு கேட்டுத் தொணதொணக்க வேணாம். நான் ஒட்டகத்தைத் தேடிக்கிட்டு காடுமேடெல்லாம் திரிஞ்சிட்டு இருக்கறவன். உபமான உபமேயமெல்லாம் பிற்பாடு.

யானைக்கல்? சரியான உச்சரிப்பு அனேகல் தானா? அனேகல்? அனேகல்?

சத்தம் கிளப்பி டிரைவரைக் கேட்டேன். அந்தாளு நான் ஏதோ கெட்ட வார்த்தை சொன்னதுபோல சிவசிவன்னு ரெண்டு காதையும் பொத்திக்கிட்டான். முன்னாடி உட்கார்ந்திருந்த பெரிசு எங்க பெரியப்பா போன வருஷம் செத்ததற்கு துக்கம் கேட்கற தோரணையிலே என்னைப் பார்த்து சோகமா தலையாட்டிச்சு.

சரி, ஒட்டகம் இந்தப் பிரதேசத்தில் இருக்க வாய்ப்பில்லே. அடுத்த ஸ்டாப்?

பின்னாடி இருந்து யாரோ சட்டையைப் பிடிச்சு இழுத்தாங்க. ஜமுக்காளத்தை மார்பு வரை உடுத்தின பொண்ணு. உலகம் இப்ப அழியப்போறதுன்னு அசாமிய மொழியிலே அலறி என்னை வண்டி ஜன்னல் வழியே தப்பிச்சுப் போகச் சொல்லுது போல. வேகமா இறங்கினேன். துருப்பிடிச்ச மஞ்சள் பலகை இதுதாண்டா அசாம் மாநிலம் ஹைலகண்டி மாவட்டம் அனேகல் கிராமம்னு அறிவிச்சுது.

சூர்யகாந்த் பரூவா. ஜாக்கிரதையாக ஞாபகம் வச்சுக்குங்க. இன்னொரு தடவை சொல்ல நேரம் இல்லை. பழிகாரன் பரூவா. அவனைத் தேடித்தான் வந்திருக்கேன்.

எங்க கம்ப்யூட்டர் கம்பெனியில் போன மாசம் வேலைக்குச் சேர்ந்தான். பொறுங்க. உடனே என்னை ஜீன்ஸ், டீஷர்ட், கைநிறையக் காசு, பேங்க் கடன்லே வாங்கின ஆடி, ஆவணி, புரட்டாசி கார்லே போற சாப்ட்வேர் எஞ்சினியர்னு நினைச்சு, போய்யா ஆணி புடுங்கின்னு எகிறினா நான் திரும்ப வண்டையாத் திட்டுவேன்.

ரெண்டு காரணம். முதலாவது, ஆணி புடுங்கறது, பொட்டி தட்டுறது போல கம்ப்யூட்டர் காரியங்கள் செய்யறவங்க பாவப்பட்ட ஜன்மங்க. திட்டக் கூடாது. முப்பது வயசிலேயே அரைக்கிழவன் ஆக்கிடற கஷ்டமான வேலை இதெல்லாம். ஓய்வு ஒழிச்சல்னு பேச்சே இல்லை. ரெண்டாவது காரணம் நான் முப்பது வயதானாலும் கண்ணுக்குக் கீழ் ஒரு கருவளையம் கூட இல்லாதவன். ஹெச்.ஆர், அதாவது கம்ப்யூட்டருக்குத் தீனி போட பொட்டிக்கார ஆள் பிடிக்கிற ஆசாமி.

இன்னிக்கு என்ன தேதி? நவம்பர் முப்பது. சரியாக நவம்பர் ஒண்ணாந்தேதி ஆபீசில் நுழஞ்சான் அந்த படுவா. சரி, என் தப்பு

தான், என்ன செய்யணும்கிறீங்க? நான்தான் அவனை வேலைக்கு எடுத்தேன். படுபாவி ப்ராஜெக்ட் மேனேஜர் லோனப்பன் கேட்ட படிப்புத் தகுதிக்கு, எக்ஸ்பீரியன்சுக்கு வருசம் பதினஞ்சு லகரம் சிடிசி அதாவது காஸ்ட் டு கம்பெனி, புரியலியா, சம்பளம் மற்ற இனத்தில் செலவு பிடிக்குமாம். பைனான்ஸ் எக்சிக்யூட்டிவ் தேனம்மை சொல்லிச்சு. ஆச்சி சொன்னா அப்பீலே இல்லேங்கறதாலே, அசாமிலிருந்து விண்ணப்பிச்ச இந்த பரூவா பையனைப் படு சல்லிசாப் பிடிச்சு வலையில் சிக்க வைச்சேன். எத்தனை ரூபாய்க்குப் படிந்து வந்ததுன்னெல்லாம் கேட்கக் கூடாது. அது தொழில் ரகசியம்.

எப்படிய்யா பிடிச்சேன்னு தேனம்மை ஆச்சியே வாயைப் பிளந்துச்சு. நவ்க்ரி டாட் காம், பேஸ்புக், ஆஸ்புக் எல்லாம் தேடி இந்த பரூவாவைப் பிடிச்ச பிரதாபத்தைச் சொன்னபோது பேக்ரவுண்ட் வெரிபிகேஷன் பண்ணிடுப்பா முதல்லே என்றார் பாஸ். அல் க்வய்தா கையாளாக இருப்பான் பையன்னு அவருக்கு ஏனோ லேசான சந்தேகம். அசாமிலே ஓசாமா பின் லாடக்காரங்க அநேகமா கிடையாதுன்னு கஷ்டப்பட்டு விளக்கினாலும், எதுக்கும் உடனே கூகிள்லே சர்ச் பண்ணிடுன்னார்.

அவன் படிச்ச கொஹிமா கல்லூரி, லோக்கலாக பால் வியாபாரம், உதிரித் தேயிலை வியாபாரம் செய்கிற ரெண்டு பிரமுகர்கள், ஏதோ சொசைட்டி தலைவர் மாதுரி தீட்சித் படம் அச்சடிச்ச லெட்டர்பேடில் குட் பாய்னு கோணை கோணை எழுத்திலே கிறுக்கின நற்சான்றிதழ் இப்படி பரூவா சொக்கத் தங்கம்கிறதுக்காக ஏக அத்தாட்சி. தீர விசாரிச்சு அவன் வர்ற முந்தியே அறிக்கை சமர்ப்பிச்சேன்.

டெலிபோன்லேயே மூணு இன்டர்வ்யூ செய்து, மூணாவது இன்டர்வ்யூவை ரிக்கார்டும் செய்திருந்ததாலே, அவன் நேரில் வந்ததும் குரலை அடையாளம் கண்டாச்சு. இன்னொரு சோதனை பாக்கி. அப்ளிகேஷனோடு ஸ்கேன் செஞ்சு ஈமெயிலில் அனுப்பின அவனோட போட்டோவும் மூஞ்சியும் அச்சு அசலாகப் பொருந்தி இருந்தா போதும். கவலை இல்லாமல் ப்ராஜக்ட் மேனேஜர் கையில் ஒப்படைச்சுடலாம். அப்புறம் அடுத்த வருஷம் இன்கிரிமெண்ட் தரலாமான்னு ஆலோசனை செய்கிற வரை மேனேஜர் பாடு, ப்ராஜக்ட் பாடு, ஒட்டகம் பாடு.

அது ஏன் ஒட்டகம்னு நான்தான் அவசரத்தில் சொல்லலை. கேட்டிருக்கலாமில்லையா? போகட்டும். அதையும் சொல்லிடறேன்.

மழைநாள் காலையிலே சொட்டச் சொட்ட நனைஞ்சுக்கிட்டு ஆபீசில் புகுந்த பரூவாவுக்கு கோழிக்குஞ்சு மாதிரி தலைமுடி ஈரத்தில் ஒட்டி இருந்தாலும் மனசிலே கூட்டிக் கழித்துப் பார்த்து, வேலை விண்ணப்ப முகம்தான் இதுன்னு முடிவெடுத்தேன். ஆனாலும் நம்ப முடியலை. அந்த மூஞ்சி தரைக்கு ரொம்ப மேலே இருந்தது. ஆமா, பரூவா ஏழு அடி ஒரு அங்குல உயரம். ஒட்டகமே தான்.

வாசல் நிலைப்படியிலேருந்து டாய்லெட் கதவு வரை அவன் தலையைப் பதம் பார்த்ததாலே, குனிஞ்சபடியே ஆபீசில் நடமாட கேணத்தனமான ஆலோசனையை ஹெச்.ஆர் எக்சிக்யூட்டிவாக அவனுக்கு வழங்கினேன். தலை இடிச்சாலும் பரவாயில்லை. இருக்கணுமே. சீலிங் ஃபேன்லே பட்டு, வாழைக்காய் போல சீவித் தள்ளிட்டா ப்ராஜெக்ட் மேனேஜர் லோனப்பனுக்கு யார் பதில் சொல்றதாம்?

‘புள்ளிக்காரனுக்கு இங்கிலீஷ் பரிச்சயமில்லையோ?’ன்னு கேட்டான் லோனப்பன். லோனப்பனோட ப்ராஜக்ட் கஸ்டமர் ஸ்காட்லாந்தில் ஒரு இன்ஷ்யூரன்ஸ் கம்பெனி. தாடி வச்ச அவங்க அதிகாரிகள் வீடியோ கான்பரன்சில் தினசரி லோனப்பனை வதைச்சுட்டிருந்தாங்க. தாடி அரும்பின ஒரு அம்மையாரும் இதில் அடக்கம்.

முதல் வேலையா பரூவாவுக்கு ‘மை நேம் இஸ்’ சொல்லிக் கொடுத்தேன். ‘நான் அசாமில் இருந்து வரேன்’. ‘எனக்கு சூடான டீ பிடிக்காது’. ‘நான் கோர் ஜாவா கம்ப்யூட்டர் பரிபாஷையிலே நிபுணன்’. ‘குடை பிடிச்சுக்கிட்டு ராத்திரி நடக்கக் கூடாது’. இப்படிக் கலந்துகட்டியாக இங்கிலீஷ் வாக்கியங்களை ஸ்காட்லாந்துக்காரங்க உச்சரிப்பில் சொல்ல அவனுக்குப் பழக்கப்படுத்தினேன்.

இன்ஷுரன்ஸ் ஆக்சுவரின்னு லோனப்பன் ப்ராஜெக்ட் டீம் வேலை. அதாவது பாலிசி எடுக்கிறவன் எப்போ மண்டையைப் போடுவான்னு கணக்குப் போட்டு பிரிமியம் தொகையை நிர்ணயிக்கறது. கண்டனி ஜோசியர் வேலைகிரமம். லோனப்பன் லோமா, பாமா இப்படி இன்ஷ்யூரன்ஸ் சம்பந்தப்பட்ட ஏகப்பட்ட

பரீட்சை கொடுத்து இந்த பிரம்மச் சுவடி கணிக்கற வேலையில் கரை கண்டவன்.

பரூவாவுக்கு இன்ஷ்யூரன்சுக்கு இங்கிலீஷ் ஸ்பெல்லிங் தெரியுமான்னே சந்தேகம். சாவுக் கணக்கு, லோமா எல்லாம் அவன் உலகத்தில் கிடையாது. ஆனாலும் வேலைக்குச் சேர்ந்த முதல் நாள் ராத்திரியே கஸ்டமரோடு வீடியோ கான்பரன்ஸ்ன்னு லோனப்பனும் கோஷ்டியும் உட்காரும்போது வழக்கமாக இருக்கப்பட்ட ஒருத்தன் எஸ்கேப் ஆக, ஒட்டகத்தை உள்ளே தள்ளிவிட்டேன்.

'இவன் எங்க டீம் புது மெம்பர். பில் கேட்ஸுக்கே கம்ப்யூட்டர் சொல்லிக்கொடுக்கக்கூடியவன்' ரேஞ்சில் லோனப்பன் அறிமுகப்படுத்த, கஸ்டமர் மரியாதைக்கு பரூவாவை குசலம் விசாரிச்சான். 'நான் ராத்திரி சூடான குடை பிடிக்கறதில்லே.' ரொம்ப பவ்யமா அறிவிச்சான் பரூவா.

'இது இந்தியாவில் அசாம் பக்கத்துப் பேச்சு வழக்கு. நல்லா இருக்கேன்னு அர்த்தம்'. லோனப்பன் சமாளிக்க, அசாம் டீயின் மகிமையை, அதோட மணத்தைப் பத்தி ஸ்காட்லாந்துக்காரர்கள் மீதி அரைமணி நேரம் பேசி வீடியோ கான்பரன்சை முடிச்சாங்க. என்ன காரணமோ, முதல் பார்வையிலேயே அவங்களுக்கு பரூவாவை பிடிச்சுப் போனது. அங்கேதான் பிடிச்சுது எனக்கு அஷ்டமத்து சனி. பரூவாவைத் தேடி இத்தனை தூரம் நான் வர வச்சுது அதுதான்.

ஏனா? ரெண்டு ராத்திரி ரெகுலரா வீடியோ கான்பரன்சில் அட்டெண்டென்ஸ் கொடுத்துட்டு அடுத்த நாள் காலையில் பரூவா மிஸ்ஸிங். தொலஞ்சே போனான்.

'எங்கேய்யா ஒட்டகம்? ராத்திரி கான்பரன்ஸ் முடிச்சு எங்கே அனுப்பினே?'

லோனப்பன் கேட்டான். நான் என்ன பரூவாவை அண்டார்டிகாவுக்கு பெங்குவின் பிடிக்கவா அனுப்பினேன்? அவனுக்கு வேளச்சேரியில் ஒன் பை செவன் ஆக குடியிருக்க இன்னும் ஆறு பிரம்மச்சாரி கட்டைகளோடு இடம் பிடிச்சுக் கொடுத்திருந்த ஜாகைக்குத்தான் காண்ட்ராக்ட் மடேடர்

வேனில் அனுப்பி வச்சேன். நான் இப்போ அனேகல்லே இறங்கின வேனோடு ஒப்பிட்டா, ஏசியும், புஷ் பேக் சீட்டும், சதா மெட்டாலிக் ராக் இரையற ம்யூசிக் சிஸ்டமுமாக அது ஒரு சுவர்க்கம். ஒட்டகம் அந்த சுவர்க்கத்திலிருந்து எங்கே போய்த் தொலஞ்சுது?

பிரஸ்தாப தினத்திலே காலை ஆறரை மணி சுமாருக்கு பரூவா ஆபீசுக்குள் நுழைஞ்சதா செக்யூரிட்டி கார்ட் அலெக்சாண்டர் முத்துசாமி சொன்னார். எனக்கும் லோனப்பனுக்கும் 'மதர் கால். கோயிங்' என்று அரையே அரைக்கால் அடியில் ஒரு ஈ-மெயில் அனுப்பியிருக்கிறான் பரூவா அந்த நேரத்தில்.

'பச்சைப் பசேல் தேயிலைத் தோட்டமும், மலைச் சரிவும், மேய்க்கக் கூட்டிப்போக எருமை மாடுமாக இருந்த பையனை இப்படி வேளச்சேரிக்கு அடுத்த காண்கிரீட் காட்டுக்குள்ளே பறிச்சு நட்டா, போகாம என்ன செய்வான்? இயற்கை அன்னை அழைப்பு. கால் ஆஃப் நேச்சர்'ன்னான் லோனப்பன்.

'எட்டு மணி நேரமாவா டாய்லெட்டிலே குந்தியிருக்கான்?' பாஸ் கேட்டார்.

'ராத்திரி வீடியோ கான்பரன்சிலே கஸ்டமர் கேட்பானே' லோனப்பன் என்னைப் பார்த்த பார்வையில் பரூவா ஜாடையில் கோடம்பாக்கத்தில் யாரையாவது செட் அப் பண்ணி இட்டு வர முடியுமான்னு விசாரிப்பு தெரிஞ்சது. அங்கே ஆம்பிளை ஒட்டகம் எல்லாம் கிடைக்காதுன்னு நானும் பார்வையில் பதில் சொன்னேன்.

ராத்திரி வீடியோவிலே ஸ்காட்லாந்து பார்ட்டி ஒரு குண்டைத் தூக்கிப் போட்டுது.

'புதுசா சேர்ந்த நாலு பசங்களையும் இங்கே உடனே அனுப்புங்க. யாராவது செத்துப்போனா, புதைக்க கொள்ள செலவு செய்யற ப்ராஜக்ட் ஆரம்பிச்சுடலாம்.'

'நாளைக்கு செத்தா இன்னிக்கு ரேட்டிலே சடங்கு சம்பிரதாயம். மகாராஜா கணக்கா அழகான சவப்பெட்டி. லிமோசின்லே எடுத்துப் போய்ப் புதைக்கறோம்' இப்படி விளம்பரம் செஞ்சு அவங்க ஆரம்பிச்சிருந்த அட்வான்ஸ் சவ அடக்க சேமிப்பு திட்டம் லோக்கல் மார்க்கெட்டுலே அள்ளிக்கிட்டுப் போகுதாம்.

‘என்ன செய்வியோ, எங்கே போவியோ, அடுத்த திங்கள் காலையிலே பரூவாவைக் கூட்டி வந்து எனக்கு முன்னாலே நிறுத்தணும்’னு கண்டிப்பு காட்டினார் பாஸ்.

‘சார், அடுத்த சனிக்கிழமை காலங்கார்த்தாலே நடேசன் பார்க்குலே என் பெண்டாட்டி பாட்டுக் கச்சேரி இருக்கு. அதுக்கு இல்லாம் இப்படி நான்...’

‘என்னத்துக்காக பார்க்கிலே கச்சேரி? அரை டிராயர் போட்ட ரெண்டு டஜன் ஆசாமிங்க தலையிலே மப்ளரோடு சுத்திச் சுத்தி வந்து பார்ப்பாங்க. ரெண்டு அத்தையம்மா அப்பிரதட்சணமா சுத்தும். அதாம்பா ஆன்ட்டி கிளாக் வைஸ்’.

பார்க் கச்சேரியா, பாக்கி நாள் சம்பளமான்னு வீட்டிலே விவாதம் நடத்தி, அவள் பாட்டுக்குப் பாட, நான் பாட்டுக்கு அசாமுக்கு சவாரின்னு முடிவானது. அதான் இப்போ நான் இங்கே யானைக்கால் கிராமத்திலே. அனேக்கலா, சரி, அதான்பா.

குக்கிராமத்துக்கும் அரையே அரைக்கால் சைசில் அனேக்கல் அம்போன்னு கிடந்தது. அங்கங்கே கட்டிலைப் போட்டு யார்யாரோ சூரியன் இம்சை செய்யறதைப் பொருட்படுத்தாது ஆனந்த நித்திரையில் ஆழ்ந்திருந்தாங்க.

எழுந்து உட்கார்ந்து பக்கத்து மண் பாத்திரத்தில் இருந்து ஜிலேபி எடுத்துச் சாப்பிட்டுக்கிட்டிருந்த பெரிசை மரியாதையோடு ‘பரூவா வீடு எது?’ன்னு கேட்டேன். என் இந்தி அவருக்குப் புரிய இன்னும் நாலு ஜிலேபி தேவைப்பட்டது.

நாளைக்கு ஜென் கதையாகப் போகிற வாசகத்தைச் சொல்லப் போகிற மதகுரு மாதிரி அவர் ஒரு நிமிடம் மௌனமாக கட்டிலில் உட்கார்ந்திருந்தார். அப்புறம் இடுப்பில் செருகியிருந்த பேனாக் கத்தியை மடக்கி நிமிர்த்திக் காது குடஞ்சபடி–

‘இந்த ஊர்லே எல்லாமே பரூவா வீடுதான். நானே பரூவா தான்’னாரே பார்க்கணும்.

நான் ஒட்டகம்னு தமிழ்லே சொல்லி உத்தேசமாக வானத்துக்குக் கையைக் காட்டினேன். எதுக்காக அவனைத் தேடுறேன்னு பள்ளம் தோண்டின காது என் பக்கம் சாய்ந்து விசாரிச்சுது. ஸ்காட்லாண்ட், இன்ஷூரன்ஸ், சாப்ட்வேர் ப்ராஜக்ட், வீடியோ கான்பரன்ஸ் இதுக்கெல்லாம் சைகை மொழி தெரியாத காரணத்தால்

துணிந்து தமிழில் எல்லாத்தையும் விலாவாரியாகச் சொல்ல ஆரம்பித்தேன்.

தெளிவாகப் புரிஞ்சுக்கிட்டது போல தலையை அசைத்து நிறுத்திச்சு பெரிசு. காதுக்குள் இருந்து ரத்தத் துளியோடு கத்தி வெளிவந்துது. இவர் காது என்ன, சிறு மூளை, பெருமூளையையே காது வழியே பேனாக் கத்தியால் தோண்டி வெளியே எடுத்து சுத்தப்படுத்தி திருப்பப் பொருத்திப்பார் போல. எல்லாம் ஜிலேபி மகிமை.

அவர் காட்டின திசையில் இன்னும் ரெண்டு கிலோ மீட்டர் ஒட்டகம் ஒட்டகம்னு ஜபிச்சுக்கிட்டு நடந்தேன். பாதை கரடு முரடாக இருந்துச்சு. தவிர கொஞ்சம் கொஞ்சமாக சமதளம் காணாமல் போய் மேட்டுப் பாங்கான பிரதேசம். ஆயிரத்துச் சில்லறை வகை செடி கொடிகள் செழிச்ச அந்த வட்டாரத்தில் நட்ட நடுவில் ஒரு காரைக் கட்டடம். கதவைத் தட்டினா ஒட்டகம் கிடைக்கக் கூடும்.

கட்டடத்தை நெருங்கியதும் மாடியில் ஏதோ சத்தம். நிமிர்ந்து பார்த்தேன். உழக்குக்கு பூண் பிடித்த சைசில் ஒரு வழுக்கைத் தலையன் நிக்கறான். அசாமிய மொழியில் ஏதோ கத்தினான். உள்ளே வந்தா காலை உடைப்பேங்கிறான் போல.

நான் சகஜ பாவத்தோடு அவனுக்கு அருள் பாலிக்கிற தோரணையிலே கைகாட்டிட்டு முன்னால் நடக்க, ஒரு வினாடி கண் இருண்டுது. உலக அழகி எதிர்பார்க்காத விதமாகக் கட்டிப் பிடித்த மாதிரி, இல்லே, ஆர்ய வைத்யசாலை தைலம் புரட்டி குளிச்சு மிளகுக் குழம்பு சாப்பிட்டுத் தூங்கறபோது ஏசி நின்னுபோய் குப்புனு வியர்த்த மாதிரி தேகம் முழுக்க ஒரு ஷாக். ஓட்டம் துள்ளல் காரன் போல் முன்னே ஒரு அடி, பின்னே ஒரு அடி எடுத்து வச்சு சரிஞ்சு தரையில் விழுந்தேன். மீசையிலே அசாமிய மண் பட்டையாக அப்பி இருந்தது.

உழக்கன் மாடியில் இருந்து வேகமா ஓடி வந்து என்னைத் தூக்கி நிறுத்தினான்.

‘நல்ல வேளை லோ வோல்ட்டேஜ்தான் மின்சார வேலிக்குக் கொடுத்திருந்தேன். காண்டாமிருகம், யானை வராம இருக்க பாதுகாப்பு. அடி படலியே?’

காண்டாமிருகம் மாதிரி தலையாட்டினேன். ஒட்டகம் எங்கேய்யா?

நீ தப்பாக வந்துட்டேன்னான் அசாமியக் குள்ளன். ஜிலேபித் தாத்தா மேல் பழியைப் போட்டேன். கையை நான் உசத்திக் காட்டினதால் பெரிய வீட்டு பரூவான்னு நினைச்சு என்னை இப்படி ஷாக் அடித்து உயிர் போக அனுப்பியிருக்குது பெரிசு.

காரை வீட்டு பரூவா சொன்னபடி இன்னும் நாலு கிலோமீட்டர் நடந்தேன். எருமைப் பண்ணை. அங்கே ஆறே முக்கால் அடி நீளம், சதா படுத்தே கிடக்கற எழுபது வயசுக்கார இன்னொரு பரூவா. நீ இல்லேய்யா. அவர் வலது கால் கட்டை விரலால் சுட்டின திசையில் ஒரு பஞ்சாயத்து போர்ட் பரூவா. ஜவ்வு மிட்டாய்க் காரன் கெட் அப்பில் ரெண்டடி அகலம், ஆறடி உயர ஆசாமி. அவர் காட்டின பக்கம் பத்து கிலோ மீட்டர் நடந்தா அடுத்த மாநிலம் மிசோராம் வந்துடும்.

போங்கப்பா நான் இந்த ஆட்டத்துக்கு வரலை. வேலை போனால் முடியே போச்சு.

உத்தேசமாக சாயா கடை என்று மட்டுப்பட்ட இடம். படியேற, எதிர்பார்த்தபடியே அம்பலப்புழை சேட்டன் ஒரு கேசவப் பணிக்கர் சாயா ஆத்திக்கிட்டிருந்தார். நாலு நாள் நல்லெண்ணப் பயணமாக பிரதமருடனோ ஜனாதிபதியோடயோ அவரையும் அனுப்பிச்சா போட்ஸ்வானா, மொசாம்பிக்கில் எல்லாம் கூட ப்ராஞ்ச் கடை போட்டு விடக்கூடிய கேரள சாமர்த்தியம் அவர் வார்த்தையில் தெரிந்தது.

ஒட்டகம் கிடைக்காட்டா என்ன, அவருடைய மச்சினன், ஒரு உருப்படாத பணிக்கர் ஐ.ஐ.டி பிட்டர் கோர்ஸ் படித்துவிட்டு திருப்புணித்துறையில் சும்மா முண்டு மடக்கிக் குத்தி அதாவது டப்பா கட்டு கட்டி திரிஞ்சுக்கிட்டிருக்கானாம். வேண்டாம்னேன். இங்கிலீஷில் சுவாசித்து, இங்கிலீஷில் யோசிக்கற வெள்ளைக்கார இன்ஷ்யூரன்ஸ் கம்பெனிக்கு நம்ம சிங்கிள் டீ சரிப்பட்டு வராது.

பூம் பூம் பூம்னு ஏதோ சங்கு சத்தம். எனக்குத்தான் ஊதிக்கிட்டிருக்காங்க.

நான் சாயா கடை பெஞ்சில் உட்கார்ந்து அம்பலப்புழை பணிக்கர் கொடுத்த பருப்பு வடையை ஒரு கடி, கிளாஸ் சாயா ஒரு குடின்னு இருந்தபடி சுவாரசியமில்லாம பார்த்தேன். சவ ஊர்வலம் ஒண்ணு ஊர்ந்து போய்ட்டிருக்கு.

சட்டுனு என் பார்வை கூர்மையாச்சு. நடு நாயகமாக நடந்து வர்ற உருவம் நம்ம ஒட்டகம் இல்லையோ. சாயா கிளாசை மேஜை மேலே வச்சுட்டு கையில் வடையோடு தெருவுக்கு ஓடினேன். பக்கத்தில் போய்ப் பார்த்தேன். ஒட்டகமே தான்.

அவன் ஒரு வினாடி நின்னான். கையிலே பிடித்திருந்த பானையில் கங்கு கணகணன்னு எரிஞ்சுட்டிருந்தது. பல்லக்குத் தூக்கிகள் பொறுமையில்லாம கால் மாத்தி நின்னாங்க. மேலே, வயசான ஒரு அம்மா நிம்மதியா படுத்திருந்தாங்க.

'மதர் சார். எஸ்டர்டே மார்னிங் டெத். ஓபன் ஐ. கால் மீ. ஐ மத்ராஸ். ஷீ கோ.'

ஒட்டகம் சிரிக்க முற்பட்டு, இங்கிலீஷில் பேச முற்பட்டு ரெண்டும் தோற்றுப் போக அழ ஆரம்பித்தான்.

எனக்குப் புரிந்தது.

'நிக்கக் கூடாது. போய்க்கிட்டே இருக்கணும். வழிவிடு.' யாரோ சொன்னாங்க. மெல்ல நடந்தபடி ஒட்டகம் திரும்பிப் பார்த்தான்.

'சார், காலையிலே சாம்பல் கிடைச்சுடும். எடுத்துக்கிட்டு உங்க கூட சென்னை வந்துடறேன். அங்கே சமுத்திரத்துலே கரைக்க உதவி செய்வீங்களா?'

நான் மௌனமாகத் தலையசைத்தேன். ஆபீசுக்கு போன் செய்யணும்.

'ஒட்டகம் கிடைச்சாச்சு. நாளைக்குக் கூட்டி வரேன்.'

வேணாம். 'இன்னிக்கே சாம்பல் கிடைக்கணும்னு பிரஷர் கொடுத்து, வாங்கிட்டு கிளம்ப வச்சுடு. கஸ்டமர் காச்சறான்'பாங்க இதயமே இல்லாம.

அந்தப் பக்கம் ஹலோ ஹலோ என்று சத்தம் வர நான் மொபைலை சுவிட்ச் ஆப் செஞ்சேன். ஊர்வலத்தைத் தொடர்ந்து நடக்க ஆரம்பிச்சேன்.

(ஆனந்த விகடன் 2010)

சகர்

எதிர் ஃப்ளாட் என்று அந்தப் பெண் சொல்லி முடிக்கும் முன்பே வாசல் கதவு மூடிவிட்டது. சலிப்பு. ஆபீசுக்குக் கிளம்பும் அவசரம். சமையல்கட்டில் கத்தரிக்காய் வதக்கல் கரிந்துபோகிற பயம். இதுவரைக்கும் எத்தனை பேர் கதவைத் தட்டித் திறந்து கருகின வதக்கலைக் குப்பையில் போட வேண்டி வந்ததோ.

எதிர் ப்ளாட் வாசலில் வெங்கடாசலபதி பெரிய படம் கதவு முழுக்க வருகிற மாதிரி வரைந்திருந்தது. இந்த ப்ளாட்டிலும் அதே மாதிரி படம் எழுதியிருந்ததால் வருகிறவர்கள் குழப்பமடைகிறதாகத் தெரிகிறது. இதைச் சொல்ல இன்னொரு முறை. வேண்டாம். அந்தப் பெண்ணுக்கு ஆபீஸ் போகமுடியாமல் போய்விடலாம்.

குணா எதிர் ப்ளாட்டில் இரண்டு தடவை மணியடித்தான். சத்தம் கேட்டு யாருமே வருகிறது மாதிரி தெரியவில்லை. உள்ளே தயக்கத்தோடு நுழைந்து சார் என்று கூப்பிட்டான். கார் சாவியால் கதவைத் தட்டினான். மேடம் என்று அடுத்த விளி. பதிலே இல்லை. ஏதோ மெஷின் உள்ளே ஓடுகிற ஹம்ம்ம் சத்தம் மட்டும் விட்டு விட்டு வந்தது. ஆக ஆள் உண்டு. வந்து என்னன்னு கேட்க சோம்பல் படுகிறார்கள்.

உள்ளறையை மறைத்துத் தொங்கிக் கொண்டிருந்த துணிப் படுதாவில் உஷ் என்று உதட்டில் விரலை வைத்து எச்சரிக்கும் குழந்தையை ஒதுக்கி குணா எட்டிப் பார்க்க, வரிசையாக அறைகள். வலது பக்கத்தில் ஆறு, இடது பக்கம் இன்னொரு

ஆறு. அடுக்குமாடிக் குடித்தனத்தில் இவ்வளவு பெரிய ப்ளாட் இருப்பது அவனுக்குப் புதுசு. கட்டிடத்தின் கோடி வரை ஒற்றை ப்ளாட் நீளவாக்கில் விரிந்து இருக்கிறது. சாதாரணமாக மூணு தனித்தனிக் குடித்தனங்கள் இருக்கும் இடம்.

குணா நீள நடந்தான். என்னமோ தோன்ற விருட்டென்று திரும்ப வாசலுக்கு வந்து செருப்பை அங்கே விட்டு வெறுங்காலோடு மறுபடி உள்ளே போனான். ஜில்லென்று இருந்த தரையில் ஈரப்பசை காலை நனைத்தது. புதுசாகக் கழுவித் துடைத்தது.

ஒவ்வொரு அறையாக மறைத்த துணித் திரையில் சின்ன உயரமும் ஆகிருதியுமாக வெங்கடாசலபதி. வலது பக்கம் மூன்றாம் அறையில் அவர் விலகி இருக்க உள்ளே பெர்மூடா போட்ட கிழவர் ஹிந்திப் பத்திரிகையை மடியில் விரித்தபடி உட்கார்ந்தபடிக்கே தூங்கிக்கொண்டிருந்தார். சாய்வு நாற்காலிக்குப் பக்கத்து டிவியில் சத்தமில்லாமல் ஒரு சாமுராய் வாள் சுழற்றினான். எதிரில் பீங்கான் கிண்ணியில் கொசகொசவென ஆறிப்போன ஏதோ ஆகாரம்.

இவரிடம்? வேண்டாம். எழுப்பி சிரமப்படுத்தினாலும் மொழி புரியாது. வேங்கட வரதன். அவர் அகராதியில் அப்படி எதுவும் இருக்க வாய்ப்பு இல்லை. இரண்டு வரிசையிலுமாக இன்னும் ஆறு அறை பாக்கி உண்டு. அந்தக் கோடிக்குப் போவதற்குள் யாராவது வந்து நின்று என்ன என்று கேட்கலாம்.

வெங்கட வரதன் வேணும். ஒரு சவ சம்ஸ்காரத்துக்குக் கூட்டிப் போய்த் திரும்பக் கொண்டு வந்து விட, குணாவை அனுப்பி வைத்திருக்கிறார்கள். ஏர் கண்டிஷன் செய்த கார். படுத்துக்கொள்ளக் கூட சவுகரியம் உண்டு. பூ மாதிரி பத்திரமாக ஏறிப்போய் ஒரு மணி நேரமோ இரண்டு மணியோ கழிந்து திரும்பி விடலாம்.

இடது கோடி கடைசி அறையிலிருந்து கையில் சிந்தாமல் சிதறாமல் பெட்-பான் ஒன்றைத் தூக்கி வந்த பெண்ணிடம் இதைத்தான் சொன்னான்.

விசிட்டர் எல்லாம் வெளியே உக்காரணும். வாசல்லே அறிவிப்பு பார்க்கலியா?

வெள்ளை அப்ரன் அணிந்திருந்த அவள் இவனை நிமிர்ந்து பார்க்கவில்லை. பார்த்தால் கவனம் தவறி, பாத்திரத்தில்

வடிந்திருந்த கழிவு நீர் உடுப்பையும் கையையும் நனைத்துவிடலாம். எதிர் ப்ளாட் பெண்ணுக்கு கத்திரிக்காய் வதக்கல் தீய்ந்துபோகிற மாதிரி இங்கேயும் அசம்பாவிதம் நிகழ நிறைய சாத்தியம். இவளுக்கு சம்பளம் கிடைக்கக் கூடும். கத்திரிக்காய்க் கறி வைக்க யாரும் வீட்டுப் பெண்களுக்குக் காசு தருவதில்லை.

குணா வாசலுக்கு மறுபடி நடந்தபோது அங்கே சீரான வெள்ளைச் சேலையும், கறுப்பு நிற முழுக்கை ரவிக்கையும் அணிந்த ஒரு பெண் மொபைல் தொலைபேசியில் பேசியபடி வந்து கொண்டிருந்தாள். அவள் எந்த நிமிடத்திலும் பறக்கத் தயாராக விமானப் பணிப்பெண் போல் தலைசீவி முடிந்திருந்தாள்.

பகவான் ஜெரியார்டிக் கேர். யா, யா, யூ ஆர் ரைட் இன் அ வே. ஜெரியார்டிக் கேர் அவுட்ஸோர்ஸிங். அல்லது சமூக சேவை. ஓகே, விநோதமில்லாத கலவை.

அவள் அடக்கிச் சிரித்தபோது அசம்பாவிதமாக குணா முன்னால் போய் நின்றான்.

யார் வேணும்?

சட்டென்று தொலைபேசியில் பேசுவதைத் துண்டித்தபடி கேட்டாள்.

வெங்கட வரதன்.

காலையிலே ஆறு மணிக்கே வருவீங்கன்னு சொன்னாங்களே?

லேட் ஆயிடுச்சு. ஹெர்சே கிடைக்காம கொஞ்சம் அலைஞ்சு.

என்ன கிடைக்காமே?

அமரர் ஊர்தி.

சரி, இப்படி உக்காருங்க. நர்ஸ் கூட்டி வருவா. பிரேக்பாஸ்ட் முடிச்சாச்சு. எதுவும் சாப்பிடத் தர வேணாம். காபி டீ கூட. மெடிகேஷன்லே இருக்காரு. போன ரெண்டு மணி நேரத்துலே திரும்ப கொண்டு வந்து விட்டுடணும். புரியறதா?

வெங்கட வரதன் எப்படி இருப்பார் என்று கூட குணாவுக்குத் தெரியாது. அவரை இரண்டு மணி நேரத்துக்கு மேல் தன் கூட வைத்துக் கொள்ள முடியாது. அது மட்டும் இப்போது தெரிய வந்துள்ளது. வைத்துக்கொண்டு என்ன செய்ய?

ஹெர்ஸ் பக்கம் கூட்டிப் போகாம இருந்தா நல்லது. சட்டுனு இன்ஃபெக்ட் ஆகிடும்.

பறக்கத் தயாரான பெண் மேஜை அருகே ஒரு மணியை அழுத்த அப்ரன்காரி உள்ளே இருந்து வந்தாள். அவள் கையில் அல்லது அப்ரனில் டெட்டால் வாடை கடந்து போகும்போது குணாவில் மூக்கைக் குத்தியது.

எப்படி மரணம்?

மொபைலைத் திரும்ப எடுத்த பெண் குணாவைக் கேட்டாள்.

அவனுக்குத் தெரியவில்லை.

நேற்றைக்கு சாயந்திரம் யாரோ வந்து ஏற்பாடு செஞ்சு.

ஓ, இதுவும் அவுட் சோர்ஸிங்தானா?

அவள் குரலில் ஏதோ நிம்மதி தெரிந்த மாதிரி இருந்தது குணாவுக்கு.

நேராப் பார்த்து நடங்க தாத்தா.

அப்ரன் பெண் கைப்பிடியில் தாங்கலாக வயசான ஒருத்தரை உள்ளே இருந்து கூட்டி வந்தாள். எழுபது வயது அல்லது அதுக்கும் மேல் காணும். நீலக் கட்டம் பதித்த தொளதொள பைஜாமா, குர்த்தா அணிந்த ஒடிசலான தேகவாகுள்ள மனுஷ்யர். உசரம் அஞ்சரை அடிக்கும் கீழேதான் இருக்கும்.

ஹரிவராசனம் பாடுகிற சின்ன டேப் ரிக்கார்டரைக் கையில் தூக்கிக் கொண்டு தட்டுத்தடுமாறி வந்தார் அவர். குணா எழுந்து நின்றான். அவர் குணாவிடம் டேப் ரிக்கார்டரை நீட்டினார்.

கேக்க மாட்டேங்கறது. இதை எடுத்துப் போய்.

அவர் சொல்லி முடிப்பதற்கு முன் அப்ரன் பெண் அதை வாங்கினாள்.

கேக்குது தாத்தா.

ஒலியை அதிகமாக்கினாள்.

ஏசுதாஸின் குரல் மட்டும் இழைந்துகொண்டிருந்த உலகத்தில் அவர்கள் எல்லோரும் சம்பந்தமே இல்லாமல் விளிம்பில் மிதந்து கொண்டிருந்தார்கள்.

கேக்கலே.

பெரியவர் குணாவிடம் திரும்ப சொல்ல, டேப் ரிக்கார்டரை ஸ்விட்ச் ஆஃப் செய்து அப்ரன் பெண் கையில் வைத்துக்கொண்டாள்.

வேறே புதுசா வாங்கணும். ராஜா பணம் அனுப்பியிருக்கான்.

தாத்தா, இவரோட போய்ட்டு வந்துடுங்கோ. பக்கத்திலேதான்.

அப்ரன் பெண் வாசலுக்கு பெரியவரை அழைத்துப் போகும்போது சொன்னாள்.

கடை திறந்திருக்குமா?

அவர் குணாவை விசாரித்தார். தலையசைத்தான் அவன். கார் கதவைத் திறந்து அவர் பின்சீட்டில் ஏறக் காத்துக்கொண்டிருந்தான்.

உக்காருங்கோ தாத்தா.

அப்ரன் பெண் கார் உள்ளே கையைக் காட்டினாள். அவர் உள்ளே குனிந்து பார்த்தார். பெரிய சத்தத்தோடு வாயு பிரிந்தார்.

அப்ரன் பெண் சிரிப்பை அடக்கியபடி குணாவைப் பார்க்காமல் அவரை மெல்ல சீட்டில் அமர்த்தினாள்.

ரெண்டு மணி நேரம் தான். மேடம் சொல்லியிருப்பாங்களே. பத்திரம்.

குணா ஏதும் பேசாமல் வண்டியைக் கிளப்பினான். கார் முன்னால் ஊர்ந்து தெரு திரும்பி போக்குவரத்து நெரிசலில் கலந்தது.

ஹரிவராசனம் போடு.

பின்னாலே இருந்து பெரியவர் குரல்.

ஆடியோ சிஸ்டம் இல்லே.

என்ன இல்லே?

ப்ளேயர். பாட்டு.

ராஜா வாங்கி வச்சானே? ப்ளூபங்கெட். ரிச்சி ஸ்ட்ரீட்லே. தேதி டிசம்பர் டென்த்.

ரிச்சி ஸ்ட்ரீட்? குணாவுக்குத் தெரிந்து இந்த ஊரில் அப்படி ஒரு தெரு இல்லை.

நானும் போயிருந்தேன் வாங்கறதுக்கு. அவனை ஒரு இடத்துக்கும் தனியா அனுப்ப முடியாது. அனுபவம் போறாது. பச்சைக் குழந்தை மாதிரி.

ஏசி அதிகமா இருக்கா?

குணா கேட்டான். ஏதாவது பேச வேண்டி இருக்கிறது.

என்ன அதிகமா இருக்கா?

ஏசி. குளிர்.

ஊட்டியிலே குளிராம என்ன பண்ணும்?

இது ஊட்டியில்லை என்பதும் அவருக்குத் தேவையில்லாத தகவல்.

சிக்னலில் சிவப்பு விழ கார் நின்றது.

ராஜா பிள்ளை ப்ரைமரி ஸ்கூல் எக்ஸ்கர்ஷன்னு இங்கே வந்துட்டான். ஸ்வெட்டர் எடுத்து வைக்காம அவன் அம்மா அனுப்பிச்சுட்டா. என்னமோ கைமறதி பாவம்.

பின்னால் இருந்த கார் ஹாரன் அடித்தது. சிக்னல் விழுந்திருந்தது. குணா பொறுக்கச் சொல்லிக் கைகாட்டிவிட்டு காரை முன்னால் நகர்த்தினான்.

ஆபீசுக்கு லீவு சொன்னான். கான்வாஸ் பையிலே ஸ்வெட்டரும் மப்ளருமா எடுத்துண்டான். இவனும் எக்ஸ்பிரஸ் பஸ்ஸிலே ராத்திரியே ஊட்டிக்குக் அடிச்சுப் பிடிச்சுக் கிளம்பிட்டான். இப்படியுமா ஒரு பிள்ளைப் பைத்தியம்.

அவர் சிரித்தார்.

ஞாபகம் இருக்கா? நீயும் நானும் இந்தக் கார்லேதானே ராஜா பின்னாலேயே ஊட்டிக்கு ஓடினது.

இந்தக் கார்? போன வருடம்தான் குணா ஓட்ட ஆரம்பித்தது. அவ்வப்போது பழுது வந்தாலும் பெரிசாகத் தொந்தரவு தராத வண்டி.

நீங்க ஏன் அப்பா வந்தீங்கன்னு கேக்கறான் அசடு. அவனுக்கு அவன் குழந்தை முக்கியம். எனக்கு என் பிள்ளை முக்கியம். என்ன சொல்றே? மங்கி கேப்பை மாட்டிவிட்டா குரங்குக் குட்டி

மாதிரி சிரிக்கறான் படவா.

குரங்குக் குட்டி எப்படி சிரிக்கும்?

சட்டென்று கேட்டுவிட்டு நாக்கைக் கடித்துக்கொண்டான் குணா.

குரங்கு இல்லே. ராஜா. என் பிள்ளை.

பெரியவர் சட்டென்று பேச்சை நிறுத்தினார். அவருக்குக் கோபம் என்று குரல் சொன்னது. அப்புறம் பின்சீட்டில் இருந்து பேச்சு சத்தம் கேட்கவில்லை.

அப்பார்ட்மெண்ட் வாசலில் கார் நின்றபோது அவர் சீட்டில் குறுக்கிப் படுத்துத் தூங்கிப் போயிருந்தார். எழுப்பி அவரைக் கைத்தாங்கலாக குணா அழைத்துக்கொண்டு உள்ளே வந்தான். லிப்ட் மேலே போயிருந்தது.

மேலே போனதும் கதவை அடைக்கணும்னு தெரியாதா?

யாரோ மாடியைப் பார்த்து உத்தேசமாக சத்தம் போட லிப்ட் திரும்ப கீழே வந்தது.

ஸ்வெட்டர் கடையா? காஷ்மிலான் இருக்கும். ராஜா நெக் சைஸ் தேர்ட்டி நைன்.

குணாவோடு பெரியவர் லிப்டில் போகும்போது சொல்லிக்கொண்டே வந்தார்.

ஏழாவது மாடி. ப்ளாட் வாசல். வாசலில் எதிர் ப்ளாட் கதவு வரை அடைத்தபடி செருப்பும் ஷூவுமாகக் குவிந்து கிடந்தது.

ரொம்பக் கூட்டமா இருக்கு, இன்னொரு நாளைக்கு வந்து வாங்கிக்கலாம்.

பெரியவர் சொன்னபோது அவருக்கு வழிவிட்டு நாலைந்து பேர் சைகையில் ஏதோ பேசிக்கொண்டதை குணா கவனித்தான்.

தாத்தா, ஆமா, இவர் இருக்க இவன் போய். கஷ்டம். விதிங்கறது இதான்.

கூடத்தில் ஐஸ் கட்டி மேல் படுக்க வைத்திருந்தார்கள். ஐஸ் உருகி கூடத்தில் தண்ணீர் வடிந்துகொண்டிருந்ததை வைர மூக்குத்தி போட்ட ஒரு மத்திய வயசுக்காரி துணியில் ஒற்றி பக்கெட்டில் பிழிந்துகொண்டிருந்தாள். கூடவே இன்னொரு மாமி வெற்று பக்கெட்டோடு நின்றாள்.

குணா படுத்திருந்தவனைப் பார்த்தான். அவனை விட சின்ன வயசு. காலேஜ் படிக்கிற பிள்ளை மாதிரி இருந்தான். முகம் கோணலாக பாதி வரைக்கும் துணியால் மூடி இருந்தது.

மோட்டார் சைக்கிள் வேணும்னு அப்படி ஒரு அடம். தேவகி என்ன சொல்லியும் கேக்க மாட்டேனுட்டான். இப்படி புது பைக் வாங்கி ஒரேயடியாப் போய்ச் சேரணும்னு இருந்தா அவதான் என்ன செய்வா, யார்தான் என்ன செய்ய முடியும்?

பக்கெட் மாமி மற்றவளிடம் சொல்லியபடி ஈரத் துணியைக் கொடுத்து இன்னொரு உலர்ந்த துணி உள்ளே இருந்து தேடிப் பார்த்துக் கொண்டு வரச் சொன்னாள்.

தேவகியை பெட் ரூம்லே கதவைச் சாத்தி வச்சிருக்கோம்.

ஈரத்துணி மாமி எதிரே பார்த்தபடி சொன்னாள். அங்கே இரண்டு சோபா நிறைய யாராரோ உட்கார்ந்து காப்பி குடித்துக் கொண்டு குணாவையும் பெரியவரையும் பார்த்தபடி இருந்தார்கள். சுவர் ஓரமாக ஏழெட்டுப் பேர் நின்றிருந்தார்கள்.

தாத்தா வந்திருக்கார். எழுப்பிடலாமே. ஒரு நிமிஷம்தான். இவ்வளவு தூரம் வந்துட்டு.

செடேட்டிவ் கொடுத்துத் தூங்க வச்சிருக்கு.

பரவாயில்லே, எழுப்புங்கோ.

சோபாவிலிருந்து இரண்டு பேர் காப்பித் தம்ளரைத் தரையில் வைத்துவிட்டு உள்ளே போனார்கள்.

காப்பி இருக்கா?

பெரியவர் குணாவைக் கேட்டார்.

ஒரு காப்பி சாப்பிட்டால் நன்றாக இருக்கும் என்று குணா நினைத்தான். இவருக்கு எதுவும் தரக்கூடாது என்று ஏர் ஹோஸ்டஸ் பெண் கண்டிப்பாகச் சொல்லி அனுப்பினது நினைவு வந்தது.

தாத்தாவை சோபாவிலே உக்காரச் சொல்லுங்கோ.

குணா அவரை மெல்லக் கைபிடித்து சோபா மத்தியில் உட்கார்த்தினான். அவர் தரையில் வைத்திருந்த காப்பித் தம்ளரைப் பார்த்தபடி இருந்தார். உள்ளே இருந்து கேவி அழுதபடி யாரோ

வரும் சத்தம். தூக்கத்தில் நடக்கிறது போல ஒரு பெண்.

அழுது வீர்த்த முகத்தோடு இருந்தவளை நாலைந்து பேர் கைத்தாங்கலாகக் கூட்டி வந்தார்கள். அவள் விம்மியபடி பெரியவர் காலில் தொட்டுக் கும்பிட்டாள். பெரியவர் அவளையே பார்த்தபடி இருந்தார். அப்புறம் வலது கையை நீட்டினார்.

நேத்திக்கு இடது கையிலே போட்டாச்சு. இன்னிக்கு வலது. ஊசி புதுசுதானே?

அவர் கேட்க அந்தப் பெண் அடக்க மாட்டாமல் பெரிய குரல் எடுத்து அழுதாள்.

மாமா, கொழந்தையைப் பார்த்தேளா? அப்பா மாதிரி இவனும் விட்டுட்டுப் போய்ட்டானே. என்ன பாவம் பண்ணினேன். பாருங்கோ இவனை. மாமா.

மிசஸ் ராஜா, காம் யுவர்செல்ப். நீங்க தைரியமா இருக்க வேண்டிய நேரம் இது.

பக்கத்து ப்ளாட்காரர் என்று தோன்றிய ஒரு பருமனான மனிதர் சோபாவில் இருந்து எழுந்து நின்று சொன்னார். அவர் குஜராத்தி அல்லது வங்காளியாக இருப்பார் என்று உச்சரிப்பில் இருந்து குணாவுக்குத் தோன்றியது. அழுதுகொண்டிருந்த பெண் குழைந்து தரையில் சாய யாரோ ஏந்திக்கொண்டார்கள்.

செடேடிவ் எபெக்ட். இட் இஸ் வெரி மைல்ட். தட்ஸ் வாட் தி டாக்டர் டோல்ட்.

குஜராத்தி பக்கத்தில் நின்ற தாடிக்காரர் சொன்னார்.

மைல்டா இருந்தாலும் மென்டல் ஸ்டேடஸ். அதோட ஏஜ் ஃபாக்டர் வேறே. பிஃப்ட்டி இருக்குமா?

நோ, நால்பத்தைஞ்சு. ராஜாவே இன்னிக்கு இருந்தா நாப்பத்தெட்டு தான் ஆகியிருக்கும்.

தாடிக்காரர் காலடியில் இருந்த காப்பித் தம்ளரை நகர்த்திவிட்டு சோபாவில் உட்கார்ந்தார்.

டெத் சர்ட்டிபிகேட் வாங்கியாச்சு. எடுக்க சடசடன்னு ஏற்பாடு பண்ணலாம்.

பெரிய பெல்ட்டும் உடம்பெல்லாம் வியர்வையுமாக உள்ளே வந்தவன் அறிவித்தான்.

எலக்ட்ரிக் க்ரிமேட்டோரியம்தானே? போனோமா வந்தோமான்னு முடிஞ்சுடும்.

கரெண்ட் கட்டாம். வெறகுதான். வாங்கி வைக்க ஆள் போயிருக்கு.

பதில் சொல்லியபடி திரும்ப வெளியே போனவன் குணா கூட வேலை பார்க்கிறவன். வாசலில் இருந்தபடிக்கு உள்ளே எட்டிப் பார்த்து, செருப்பை கழற்றி பிளாஸ்டிக் பையில் வைத்துக் கொள்கிற புரோகிதரும் கூட அவன் கூட்டம் தான்.

தாத்தாவுக்கு ஒரு தடவை முகத்தைக் காட்டிடுங்கோ. அவர் கையிலே பவித்ரம் கொடுத்து யாராவது காரியம் பண்றதுக்கு வாங்கிக்கலாம்.

புரோகிதர் உள்ளே வந்தபடி சொன்னார். பெரியவரை ஐஸ் பாளம் பக்கம் கூட்டிப் போனார் தாடிக்காரரும் இன்னொருத்தரும்.

காப்பி இருக்கா?

பெரியவர் திரும்பக் கேட்டார். பதில் கிடைக்கவில்லை.

யாரோ படுத்துண்டிருக்கா. ஸ்வெட்டர் போட்டுக்கக் கூடாதா? குளிர்றதே.

அவர் குணாவோடு லிப்டில் இறங்கும்போது முணுமுணுத்தார்.

காரைக் கிளப்பும்போது தாடிக்காரர் ஓடி வந்தார். இங்கே திரும்பி கொண்டு வந்து விட்டுடுவே இல்லே என்று குணாவைக் கேட்டு உறுதி செய்து கொண்டு அவரும் பக்கத்து சீட்டில் ஏறிக் கொண்டார். குணா வந்த வழியில் போகாமல் பக்கத்துத் தெருவில் காரைச் செலுத்தினான்.

இப்படியே போயிடலாமே?

தாடிக்காரர் ஒரு திருப்பத்தில் எதிர்த் தெருவைச் சுட்டிக் கேட்டார்.

அது ஒன்வே.

ஒன்வேயா? மத்த வண்டி எல்லாம் போறதே?

ராஜா நடு ராத்திரியா இருந்தாலும் ஒன்வேன்னா நுழைய மாட்டான். ரெட் விழுந்தா சட்டமா நின்னுடுவான்.

பெரியவர் கண் முழித்துப் பார்த்துச் சொன்னார்.

நடுராத்திரிக்கு ரெட் லைட்டுலே வெயிட் பண்றபோதுதான் லாரி அடிச்சுடுத்து.

தாடிக்காரர் பின்னால் திரும்பி தகவல் தெரிவித்தார்.

யாரை லாரி அடிச்சுடுத்து?

உங்க பேரன். ராஜாவோட பிள்ளை.

குணா வண்டியை நிறுத்தினான். கைக்கடியாரத்தைப் பார்த்தான். இரண்டு மணி நேரம் முடிய இன்னும் பதினைந்து நிமிடம் பாக்கி இருந்தது.

உள்ளே ஏர் ஹோஸ்டஸ் பெண் இன்னும் மொபைலில் பேசிக் கொண்டிருந்தாள். இது வேறே அழைப்பாக இருக்கும். அவள் கொண்டை போட்டிருந்ததை அவிழ்த்து தோளெங்கும் பரந்திருந்த தலை முடியை அவ்வப்போது கண்ணை மறைக்காமல் எடுத்து மேலே விட்டுக்கொண்டிருந்தாள்.

ஒண்ணும் சாப்பிடத் தரலியே?

அவள் மொபைலை மடித்து வைத்தபடி குணாவைக் கேட்டாள்.

இல்லே, அங்கே வான்னு சொல்லக்கூட முடியாத சூழ்நிலை.

தாடிக்காரர் தெரியப்படுத்தினார்.

அப்ரன் பெண் உள்ளே இருந்து வந்து பெரியவரை அழைத்துப் போனாள்.

பை தி வே, நான் தேவகியோட கசின்.

யூ மீன், இவரோட மருமகள் மிசஸ் தேவகி ராஜாராமன்?

ஆமா. பாவம் தேவகி. ஹஸ்பெண்ட்டோட அமெரிக்கா போறபோது இவரை இங்கே விட்டுட்டுப் போக வேண்டிய சூழ்நிலை.

தெரியும் என்றாள் அந்தப் பெண்.

ராஜா ப்ளைட் க்ராஷ்லே போய் தேவகி இங்கே திரும்பி வந்தும் கூட இவருக்கு சிஷ்ருஷை பண்ண முடியாம பிள்ளை படிப்பு. உத்தியோகம். டூ பெட் ரூம் ப்ளாட்.

மாசா மாசம் பணம் டாண்ணு அனுப்பிடுவாங்க.

அமெரிக்கா திரும்ப போனாலும் அது பாட்டுக்கு வந்துடும்.

யார் அமெரிக்கா போறது?

ஏர் ஹோஸ்டஸ் கேட்டாள்.

தேவகி தான். பிள்ளையும் இப்படி அகாலமாப் போய்ச் சேர்ந்து அவ மட்டும் இங்கே என்ன பண்ணப் போறா? பொண்ணு கூட இருக்க நெவெடா கிளம்பிண்டு இருக்கா. வாலண்டரி ரிட்டயர்மெண்ட் எடுக்கச் சொல்லி இருக்கேன்.

அடுத்த மாசம் மெய்ண்டெனன்ஸ் சார்ஜ் பத்தாயிரமா உயர்த்தப் போறோம்.

நோ ப்ராப்ளம். ஊருக்குப் போறபோது எக்ஸ்ட்ரா தொகைக்கு பேங்க்லே டைரக்ட் டெபிட் இன்ஸ்ட்ரக்ஷன் கொடுத்திடச் சொல்றேன்.

அவள் அடுத்த மொபைல் அழைப்புக்குப் பதில் அளிக்க ஆரம்பித்தாள். குணா வாசலுக்கு வந்தபோது உள்ளே இருந்து பெரியவர் கைதட்டிக் கூப்பிட்டார்.

உப்பு பிஸ்கெட் வாங்கிண்டு வந்துடு.

குணா எதுவும் சொல்லாமல் கையை அசைத்துவிட்டு நடந்தான்.

பத்து அன்னிக்கு எள்ளுருண்டை கொண்டு வரேன். சாப்பிட்டுட்டு சௌக்கியமா செஞ்சுரி போடுங்கோ.

தாடிக்காரர் உரக்கச் சொல்ல எதிர் ப்ளாட் பெண் கதவை மூடுகிற சத்தம். அவள் தோளில் பையோடு அவசரமாகப் படி இறங்கிக் கொண்டிருந்தாள்.

உப்பு பிஸ்கட். மறந்துடாதே. ராஜாவுக்குப் பிடிக்காது. அவன் பிள்ளைக்கு இஷ்டம்.

குணா திரும்பிப் பார்க்க எல்லாக் கதவும் அடைத்திருந்தது.

(வார்த்தை ஆண்டு மலர் 2010)

கறுப்பு வெள்ளையில் ஒரு படம்

நாயர்.

யாரோ கூப்பிட்டார்கள். அவனைத்தான்.

நாயர் என்று கூப்பிட்டால் திரும்பிப் பார்க்கவேண்டும் என்று இந்தப் பட்டணத்தில் குடியேறும் எல்லா மலையாளிகளையும் பழக்கியிருக்கிறார்கள். அல்லது அவரவர்களாகவே வந்த நாலைந்து நாளில் புரிந்துகொள்கிறார்கள்.

'டீ வேணுமா, நாயர்?'

கூப்பிட்ட சின்னப் பையன் கையில் இரும்பு வளையத்தில் தூக்கு மாட்டித் தொங்கிய டீ கிளாசுகளும், அலுமினியத் தட்டில் எண்ணெய் மினுக்கோடு வடையுமாக நின்றான்.

'அப்படிப் போடு. நாயருக்கே டீயா? நீ திருநெல்வேலிக்கே அல்வா தர்ற ஆளுடா.'

முத்துப்பட்டியான் உரக்கச் சிரித்தான். நாயருக்கும் சிரிப்பு வந்தது.

இது கொஞ்சம் விநோதமான கூட்டம். தெற்குத் தமிழ்நாட்டிலிருந்து வந்து சேர்ந்த விவசாயக் கூலித் தொழிலாளர்கள், ஆந்திரா மசூலிப்பட்டினம் கடல் பிரதேசத்திலிருந்து புறப்பட்டு வந்த மீனவர்கள், பீஹாரில் சிங்கரேணி பகுதியில் நிலக்கரிச் சுரங்கத்தில்

கரி அள்ளிய அனுபவத்தோடு கிளம்பி வந்தவர்கள் என்று கிட்டத்தட்ட ஐநூறு பேர் இருக்கிறார்கள். எல்லோரும் இங்கே கட்டிடத் தொழிலில் எடுபிடிகளாக சிமிட்டியும் கருங்கல்லும் பளிங்கும் சுமந்துகொண்டு மழையில் நனைந்து உச்சி வெயிலில் உலர்ந்து சாரங்களில் ஏறி இறங்கிக் கொண்டிருக்கிறார்கள். நகரத்தின் வடக்கு வசத்தில் வரிசை வரிசையாக எழுந்து நிற்கும் பிரம்மாண்டமான கட்டிடங்களை அமைக்கிறவர்கள் இவர்கள். எதிரே ரயில் பாதையை ஒட்டி சிதறிக் கிடக்கிற ஓலைக் குடிசைகள் இவர்களுடையது.

‘சேட்டா, கையிலே காசு இல்லே. பர்ஸ் வெள்ளப் பொக்கத்தில் ஒலிச்சுப் போயி.’

டீ கொண்டு வந்த பையன் நாயரைப் பார்த்துச் சொன்னான். இது தினசரி நாயர் சொல்வது. எங்கே வெள்ளம், எப்போது வந்து நாயருடைய பர்ஸை அடித்துப் போனது என்றெல்லாம் யாரும் கேட்பது இல்லை. இன்றைக்கு அந்தப் பதில் வராததால் பையனே பூர்த்தி செய்தபடி வடையையும் ஒரு கிளாஸ் டீயையும் நாயரிடம் நீட்டினான்.

நாயர் கிளாஸை வாங்கினான். வடையைக் கடித்தபடி பகுதி உருவாகி முன்னால் நிற்கும் கட்டிடங்களை ஒரு வினாடி உற்றுப் பார்த்தான். கம்ப்யூட்டர் தொழில் செய்து கோடி கோடியாக வருமானம் நாட்டுக்கு ஈட்டித் தர சர்வதேச நிறுவனங்களுக்கு அந்தக் கட்டடங்கள் தேவைப்படுகின்றன.

‘சாயந்திரம் வந்து துட்டு வாங்கிக்கறேன்.’ சொல்லியபடி பையன் நகர்ந்தான். நாயர் பக்கத்தில் வைத்திருந்த மலையாளத் தினசரியை மடக்கி வாசிக்க ஆரம்பித்தான்.

நம்பிக்கை தரும் செய்திகள் எல்லாமே. வேகமாக வளர்ந்து வருகிற நாடு. ஒன்பதரை சதவிகிதம் பொருளாதார வளர்ச்சி. தொழில் நுட்பத்தில் உலகத்துக்கே தலைமை தாங்குகிற வல்லுனர்களின் பூமி. வெள்ளைக்கார துரைகள் முக்கி முனகி வாயில் நுரை தள்ளிச் செய்ய முடியாமல் திணறுகிற வேலை எல்லாம் இங்கே சுளுவாக, சகாயமாக முடித்துத்தரப்பட்டுக்கொண்டிருக்கிறது.

‘சீக்கிரம் குளி நாயர். தண்ணி நின்னு போயிடும். உனக்கு அப்புறம் நான் குளிச்சுட்டு வேலைக்குக் கிளம்பணும். வெள்ளைக்கார துரை

கட்டடம் எம்புட்டு முடிஞ்சிருக்குன்னு மேற்பார்வை பார்க்கக் கிளம்பி வந்துட்டு இருக்காங்களாம்.' பக்கத்து குடிசையிலிருந்து எட்டிப் பார்த்து யாரோ முறையிட்டார்கள்.

வந்து சேர்கிற துரைகளையும் சீமாட்டிகளையும் இந்தக் கட்டடங்களும் அவற்றில் ராவும் பகலும் கம்ப்யூட்டர் டெர்மினல்களுக்கு முன்னால் உட்கார்ந்திருக்கும் இளைஞர் படையும் அவர்களின் தொழில் நேர்த்தியும் பிரமிப்படையச் செய்யும் என்பது நாயருக்குத் தெரியும். . பரம திருப்தி என்ற சுகானுபவத்தை அவர்கள் அடைய இடைஞ்சலாக எதிரே இந்தக் குடிசைகள் இருந்து தொலைக்கின்றன என்பதும்.

நாயர் தன் குடிசைக்குள் நுழைந்து சிவப்பு பிளாஸ்டிக் வாளியை எடுத்துக்கொண்டு குளிக்கக் கிளம்பினான். நூறு குடிசைக்கும் சேர்த்துக் கையாலடிக்கிற நாலே நாலு பம்ப். இறைத்து நிரப்ப, குடிசைவாசிகளே அவசரமாக நிறுத்திவைத்த தகர டிரம்கள் பத்து இருபது. பத்து மாடிக் கட்டடங்களுக்கு சவால் விட்டபடி தகர டிரம்மும் அழுக்குத் துணி துவைத்துப்போட்டு உலரும் கயிறுகளோடு குடிசைகளும்.

'இந்த எழவையெல்லாம் பெயர்த்து எடுத்துக் கடாசிவிட்டு, கைநிறையக் காசோடு இங்கே வருகிற துரைகள் கண்ணுக்கு நிறைவாக பூந்தோட்டம் அமைக்கக் கூடாதா?' நிறுவனங்கள் முறையிட்டதும் நாயர் படிக்கும் பத்திரிகையில் வந்த செய்தி.

'நியாயம் தான்.' நிர்வாக யந்திரம் அனுதாபத்தோடு தலையாட்டியது. 'இது தற்போது முடியும் காரியமில்லை. வேணுமானால் ஒன்று செய்யலாம். பாதை நெடுக ஓரமாக ஒரு தடுப்புச் சுவரை எழுப்பிக் குடிசைகளைக் காணாமல் போக்கிவிடலாம். வறுமை ஒழிந்துவிட்ட நாடு இது. வளத்தைத் தவிர வேறு எதுவும் காணக் கிடைக்காது.'

நிர்வாக யந்திரம் அளித்த தீர்வு நிறுவனங்களுக்குப் பிடித்துப் போனது.

நாயர் தடுப்புச் சுவர் பக்கமாக ஒரு டிரம்மை தள்ளிக்கொண்டு வந்து நிறுத்தினான். பம்ப்பை இரண்டு கையாலும் பற்றி அடிக்கும்போது சுவரின் அந்தப் பக்கம் இன்றைக்கு வேலை தொடர வேண்டிய பகுதியை நினைவுபடுத்த முயற்சி செய்தான்.

சீனப் பெருஞ்சுவர் மாதிரி அந்தப் பெருஞ்சாலை ஓரத்துக் குடிசைகளை முழுக்க மறைத்துக்கொண்டு கிட்டத்தட்ட இரண்டு கிலோமீட்டர் தூரம் நீளும் தடுப்புச் சுவர்தான் நாயருக்கு இப்போது சோறு போட்டுக்கொண்டிருக்கிறது.

‘சுவர் மட்டும் கட்டி சிமெண்ட்டும் காரையும் வழிநெடுகத் தெரியற மாதிரி இருந்தா பார்க்கறவங்களுக்கு அலுத்துப்போயிடும். அவங்க கண்ணுலே அழகாப் படற மாதிரி சுவர் முழுக்க நல்ல படங்களை வரைஞ்சு வச்சா புதுமையாக இருக்கும்.’

நிறுவனங்களும் நிர்வாக யந்திரமும் யோசித்துப் போட்ட திட்டத்தை உடனடியாகச் செயல்படுத்த ஆரம்பிக்க, ஓவியம் வரைகிற சிலருக்கு உடனே வேலை கிடைத்தது. சுவருக்குப் பின்னால் அழுக்குக்கும் அசுத்தத்துக்கும் நடுவே இன்னும் சில குடிசைகள் முளைக்க, அவற்றில் குடியேறியவர்கள் தூரிகை பிடித்து பாதையோரத்தை வண்ணமயமாக்கிக் கொண்டிருந்தார்கள். நாயர் அதில் ஒருத்தன்.

நாயர் பிளாஸ்டிக் வாளியில் தண்ணீர் நிறைத்து குவளையால் நாலைந்து முறை தலையில் கவிழ்த்துக் கொண்டான். அவன் கண்கள் மூடியிருந்தன. தலையையும், முதுகையும் பேருக்கு நனைத்துக் காய்ந்த மண்ணில் விழுந்து உறிஞ்சப்படுகிற மெலிந்த தாரையாக விழுகிற தண்ணீர் இது. இல்லை, இது வெள்ளம். பொங்கிப் பெருகி வழிந்து காயலில் நிறைந்து நுங்கும் நுரையுமாக அலையடித்துப் போகும் வெள்ளம்.

நாயர் காயல் கரையில் நிற்கிறான். படகுத் துறை அது. கொல்லத்திலிருந்து ஆலப்புழை போகவேண்டிய அடுத்த படகு கருமாடி கிராமம் கடந்து வந்து இங்கே நிற்க இன்னும் பத்து நிமிடமாவது ஆகும். தூரத்தில் புள்ளி மாதிரி ஊர்ந்து வருவது அதுவாக இருக்கலாம். இல்லாமலும் இருக்கக் கூடும்.

‘இன்னிக்கு குழந்தையைப் பள்ளிக்கூடத்திலேருந்து நீ கூட்டிட்டு வந்துடறியா?’

நாயர் அம்மிணியைக் கேட்டது எந்த நாள் காலையில்? காயலில் சின்னப் படகில் ஏறித் துடுப்புப் போட்டுத் துழாவி மகனை கருமாடியில் பள்ளிக்கூடப் பக்கம் பத்திரமாகக் கரை சேர்ப்பதும், சாயந்திரம் அதே கொதும்பு வஞ்சியில் குழந்தையைத் திரும்ப

அழைத்து வந்து வீடு சேர்ப்பதும் அவன் தான். அன்றைக்கு என்ன வந்தது?

ரெண்டு ஏக்கர் நெல் விளையும் பூமி, அருகிலேயே கடலிலிருந்து பிறந்து கடலில் கலக்கப் பிரவாகமாகப் பொங்கி அலையடித்து நடக்கும் காயல், கரையில் சிறு தென்னந்தோப்பு. தோப்புக்கு நடுவே குடிசையும் இல்லாமல், ஓட்டுக் கட்டடமும் இல்லாமல் ரெண்டுங்கெட்டானாக ஒரு வீடு. அதில் மனைவி, ஐந்து வயதுப் பிள்ளை. வயலில் வேலை பார்க்கவும், காயலையும், கரையையும் ஆத்மார்த்தமாக கான்வாஸில் வரையவுமாக நிதானமாகப் போகிற வாழ்க்கை. எப்போது? எந்த ஜன்மத்தில்?

‘கொதும்பு வள்ளம் வேணாம். உன்னால அத்தனை தொலைவு துழைய முடியாது. டிரான்ஸ்போர்ட் போட்டிலே போய்க் குழந்தையைக் கொண்டு விட்டுக் கூட்டி வந்துடு.’

நாயர் சொன்னதை வீட்டுக்காரி அம்மிணி கேட்கவில்லை. ‘போக ரெண்டு ரூபா, வர ரெண்டு ரூபா. நாலு ரூபாயைச் சேர்த்து வைச்சா ஓணத்துக்குக் குழந்தைக்கு இன்னும் நல்லதா ஒரு சட்டையும் டவுசரும் எடுக்கலாமே.’

அவள் சின்னப் படகில் துடுப்புப் போட்டுக் குழந்தையோடு காயலில் போகிறபோது நல்ல மழை. குழந்தை எழுந்து தனக்கும் அம்மாவுக்குமாகக் குடை பிடித்தபடி படகில் நின்று கையசைத்துப் போனது அந்தக் காலையில்தான். கடைசியான காலைநேரம்.

நாயர் தலையில் இன்னொரு குவளைத் தண்ணீரை ஊற்றிக்கொண்டான். நீர் திடீரென்று மேலே மேலே பிரவாகமாக உயர்ந்தது. சுழித்துப் போகும் வெள்ளம். அது உயர்ந்து பச்சை வாடையோடு சுற்றிலும் கவிகிறது. மழையின் கனமான நீர்க்கம்பிகள் காயலின் குறுக்கே சாட்டையாக அடித்துச் சிதறிக் கரைபுரளும் வெள்ளத்தில் கலக்கின்றன. படகு திசையறியாது திரும்புகிறது. உள்ளே குழந்தையின் அழுகையும் அம்மிணியின் அலறலும். தண்ணீர் தலைக்கு மேலே உயர்ந்து மூச்சுமுட்டுகிறது.

நாயர் குவளையைப் பதற்றத்தோடு எறிந்துவிட்டு குடிசைக்கு ஓடினான். ஈரத்துணியோடு மண் தரையில் குப்புறப் படுத்து விம்மினான். உடல் அதிர்ந்து குரலும் உடைந்து ஒரு நிமிடம் அழுகையாக வெடித்து அப்புறம் மௌனம்.

ஒரு மணி நேரம் கழித்து நாயர் சுவர்ப் பக்கம் அவனுக்கு ஒதுக்கப்பட்ட இடத்தில் குந்தி இருந்து வண்ணம் குழைத்தான். அவனுக்கு முன்னால் அலையடிக்கிற காயலும் கரையும் அந்திப் பொழுதில் உறைந்த ஓவியமாக விரிந்துகொண்டிருந்தது.

'என்னய்யா இது நாலு நாளா இந்த் ஒத்தச் சுவரைக் கட்டி மாரடிச்சுட்டு இருக்கே. மத்ததிலே எல்லாம் எப்ப பொம்மை போட்டு ரொப்பப் போறே? முழுக்க முடிச்சாத்தான் இந்த வாரக் கூலி. ஆமா, இப்பவே சொல்லிட்டேன்.'

மோட்டார் சைக்கிளில் வந்தவன் நாயர் வரைந்து வைத்திருந்ததைச் சிரத்தையில்லாமல் பார்த்தான். மோட்டார் சைக்கிளை நிறுத்தாமலேயே அதன் சத்தத்தோடு சேர்ந்து கூவினான் கூலிப் பணம் பட்டுவாடா செய்ய வந்தவன்.

'உன்னைக் கட்டிக்கிட்டு மாரடிக்கறேனாம் குட்டி. அடிச்சு அழுதாச்சே ஏற்கனவே.'

படத்தில் தூரத்தில் வந்தபடி இருக்கும் படகில் கண்கள் நிலைத்தபடி சொன்னான் நாயர். மோட்டார் சைக்கிள் ஒலி தேய்ந்து மங்கி மறைந்துபோனது.

கொஞ்ச நேரம் ஏதோ யோசனையில் முழுகி இருந்தான் அவன். அப்புறம் பரபரவென்று அந்தப் படத்தைத் தொடர ஆரம்பித்தான். கால்வாய் வெள்ளத்தில் இப்போது கொப்பும் குழையுமாக மிதந்து போகும் கடல் தாவரங்கள் மெல்ல முளைத்துப் படர்ந்தன. தூரத்தில் வரும் படகு இன்னும் இரண்டு கீற்று வண்ணங்களோடு சாம்பல் பின்புலத்தில் தெளிய, மழையின் வண்ணங்கள் அந்தப் பரப்பை முழுக்க ஆக்கிரமித்தன. தொட்டு முகர்ந்து குளிரக் குளிர உணர்ந்து மேலே கவியும் மழைநீரும் சுற்றி வளைக்கும் காயலின் நீர்மட்டமும் ஜீவனோடு எழுந்து வந்தன.

அதிசயமான மழை. ஆனந்தமான வெள்ளம். பயத்தை உண்டாக்கும் மழையும் காயல் நீரும் கலந்த வெளியில் ஒற்றைப் பறவை நனைந்தபடி பறக்கிறது. வரைந்து விட்டு நாயர் கேள்விக்குறியோடு அந்தப் பறவையைப் பார்த்தான்.

'நீ எப்படி வந்தே? இந்த மழையிலே சிறகுகள் நனைய எதுக்கு வந்தே?'

அந்தப் பறவை நாயரைப் பார்த்து நெல்மணிக் கண்ணைச் சிமிட்டியது.

‘உன் பிள்ளை அனுப்பினான் என்னை. அம்மணியும் தான் கூடவே இருந்தா. நீயும் வர்றியா? கொண்டு போய் அவங்க கிட்டே சேர்க்கறேன். படகு வேணாம். வெள்ளத்திலே நீச்சல் போட்டுக் கரை கடக்க வேணாம். படகு கவிழ்ந்து கண்ணுக்கு முன்னாலே உன்னோட உயிர் உருக்குலைஞ்சு நீரோட நீரா, நீர்ப்பாசியா, பச்சை பிடிச்சு ஈரப் பசையோடு பறந்துபோறதைப் பார்த்து சடலமாகி நிக்க வேணாம்.’

‘சோத்துக்கார அம்மா வந்தாச்சு.’

சேர்ந்து ஒலிக்கும் குரல்கள். நாயர் திரும்பிப் பார்த்தான். சோற்றின் வாசனை புழுக்கமான பகலுக்கு வடிவம் கொடுத்துக்கொண்டிருந்தது. கூடையில் சோறும் கறியும் பூவரச இலையும் சுமந்து வந்து இறக்கியவளைச் சுற்றி அந்தக் கூட்டம்.

‘நாயர், வந்து குந்து. ஆயா அப்பாலே கறிக்கொளம்பு கலாஸ்னு பிட்டைப் போட்டுடும்.’

முத்துப்பட்டியான் நாயரைக் கையசைத்து அருகில் இருந்த வெற்றிடத்தைக் காட்டினான். வா வா என்று ஆயா பொக்கைவாயில் புகையிலைக் கட்டையைத் திணித்தபடி பிரியத்தோடு கூப்பிட்டாள். ஆறு மாதப் பழக்கத்தில் எல்லோரும் நெருங்கிய உற்றாரும் உறவினரும் ஆகியிருக்கிறார்கள்.

படகு வரவேண்டும். வந்ததும் கண்ணனைக் கையில் பிடித்துப் பத்திரமாக இறக்கிவிட்டு விட்டுப் பின்னால் குடையைத் தாழப் பிடித்தபடி அம்மணி இறங்குவாள். நாயர் அம்மிணியிடம் சொல்வான் - ‘நமுக்கு மதராசியில் ஒருபாடு பெந்துக்கள் உண்டல்லோ அவரெ ஒண்ணு காணான் போயாலோ?’

‘வா, வந்து சாப்பிடு நாயர்’. பின்னால் இருந்து குரல்கள் தொடர்ந்து அழைத்தன.

‘படகு வந்துடட்டும். அப்புறம் சாப்பிடறேன்.’

நாயர் முணுமுணுத்தபடி ஓவியத்தைத் தொடர்ந்தான். படகின் சுவர்களும், நாலு வரிசையாக உள்ளில் இட்ட மரபெஞ்சுகளும் இப்போது வடிவம் பெற ஆரம்பித்தன.

திரும்பவும் மோட்டார் சைக்கிள் ஒலி. தொடர்ந்து சீறி வரும் கார்கள் வரிசையாக வந்து நின்றன. தடதடவென்று யாராரோ இறங்கி முன்னும் பின்னும். ஓடினார்கள்.

நாயர் வரைவதை நிறுத்திவிட்டுப் பார்த்தான். தலைகள். சுவருக்கு எதிரே எழுந்து நிற்கும் நிறுவனங்களின் தலைகள். நிர்வாக யந்திரத்தை இயக்கும் தலைகள்.

'ஆறு வழிப் பாதை இதுவரை பூர்த்தி ஆயிடுச்சு. இதுக்கு அப்புறம் நாலு லேன்லே வேலை நடக்குது. அதுவும் அடுத்த மாசம் முடிஞ்சுடும்.'

யாரோ பணிவாகச் சொன்னார்கள்.

'அடுத்த மாசம் முடியறது இருக்கட்டும். அடுத்த வாரம் இங்கிலாந்து பிரதமர் இங்கே வரும்போது பார்க்க என்ன இருக்கும்?'

கறுப்புக் கண்ணாடி போட்ட தலை கேட்டது..

'இந்தக் கட்டிடம் எல்லாம் ரெடியா இருக்கும் சார். லேண்ட்ஸ்கேப்பிங் பண்ணி பாதை ஓரமா புல் வளர ஆரம்பிச்சு, இப்போதைக்கு பூத்தொட்டி வரிசையா நின்னிருக்கும். மெர்க்குரி, சோடியம் விளக்கு வழியெல்லாம் ராத்திரியைப் பகலாக்கிட்டு எரிஞ்சுட்டிருக்கும். சில்க் மாதிரி வழுவழுன்னு ஒரு அப்பழுக்கில்லாம ரோடு போட்டு.'

கருப்புக் கண்ணாடி சுவர் பக்கமாக வந்தது.

'வாட் நான்சென்ஸ்? இந்த ஆள் என்ன பண்ணிட்டு இருக்கான்?'

நாயர் கையில் பிரஷ்ஷோடு எழுந்து நின்றான். சங்கோஜமாகச் சிரித்தான்.

'படம். வேம்பநாட்டுக் காயல் இது. கேரளத்துலே ஆலப்புழை மாவட்டத்திலே இருக்கு. எங்க ஊர் கருமாடி. காயல் ஓரமா நானும் என் வீடும் புரையிடமும்...'

நாயர் முடிக்கும் முன் கைகாட்டி நிறுத்தியது இன்னொரு தலை.

'படமாய்யா இது? இது டெக்னாலஜி ஹைவே. பெருஞ்சாலை. மாடர்னா கம்ப்யூட்டர், நாகரிகமான பொண்ணுக, பசங்கன்னு யங்க்ஸ்டர்ஸ். அவங்க நிக்கற மாதிரி, நடக்கிற மாதிரி, டான்ஸ் ஆடற போஸ்லே வரைஞ்சு வச்சா போற வரவங்களுக்குக்

கண்ணுக்கு ரம்மியமா இருக்கும். காயலும் கண்றாவியும் யாருக்கு வேணும்?’

கறுப்புக் கண்ணாடி ஆதரித்துத் தலையசைத்தது

‘நாளைக்குக் காலை வ்ரை டைம். நறுவிசா வரஞ்சு எஞ்ஜினியர் சார் சொன்னபடிக்கு இடத்தை க்ளீனா வைக்கணும். இல்லியா, நீ இன்னியோட ஏறக்கட்டிட்டு போய்க்கிட்டே இரு. இங்கே என்னய்யா கூட்டம்? போய் வேலையைப் பாருங்க. இன்னிக்கு எம்மா நேரம் ஆனாலும் முடிச்சுட்டுத்தான் போகணும் எல்லாரும்.’

எல்லா காரும் ஜீப்பும் புறப்பட்டுப் போனபிறகு மோட்டார் சைக்கிள்காரன் உத்தரவிட, சுவர் பக்கம் சாப்பிட்டுக் கைகழுவிக் கொண்டிருந்தவர்கள் அவசர அவசரமாக வேலையைத் தொடர ஓடினார்கள்.

சாயந்திரம் மங்கி சோடியம் விளக்குகள் எரியத் தொடங்கிய அப்புறமும் வேலையைத் தொடர்ந்தார்கள். முடிவு காணாது நீண்ட இரவில் நடுவில் எப்போதோ களைத்து சுவர் அருகில் படுத்து உறங்கிப்போனார்கள் அவர்களில் நிறையப் பேர்.

எழுந்து பார்த்தபோது வெயில் ஊர்ந்து மேலேறிக்கொண்டிருந்தது. டீக்காரப் பையன் குவளைகளோடு எழுப்பினான்.

‘ராத்திரி ஓவர்டைம் துட்டு கெடைக்குமா அண்ணே?’

‘முடிதான் கிடைக்கும். அதுக்கும் கீளே சொல்ல வாய் வரல்லே விடிகாலையிலே.’

முத்துப்பட்டியான் டீக்காரப் பையனிடமிருந்து ஒரு குவளைத் தண்ணீர் வாங்கி வாய் கொப்பளித்துவிட்டு டீயைக் குடித்தான்.

‘இது என்ன அண்ணே?’

டீக்காரப் பையன் சுவரைக் காட்டினான்.

நாயர் வரைந்துகொண்டிருந்த படம். காயல். பொங்கிப் பெருகி உயரும் வெள்ளம். மேலே கருமேகங்கள். தாரை தாரையாக இறங்கி நீரோடு நீராக அலையடித்துக் கலக்கும் மழை. தூரத்தில் வந்து கொண்டிருக்கும் படகு. படகுத் துறை.

படகில் இரண்டு பேர் வந்து இறங்குகிறார்கள். முண்டும் ரவிக்கையும்

கையில் குடையுமாக ஒரு பெண். அவள் கையைப் பிடித்தபடி, தோளில் பள்ளிக்கூடப் பையை மாட்டியபடி ஒரு குட்டிப் பையன். கழுத்துக்கு மேல் தலை காணப்படவில்லை இரண்டு பேருக்கும். சின்னதும் பெரிதுமான இரண்டு கம்ப்யூட்டர்கள் அந்த இடங்களை நிறைத்திருந்தன. காயல் பரப்பிலும் கம்ப்யூட்டர்கள் மிதந்துகொண்டிருந்தன. வானத்தில் ஒற்றை கம்ப்யூட்டர் ஈரச் சிறகுகளோடு பறந்துகொண்டிருந்தது.

நாயர்? நாயர் எங்கே?

படகுத் துறையில் நின்று தூரத்தில் கண்ணை நிலைக்க வைத்துப் பார்த்தபடி நாயர் நின்றிருந்தான். படத்தில் அவன் தலையும் பாதி கம்ப்யூட்டராகி இருந்தது.

(குங்குமம் 2010)

கல்லத்தி

'மன்னிக்கணும் ஐயா, மறந்துட்டேன்.'

வேளார் திரும்பத் திரும்பச் சொல்லிக்கொண்டிருக்க, மொபைலில் பாங்காக் அழைத்தது. தவாசாய் தான். கூட வேலை பார்க்கிறவன். எதிர் வீட்டுக்காரன்.

'உன் வீட்டு வாசல்லே ஆர்மி நிக்குதுப்பா. மத்தபடி அமைதியா இருக்கு நம்ம பேட்டை எல்லாம். ஆனாலும் நீ காரை ஏன் வாசல்லே வச்சிட்டுப் போயிருக்கே?'

ஆர்மி ஏன் ஊரில் அத்தனை வீட்டையும் விட்டுவிட்டு என் வீட்டுக்கு வந்திருக்கிறது? பூட்டை உடைத்து அவர்கள் உள்ளே போய் உட்கார்ந்தால்? வீடு அப்புறம் என்னுடையதில்லை என்று ஆகிவிடுமோ?

இனம் புரியாத கவலை. வீட்டுக்கு இன்ஷ்யூரன்ஸ் இருக்கிறது என்று மனம் அசட்டுத்தனமாக நினைவுபடுத்தி வாங்கிக் கட்டிக் கொண்டது.

ஊரில் இருந்து கிளம்பும்போது ராணுவ ஆட்சி இல்லை. எந்த ஆட்சியுமே இல்லாமல் அலைபாய்ந்துகொண்டிருந்த நேரம். வீட்டை வந்த விலைக்கு விற்றுவிட்டு மலேசியாவில் குடியேறிவிடலாமா என்று கூட யோசித்துக்கொண்டிருந்தபோதுதான் இங்கே நெருங்கிய

உறவில் பட்டவர்கள் வீடுகளில் ஒன்றில்லை, மூன்று கல்யாணம். வந்ததற்கு, குலதெய்வம் கும்பிட பூர்வீக கிராமத்துக்குப் போய் வரச் சொல்லி கல்யாணப் பந்தலில் ஒரு பெரியவர் சாக்ஸபோன் சத்தத்தை மீறி உரக்கச் சொன்னார். புறப்பட்டோம்.

‘சிங்கப்பூர் ஐயா மன்னிச்சுக்கணும்... வயசாகிடுத்து... நானு தற்குறிப் பய வேறே...’

வேளார் மீண்டும் கண்கலங்க, அவரை அவசரமாகக் கைகாட்டி நிறுத்திவிட்டு மொபைலில் தவாசாயிடம் சயாமிய மொழியில் சொன்னேன்:

‘ஐடி கார்டை காட்டு. உன்னோட கார் சாவியைப் போட்டுத் திறந்து பாரு. கார்லே அலாரம் ஆஃப் பண்ணியிருக்கேன்... உன் வீட்டு போர்ட்டிகோவிலே வச்சிரு. திங்கள் ஃப்ளைட்லே...’ நான் பாதி சொல்ல, அவன் பேசி முடித்தாகிவிட்டது.

கார் சீட்டில் ஓங்கி அடித்தேன். கார் ஓட்டிக்கொண்டிருந்த இளைஞர் ரியர்வியூ மிரரில் கவனிக்க, வேளார் உலகத்துத் துன்பம் எல்லாவற்றுக்கும் அவரே காரணம் என்று உணர்ந்தவர் போல் கூனிக் குறுகி உட்கார்ந்திருந்தார். இந்த வயதில் நான் ஹவாயில் குடிபோய், குடித்தபடியே சொர்க்கம் புகுந்திருப்பேன்.

‘நான் சிங்கப்பூர் இல்லே வேளாரே... தாய்லாந்து, பாங்காக் கேட்டிருப்பீங்களே’? மாட்டார். என் மூன்று மணி நேரத்தை முழுங்கிய மனிதர். எண்பது வயதிருக்கும்?

கோபிக்க மனம் வரவில்லை. இவரைத் தேடித்தான் காரை எடுத்துக் கொண்டு ஓடிவந்தேன். காற்று இல்லாத வெளியின் சூட்டை எல்லாம் சுருங்கி வற்றிய உடம்பில் வாங்கிக்கொண்டு, காலில் செருப்பு கூட இல்லாமல், காருக்கு முன்னால் கடந்துபோன ஒவ்வொரு வாகனமாகக் கைகாட்ட, யாரும் கவனிக்காது போன கிழவர்.

என்னமோ அனுமானத்தோடு நான் வண்டியை நிறுத்த, ‘கருப்பன் கோவில் பூசாரிங்க. செத்தெ அவசரமா ஆஸ்டலுக்குப் போய்ட்டு’. கும்பிடத் தேடிப் போன பூசாரி, அடுத்த நிமிடத்தில் இருந்து அவர் என்னோடுதான் காரில்.

மதுரையை விட்டுக் காலை ஆறு மணிக்குக் கிளம்பும்போது பூசாரி வேளாருக்குப் போன் செய்யச் சொல்லி இருந்தார் தைவானில் இருந்து சித்தப்பு. 'தாத்தன் வயது. வேளாருக்கு. எழுதப் படிக்கப் பேருக்குத்தான் தெரியும். ஃபோன் எல்லாம் அவருக்கு அனாவசியம். அவர் மருமகள் மொபைலுக்குப் பேசு. இதான் நம்பர்.'

வேளாரின் மருமகள் சூட்டிகை. விடிகாலையில் கூப்பிட்டாலும் அழகாக வணக்கம் சொன்னாள். 'பெரியவுக வெள்ளென எளுந்து போய்ட்டாங்களே. காவல் கருப்பன் கோயிலுக்குத்தான் போறதாச் சொன்னாக.. சிங்கப்பூர்க்காரவுக வராகன்னு நேத்தி முச்சூடும் சொல்லிக்கிட்டிருந்தாப்பல. நீங்கதானா அது?'

ஆனாலும் நாங்கள் போய்ச் சேரும்போது கருப்பன் கோவில் பூட்டியிருந்தது. ஏறு வெயிலில், கோவிலை ஒட்டிய வரண்ட குளம் சூழ்நிலையை வெக்கைப்படுத்தியது. அதன் கரையில் ஒரு செல்போன் கோபுரம் கெத்தாக விலகி நீண்டு நின்றது.

'வரப் போறதா அவங்க கிட்டே முன்கூட்டியே சொன்னீங்களோ?'

வழக்கமான குற்றச்சாட்டுகள் என்னை நோக்கித்தான் நீளும். பூசாரியை மொபைல் போனில் கூப்பிடலாம்தானே? சின்னவள் கேட்க, இந்தியாவில் அவ்வளவு தூரம் செல்போன் வந்தாச்சா என்றாள் மூத்த மகள். ஃபேஸ்புக்கில் கேட்கச் சொன்னேன்.

சுட்ட மண் குதிரைகளையும், கான்கிரீட்டில் பிரம்மாண்டமாகச் செய்து நிறுத்தியிருந்த இரண்டு பெரிய புரவிகளையும் எத்தனை நேரம் சுற்றிச் சுற்றிப் பார்த்து, மொபைலில் அவற்றையும் அங்கே நிற்கிற தங்களையும் செல்ஃபி எடுத்துக்கொண்டிருப்பது? ஃபேஸ்புக்கில் உடனுக்குடன் வலையேற்றுவதும், 'நூறு லைக் கடந்தாச்சு' என்று அறிவிப்பதும் அவர்களை இன்னும் கொஞ்ச நேரம் கேள்வி கேட்காமல் உட்கார வைக்கும். சூட்டில் உட்கார நிழலான இடம் ஏது?

'குதிரை ரெண்டும் நல்லாதான் இருக்கு. பொண்ணுங்களும் அதே போல வளருதே. கல்யாணம் கட்ட வேணாமா?' லண்டனில் இருந்து மூத்த அக்கா ஃபேஸ்புக் உள்பெட்டியில் கேட்டாள். குடும்பமே ஃபேஸ்புக் மூலம்தான் உறவு வளர்க்கிறது.

என்ன செய்ய என்று சித்தப்புவை மொபைல் தகவல் சேவை வாட்ஸ் அப்பில் கேட்டேன். அடுத்த ஊர்ப் பஞ்சாயத்துத் தலைவர் அவர் கூடப் படித்தவருடைய மகனாம். போன முறை குலதெய்வம் கும்பிட வந்தபோது நம்பர் வாங்கி...

"கோவில் சாவி அவரிடம் இருக்குமா சித்தப்பு?"

"தெரியலே. ஒத்தைச் சாவிதான். எதுக்கும் அவர் கிட்டே பேசிட்டு சொல்றேன்.'

மகா அபத்தமாக இருந்தது. எதிரில் சின்னதாக செங்கல் சுவரும் சன்னமான இரும்புக் கம்பிக் கதவுமாக ஒரு கோயில் பூட்டியிருக்கிறது. சாவி வைத்திருக்கும் பூசாரி காணாமல் போய்விட்டார். தைவானில் இருந்து பேசித் தீர்வு காண வேண்டி இருக்கிறது. பேசாமல் இந்தப் பூட்டை இழுத்துத் திறந்து உள்ளே போய்விட்டால் என்ன? இவள் கண்ணை உருட்டி தெய்வ குத்தமாயிடும் என்றாள். அந்தக் கண் உருட்டல் நல்லா இருக்கு என்று லண்டன் அக்கா ஃபேஸ்புக்கில் சொன்னாள். சின்னவள் படம் எடுத்து அனுப்பியிருக்கிறாள் போலிருக்கிறது.

ஐபேடில் ஸ்கைப் இணையச் சொன்னது. இணைந்தபோது தைவான் சித்தப்பு தலை தெரிந்தது. முகத்தில் சோகம். அவர் சிநேகிதரான பக்கத்து ஊர்ப் பஞ்சாயத்துத் தலைவர் போன மாசம் போய்ச் சேர்ந்துவிட்டாராம். பெரியவள் அவளுடைய கைக்கடக்கமான டேப்ளெட் கம்ப்யூட்டரை ஆன் செய்தபடி என் பெரிய ஐபேடை அலட்சியமாகப் பார்த்தாள். 'தலையிலே தூக்கிட்டுப் போங்க. அடாஸ் ஓல்ட்'.

திடீரென்று ஒரே நிமிடத்தில் எல்லோருக்கும் தாகம். கொண்டு வந்திருந்த தண்ணீர் எல்லாம் தீர்ந்திருந்தது. கிளம்பும்போது, குளிர்பானம் ஒரு கூடை வாங்கி காரில் கொண்டு போகலாம் என்றாள் மூத்த மகள். சாமி கும்பிடப் போகும்போது அந்த சக்கரை சனியன்கள் எல்லாம் வேணாம். சுத்தபத்தமாக, பட்டினி கிடந்தாலும் பரவாயில்லை, கும்பிட்டு வந்து சாப்பிடலாம் என்றாள் இவள்.

பெரியவள் டேப்லட் கம்ப்யூட்டரில் ட்விட்டரில் புகுந்து உலகத்திடம் அம்மா மேல் புகார் சொல்ல, ஆஸ்திரேலியாக் காரன் எவனோ சாமி கும்பிடுவது பற்றி பதிலுக்கு விசாரித்தான்.

அவளோடு ஸ்டாம்போர்ட் பல்கலையில் படித்தவனாம். படிக்கும்போது பெண். ஆப்பரேஷன் நடத்தி இப்போது ஆணாம்.

தண்ணி இல்லாக் காட்டில் கொண்டு வந்து விட்டுட்டீங்களே அப்பா என்று இரண்டும் முறையிட, நான் கூப்பிடு தூரத்தில் இருந்த ஓட்டு வீடுகளைக் காட்டினேன். 'போய் நலம் விசாரிச்சுட்டு தண்ணி கேளுங்களேன்.'

கேமிராக்களையும் போன்களையும் எடுத்துக்கொண்டார்கள். சின்னவள் என் ஐபேடைப் பிடுங்கிக் கொண்டாள். அதில் கோயிலும் ஒற்றையடிப் பாதையும் பிரதிபலித்தன. எங்கேயோ யாருக்கோ இங்கே நடப்பதெல்லாம் ஒளிபரப்பாகிக்கொண்டிருக்கிறது. பெரியவள் என்றால் விவரம் கேட்பேன். சின்னவள் எகிறுவாள்.

அவர்கள் போகும்போது தவாசாய் மறுபடி மொபைலில் வந்தான். நான் இந்தியா வந்திருப்பதால் அவனை நெதர்லாந்து போகச் சொல்கிறார்களாம் ஆபீசில். குளிரக் குளிரப் போய்ட்டு வா என்றேன். குடும்பத்தைத் தனியாக விட்டுவிட்டு என்னைப் போல வெளியூர்ப் பயணம் வைக்க அவனிடம் துணிச்சல் இல்லையாம்.

'உன் குலதெய்வம் என்னைப் போல சயாமியனைக் காப்பாத்துமா என்ன? ராணுவ ஆட்சி எங்கே இழுத்துப் போகுமோ? பக்கத்து வீட்டு ப்ரபசரைக் கொண்டு போயாச்சு. எதிர்த்த வீட்டு டாக்டரும் கண்ணிலே படலே.'

அவன் சிரித்தாலும் பயம் தெரிந்தது. சீக்கிரம் திரும்பி வந்து நெதர்லாந்து நீயே போ என்றபடி அவன் ஓய்ந்தான். அத்துவானக் காட்டுத் தனிமையில் பயம் கூடி வந்தது. புகுந்து விட முனைப்பாக ஆர்மி நிற்கும் வீடு எனக்குத் தங்குமா?

சித்தப்பு மொபைலில் கூப்பிட்டார். 'ஸ்கைப் போக மாட்டேங்குது சனியன். தைவானில் இன்னிக்கு சீனப் பண்டிகை. லீவுதான். இங்கே இருந்தபடி காரியத்தை முடிச்சுத் தரப் பாக்கறேன். எதுக்கும் நீ அங்கே செஞ்சா இன்னும் சுளுவு.'

நானும் கிராமத்தை நோக்கி நடந்தேன். கோயில் வாசலில் அபிஷேகத்துக்குப் பால் வச்சதை நாய், பூனை வந்து குடிச்சுட்டா?

பால் பாக்கெட்டுகளைத் துணிப் பையில் பிடித்தபடி நான் ஊருக்குள் நுழைந்தபோது இரண்டாம் வீட்டில் நம்ம பசங்க

சத்தம். கூடவே ஒரு பெண் முணுமுணுவென்று ஏதோ சொல்வதும். வாசலில் நின்றேன். கல் கட்டிடம். உள்ளே என் சின்ன மகள் வயதில் ஒருத்தி. அவளை விட உயரம் கம்மி. மேக்ஸி உடுத்தி இருந்தாள்.

'ஆத்தா வந்திருக்கேன்' என்றாள் சுருக்கமாக என்னைப் பார்த்து. அரைக் கண்ணை மூடி தலையை தட்டாமாலை சுற்றுவதை கேமிராவில் பிடிக்க இவள் ஆரம்பிக்க, 'நோ அம்மா' என்று பிடுங்கி வைத்தாள் சின்னவள். என் ஐபேடில் அது பதிவாகிக் கொண்டிருந்ததை அவள் கவனிக்கவில்லை போல.

'அனங்காம கெட ஆத்தா. முடியலேன்னா போய்ட்டு பெறகு வா. தலையாரி வீடு உன் வீடு. அவுக ஊர்லே இல்லே. வேளாரையும் காணோம்' பெண்ணின் அம்மா அவளைப் பார்த்துக் கண்டிப்போடு சொன்னாள். அது வேறு யாருக்கோ சொல்கிறது.

தலையாரி வீட்டுப் பெண் உச்சத்தில் கவிச்சி கேட்டு இரைந்து தரையில் உருள, வீட்டுப் பெண்டுகள் அவளைக் கட்டிலில் பதனமாகப் படுக்க வைத்தார்கள்.

'கூட்டு ரோடு போனா பிடிச்சுடலாம்.' சித்தப்பா திரும்ப ஸ்கைப்பில் வந்தார்.

'யாரு பூசாரிதானே? காலையிலே இங்கேதான் நீத்துத்தண்ணி வாங்கிக் குடிச்சார். பேரப் புள்ளையை ஹாஸ்டல்லே பாத்துட்டு உடனே வந்துடறேன்னார். கொஞ்சம் புத்தி சரியில்லாத பய. வேளார் மகனோட மூத்த சம்சாரத்துப் பிள்ளை. இப்போ இருக்கறது ரெண்டாவது.' தலையாரி வீட்டம்மா பதில் சொன்னாள்.

'ஹாஸ்டல்லே அதான் விட்டுட்டாங்களா?'

மூத்த பெண் சின்னவளிடம் இங்கிலீஷில் கருத்து சொல்ல, அவர்களுடைய அம்மா 'நல்ல பழக்கமில்லை' என்று முணுமுணுத்தாள்.

'இலவசவா ஏதோ படிப்பு பாய் முடைய, தறி போடன்னு டிரெயினிங், தங்க இடம். ஆனா உறவுன்னு யாரும் பார்க்கப் போக முடியாது. மாசம் ஒரு முறை போகலாமாம்.' தலையாரி

மனைவி கேள்வியை ஊகித்திருந்தாள்.

நான் காரை எடுத்துக்கொண்டு சாலையோடு வந்தேன்.

சித்தப்பு சொன்னது சரி. இதோ, வழி தெரிந்து வேளாரையும் கூட்டிப்போகிறோம்.

'அனங்காம அதும் பாட்டுக்கு நிக்குது'. டிரைவர் சலித்துக்கொண்டு, குறுக்கே போன ஆட்டுக்காகக் காரை நிறுத்தியபோது வேளார் கண் திறந்தார்.

'பாரும் வேளாரே... நீங்கதான் வரல்லே. ஆத்தா கூட அங்கே வந்தாச்சு'.

நான் பரிகாசமாகச் சொல்ல ஆரம்பித்து அவர் கண்கள் பளிச்சென்று ஒளிர்ந்ததைப் பார்த்து நடையை மாற்றினேன். 'சாமி ஏறிடுச்சாம் ஐயா அந்த வீட்டுப் பொண்ணு மேலே. நீங்க பாட்டுக்கு சவாரி விட்டுட்டீங்க' என்றேன். அவரைக் குற்றப்படுத்துகிற குரல். போகிறது. கொஞ்சமாவது குறைபடலாம்.

"என்ன கெரகமோ ரெண்டு நாளா அந்த ஆத்தாப் பொம்பளை என் பின்னாலேயும் வந்துகிட்டே இருக்கா. பிறுபிறுன்னு பேசிக்கிட்டே கிடந்தா வெள்ளன வந்தப்ப.'

பேசிட்டிருந்தான்னா? பேசறதுன்னா பேசறதுதான். பெரியவர் கையில் பிடித்திருந்த காகிதப் பொட்டலத்தைப் பத்திரமாகப் பக்கத்தில் வைத்தார்.

'வேறே யார் கிட்டேயும் ஒண்ணும் கேக்காதேன்னு சொல்லி வச்சும் கேட்டுதா?'

'அதென்னமோ டாக்டர் கிட்டே காட்டணும் போல... உங்களுக்கு இதெல்லாம் புரியுமான்னு தெரியலே. தேவையில்லாததை எல்லாம் மனசுலே போட்டு நம்பி...'

அவர் மௌனமாக இருந்தார். முரட்டுத் தனமாகப் பேசிவிட்டேனோ? குரலை நேசமாக்கினேன். வீட்டுக்கு வந்த ஆர்மி என் மேலும் அப்படியே இருக்கட்டும்.

'அந்தப் பிள்ளை கவிச்சி திங்கணும் கவிச்சி திங்கணும்னு ஓயாமச் சொல்லுது. அதோட அம்மா, கையை நீட்டி நீட்டிப் பேசறாங்க...'

‘என்னன்னு?’ வம்பு விசாரிக்கும் ஆர்வத்தோடு வேளார் கேட்டார். ஐபேட் திரையை ஒளிர வைத்து அவருக்கு முன் நீட்ட, அதில் தலையாரி மனைவி.

‘தோ பாரு, சைவம் பொழங்கற வீடு இது. கவிச்சி கண்றாவி எல்லாம் உள்ளே சேராது. அறியாப் பிள்ளைங்களைப் பிடிச்சு கண்டதையும் பேச வைக்கறியே. நீயெல்லாம் என்ன மாதிரி ஆத்தா? சிங்கப்பூராருங்க வந்திருக்காங்க, அவுகளெ காவல் கருப்பரோடு உனக்கும் சேர்த்து பொங்கல் வைக்கச் சொல்றேன். பழம், பால் இருக்கவே இருக்கு. பசியாறிட்டு எல்லையிலே போய் நில்லு. புரியுதா?’

வேளார் ஆனந்தமாகச் சிரித்தார். பல் இல்லாத மூத்தோர் எல்லோர் போலவும் அவர் புன்னகை வசீகரமாக இருந்தது. உடனடியாக இன்ஸ்டாகிராமில் அவர் படத்தை விநியோகித்தேன். பசங்களிடமிருந்து எனக்கும் இன்டர்நெட் தொற்று.

பேஸ்புக்கில் வரிசையாக ‘லைக்’ விழுந்த சிரிப்பு அது. ஹெட்போனை எடுத்தேன். ஸ்கைப்பில் புது அழைப்பு. அக்கா மகன் ஸ்பெயின் மேட்ரிடில் இருந்து சேர்ந்துகொண்டான். அவன் ஆபீஸில் அவனை வேலையை விட்டு அனுப்பிவிட்டார்களாம். தாய்லாந்தில் வேலை கிடைக்குமா என்று ஒரு வாரமாகக் கேட்கிறான். முயற்சி செய்யலாம். என் வீட்டில் நிற்கும் ஆர்மியைக் கேட்கலாமா?

பூசாரிக்கு ஸ்பானிஷ்காரர் சாயல் இருப்பதாக அக்கா மகன் சொல்ல, தாய்வான் சித்தப்புவும் ஆமோதித்தபடி ஸ்கைப்பில் வந்தார். வேளார் அந்த முகங்களைக் கண்டு மிரண்டாலும் பேசிக்கொண்டே போனார்.

‘சொல்றேன் கோவிச்சுக்கமாட்டியேன்னு காலை மறிச்சுக் கெஞ்சினா ஆத்தா. என் அப்பத்தா வயசு. அதுக்கும் மேலே. அப்பத்தா, அம்மாச்சி போல காது வளத்து தண்டட்டை போட்ட கௌவி. என்னத்துக்கு கெஞ்சறேன்னேன். சொல்றா, கருப்பனுக்கு படைக்கறதையே தின்னுன்னு ஏண்டா விதிச்சீங்க? முடியலேடா. ஒரே ஒரு நாளு, வேறே என்னத்தைக் கேக்கப்போறேன், குருதி ஒரு கை... கவிச்சி... படையோட வந்து சாப்பிட்டுப் போயிடறேன். எல்லாரும் பசியாறணுங்கறானுக.’

ஸ்கைப்பில் பார்த்துக்கொண்டிருந்த தாய்வான் சித்தப்பு 'பூசாரி இன்னொரு படையலுக்கு அடிபோடறாரு. எல்லைக் கருப்பிக்குன்னு தனிச் செலவு. முழு அசைவம்' என்றார். ஹெட்போன் மாட்டியிருந்ததால் நான் மட்டும் கேட்டேன்.

'எங்கே இருக்கு அந்தக் கோவில்?' சுபாவமாக ஆங்கிலத்துக்கு மாறினேன்.

'கோவில் எல்லாம் கிடையாது. ஊர்ப் பொதுவிலே கரடுமுரடா சின்னதா ஒரு பாறை கெடக்கும் பாரு. அதான். பாறை இன்னும் உயரமாக இருந்ததாம். அங்கே கல்லத்தி மரம் கூட ஒரு காலத்தில் உண்டாம்.'

'கல்லத்தின்னா?' நான் கேட்க வேளார் புரிந்த மாதிரித் தலையை ஆட்டினார். அவருக்கு என் கேள்வி மட்டுப்பட்டது ஆச்சரியம் இல்லை. அவருடைய அலைவரிசைக்கு நானும் வந்திருந்தேன்.

'அத்தி மரத்துலே ஒரு வகை... கல்லத்திப் பால் பட்டா, நுட வைத்தியன் கை வச்சும் ஒட்டாத எலும்பு கூட சேந்துடும். படுபாவிங்க மரத்தை வெட்டிட்டாங்க.'

அக்கா மகன் கூகிளில் தேடி கல்லத்தி மரம் புகைப்படம் அனுப்பியிருந்தான். வேளாரிடம் காட்டினேன். நம்ப முடியாத ஆச்சரியத்தோடு என்னைப் பார்த்தார்.

மொபைல் அடித்தது. அக்கா தான். குரல் விட்டு விட்டு வந்தது. பாதாள ரயிலில் ஈஸ்ட் ஹாம் ஸ்டேஷனில் இறங்கிக் கொண்டிருக்கிறாள். 'நடுப்பகல் முந்தி சாமி கும்பிட்டு முடி' என்று சொல்லக் கூப்பிட்டிருக்கிறாள். 'பகலுக்கு அப்புறம் கும்பிட்டா, சாமியைப் பட்டினி போட்ட குத்தமாயிடும்...' போயிடலாம் என்றேன்.

தார்ச்சாலை வளைந்து திரும்பும் இடத்தில் பெரியவர் அவசரமாகக் குரலெடுத்தார்.

'கொஞ்சம் நிறுத்துங்க சாமி. புண்ணியமாப் போகும். பேரப் புள்ளைகிட்டே ஒரு பொருள் தந்துட்டு இதா பூஞ்சிட்டாட்டம் பறிஞ்சு ஓடியாந்துடறேன்...'

'ஏற்கனவே நேரமாச்சு. இன்னும் ஏன் காலம் கடத்தறீங்க?'

நான் வெடித்தேன். தலையாரி வீட்டில் இருந்து கிளம்பும்போது அந்த அம்மா சொன்னது நினைவு வந்தது. ஹாஸ்டலில் புத்தி சுவாதீனமில்லாத இவர் பேரன். வண்டியை நிறுத்தினேன். அவர் வயசுக்குப் பொருந்தாத வேகத்தோடு இறங்கி ஹாஸ்டலுக்குள் ஓட்டமும் நடையுமாக ஓடினார். ஐந்து நிமிடம் கழித்து வாசலுக்குத் தட்டுத் தடுமாறி வந்த இளைஞனுக்கு காகிதப் பொட்டலத்தில் இருந்து ரஸ்க் ஒன்றை எடுத்து பொறுமையாக ஊட்டிக்கொண்டிருந்தார் வேளார்.

டிரைவர் பொறுமையில்லாமல் அவரைப் பார்த்து, நீளமாக ஹார்ன் அடித்தான். வேணாம் என்று நான் தடுப்பதற்குள் இன்னொரு தடவை ஹார்ன் கோபப்பட்டது.

வேளார் ஓடிவந்து காரில் உட்கார்ந்தபடி இளைஞனுக்குக் கையாட்டினார்.

'காலையிலே வந்தேன் அய்யா. ஏதோ ரத்த தானமாம். பயித்தாரப் பய இவன் என்னத்தை ரத்தம் கொடுத்து. எடுத்த ரத்தமெல்லாம் வேறே யார் யாருக்கோ பிரயோசமாகும்னாங்க வார்டன் ஐயாமாருங்க. ஒரு நாள்லே திரும்ப ஊறிடுமாமில்லே. நான் என்னத்தக் கண்டேன்? நாங்க பாத்துக்கறோம் போன்னாங்க. மனசு கேக்கலே. ரொட்டி வாங்கிப் போகணும்னு பஸ் பிடிச்சுக் கைகாட்டி வந்தேன். வாங்கிட்டு திரும்ப பஸ் கிடைக்காம நடந்தே ஆஸ்டலுக்குப் போனேனா... நீங்க வரீங்கன்னு தாக்கல் வந்ததை முச்சூடும் மறந்துட்டேன்.'

'சீக்கிரம் வண்டியை விடப்பா' என்று சொன்னபோதே ஐபேடில் சின்ன மகள் தலையாரி வீட்டுத் திண்ணையில் மரத் தூணில் சாய்ந்து கள்ள உறக்கத்தில் இருக்கிற புகைப்படம். 'கவனித்துப் பார்க்கவும். கடைவாயில் எச்சில் வடிகிறது.' பெரியவள்தான் அனுப்பியிருக்கிறாள். 'பகடி பண்ணாதே வந்துட்டேன்' என்றேன். வீட்டு வாசலில் ஆர்மி நிற்கிற சமாசாரம் இவர்கள் யாருக்கும் தெரிய வேணாம்.

'ஐயா, ஆயிரம் தடவை மன்னிக்கணும். வயசான கூமுட்டை நான்.'

இப்ப என்னய்யா?

‘பொங்கல் வைக்க அரிசி, பருப்பு வாங்கணும் இல்லே... மறந்துட்டேன் சாமி. ஒரு நிமிசம் கைகாட்டியிலே நிப்பாட்டி, நாடார் கடையிலே வாங்கிட்டு.’

ஒன்றும் பேசாமல் காரை நிறுத்தச் சொன்னேன். இந்த வேகத்தில் நாளைக்குத்தான் சாமி கும்பிட்டுத் திரும்ப முடியும். ராத்திரி எங்கே தங்க? கோவில் வாசலில் ஜமுக்காளம் விரித்தா? கருப்பியாத்தாள் எழுப்பி கவிச்சி கேட்பாளோ. ஆர்மி கனவில் வந்து எழுப்பி விடுமோ?

ஐந்து இல்லை, பத்து நிமிடம் கழித்துத்தான் திரும்ப வந்தார். கேட்க வேண்டாம். கடையில் கூட்டம். கடையே திறக்கலை. வெல்லம் இல்லை. கையில் பணம் இல்லாமல் கடன் சொல்ல வேண்டிப் போனது.

இவர் கையில் நூறு ரூபாய் கொடுத்தனுப்பியிருக்கலாம்.

பொங்கலுக்கு வாங்கிய அரிசியும் வெல்லமும் ஏன் ஒரு மாதிரி வாடை அடிக்குது? நான் கண்ணை மூடிக்கொண்டேன். இன்னும் பத்து நிமிஷத்தில் கோவில். அப்புறம் ஊருக்குக் கிளம்புகிற வழியைப் பார்க்கணும். ஊர் போய், வீடு போய். போவேனா?

மிகச் சரியாக திரும்ப செல்போன். பேங்காக்கில் இருந்து தவாசாய் தான்.

‘உன் வீட்டு வாசலில் நின்ன ஆர்மியிலே ஒரு இருபது பேர் தவிர மிச்சம் பேர் போயாச்சு. காலைச் சாப்பாட்டை உங்க வீட்டு போர்ட்டிகோவில் வச்சு முடிச்சுட்டு, குழாயில் தண்ணி பிடிச்சுக்கிட்டு ஒவ்வொருத்தராக் கிளம்பிக்கிட்டிருக்காங்க. ஒருத்தன் குளிக்கிறான். படம் எடுக்கலாம்னு பார்த்தா, ஆர்மி. போகுது. படை நுழைந்து சாப்பிட்டுத் திரும்பிய வீடப்பா உன்னுடையது.

வேளார் முகத்தில் புன்சிரிப்பு. ஏன்? தெரியவில்லை. ஆனால் இதமாக இருந்தது.

கார் கிராமத்தில் நுழைந்து தலையாரி வீட்டு வாசலில் நின்றது. வேளார் என் காதில் ஏதோ சொல்ல அருகில் வந்தார். புகையிலை வாடை.

‘இந்தப் பக்கத்திலேயே சைவக் குடும்பம் இவுக மட்டும்தான். பக்கத்துலே எல்லாம் கவிச்சி திங்கறவக. அக்கம்பக்கம் தாயாப்

புள்ளையாப் பழகி வளர்ந்த பொண்ணு. போன மாசம்தான் ஆளானா இந்தக் குட்டி. பாவம் நாச்சியா.'

அவர் இறங்க முற்பட, நான் வேண்டாம் என்றேன். சின்னவளும், அரை உறக்கத்தில் அம்மா தோளில் சாய்ந்தபடி பெரியவளும், மெனோபாஸ் சலிப்போடு இவளும் காரை நோக்கி வந்தார்கள்.

'ராவுத்தர் கடையிலே பிரியாணி வாங்கினேன். பேத்தியாளுக்குக் கொடுத்துட்டு வந்துடறேன். நான் கொடுத்தா தலையாரி வேணாம்னு சொல்ல மாட்டார். நீங்க கோவில் வாசல்லே இறங்கி நில்லுங்க. இதோ வந்தாச்சு நாலே எட்டு.'

வேளார் உள்ளே போக, என் பக்கத்தில் வந்து உட்கார்ந்த ஆத்தா சொன்னாள்-

'பிரியாணி நல்லா இருக்கு தம்பி. பொங்கலை வை. கருப்பன் காத்துட்டிருக்கான்.'

நான் மொபைலை அவளை நோக்கி நிமிர்த்தினேன். அந்தக் காது வளர்த்த கிழவிக்குப் பதிலாக ஒரு கல்லத்தி மரம் மட்டும் திரையில் படர்ந்திருந்தது.

(தீராநதி 2014)

நண்டு மரம்

"கிராப் ட்ரீ" என்றார் அந்தக் கிழவர்.

இந்தக் குளிர் கால சனிக்கிழமை நிஜமாகவே கூடுதல் விபரீதத்தோடு விடிந்திருக்கிறது. அம்சமாக உடுத்து மெல்ல அசைந்தாடி ஜாகிங் செய்கிற இளம் வயது வெள்ளைக்காரிகள் நிமிர்ந்து பார்த்துவிட்டுக் களுக்கென்று சிரித்தபடி போக, நான் முழங்காலுக்கு மேலே உயர்த்திக்கட்டிய லுங்கியும் பச்சை கலர் முண்டா பனியனும் கையில் காலி பக்கெட்டுமாக வீட்டு வாசலில் நிற்கிறேன். பக்கத்தில் மினி ஸ்கர்ட் மாட்டிய உயரமான ஒரு வெள்ளைக்காரக் கிழவர் என்னைவிட அதிகம். குளிரில் நடுங்கியபடி 'க்ராப் ட்ரீ' என்று இங்கிலீஷில் ஏதோ சொல்கிறார். உத்தேசமாக மொழிபெயர்த்தால், 'நண்டு மரம்'.

ஸ்காட்லாந்துக்காரர்கள் நாகரிகமானவர்கள் என்பதில் எனக்கு எந்தக் சந்தேகமும் கிடையாது. அதுவும் தலைநகரம் முழுக்க முழுக்க கனவான்களும் சீமாட்டிகளும் நிறைந்த ஊர். சீமாட்டிகள் கிடக்கட்டும். கனவான்களைக் கவனிக்கலாம். இவர்கள் வெள்ளிக்கிழமை ராத்திரி கூட்டம் கூட்டமாக என் வீட்டுக்குப் பக்கத்தில் நீட்டி நிமிர்ந்து நிற்கிற மதுக்கடையில் இஷ்டமித்ர பந்துக்களோடு படியேறுவதைப் பார்த்திருக்கிறேன். நடுராத்திரிக்கு மேல் அங்கே பாட்டும் கூச்சலுமாக இருக்க, அந்த இரைச்சலில் தூங்கவும் பழகிவிட்டது. ஆனாலும் இன்னும்

புரிபடாத சமாச்சாரம், இவர்கள் எப்போது மதுக்கடையிலிருந்து வெளியே வருகிறார்கள் என்பது. அதைவிட முக்கியம், ஏன் அப்படி வரும்போது என் வீட்டு வாசலைக் கழிப்பறையாக நினைத்துக்கொள்கிறார்கள் என்பதும். விடிந்ததும் வாசல் கதவைத் திறந்தால் கதவு முழுக்கச் சொதசொதவென்று நனைந்து, படியெல்லாம் ஈரமாகிக் கீழே தரையில் அங்கங்கே திட்டு கட்டி, குப்பென்று வாடை எட்டுத் திக்கிலும் சுற்றி அடிக்க, யாராரோ முழுமூச்சாகச் செயல்பட்டதன் விளைவாக, முழு மூச்சா.

வெள்ளைக்காரனாவது, வாசல்படியிலே குத்த வைக்கிறதாவது. என்று யாராவது ஆட்சேபம் தெரிவிக்க முற்பட்டால், நான் தண்ணி பக்கெட்டை ஓரமாக வைத்துவிட்டு, உள்ளங்கையில் கற்பூரம் ஏற்றி இதெல்லாம் உண்மை என்று சத்தியம் செய்யத் தயார். ரெண்டு சிக்கல் இங்கே. முதலாவது வெளியே வரும்போது அவசரத்தில் வீட்டுச் சாவியை இடுப்பில் செருகிக்கொள்ள மறந்துபோனதால், என்னை வெளியே தள்ளிவிட்டுக் கதவு சமர்த்தாக அடைத்துச் சாத்திக்கொண்டு தண்ணீர் அபிஷேகத்துக்கு முதுகைக் காட்டிக்கொண்டு நிற்கிறது. அடுத்த சங்கடம், இந்த நண்டு மரம் பெரிசு. கான்வென்டில் படிக்கிற பெண்குழந்தை போல கட்டம் போட்ட குட்டைப் பாவாடையும் அதோடு எந்த விதத்திலும் சம்பந்தப்படாத வெள்ளைத் தாடியுமாக நிற்கிறவரின் காலிலிருந்து தலைவரை என் பக்கெட் விளையாடியிருக்கிறது. மன்னிப்பு கேட்பதைத் தவிர வேறு வழி புலப்படவில்லை.

"இட்ஸ் ஆல்ரைட் மேட். என் பெயர் க்ராப் ட்ரீ" அவர் இன்னும் கொஞ்சம் விளக்கிவிட்டு, என் கையைப் பற்றிக் குலுக்கினார். பாவாடைக்கு முன்னால் அலங்காரமாகத் தொங்கிய பெரிய சைஸ் பர்ஸிலிருந்து எதையோ கைவிட்டு எடுத்தார். நசநசவென்று நனைந்து லண்டன் தபால் முத்திரை குத்தி ஒரு கவர். பெயரைப் பார்த்தேன். எனக்கு வந்ததுதான். கதவு இலக்கம் எக்குத்தப்பாக எழுதியிருக்கிறது. ரெண்டாம் நம்பருக்குப் பதிலாக இருபத்துரெண்டு. போதாக்குறைக்கு க்ரோவ் ஸ்டிரீட் என்பதை கிரேவ் ஸ்டிரீட்டாக மாற்றி, தோப்புத்தெருவாசியான என்னைக் கல்லறைத் தெருவுக்குப் பார்சல் செய்திருந்தார்கள்.

"அவசரத்துலே பிரிச்சுட்டேன். ஆனா படிக்கலே." நமுட்டுச் சிரிப்போடு அவர் நிற்க, என் கையில் வந்து சேர்ந்த கடிதத்தைக்

கவனித்தேன். இந்த மாதம் எனக்குக் கிடைத்த சம்பளத்தின் விவரங்கள் கடைசி பவுண்ட், பென்னி சுத்தமாக பெரிய எழுத்தில் பதிவாகி இருந்தது. ஈமெயிலில் அனுப்புங்கப்பா என்று எத்தனை கெஞ்சினாலும் ஆபீசில் கேட்க மாட்டேன் என்கிறார்கள்.

“ரொம்ப நன்றி. உள்ளே வாங்க” என்றேன். அது சரி, எப்படி உள்ளே போக?

வீடு வாடகைக்குக் கொடுத்த கம்பெனி இருபத்துநாலு மணிநேர அவசரச் சேவை நடத்துகிறார்கள் என்பது நினைவு வந்தது. அந்த டெலிபோன் நம்பர்? தெரியாது. தெருக்கோடி இன்டர்நெட் கடையில் கடன் சொல்லி நெட்டில் தேடி, அங்கேயே டெலிபோன் செய்து நம்பரைப் பிடித்து உடனே வரச்சொல்லி லுங்கியும் பனியனுமாக இன்டர்நெட் கடையில் நுழைந்தால் என்ன நினைப்பார்கள்? நகல் சாவியோடு வந்து திறந்தாலும் இருநூறு பவுண்ட் தண்டம் அழவேண்டி வரும். மறதிக்கும் முட்டாள்தனத்துக்கும் விலை பதினேழாயிரம் ரூபாயா? மகா அநியாயம்.

நண்டுமரம் என்னைக் கேள்விக்குறியோடு பார்த்தார். “சாவியை உள்ளாறவே விட்டுட்டியா?” என்று கேட்கப்படாத கேள்வி அது. லேது தேவுடா என்றேன். புரிந்தது போல், இடுப்பில் தொங்கிய பர்ஸில் உடனடியாகக் கைவிட்டு வேறு எதையோ எடுத்தார் அவர். பழைய இரும்புச் சாவி நாலைந்து கோர்த்த கீ-செயின். இதுக்கெல்லாம் நம்ம ஊர்க் கதவு வேணுமானால் தலைவணங்கும். ஸ்காட்லாந்து கதவு மசியுமா?

“மேட், நகரு.” கதவுக்கு முன்னால் மண்டி போட்டு உட்கார்ந்தார். சாவிக் கொத்திலிருந்து ரொம்ப ஆராய்ந்து ஏதோ ஒரு சாவியை எடுத்துச் செருகி, பழைய தமிழ் சினிமாவில் கடைசி வரிசை க்ரூப் டான்சர் போல் இப்படியும் அப்படியும் நாலைந்து தடவை அசைந்தார். ம்ஹூம் என்று ஒரு உறுமல். சட்டென்று கதவு திறக்க உள்ளே போய்ச் சரிந்து விழுந்தார் அவர். நான் சுவரைப் பார்க்கத் திரும்பி நின்றபடி உரக்க நன்றி சொன்னேன். ஸ்காட்லாந்து தேசிய உடையான கில்ட் குட்டைப் பாவாடை மாதிரி இருப்பது மட்டுமில்லை சங்கடத்துக்குக் காரணம். பாரம்பரிய உடுப்பான அதை உடுத்தும்போது உள்ளே எதுவும் போடக்கூடாது என்று எழுதாத விதி இருப்பதை நண்டுமரம்

கண்டிப்பாகக் கடைப்பிடித்திருந்தார்.

“நான் இதே தெருவிலே இருபத்துரெண்டாம் நம்பர்லே இருக்கேன். அந்தக் கோடியிலே கடைசி வீடு, அதாம்பா நம்ப ஷான் கானரி வீடு இருக்கே, அதுக்குப் பக்கத்து வீடு.” அவர் சொல்லியபடி எனக்கு முன்னால் சமையலறையில் நுழைந்தார்.

அடுத்த அரைமணி நேரத்தில் ரொட்டி, காப்பியோடு பரிமாறிக் கொள்ளப்பட்ட தகவல்களை ஒருமாதிரியாக ஒழுங்குபடுத்தினால் இப்படி இருக்கும் - நண்டு மரத்துக்கு எழுபத்துநாலு வயது. ஜேம்ஸ்பாண்ட் புகழ் ஷான் கானரி எங்கள் தோப்புத்தெருவில் பிறந்து இங்கே பால்காரன் உத்தியோகம் பார்த்தபோது அவருக்கு சகா. அப்புறம் ஷான் கானரி அடித்துப் பிடித்து ஹாலிவுட் போய் சூப்பர் ஸ்டார் ஆக, நண்டு மரம் இங்கேயே தங்கி வாடிக்கையாளர்களுக்குப் பால் சப்ளை தடைபடாமல் பார்த்துக்கொண்டிருந்தார். பூர்வீகச் சொத்தான வீடு. கொஞ்சம் போல் கையிருப்பு. ஊர் முழுக்க பியர் விற்கிற கடைகள். வாழ்க்கை ஏதோ ஓடிக்கொண்டிருக்கிறது. பத்து வருடம் முன்னால் வீட்டுக்காரம்மா போய்ச் சேர்ந்தபோது, ஷான் கானரிக்கு தகவல் தெரிவித்தார். துக்கம் விசாரித்து சூப்பர் ஸ்டார் எழுதிய கடிதம் வீட்டில் பத்திரமாக இருக்கிறது. நான் அங்கே வந்தால் கண்ணில் காட்டப்படும். பிராஜக்ட் நிர்வாகி என்றால் கம்ப்யூட்டர் சம்பந்தப்பட்ட தொழில்தானே? தினசரி சாயந்திரம் ஷாம்பெயின் பாட்டில் திறக்க வசதியாக வருமானம் வரும்போல் தெரிகிறதே? ஒரு ஊகம்தான். பியர்க்கடையில் கூடப் பேசிக்கொண்டார்கள். காசு இருந்தும் கஞ்சத்தனமாக இந்த வீட்டை ஏன் குடக்கூலிக்கு எடுக்க வேண்டும்? விக்டோரியா மகாராணி காலத்தில் கட்டியது இந்த வீடு தெரியுமா? பக்கத்து மதுக்கடைக்கும் அதேபோல் நூறு வருட சரித்திரம் உண்டு. வீட்டுக் கதவும் வெள்ளிக்கிழமை ராத்திரியில் மூணு தலைமுறை ஸ்காட்லாந்துக்காரர்களால் முழுக்க நனைக்கப்பட்ட பெருமை உடையது. ஸ்காட்லாந்தில் கால்பந்து மேட்ச், கல்யாணம் போன்ற முக்கியமான நிகழ்ச்சிகளின்போது கில்ட் அணிவார்கள். இன்றைக்கு கால்பந்தோ கல்யாணமோ இல்லை. நகரசபைத் தேர்தல் வேலை பார்ப்பதால் அவர் கௌரவமான உடுப்பில் இருக்கிறார். கவுன்சிலராக அவருடைய நண்பர் செலித்தால், என் வீட்டு வாசல் அசுத்தமாவதைத் தடுக்க ஆவன செய்யப்படும்.

அடுத்த சனிக்கிழமை தேர்தல்.

“நீ யாருக்கு ஓட்டுப் போடப் போறே?” அவர் கரிசனமாக விசாரித்தார். சொந்த ஊரிலேயே ஓட்டு இல்லாதவனுக்கு அன்னிய தேசத்தில் வெற்றிலை பாக்கு வைத்து ஓட்டுரிமை கொடுப்பார்களா என்ன? கொடுப்பார்களாம். நண்டு மரம் தாடியைத் தடவிக்கொண்டு அமர்த்தலாகச் சிரித்தார்.

“ரெண்டு வருஷமா இங்கே பியர்க்கடை வாடை பிடிச்சுட்டு இருக்கே. கவுன்சில் டாக்ஸ், அதாம்பா வீட்டு வரி வேறே கட்டுறே. உனக்கு ஓட்டு இல்லேன்னா எலிசபெத் மகாராணி கிட்டேயே நேரே போய் புகார் செய்யலாம்.”

லுங்கியும் பச்சை பனியனுமாக எலிசபெத் மகாராணி முன்னால் நிற்க உத்தேசமில்லை எனக்கு. இவரை அனுப்பிவிட்டுக் குளிக்க வேண்டும். பிரின்சஸ் தெருவில் ஸ்காட்லாந்துக் கவிஞர்கள் பட்டறை நடத்துகிறதாகத் தெரிகிறது. அங்கே போய், இங்கிலீஷ் கவிதையை எப்படி ஒருவழி பண்ணுவது என்று நேரடியாகத் தெரிந்துகொள்ள வேண்டும். அப்புறம் டெஸ்கோ சூப்பர் மார்க்கெட்டில் கொஞ்சம் சிவப்பு ஒயின் வாங்க வேண்டும். சனிக்கிழமை சாயந்திரத்துக்குக் கொஞ்சம் போலவாவது மரியாதை தரவேண்டாமா என்ன?

“அட, ஒரு பேச்சுக்கு எலிசபெத் மகாராணின்னு சொன்னா, உடனடியா லண்டன் போகணுமா என்ன? நம்புவியோ இல்லியோ, நான் என் வாழ்க்கையிலேயே ஒரே ஒரு தடவைதான் லண்டன் போயிருக்கேன். ரெண்டாம் உலகப்போர் முடிஞ்சு எங்க அப்பா பிரான்சிலேருந்து திரும்பி வந்தபோது அம்மா கையைப் பிடிச்சுக்கிட்டு சின்னப் பையனா அங்கே போயிருந்தேன். நம்ம ஸ்காட்லாந்து மாதிரி வருமா என்ன லண்டன்?”

அவர் வெளியே போகும்போது ஸ்காட்லாந்துக்கு விடுதலை கிடைத்துத் தனி நாடாக வேண்டும் என்று அபிப்பிராயம் தெரிவித்தார். “என் பிரண்டுக்கு ஓட்டுப் போடு. எல்லாம் நடக்கும். எங்க கட்சி சுயாட்சிக்குப் போராடறது, தெரியுமா?”

நகராட்சித் தேர்தலில் ஜெயித்தால் அவர்கள் கட்சி முதல் நடவடிக்கையாக, என் வீட்டு வாசல் வெள்ளிக்கிழமை ராத்திரிகளில் நனைவதைத் தடுத்து நிறுத்துமா அல்லது

ஸ்காட்லாந்து சுதந்திரத்துக்காகப் பாடுபடுமா என்று புரியாத குழப்பத்தில் கதவைச் சார்த்தினேன். நண்டு மரம் சாவிக்கொத்தை சாப்பாட்டு மேஜையிலேயே விட்டுப் போயிருப்பது அப்புறம்தான் தெரிந்தது.

மதியம், செயிண்ட் ஜேம்ஸ் சர்ச் பக்கம் படியிறங்கி பிரின்சஸ் தோட்டம் வழியாக நடந்தபோது, "மேட், நில்லு, நில்லு" என்று பின்னால் இருந்து சத்தம். நண்டு மரம் தான். அவருடைய சாவிக்கொத்து பத்திரமாக வீட்டில் இருக்கிறது என்று சொல்ல வாயைத் திறந்தேன். வேண்டாமாம்.

"உடனே என்கூட வா. வேட்பாளரை அறிமுகப்படுத்திவைக்கறேன். பக்கத்துலேதான் எலெக்ஷன் ஆபீஸ். உன் பிரச்சனை பற்றியும் விலாவாரியாச் சொல்லலாம்"

அவர் கையைப் பிடித்து இழுக்காத குறையாகக் கூப்பிட, கவிதைப் பட்டறை என்று கழண்டுகொள்ள முயற்சி செய்தேன். "ஏம்ப்பா, வீட்டுக் கதவுலே அவனவன் காலைத் தூக்கிட்டுப் போறான். அது முக்கியமா கவிதை முக்கியமா?"

நண்டு மரம் வயசில், இடுப்புக்கு மேல் வார் வைத்துத் தைத்த பேன்ட்டும், கையில் கிட்டத்தட்ட ஒரு லிட்டர் கொள்ளளவு உள்ள குவளை நிறைய நுரைத்த பியருமாக வேட்பாளர் வரவேற்றார். கூடவே அதே மாதிரி பேன்ட், குவளை சகிதம் அவருடைய சகாக்கள் தேர்தல் நோட்டீசு தயாரிப்பது பற்றி மும்முரமாக விவாதித்துக் கொண்டிருந்தார்கள். என் கையிலும் ஒரு மெகா சைஸ் குவளை திணிக்கப்பட்டது.

"எல்லா நகரவாசிகளுக்கும் இலவச டிராம் சேவை," ஒரு சகா சொன்னது கொஞ்ச நேரம் விவாதத்துக்குப் பிறகு ஒருமனதாக ஏற்றுக்கொள்ளப்பட்டது. "இங்கே டிராம் ஓடுதா என்ன?" நண்டு மரத்திடம் கிசுகிசுத்தேன். "அட நீ ஒண்ணு. அடுத்த வருஷம் டிராம் ஓடும்னு நாலு வருஷமா சொல்றாங்க. அது நடந்தா இதுவும் நடக்கும். கேட்க திருப்தியா ஒரு வாக்குறுதி வேணும். அம்புட்டுத்தான்." அவர் காலிக் கோப்பையை நிறைத்தபடி என் தோளில் தட்டினார். 'தெய்வங்களே, நீங்க பிறந்திருக்க வேண்டிய ஊரும் நாடும் நிச்சயம் இது இல்லே' என்று மனதார நினைத்துக் கொண்டேன்.

“நான் கவுன்சிலரா வந்தா, தோப்புத் தெரு முனையிலே பொதுக் கழிப்பறை கட்டுவேன். பியர்க்கடை தொல்லை இனிமேல் இல்லை. உங்க வீட்டு வாசல் படியிலே நீங்க படுத்தே உருளலாம்.” வேட்பாளர் எனக்கு ஸ்பெஷல் வாக்குறுதி கொடுத்தார். வீட்டுப் பக்கத்துப் பியர்க்கடையில் நுழைகிற கூட்டத்தில் அவரைப் பார்த்ததாக நினைவு வந்ததை பியரால் கழுவிப் போட்டேன். என் ஓட்டு இவருக்கே.

இரண்டு நாள் கழித்து ராத்திரி எட்டு மணி சுமாருக்கு ஆபீசிலிருந்து அலுத்துக் களைத்து வீட்டில் நுழையும்போது வாசல் படியில் நண்டு மரம் உட்கார்ந்திருந்தார். பக்கத்திலேயே அவருடைய சிநேகிதர். வேட்பாளர் ஆபீசில் சந்தித்தவர்தான்.

“மேட், நம்ப ஜிம் மெக்னயர் புகழ் பெற்ற டெய்லர். தெரியுமா? ஷான் கானரி எப்போ வந்தாலும் இவன் கையாலே கில்ட் தச்சு வாங்காமப் போறதில்லே” என் கையில் பஞ்சவர்ணத்தில் அடித்திருந்த தேர்தல் விளம்பர நோட்டீசைக் கொடுத்துவிட்டு நண்டு மரம் தகவல் அறிவித்தார். நாலு பக்க நோட்டீசின் முதல் பக்கத்தில் ‘இலவச டிராம் சேவை’ கொட்டை எழுத்தில் அறிவிப்பு. நேர் கீழே வேட்பாளரும் நண்டுமரம் உட்பட இதர சகாக்களும் தேசிய உடையில் நெருக்கியடித்து நின்று இரண்டு விரலை உயர்த்தி வெற்றிச் சின்னம் காட்டும் புகைப்படம்.

“அளவெடுப்பா” உள்ளே வந்ததும் நண்டு மரம் சகாவிடம் உரக்கச் சொன்னார். அளவா? எதுக்கு? யாருக்கு? குழப்பத்தோடு பார்த்தேன். “உனக்குத்தான்ப்பா. ஸ்காட்லாந்துலே வருஷக் கணக்கிலே தங்கியிருக்கறே. தேசிய உடுப்பு வாங்கி வச்சுக்க வேணாமா? மார்க் அண்ட் ஸ்பென்ஸர்லே போனா, ஐநூறு பவுண்ட் கேட்பான். இவன் நம்ம தோஸ்த். நூத்தம்பது பவுண்டு கொடுத்தா போதும். அட்டகாசமா தச்சுத் தருவான். உடுத்திக்கிட்டு ஷான் கானரி மாதிரி கம்பீரமா நடைபோடலாம்.”

நான் வேண்டாம் வேண்டாம் என்று சொல்ல, நண்டு மரத்தின் சகா குனிந்து நிமிர்ந்து பத்து நிமிடம் போல் இன்ச் டேப்பால் என்னைச் சுற்றி வந்து ஏதோ அளவெடுத்தார். “ஒரு ஐம்பது பவுண்ட் மட்டும் அட்வான்ஸ் கொடு. அடுத்த வாரம் எலெக்ஷன் முடிஞ்சதும் தச்சு முடிச்சு நீ உடுத்திச் சரிபார்க்கலாம். இஷ்டமா

இருந்தா மீதிக் காசு கொடு. போதும்” நண்டுமரம் பிடுங்காத குறையாக பாக்கெட்டிலிருந்த ஐம்பது பவுண்ட் நோட்டை வாங்கிக்கொண்டு சகாவோடு பியர்க்கடையை நோக்கி நடந்தார்.

அவரை அப்புறம் பார்த்தது அடுத்த சனிக்கிழமை. வழக்கம்போல் வாசல் படிக்கட்டை அலம்பிவிட்டு பக்கெட்டும் கையுமாக வீட்டுக்குள் போகிறபோது தெருவில் ஊர்ந்து போகிற ஒரு பழைய கார் வீட்டு வாசலில் தயங்கி நின்றது. “மேட், சாவி வச்சிருக்கியா?” காருக்குள் இருந்தபடியே நண்டுமரத்தின் குரல். “மதியம் ரெடியா இரு. ஓட்டுப் போடக் கூட்டிப் போறேன். வெற்றி நிச்சயம். அப்புறம் இந்த பக்கெட்டை எல்லாம் தூக்கிக் கடாசிடலாம். வேலை எக்கச் சக்கமா இருக்கு. வரட்டா? சியர்ஸ்...”

சாயந்திரம் அவர் அரக்கப்பரக்க வந்தார். “சாரி மேட். வாக்காளர்களுக்கு எலெக்ஷன்னு நினைவுபடுத்தி ஓட்டுப் போட அனுப்பறதுக்குள்ளே போதும் போதும்னு ஆயிடுச்சு. வா, உன்னோட ஓட்டையும் போட்டுட்டு வந்துடலாம். வாக்குச் சீட்டுலே நாலாவது சதுரம் நம்ம ஆள். என்ன, மறந்துடாதே”

சொல்லிக்கொண்டே அவர் நுழைந்த இடம் டெஸ்கோ சூப்பர் மார்க்கெட். “ஓட்டுப் போட பூத்துக்கு இல்லே போகணும்?” சரியான நேரத்தில் நினைவு படுத்துகிற மகிழ்ச்சியோடு சொன்னேன். என்னை அவர் அனுதாபத்தோடு பார்த்தார்.

“இது உங்க ஊர் இல்லே மேட். இங்கே நமக்கு வசதியா நாம புழங்கற சூப்பர் மார்க்கெட், போஸ்ட் ஆபீஸ், மருந்துக்கடை இப்படிச் சில இடங்களிலே போய்ச் சாவகாசமா ஓட்டுப் போட்டுட்டு மத்த காரியத்தையும் முடிச்சுக்கிட்டு வரலாம்.”

அவர் சொல்லி முடிப்பதற்குள் சூப்பர் மார்க்கெட் சிப்பந்திப் பெண் குறுக்கிட்டாள். “சாரி சார், ஓட்டெடுப்பு ஓவர். அஞ்சு மணிக்கே எல்லாம் முடிச்சு ஏறக்கட்டி, ஓட்டுப் பெட்டியை நகரசபைக்கு அனுப்பியாச்சு.”

நண்டு மரம் என் கையைப் பிடித்துக்கொண்டு திரும்பத் திரும்ப வருத்தம் தெரிவித்தார். அழுதுவிடுவார் போல் இருந்தது. ஒரு பாட்டில் ரம்மும் இரண்டு பாட்டில் பியரும் சூப்பர் மார்க்கெட்டில் வாங்கிக்கொடுத்து அவரைத் தேற்ற வேண்டிப் போனது.

அவரைக் கடைசியாகப் பார்த்தது அப்போதுதான். தேர்தலில் அவர் கட்சி வேட்பாளர் படுதோல்வி அடைந்ததாக உள்ளூர்ப் பத்திரிகையில் ஒரு ஓரமாகப் போட்டிருந்தார்கள். எனவே ஸ்காட்லாந்துக்கு சுயாட்சி மற்றும் இலவச டிராம் சேவை கிடைக்கவில்லை. என் வீட்டுவாசல் நனைவதும் நிற்கவில்லை. எல்லாத் துக்கத்தையும் மறக்க, லண்டன் தவிர்த்த வேறு ஊருக்கு நண்டுமரம் போயிருக்கலாம். தோப்புத் தெரு இருபத்துரெண்டாம் நம்பர் வீட்டு வாசலில் தொங்கிய பூட்டைத் திறக்க வேறு சாவி இருப்பதாகவும் தெரியவில்லை.

போன மாதம் இந்தியா திரும்பியதற்குப் பத்து நாள் கழித்து ஒரு கடிதம் வந்தது விலாசம் அட்சரசுத்தமாக இருந்தது. நண்டுமரம்தான் எழுதியிருந்தார். ஆபீசில் சகபாடிகளிடம் விலாசம் வாங்கியிருக்கிறார் அவருடைய தையல்கார நண்பர். குடி மும்முரத்தால் தற்போது தோப்புத் தெருவிலிருந்து கல்லறைத் தெருவுக்குக் குடிபெயர்ந்து சுகமான இறுதி உறக்கத்தில் இருக்கிறாராம். அவர் ஆன்மா சாந்தி அடைய பிரார்த்தித்துக் கொண்டு, வேறு டெய்லரைத் தேடிக் கொண்டிருக்கிறார் நண்டு மரம். என் கில்ட் தைத்துப் பூர்த்தியானதும் உடனே அனுப்பி வைக்கப்படும்.

நண்டு மரத்துக்குப் பதில் எழுத வேண்டும். பாக்கிப் பணம் அனுப்பி வைக்க வேண்டும். கில்ட் தைத்து வந்தால் அவரையே உடுத்திக் கொள்ளச் சொல்ல வேண்டும். அவர் உயரத்துக்கு அது மைக்ரோ மினி ஸ்கர்ட் போல் இருக்கும். கில்ட்டுக்கு உள்ளே எதுவும் அணியக்கூடாது என்பதை நினைத்தால்தான் கொஞ்சம் கலவரமாக இருக்கிறது.

(ஆனந்த விகடன் 2010)

வாளி

குளிகைகளைக் கொண்டுவர மறந்துவிட்டிருந்தது.

செய்கிற எல்லாக் காரியத்திலும் சாயந்திரம் முதல் இப்படி அபத்தம் பற்றிக்கொண்டிருக்கிறது. நெரிசல் மிகுந்த பேருந்தில் ஏறியபோது போக வேண்டிய இடம் துல்லியமாக மனதில் இருந்தது. வண்டிக்குள்ளே இரைச்சலும் வியர்வையும் பக்கத்தில் நின்றவன் மூச்சில் தொடர்ந்து வெளிவந்துகொண்டிருந்த பூண்டு நெடியும் அவனைக் குழப்பமடைய வைத்திருந்தன. போதாக்குறைக்கு நடத்துனர்.

மீசை மழித்த அவர் முகம் கண்டிப்பையும், எந்த ஒழுங்கீனத்தையும் பொறுத்துக்கொள்ளத் தன்னால் முடியாது என்பதையும் காட்டியபடி இருந்தது. மீசைக்காரர்களிடம் தென்படும் அன்னியோன்னியமும் பரிவும் அதில் இல்லை.

காசுகளைச் சரியான எண்ணிக்கையில் தராவிட்டால் இறக்கிவிட நேருமென்றும் போனவாரம் அப்படி இறங்கிய இருவர் அடுத்த நொடியே கால் அம்பாரமாக வீங்கி நிலத்தை விட்டுப் பிரிக்க முடியாமல் நின்ற இடத்திலேயே இன்னும் நின்று கொண்டிருப்பதாகவும் அவர் சொல்லியபடி அரசாங்க முத்திரை பதித்த சீட்டுக்களை விநியோகித்தார். காசுகளை அவர் ஒற்றை ரேகையோடிய உள்ளங்கையைக் குவித்து வாங்கியதும், அவை சென்றடைந்த பிரம்மாண்டமான அரசாங்க இலச்சினை

பொறித்த தோல்பையும் இன்னும் பயத்தை அதிகரிக்க, அவன் போக வேண்டிய இடத்தை நடத்துனர் விசாரித்தபோது திக்கித் திணறி வார்த்தை வராமல் தவித்தான்.

நடத்துனர் அரசு அலுவலர்களை வேலை நேரத்தில் பணி செய்ய விடாமல் தாமதப்படுத்தும், அர்ப்பண உணர்வும் நாட்டுப் பற்றுமில்லாத பயணிகள் பற்றிய கடுங் கண்டனத்தைத் தாழ்வான குரலில் முணுமுணுத்தபடி கொடுத்த சீட்டு இந்த இடம்வரை என்பதும் அவனுக்குத் தெரியாமல் போனது. வண்டி இங்கே இரண்டு நிமிடம் நின்று கிளம்பிய பிறகு அவனைத் தற்செயலாக நோக்கியவர், அசம்பாவிதம் நடந்த பதற்றமும் நிம்மதியின்மையும் முகத்தில் எழுதியிருக்க, குழலை ஒலித்து வண்டியை நிறுத்தி அவனை அவசர அவசரமாக இறங்க வைத்தார். இறங்கிய வினாடியில் ஏற்பட்டது தான் இந்தத் தலைச்சுற்றலும் ரத்த அழுத்த அதிகரிப்பும்.

அரங்கை நோட்டமிட்டான். ஒன்றும் இரண்டுமாகப் பார்வையாளர்கள் வந்துகொண்டிருந்தார்கள். எல்லோரும் ஏதோ அலுவலக மனமகிழ் மன்றத்தின் உறுப்பினர்கள் என்பது அவர்கள் கடந்து போகும்போது உதிர்க்கும் ஒலித் துணுக்குகளைக் காதில் வாங்கும்போது புரிந்தது. பலரும் பழுப்பேறிய அரைக்கைச் சட்டையும், பச்சை மற்றும் நீல வண்ணக் கால்சராயும் அணிந்தவர்கள். கிட்டத்தட்ட எல்லோர் சட்டைப் பையிலும் மசிப்பேனா வைத்து அது கசிந்து ஏற்பட்ட கறுப்பு நிறக் கறை சட்டைப் பையை ஒட்டிக் காணப்பட்டது.

அவன் இந்த இடத்தில் படி ஏறும்போதே குழப்பமாக ஏறினான். அவன் உத்தேசித்துக் கிளம்பியதில்லை இது. வந்த காரியமும் இங்கு நடக்க இருப்பது இல்லை.

நான் ஒரு இரங்கல் கூட்டத்துக்காக வந்திருக்கிறேன். அந்நிய மொழியொன்றில் பிரபல கவிஞர். நகர வாழ்க்கையின் அபத்தங்களைப் பற்றி எழுதியவர். போன வாரம் இறந்துபோனார். பத்திரிகையில் இரங்கல் கூட்டம் நடப்பதைப் பற்றிப் படித்துக் கிளம்பினேன்.

வாசலில் ஒரு மர மேஜையும் நாற்காலியும் இட்டு, இலச்சினை பதித்த நிகழ்ச்சிச் சீட்டுக்களைக் கொடுத்துக் கொண்டிருந்தவனிடம்

அவன் விளக்க முற்பட்டபோது, அவன் அனுசரணையோடு தலையை அசைத்தான்.

கவிஞர்களும் வறுகடலை மொத்த வியாபாரம் செய்கிறவர்களும் இசைக் கலைஞர்களும் இறந்தபடியே இருக்கிறார்கள். வருடத்தின் எல்லாத் தினங்களிலும் மாதங்களிலும் நடக்கிற காரியம் இது. எங்கள் ஊர்ப் பத்திரிகையில் மரண வார்த்தைகளுக்காகவே தினமும் இரண்டு பக்கங்களை ஒதுக்கியிருக்கிறார்கள். நீங்கள் இங்கே நடைபெறப் போகிற நாட்டிய நிகழ்ச்சியை ரசித்தபடியே மறைந்த பிறமொழிக் கவிஞருக்கு அஞ்சலி செய்யலாமே? இங்கே வசூலாகும் பணத்தில் நாற்பத்தைந்து சதவிகிதம் யானைக்கால் நோய்த் தடுப்புத் திட்டங்களுக்குச் செலவிடப்படும் என்பதை நீங்கள் அறிந்திருப்பீர்கள்தானே?

மீசை வைத்த, நேயம்மிக்க அந்த இளைஞன் சமாதானமாகக் கேட்டபோது தட்டமுடியாமல் பணம் கொடுத்து இலச்சினை பதித்த அனுமதிச் சீட்டு வாங்கினான். அந்த இளைஞர் அரசு ஊழியனாக இருக்கலாம். இவர்கள் எல்லோருமே அரசு ஊழியர்களாக இருக்கலாம். அல்லது எல்லோரும் எல்லா நேரமும் சேர்ந்து பணியெடுக்கிற ஏதோ ஒரு தனியார், குழும அலுவலகத்தைச் சேர்ந்தவர்களாக இருக்கலாம். இவர்களில் யாருக்கும் யானைக் கால் நோய் இருக்கும் என்று தோன்றவில்லை. பேருந்தில் நடத்துனர் சுட்டிக் காட்டிய அர்ப்பண உணர்வு மிகுந்தவர்கள் எல்லோரும். இவர்களுக்குப் போகுமிடம் எப்போதும் நினைவில் இருக்கும் என்பதால் நடத்துனரின் நேசமும் நேசமின்மையும் பிரச்சனைக்குரிய விஷயமாக ஒருபோதும் இருக்காது.

நீங்கள் நான்காம் வரிசை மூன்றாம் நாற்காலியில் அமருங்கள். சீட்டில் அது குறித்திருக்காது. நான்தான் உங்களை அங்கே உட்காரச் சொன்னேன் என்று யாராவது கேட்டால் சொல்லுங்கள். யாரும் உங்களை உபத்திரவிக்க மாட்டார்கள்.

முதுகில் நீலமும் மார்பில் பச்சையும், சிவப்பு மை ஒழுகிய கரை சட்டைப் பையை ஒட்டியும் இருந்த அந்த மீசைக்கார இளைஞனை அடையாளம் சொல்வது அவ்வளவு கடினமானதில்லை என்ற நிம்மதியோடு அவன் நாலாம் வரிசை மூன்றாம் நாற்காலிக்கு நடந்தான்.

சுற்றிலும் இருந்தவர்கள் சம்பளம், படிப்பணம், ஓய்வூதியம், வைப்பு நிதி என்று சதா பேசிக்கொண்டிருந்தாலும் இடையிடையே வாளி வந்து விட்டதா, இரும்பு வாளியா இல்லை பிளாஸ்டிக் வாளியா, தாம்புக் கயிறு வாங்க மறக்கவில்லையே என்று கடந்து போகிற யாரையாவது விசாரிப்பது அவர்களைப் பற்றிய ஆசுவாசத்தை அவனுக்கு அளித்தது. இரும்பும் பிளாஸ்டிக்கும் கயிறுமான உலகம்தான் இவர்களுக்கும்.

ஆறு மணிக்கு வரவேண்டிய ஆட்டக்காரி ஆறு பதினைந்தாகியும் வரவில்லை. நேரத்தின் முக்கியத்தை இவர்களுக்கு எப்படி உணர்த்துவது என்றே புரியவில்லை.

பக்கத்து இருக்கையில் இருந்தவர் அவனைப் பார்த்துச் சினேகமாகச் சிரித்தபடி சொன்னார். பேருந்தில் பக்கத்தில் நின்றவர் இவராகவே இருக்கக்கூடும் என்று யோசிக்க வைக்கும் பூண்டு நெடி அவர் பேசும்போதும் வெளிப்பட்டது. உடல் தளர்ச்சியும், ரத்த அழுத்த மிகுதலும் அப்போது இன்னும் அதிகமானபோது மாத்திரைகளைக் கொண்டு வர மறந்ததற்காகத் தன்னையே இன்னொரு முறை சபித்துக்கொண்டான்.

உங்கள் சட்டைப்பை எந்த மசிக் கசிவும் இல்லாமல் இருக்கிறதே. நீங்கள் அலுவலகத்தில் வேலை பார்க்கவில்லையா, அல்லது புதிதாகப் பணியில் சேர்ந்திருக்கிறீர்களா? அதுவுமில்லையென்றால் விருப்ப ஓய்வு பெற்று நகரில் சீட்டுக் கம்பெனியோ, ஊறுகாய்களும் ஆனையடி அப்பளமும் வத்தல் வடகங்களும் தயாரித்து வீடுகளில் விற்கும் தொழிலைத் தொடங்கியிருக்கிறீர்களா?

ஆர்வமாக விசாரித்த அவரிடம் தான் தற்காலிகமான ஒரு வேலையை ஏற்றுக்கொண்டு இங்கே வந்ததாகவும், இன்னும் மூன்று நாட்களில் அது பூர்த்தியடைந்து ஊர் திரும்ப வேண்டியிருக்குமென்றும் அதற்குள் இன்னொரு வேலை கிட்டினால் நலமாக இருக்கும் என்றும் சொல்ல ஏனோ தயக்கமாக இருந்தது.

நான் கூட்டம் மாறி வந்திருக்கிறேன். ஒரு பிறமொழிக் கவிஞரின் மரணத்துக்கான அனுதாபக் கூட்டத்துக்காகப் புறப்பட்டேன்.

கவிஞர்கள் இன்னும் இருக்கிறார்களா என்ன? யானைக்கால் நோய்த் தடுப்புப் பற்றிச் சமீபத்தில் ஒரு கவிதையையும் படித்த நினைவு இல்லையே.

அவர் ஆச்சரியத்தோடு கேட்டபோது வாளி வந்து விட்டது என்று நிறையக் குரல்கள் சந்தோஷமாக ஒலித்தன. நீல நிறப் பிளாஸ்டிக் வாளியும் அதன் பிடியில் இறுக்கமாகச் சுற்றிய மஞ்சள் பிளாஸ்டிக் தாம்புக் கயிறுமாக மேடைக்குப் பின்னால் கடந்து போனவன் பார்வையில் பெருமிதம் தெரிந்தது. தான் மட்டும் இல்லாவிட்டால் நிறைய ரோகிகள் வீங்கிய காலை இழுத்துக்கொண்டு பேருந்து வருவதற்காக எல்லா நிறுத்தங்களிலும் காத்திருப்பார்கள் என்று வாளியோடு போனவன் பார்வை சொன்னது.

தனக்குப் பிடித்த கவிதை வரிகளை எழுதிய, மறைந்த பிறமொழிக் கவிஞர் பற்றிப் பக்கத்து இருக்கைக்காரரிடம் சொல்லத் தொடங்கியபோது வாசலிலிருந்து ஒரு இளம்பெண் அவசர அவசரமாக உள்ளே நுழைந்தாள். துணிப்பை ஒன்றைத் தோளில் மாட்டியிருந்த அவள் கையைப் பிடித்தபடி நாலைந்து வயதில் ஒரு சிறுவன்.

பஸ் கிளம்ப நேரமாகி விட்டது. கையில் சரியான சில்லறைக் காசுகள் இல்லாதபடியால் நடத்துனர் இறக்கி விட்டார். அரசு ஊழியரான அவர் அப்புறம் என்னைப் பறக்கச் சொன்னார். நானும் என் மகனும் உடனே இறக்கை முளைத்தது போல் எழுந்து பறந்தோம். கலைஞர்களுக்கு ஆதரவளிக்கும் அரசுத் துறை அலுவலர்களின் வேலைநேரக் கரிசனம் மட்டும் இல்லாதிருந்தால் இங்கே நான் இன்னும் தாமதமாகவே வந்திருப்பேன்.

அவள் நன்றி கூர்ந்த அரசு ஊழியரை மக்கள் தலைவர் போல் பெரிய கட்டை மீசை வைத்த வயதான, கூர்மையான விழிகள் கொண்ட மனிதராக அவன் கற்பனை செய்தபோது மாத்திரை சாப்பிடாது உறங்கும் இரவுகளில் தரிசுகளிலூடே தான் பறப்பதாகத் தொடர்ந்து வரும் கனவு நினைவு வந்தது.

அரசியல் கட்சிக் கொடிகள் அசையும் கம்பங்களும் கம்பங்களில் வெள்ளைப் புழு அப்பியதுபோல் படர்ந்த குழல் மின் விளக்குகளும், செம்மண் தரிசு முழுக்க மூத்திரம் தேங்கியிருப்பதுமான பழக்கப்பட்ட கனவுச் சூழல் அவன் மனதில் திரும்ப எழுந்தபோது அந்தக் குழல் விளக்குகள் ஒரு வினாடி அணைந்தன. அவை மீண்டும் உயிர்பெற்றபோது அரங்கத்தில் அவள் ஆட ஆரம்பித்திருந்தாள்.

டேப் ரிக்கார்டரில் ஒலித்த சங்கீதம் அங்கங்கே நின்று நின்று வந்தபடி இருந்தது. அவள் ஆட்டம் மந்தகதியில் இருந்தது. இசை நிற்கிறபோதெல்லாம் அவள் ஒரு வினாடி தயங்கி இலக்கில்லாமல் அசைந்தபடி இருந்தபோது அவளுடைய பார்வை அவன் மேல் மட்டும் நிலைத்த மாதிரி இருந்தது.

நீயும் வந்துவிடேன். மேடைக்கு ஒரு எவ்வு எவ்வினால் பறந்து வந்துவிடலாம். அப்புறம் நாம் வெளியே கிளம்பிவிடலாம்.

அவள் அழைத்தாள்.

பறந்து எங்கே போக?

முதலில் அந்தப் பிறமொழிக் கவிஞரின் மரண அஞ்சலிக் கூட்டத்துக்கு. நானும் அவருடைய படைப்புகளில் ஒன்றிரண்டைப் படித்திருக்கிறேன். அவற்றின் தாளத்துக்கு ஒப்ப ஆடியுமிருக்கிறேன். வாயேன், போகலாம்.

உன் குழந்தை?

வாசலில் புழுதி மண்ணில் மலைகளையும் கோபுரங்களையும் கட்டி விளையாடிக்கொண்டிருக்கிறான். அப்புறம் கடைசி பெஞ்சில் படுத்துத் தூங்கி விடுவான். போகும்போது கூடக் கூட்டிப் போக வேண்டும். சாப்பாடு வாங்கித் தர வேண்டும்.

என்னிடம் இருப்பிடம் திரும்பிப் போகமட்டும் பணம் வைத்திருக்கிறேன். சரியான சில்லறைக் காசுகளை ஒருதடவைக்கு இரண்டு தடவை எண்ணிப் பார்த்து எடுத்து வைத்தது. போகும்போது பேருந்தில் கடுமையான நடத்துனராக இருந்தால் நான் மண்ணில் பாதம் வீங்கி வீர்த்துப் பதித்தபடி நிற்க வேண்டி நேரும். கம்பங்களும் கொடிகளும் மூத்திர நெடியுமான வெளியில் அப்படித் தேங்கிப் போய் நிற்பது சகிக்கக் கூடியதில்லை.

அதற்காகத்தான் பறக்கச் சொன்னேன். நீ உடனே நித்திரை போ.

அவள் திரும்ப ஆட ஆரம்பித்திருந்தாள்.

குளியல், குளியல். குளிக்கும் காட்சி.

பார்வையாளர்களிலிருந்து சத்தம் உயர்ந்தது.

திரை இறக்கப்பட்டது. இருள் சூழ்ந்த அரங்கத்தில் மேடையிலிருந்து யார்யாரோ வரிசையாக இறங்கிக்கொண்டிருந்ததாக அவனுக்குத் தோன்றியது.

வெண்மை மாறாத சட்டைகளில், சட்டைப் பை இல்லாமல், மேலே கருப்புத் துணித் துணுக்கு ஒன்றைக் கைபோனபடிக்குக் கத்தரித்துக் குத்தியிருந்தார்கள் எல்லோரும். பிறமொழிக் கவிஞரின் மரணத்துக்கு அஞ்சலி செலுத்த ஓர் ஊர்வலமாக அவர்கள் வரிசைகளுக்கு நடுவே புகுந்து நடந்தபோது மதப் பிரார்த்தனைபோல், விரித்துப் பிடித்த கவிதைத் தொகுதிகளிலிருந்து இன்னும் மொழிபெயர்க்கப்படாத வார்த்தைகளை மொணமொண என்று உச்சரித்தபடி போனார்கள்.

அந்தப் பழைய புத்தகங்களின் மக்கிய வாடை இறப்பின் மணமாக இருக்குமோ என்று நினைத்தான். அவனுக்கும் போக விருப்பம் தான். ஆனாலும் இந்த நிகழ்ச்சி. யானைக்கால் வியாதித் தடுப்புக்காக அவன் ஆற்ற வேண்டிய கடமைகளில் ஒன்று நிகழ்ச்சி முடியும் வரை இருப்பது.

மேடையில் ஒற்றை விளக்கு மட்டும் ஒளிவீச எல்லோரும் மேடையிலேயே கவனமாக இருந்தார்கள். அவனும் அங்கே நோக்கினான். வாசலில் விளையாடிக்கொண்டிருந்த சிறுவன் ராப்பறவைகளோடு சேர்ந்து கூவியும் சிரித்தும் கொண்டிருந்தது இடைக்கிடைக்குக் கேட்டது.

மேடையில் நாட்டியக்காரி அட்டைக் கிணற்றிலிருந்து பிளாஸ்டிக் வாளியில் தண்ணீர் இறைத்தபடி டேப் ரிக்கார்டரில் ஒலிக்கும் பாடலுக்கு ஏற்றபடி மெல்ல அசைந்துகொண்டிருந்தாள். திருமண மண்டபத்துக்குத் தோழிகள் மணமகளை அழைத்து வரும்போது பாடும் பாட்டு அது. பாதிப்பாட்டு முடிவதற்குள் ஒலிநாடா உள்ளே சிக்கிக்கொள்ளக் குரல் வீறிட்ட போது அவள் தரையில் காலை நீட்டி அமர்ந்தாள்.

அவளுடைய உடைகள் நெகிழ்ந்திருந்தன. மறைத்திருந்த உடல் அங்கங்கே வெளியே தெரிய அந்த வாளிக்குள்ளிருந்து குவளையில் நீர் சேந்தி அவள் மேடையில் குளிக்கத் தொடங்கி இருந்தாள். அவள் கால்கள் வீங்கியிருந்ததுபோல் அவனுக்குத் தோன்றியது. இல்லை, குளிகை கழிக்காததால் ஏற்பட்ட தோற்றம் அது. அவள் கால்கள் மெலிந்துதான் இருந்தன. பக்கத்து இருக்கைக்காரரிடம் கேட்டு அதை உறுதிப்படுத்திக்கொண்டான் அவன்.

கடலில் மீன்பிடிக்கப் போகிறவர்கள் கூட்டமாகப் பாடும் பாடல் ஒன்று ஒலிக்க ஆரம்பித்து நடுவில் நிற்க, பனிப் பிரதேசங்களில்

காதலர்கள் அலைந்து திரியும் போது பாடும் புத்தம் புதிய பாட்டு அடுத்து ஒலிநாடாவில். அவள் வாளியிலிருந்து தண்ணீரைச் சேந்திக் கொஞ்சம் கொஞ்சமாக மேலே நனைத்தபடி இருந்தாள். மகிழ்ச்சியோடு அந்தப் பாடலைப் பாடுவதுபோலவும் பாடியபடியே குளிப்பது போலவும் அபிநயிக்க முற்பட்டிருந்த அவள் முகத்தில் சிரிப்பு உறைந்துபோயிருந்தது.

நீங்கள் வேண்டுமென்றால் புறப்படுங்கள். இன்னும் பத்து பதினைந்து நிமிடத்தில் நிகழ்ச்சி முடிந்துவிடும்.

பக்கத்து இருக்கைக்காரர் இவனிடம் ஆதரவோடு சொல்லிவிட்டு வாசலை நோக்கிக் கைகாட்டினார். மேடையிலிருந்து கீழே வழிந்த நீரை மிதிக்காமல் அவன் கவனமாக வெளியே நடந்தான்.

வாசலில் விளையாடிக்கொண்டிருந்த சிறுவன் ஓடிவந்து அவன் கால்களைக் கட்டிக்கொண்டான்.

அம்மா குளித்து முடித்துவிட்டாளா?

அவன் கேட்டபோது, ஒரு வினாடி தயங்கி நின்று, இன்னும் முடிக்கவில்லை என்றான்.

அவள் முடித்துத் திரும்பும்போது ஈர உடுப்புக்குள் பணம் வைத்திருப்பாள். சூடான சோறு வாங்கித் தருவாள்.

ஒரு ரகசியத்தைப் பகிர்ந்துகொள்வதுபோல் அவனிடம் சொல்லிவிட்டு சிறுவன் பேருந்துபோல் ஒலி எழுப்பியபடி இருளில் ஓடினான்.

முன்னால் வந்து நின்ற பேருந்திலிருந்து மீசையில்லாத பஸ் நடத்துனர் தலையை நீட்டி நேரம் தாமதியாமல் ஏறிக்கொள்ளச் சொன்னார்.

கட்டிட ஜன்னல் வழியே உள்ளே நடனக்காரியைப் பார்க்க முயன்றபடி அவன் ஏறிக் கொண்ட பேருந்தில் வேறு பயணிகளே இல்லை.

(தில்லி 'வடக்கு வாசல்' பத்திரிகையில் வெளியானது)

வாக்குமூலம்

வாடகைக் கார் ஓட்டிக்கிட்டிருக்கேங்க. எட்டு வருஷம் முந்தி இந்த ஊருக்கு வந்தேன். டவுன்லேருந்து வந்தபோதே கார்லே தான் வந்தேன். புத்தம்புதுக் கார். ஆனாலும் இந்த பிராண்ட் காரைப் பார்த்தாலே தள்ளி வச்சுடுவாங்க பட்டணத்திலே. ஒரு பெரிய ஓட்டல்லே பெரு வியாதிஸ்தனுங்க, இந்த கம்பெனி கார் இதெல்லாம் நுழைய அனுமதி இல்லேன்னு போர்டே போட்டு வச்சிருக்கானுங்க தேவடியா மகனுங்க. டெலிவரி எடுத்துக்கிட்டு அதான் இங்கே வந்துட்டேன். விலையா? ரொம்ப சல்லிசு. ரெண்டா வாங்கினா இன்னும் மலிவு.

பிள்ளைங்களை ஸ்கூல் கொண்டு விட்டுக் கூட்டிப் போக வண்டி வேணும்னு பேப்பர்லே விளம்பரம். ராணி ப்ரா, எலாஸ்டிக் ஜட்டி விளம்பரத்துக்குக் கீழே கண்ணுலே பட்டுச்சு. நான் இதை மட்டும் படிச்சு இங்கே காரோட வந்துட்டேன்.

வேன் இல்லையா? எட்டுப் பிள்ளைங்களைக் கூட்டிப் போகணுமேன்னு கேட்டாங்க. நான் கார் கதவைத் தொறந்து காட்டினேன். ஓங்கு தாங்கா வளர்ந்த ஆளு நீட்டி நிமிர்ந்து பின் சீட்டுலே படுத்துப் போகலாம். முன்னே டிரைவர் சீட் பக்கமா ரெண்டு பேர் உக்காரலாம். நண்டு சிண்டு நார்த்தங்காய்னா, எட்டு, பத்து என்ன ஒரு டசன் பிள்ளைங்களைக் கூட சிரமமில்லாம கூட்டிப் போவேன்னேன்.

ரேட் சல்லிசாப் படிந்து வந்துச்சா, வாய்யா, நாளைக்கே வேலையிலே சேர்ந்திடுன்னுட்டாங்க. சரின்னு சொன்னதுதான். செட்டில் ஆயிட்டேன். உங்களுக்கு நேரம் இருந்துச்சுன்னா சொல்லுங்க. கருக்கடையான ஒரு பொம்பளையைப் பார்த்துப் பித்துப் பிடிச்ச மாதிரி இங்கே கொஞ்ச நாள் திரிஞ்ச கதை இருக்கு. கட்டிக்க மாட்டேனுட்டா. ஆமா, இதுமாதிரி நிறையக் கேட்டிருப்பீங்க. பச்சை பட்டுப் பாவாடை, மஞ்சா தாவணி. தலைகொள்ளாம மல்லிப்பூ. கால்லே... வேணாமா? சரி, பேச்சை நகர்த்தல. பொணம் தூக்கற கதை?

வேணும்னு சொல்வீங்க. தெரியுமே. நான் தூக்கலே. கார் டிரைவர் என்னத்துக்கு அதெல்லாம் செய்யணும்? நம்ம வண்டியிலே படுத்துக்கிட்டே போகலாம்னு சொன்னேனே அது எதுக்கு முழுசா பிரயோசனப் பட்டுது பாருங்க.

பிள்ளைங்களை காலையிலே ஸ்கூல் கூட்டிப்போய், சாயந்திரம் திரும்ப விட்டா அப்புறம் வண்டி சும்மாத்தான் கிடக்கும். பெரியாஸ்பத்திரி நர்சம்மா சொல்லிச்சு -

ஏண்டா, இங்கே தினத்துக்கு சட்டமா ஒரு பொணம் விளுதே. கொண்டு போய் மார்ச்சுவரியிலேயோ மாயானத்திலேயோ கிடத்திட்டு வந்தா நாலு காசு அதிகம் பார்க்கலாமில்லே. சீக்குப்பிடிச்ச ஆளுங்களும் வயசாளிங்களும் இங்கே மாதிரி வேறே எங்கேயும் உண்டுமா? கேட்ட தொகையை மறுபேச்சிலாம தருவாங்க.

ஆக, ராத்திரியிலே பொணம் தூக்கிட்டுப் போவோம். விடிகாலையிலே வண்டியைச் சுத்தமாக் கழுவிட்டு துடைச்சு பிள்ளைங்களை ஏத்திக்க வீட்டு வாசல்லே நின்னு ஹாரன் அடிப்பேன். அங்கிள், ஏன் வண்டி ஈரமா இருக்குன்னு இதுங்க கேட்கும்போது என்ன சொல்றது? பொய் எல்லாம் சொல்ல முடியுமா? பிள்ளையெல்லாம் தெய்வம் ஆச்சே. தினசரி வண்டியைக் குளிப்பாட்டினா பெட்ரோல் செலவு கம்மியாகும்னு சமாளிப்பேன். அதுங்க ஸ்கூல் வாத்தியார் கிட்ட உடனே இதைக் கேட்டு வைக்கும். அவரு விஞ்ஞான நோக்கிலே ஆதாரமில்லாத சமாசாரம்னு சொல்லித்தருவார். வாத்தியாருங்க அவங்க அவங்க

வேலையைக் கவனிக்க, பிராவிடண்ட் பண்டுலே நெல்லுக்கடன் வாங்க, டீச்சர்ஸ் மீட்டிங் போட்டு சாப்பிடக் கொடுத்த வடையைக் குடைக்குள்ளே மறைச்சு வீட்டுக்காரம்மாவுக்கு எடுத்துட்டுப் போக, இப்படி மட்டும் இருந்தா என்ன?

போன பங்குனியிலே இருந்து ஆஸ்பத்திரியிலே தினத்துக்கு ரெண்டு பொணம் விழுது. எல்லாமே சொல்லி வச்ச மாதிரி ராத்திரி தான். முழு ராத்திரி லோடு அடிச்சுட்டு விடிகாலையிலே வந்து விழுந்தா தூங்குவேனா, வண்டியைக் கழுவுவேனா? அவசர அவசரமாத் தொடச்சு ஸ்கூலுக்கு ஓட்டிட்டுப் போவேன்.

ஏதோ கெட்ட வாடை அடிக்குது அங்கிள்னு பிள்ளைங்க சொல்லும். மனசுக்குக் கஷ்டமாத்தான் இருக்கும். பொய் சொல்லாமே முடியுமா? கவிச்சி ஏத்திட்டுப் போனேன் மார்க்கெட்டுக்குன்னு கதை விடுவேன். கவிச்சின்னா? கருவாடு, உப்புக்கண்டம். என்ன செய்வாங்க அதை? சுட்டுத் தின்பாங்க. நீங்க தின்னிருக்கீங்களா?

ஸ்கூல் வந்துடுச்சு, இறங்குங்கடான்னு கதவைத் திறந்துவிட்டு அனுப்புவேன். அப்புறம் சாப்பிட்டு முடிச்சு ஸ்கூல் விடற வரைக்கும் நிம்மதியா பகல் தூக்கம்.

தூங்கிட்டு இருக்கும்போது யாரோ இன்னிக்கு எழுப்பினாங்க. என்னய்யா, பகல்லேயே பொணம் தூக்கணுமா? ஸ்கூல் இருக்குது. மாச வாடகையாச்சே.

ராத்திரி வந்தாப் போதும்னாங்க. போனேன். பின்சீட்டுலே கொண்டு வந்து போட்டாங்க. திரும்பிப் பார்த்தேன். அசஞ்ச மாதிரி இருந்துச்சு. உசிரு இருக்கு. அப்புறம் முன்சீட்டுலே யாரோ பெரியவரு உக்காந்தார். அவருக்கு அப்புறம், யாருன்னு பார்த்தா, அந்தப் பொம்பளைப் புள்ளை. பச்சைப் பாவாடை இல்லே, அதே கலர்லே கைத்தறிப் பொடவை. கண்ணெல்லாம் கலங்கி இருக்கு. தலையிலே மல்லிப்பூ இருக்குன்னு பாதி இருட்டுலே வாடை கம்முனு சொல்லிச்சு.

சுடுகாட்டுக்கு விடுய்யான்னாங்க. புரியலியேன்னேன். பின்னாலே படுக்க வச்சிருந்தவனுக்கு செய்வினை வச்சுட்டாங்களாம். சுடுகாட்டுலே சடங்கு செஞ்சுதான் அதை எடுக்கணுமாம். இந்தக் காலத்துலேயுமா இப்படி ஒரு நம்பிக்கை? காரைக் குளிப்பாட்டினா

அதிக தூரம் ஓடும்னு சொல்லலியா? அப்படித்தான் இதுவும். நம்பினா நம்புங்க. இல்லே ஆளை விடுங்க.

நாலு பேர் காய்ரா பூய்ரான்னு பேசிட்டு மயானத்துலே காத்துட்டு இருந்தாங்க. பரமக்குடி பக்கம் இருந்து வந்தவனுங்களாம். இதான் அவனுங்க தொழில் போல.

பொணம் பொசுங்கற வாடை. அந்த வெளிச்சத்துலே இவனை இறக்கிக் கீழே பாடை கட்டிப் படுக்க வச்சாங்க. இந்தப் பொண்ணு பாவம், உசிரோட கிடத்தி இருந்த அந்தாளை சுத்தி வந்தா. பிரதட்சணமா இல்லே. கடியார முள்ளு தாறுமாறா பின்னாலேயே சுழலற மாதிரி. அவ வீட்டுக்காரனாம். கஷ்டம்டா சாமி.

அந்த ஆளை காருக்குள்ளே திரும்ப ஏத்தினாங்க. நான் ஓரமாப் போய் ஒண்ணுக்கிருந்துட்டு வந்தேன். அவ அழுதுக்கிட்டு நின்னது கண்ணுலே பட்டுது.

ஏம்மா, என்னை வேணாம்னுட்டியே. சரின்னு சொல்லியிருந்தா இங்கே நீ வந்திருக்க வேணாம் இல்லேன்னு அவளைக் கேக்க நினைச்சேன். வேணாம் போ.

கட்டிக்கிட்டா நீயும் இப்படி ஆகியிருப்பேங்கற மாதிரி பின்சீட்டைப் பார்த்தா.

ஆகியிருப்பேனா என்ன? அப்புறம் வண்டியை யார் ஓட்டறது? ஸ்கூல் பிள்ளைங்களை தினசரி யார் கூட்டிப் போறதாம்? காரைக் கிளப்பினேன்.

போகம் தவிர்

பசித்தது.

காலையில் சாரங்கன் எழுந்திருக்கும்போது சிறு பொறிபோல ஆரம்பித்து, வயிற்றில் அக்னியாக வளர்ந்து உடம்பையே வளைத்து எரிக்க முற்படும் பசி.

தட்டு நிறைய இட்லி. பொன் நிறத்தில் வடை. சுருட்டி வைத்த அதே நிற தோசைகள். அரிசிச் சோறு. புளிக் குழம்பு. தேங்காய் அரைத்துவிட்ட அவியல். கிண்ணம் நிறைய பால் பாயசம். கத்தரி, வெண்டை, கீரைகள், புடல், பாகற்காய் என்று பச்சைக் காய்கறி. ஆப்பிள், மா, பலா, வாழை, திராட்சை என்று பழங்கள்..

எப்போதும் மனதில் வரும் காட்சி. எழுந்ததுமே நினைப்பில் ஏறிவிட்டது அது.

சாரங்கனுக்கு சந்தோஷமாக இருந்தது. நேற்று ஜிம்மில் ஒரு மணி நேர உடற்பயிற்சியும், குடியிருப்பு நீச்சல் குளத்தில் ராத்திரி கவியும் போது நீந்தியதும், ஈர உடல் கடல் காற்றில் காய்ந்து வர, ரேணுகாவோடு படுக்கையைப் பகிர்ந்துகொண்டதும், சாரங்கன் வயிற்றில் நல்ல பசியாகி இருக்கிறது இந்தக் காலையில்.

ரேணுகா இன்னும் தூங்குகிறாள். அவளை எழுப்ப வேண்டாம். வீட்டில் இருப்பதைச் சாப்பிட்டு ஆபீஸ் கிளம்பி விட்டால் சுகாதாரமும் சுவையுமாக கேண்டீன் சாப்பாடு இலவசமாகக்

கிடைக்கும். இன்று வெள்ளிக்கிழமை. ரவா பொங்கல், அவியல், சின்னச் சின்ன அடைகள், கத்திரிக்காய் கடலைக் கூட்டு. சகலத்துக்கும் உற்ற துணையாக இஞ்சிம்புளி. சாரங்கனுக்கு நாக்கு ஊறியது.

படுக்கை அறையில் இருந்து வரவேற்பு அறையில் நுழையும்போது தொலைக்காட்சி தானாகவே ஒளி உயிர் பெற்றது. 'பிரவுன் அண்ட் பில்சன்ஸ் வெண்ணெய் பிஸ்கட்கள்.. எடுத்தால் கை மணக்கும். ஒரு கை அள்ளினால்....'. ஒரு மூதாட்டி அங்கே இங்கே பார்த்தபடி சூப்பர் மார்க்கெட் அலமாரியில் பாதி திறந்திருந்த பிஸ்கட் பாக்கெட்டில் இருந்து ஒரு பிஸ்கட்டை உருவி வாயில் வைக்கும் முன், பின்னால் இருந்து பார்க்கும் அழகான கடை சிப்பந்திப் பெண், தொண்டைக் குழியில் இறங்குவது தெரிய எச்சில் முழுங்குகிறாள். சாரங்கனுக்கு இப்போது பசி உச்சத்தில். வெண்ணெய் பிஸ்கட் சமையலறையில் இருக்கும் என்று நினைவு சொன்னது. ரேணுகா மாதாந்திர லிஸ்டில் தவறாமல் வாங்குவது.

சாரங்கனுக்கு இதே விளம்பரத்தை நேற்றும் பார்த்த நினைவு. ராத்திரி கடலில் நீராடி வரும்போதும் தொலைக்காட்சியில் இது தான் வந்தது. பிஸ்கட். பெண். அவள் இடுப்புக்கு மேல் உடுத்தாமல் இருந்தாள். ரேணுகாவை நாடியது அதைப் பார்த்த பின் தான். அப்போது வெண்ணெய் பிஸ்கெட் நினைவில் இல்லை.

சமையலறை. காப்பிப் பொடியும், உறை பிரிக்காமல் புளியும், சிறிய துணிப் பையில் மிதுக்க வற்றலும் இருந்தது அலமாரியில். இரண்டு கட்டு சின்னதும் பெரிதுமாக உளுந்து அப்பளம். சுட்ட அப்பளத்தில் நாலு சொட்டு நல்லெண்ணெய் ஊற்றி மணக்க மணக்க இடது கையில் பிடித்தபடி, சோற்றில் நையப் பிசைய வற்றல் குழம்பு வேணும். அதைக் கலக்கும்போது கூடவே விழுதாக மசிய அரைத்த பருப்புத் தொகையல். மனதில் சடசடவென்று விரியும் நினைப்புகள் பசியை உக்கிரப்படுத்த, ரேணுகாவை எழுப்பலாம் என்று தோன்றியது.

ஒன்றுமே இல்லை. சாப்பிடும் பதத்தில் சமையல் அறையில் ஒன்றுமே இல்லை. தரையில் பார்வை போனது. நாலைந்து பாப் கார்ன் கதிர்ப் பொரி சிந்திக் கிடக்கிறது. டிவி பார்த்தபடி வாளியில் பொரி கொறித்து, காப்பி கலக்க சமையலறை வந்தபோது சிந்தியிருக்கலாம். தரையில் காத்திருக்கும் உணவு. சாப்பிட இல்லை.

நமத்துப்போனது. ஆனாலும் பசியை இன்னும் தீவிரமாக்கியது.

அலுவலகத்தில் இருந்து தொலைபேசினார்கள். உடனே வரவேண்டுமாம். பசிக்கிறது. வேறே எதுவும் இல்லாவிட்டாலும், ஒரு கோப்பைக் காப்பி. படுக்கை அறையில் எட்டிப் பார்த்தான். ரேணுகா இழுத்துப் போர்த்திக்கொண்டு நல்ல நித்திரையில் இருக்கிறாள். உடம்பு சரியில்லையா என்ன? பக்கத்தில் போய் நெற்றியில் கைவைத்துத் தொட்டுப் பார்க்கும்போது திரும்ப போன் சத்தம். போக்குவரத்து அதிகம் என்பதாலும் அலுவலகக் கூட்டம் நேரத்தில் துவங்கவேண்டுமென்பதாலும் ஆபீஸ் கார் அனுப்புகிறார்களாம் கூட்டிப்போக. சாப்பாடு? கேட்க முடியாது. எப்படியாவது சமாளித்துக்கொள்ள வேண்டியதுதான்.

ஆபீஸ் காரா இது? வாடகை கார் போல இருந்தது. காரில் இரண்டு பேர் இருந்தார்கள். அவர்களை ஆபீஸில் பார்த்த நினைவு இல்லை சாரங்கனுக்கு.

‘போகலாம்’. கார் கதவை அறைந்து சார்த்திக்கொண்டே சாரங்கன் சொல்ல, டிரைவர் வண்டியைக் கிளப்பினான். சட்டென்று புதிதாக உறை பிரித்த ரொட்டித் துண்டுகளின் இதமான வாடை காருக்குள் சூழ்ந்தது. டிரைவர் ஒரு கையில் சாண்ட்விச்சை எடுத்துக் கடித்தபடி வண்டி ஓட்டிப் போக, சாரங்கன் எச்சில் முழுங்கிக் கொண்டான். ‘நடுவிலே புதினா சட்னி வச்சு, மைக்ரோஅவன்லே க்ரில் பண்ணி, ரெண்டே ரெண்டு சாண்ட்விச்’. ரேணுகா கொண்டு வந்து, கூடவே ஒரு பெரிய கோப்பை நிறைய பில்டர் காப்பியும் வைத்து விட்டுப் போனது எப்போது? போன வாரம்? போன மாதம்? எல்லாம் குழம்பிப் போய் இருக்கிறது. பசி மட்டும், இன்னும் இன்னும் திடமாக உருக்கொண்டு உருண்டு மேலெழும்புகிறது.

சாரங்கனின் மொபைல் அதிர்ந்தது. ஆபீஸ் தான். வரவேண்டிய முக்கியமான அதிகாரி வந்து சேர இன்னும் இரண்டு மணி நேரமாகுமாம். மெல்ல வாங்க.

நான் கிளம்பியாச்சு என்றான் சாரங்கன் சிரத்தை இல்லாத குரலில். பதில் இல்லாமல் தொலைபேசி இணைப்பு துண்டிக்கப் பட்டது.

‘நேத்து ஆபீஸ் வரலையா?’

நீள மீசை வைத்து, தூசி மண்டிய கறுப்பு கோட் அணிந்துகொண்டு பக்கத்தில் இருந்தவர் அவருக்கு அடுத்து இருந்த அரைக்கைச் சட்டைக்காரரிடம் கேட்டார்.

'சகலை அப்பாருக்குக் கருமாதி. போகாம முடியலே... சாப்பாடு வேறே பிரமாதம்... செட்டிநாட்டுச் சமையல்... குழிப்பணியாரம், வெள்ளையப்பம், சொதி... ஆஹா.'

அவர் நேற்றைய சாப்பாட்டு நினைப்பில் அமிழ, சாரங்கன் அவரை அசூயையுடன் பார்த்தான்.

'செத்தவருக்குப் படைக்க உப்பில்லாத தோசை... சாப்பிட்டு பாத்துட்டு அந்த ஆத்துமா சே, இந்தச் சாப்பாட்டெளவே வேணாம்டான்னு திரும்பிப் போயிடுமாம்... இவனுக சுட்டு வச்ச தோசை கூட தாமரைப் பூ மாதிரி மெத்து மெத்துனு... இப்படிச் சுட்டு அடுக்கினா ஆத்துமா எப்படி வெலகிப் போகும்? சுத்திச் சுத்திதான் வரும்.'

அவன் கேட்டுக்கொண்டே இருக்க, கார் ஜன நடமாட்டம் கூடிய தெருவில் திரும்பியது. ஒன்றிரண்டு சைக்கிள்கள் தவிர வாகனம் ஏதும் கண்ணில் படவில்லை. எல்லோரும் நடந்துதான் போகிறார்கள். நிதானமாக நடக்கிறார்கள்.

'எங்கே இருக்கோம்?' சாரங்கன் டிரைவரைக் கேட்க, 'தங்கசாலை' என்றார் கறுப்பு கோட் போட்டவர். 'என்னங்க?' சாரங்கன் விளங்காமல் கேட்க, 'ஜார்ஜ் டவுன் தங்கசாலை' என்றார் அடுத்தவர் அழுத்தம் திருத்தமாக.

சாரங்கன் வெளியே பார்க்க, தரையில் பந்திப் பாய் விரித்து ஏழெட்டுப் பேர் உட்கார்ந்து சாப்பிட்டுக் கொண்டிருந்த கட்டடம் கண்ணில் பட்டது. 'நிறுத்துப்பா' அவன் அடக்க மாட்டாமல் கூவ, மாமிசம் அடைத்த அடுத்த சாண்ட்விச்சை பிரித்துக்கொண்டிருந்தான் டிரைவர். வண்டி நிற்காவிட்டாலும் மெல்ல ஊர்ந்தது.

கதவைத் திறந்து இறங்க கால் கொஞ்சம் ஓடி நின்றது. சதா சாப்பிடும் ராட்சசன் போல் டிரைவர் இறைச்சி சாண்ட்விச்சை மென்றுகொண்டிருந்தது கண்ணில் பட்டது. சாப்பிடும் இடம். இதோ இங்கேதான். சாப்பாட்டு வாசனை காற்றில் பரவி இருக்க, உண்டு முடித்து இலை எடுத்து மறைவாகப் போட்டு விட்டு

கைஅலம்பி வந்தவரிடம் சாரங்கன் விசாரித்தான் - 'இங்கே சாப்பிட ஏதாவது கிடைக்குமா'.

'ஏன் கிடைக்காமல்? தங்கசாலை காசிப்பாட்டி ஓட்டலாச்சே இது.'

அவர் ஓரத்தில் சார்த்தி வைத்த பர்மாக் குடையை எடுத்துக் கொண்டு புன்னகையோடு வெளியே நடக்க, பாயில் உட்கார்ந்து வெற்றிலை போட்டுக் கொண்டிருந்த கடுக்கன்காரர் சொன்னார் -

'அவர் திருவாடுதுறை மடத்து வித்துவான். உள்ளூர்க்காரர் இல்லே. என்னைக் கேளுங்கோ... ஓட்டல்லே இனி சாயந்திரம்தான் பலகாரம் கிட்டும். இப்ப சிரத்தைக்கு வேணும்னா, விக்டோரியா ஹால் பக்கம் உடுப்பிக்காரர் பச்சரிசிச் சாப்பாடு போடறாரே அங்கே கிடைக்கலாம்.'

சாரங்கன் திரும்ப ஓடிவந்து காரில் ஏறினான்.

'உடுப்பிக்காரன் சாப்பாடு நல்லாத்தான் இருக்கு. பொலபொலன்னு சீரகச் சம்பா. கொதிக்கக் கொதிக்க இலையிலே போட்டு, தாராளமா நெய்யையும் ஊத்தி...'

கோட்டுக்காரர் சிலாகிக்க அவரை முறைத்தான். 'சும்மா இருடா... எனக்குப் பசிக்குது' என்று உரக்க அலற வேண்டும் போல் இருந்தது.

'அவ்வளவு சூடா சாப்பிட்டா, குடலுக்கு ஆபத்துன்னு வைத்திய சாஸ்திரம் சொல்றதாம்... இதோ' அடுத்தவர் எடுத்து நீட்டிய பத்திரிகையின் பின் அட்டையில் 'அறுபது இனிய கானங்கள் நிறைந்த தமிழ் டாக்கி' என்று இருந்ததின் அர்த்தம் சாரங்கனுக்குப் புரியவில்லை. சாப்பிட்டால் புரியலாம்.

டிரைவர் இருக்கையில் இருந்து ஏதோ வழுக்கிப் பின்னால் விழுந்தது. ஓரத்தில் கடித்த ரொட்டித் துண்டு. கையில் பிடித்து ஓட்டும்போது பிடி வழுக்கியிருக்கலாம்.

சாரங்கன் அதையே உற்றுப் பார்த்தான். பின்சீட் தரை அவ்வளவு ஒன்றும் தூசி மண்டி இல்லை. ஓரமாக இன்னும் கொஞ்சம் பிய்த்து விட்டால் புது ரொட்டி தான்.

சாரங்கனோடு கூட இருந்தவர்கள் கண் மூடி உட்கார்ந்திருந்தார்கள். டிரைவர் தெருவே கண்ணாக, வண்டி ஓட்டிக்கொண்டிருந்தான்.

மெல்லக் குனிந்து அந்த ரொட்டித் துண்டைக் கையில் எடுத்தான்

சாரங்கன். உடல் இந்தக் கணத்தில் வேறேதும் வேண்டாம் என்று போகத்துக்கு ஏங்குவது போல் துடிப்போடு காத்திருக்க, ரொட்டித் துண்டை வாய்க்கு அருகில் கொண்டு போகும் போது, கோட்டுக்காரர் இருமியபடி எழுந்தார். அவன் கையில் இருந்த ரொட்டித் துண்டைப் பறித்தார் அவர்.

'நான் போட்டுடறேன்' என்றபடி கார் ஜன்னல் வழியாக வெளியே வீச சாரங்கன் முகத்தை இறுக்கமாக வைத்துக் கொண்டான். பட்டினி நகரம் வெளியே விரிந்துகொண்டிருந்தது. ஏன் ஆபீஸ் இன்னும் வரவில்லை?

கண்ணை மூடிக்கொண்டு ஓய்வெடுக்கப் பார்த்தான்.

தட்டு நிறைய இட்லி. பொன் நிறத்தில் வடை. சுருட்டி வைத்த அதே நிற தோசைகள். அரிசிச் சோறு. புளிக் குழம்பு. தேங்காய் அரைத்து விட்ட அவியல். கிண்ணம் நிறைய பால் பாயசம். கத்தரி, வெண்டை, கீரைகள், புடல், பாகற்காய் என்று பச்சைக் காய்கறி. ஆப்பிள், மா, பலா, வாழை, திராட்சை என்று பழங்கள்...

இல்லை, இப்போ வேணாம்.. பசி இல்லாத நேரத்தில், சாவதானமாக..

கார் புதிய குடியிருப்புகள் பக்கம் போய்க்கொண்டிருந்தது. இதைத் தவிர தெருவில் தென்பட்ட வேறு கார்கள் எல்லாம் மிகச் சிறியவை. சத்தம் எழுப்பாமல், பூங்காவில் குழந்தைகள் ஓட்டும் விளையாட்டு வண்டிகள் போல ஓடின அவை.

'உணவகம்' என்று சுருக்கமான பெயர் எழுதிய கட்டிடத்தைக் கடக்கும்போது 'தயவு செய்து வண்டியை ஒரு நிமிஷம் நிறுத்துங்களேன்' என்று கெஞ்சினான் சாரங்கன். அந்த டிரைவர் வலிமை மிக்கவன். சாண்ட்விச்கள் அளித்த வலு அது. சாரங்கனைப் போல் பசியோடு இருப்பவனை அடித்து வீழ்த்த முடியும் அவனால்.

சாரங்கன் நுழையும்போதே, 'ஏதாவது கிடைக்குமில்லியா?' என்று உரக்க விசாரித்தான். முகப்பில், நீள் வட்ட மேஜையின் பின் இருந்த இளம்பெண் அழகாகப் புன்சிரித்தபடி, 'இங்கே எல்லாமே எப்பவுமே கிடைக்கும்' என்றாள்.

உள்ளே போகும்போது பக்கத்து நுழைவாயிலில் ஆணும் பெண்ணுமாக நின்ற நீண்ட வரிசையைக் கடந்து போக வேண்டி

வந்தது. 'அறிமுகச் சலுகை - அறுபது சதவிகிதக் கட்டணமே ஓர் ஆண்டுக்கு' என்று எழுதி வைத்த பலகை கவனத்தை ஈர்த்தது. செல்போனுக்கா இத்தனை பேர் நிற்கிறார்கள்? தெரியவில்லை.

குனிந்து வணங்கிய பரிமாறும் பெண்ணிடம் 'நாலு இட்லி, வடை' என்றபோது கொஞ்சம் அதிர்ந்து அவள் மேஜையைச் சுட்டிக் காட்டினாள். சாரங்கனுக்கு முன் ஒரு கிண்ணம் நிறைய மெல்லிய சிவப்பு நிறத்தில் என்ன அது?

'மன்னிக்கணும். காலையிலே ரெட் ஒயின் எல்லாம் சாப்பிட்டுப் பழக்கம் இல்லே. ஆபீஸ் வேறே போகணும். சீக்கிரமா ப்ரேக்பாஸ்ட் எடுத்து வந்தா நல்லது.'

'காலைச் சாப்பாடா? 48 மணி நேரம் பசிக்காமல் இருக்க அமுதம் போதுமே...'

அவள் கண்ணால் குவளையைக் காட்டிப் பூவாகச் சிரித்தாள்.

'அமுதமா?'

'உணவகத்தில் வேறே என்ன கிடைக்கும்னு வந்தீங்க?'

மொபைல் அடித்தது. ரேணுகா.

'ரேணுகா, வேடிக்கையைக் கேளு. நல்ல பசியோட வந்து ஓட்டல்லே இட்லி கேட்டா இவங்க என்ன தர்றாங்க தெரியுமா?'

'இட்லியா, அப்படீன்னா?'

ரேணுகா ஆவலாக விசாரிக்க சாரங்கன் குழம்பினான். என்ன ஆச்சு இவளுக்கு?

'நேத்து ஞாயித்துக்கிழமை ப்ரேக்பாஸ்டுக்கு செஞ்சு, மிஞ்சிப் போனதை உதிர்த்து ராத்திரி இஞ்சி மொளகா போட்டு இட்லி உப்புமா பண்ணித் தின்னோமே.. இட்லி.'

ரேணுகா உரக்க சிரிக்கும் சத்தம்.

'என்ன ஆச்சு உங்களுக்கு .. எல்லோரும் மூணு வேளை குடிக்கறது அமுதம்தானே. வேறே என்னென்னமோ பெயர் எல்லாம் சொல்றீங்களே இட்டுக் கட்டி.'

அவள் போனை வைத்து விட்டாள்.

வேண்டாம். ஆபீஸ் போகிற நேரத்தில் கோபம் கூடாது. கோரிக்கை

விடுக்கும் குரலில் பணிப்பெண்ணைக் கேட்டான் –

'சீக்கிரம் இட்லி கொண்டாங்க... நேரமாகுது.'

'என்ன ஆச்சு உங்களுக்கு .. எல்லோரும் மூணு வேளை குடிக்கறது அமுதம் தானே. வேறே என்னென்னமோ பெயர் எல்லாம் சொல்றீங்களே இட்டுக் கட்டி.'

ஓட்டல் பணிப்பெண் ரேணுகா குரலில் திரும்பச் சொன்னாள்.

அடுத்த வினாடி சாரங்கன் உக்கிரமானான். எல்லா ஆத்திரமும் குவிய மொபைலை ஓங்கி மேஜையில் அடித்துக் கத்தினான்.

'என் கிட்டே இந்த வெளையாட்டு எல்லாம் வேணாம்... சாப்பிட ஆர்டர் கொடுத்ததைக் கொண்டு வந்து வைங்க. அது போதும்.'

'அமுதம் குடியுங்க. அமைதியாக இருங்க' அந்தப் பெண் சொன்னாள். அதை ஏற்று வாங்கி, வாசலில் மேஜை போட்டு உட்கார்ந்திருந்தவள் திரும்பச் சொன்னாள். நீளமான க்யூவில் நின்ற எல்லோரும் சேர்ந்து சொன்னார்கள். திரும்ப மொபைல் அடித்தது.

'அமுதம் குடியுங்க. அமைதியா இருங்க...'

ரேணுகாவும் சொன்னாள்.

சாரங்கன் எழுந்து வெளியே ஓடினான். ஆபீஸ் போய்விட்டால் போதும். அங்கே ரொட்டித் துண்டை வாட்டி, ரெண்டு முட்டைகளை அடித்துப் போட்டு ஆம்லட் சுட்டுக் கொடுக்க நேரம் காலம் பார்க்க மாட்டார்கள். மீட்டிங் நேரம் நெருங்கிக்கொண்டிருக்கிறது.

பசியோடு இருந்த வயிறு இரைந்தது. சும்மா கிட சனியனே.

சாரங்கன் தெருவைக் கடக்கும்போது பெரிய சத்தத்தோடு எதிரே வந்த பிரம்மாண்டமான டிரக் மோத அவன் தூக்கி எறியப்பட்டான்.

'மன்னிக்கணும். அதிர்வு அதிகமா கொடுத்திருக்கு போல.'

சாரங்கனின் அதிர்ந்த முகம் உறைந்துபோயிருந்த காட்சிப் பெட்டியை அமர்த்திவிட்டு டாக்டர் சிற்பி கைகாட்டினார். உறைபனிப் பேழையின் மேல் அடுக்கில் இருந்து அடுத்த அடுக்கில் விழுந்திருந்த சாம்பல் நிறத் தொகுதியை ஜாக்கிரதையாக

அவருடைய உதவியாளரான இளைஞர் எடுத்து மேலே வைத்தார்.

'இது சாரங்கன். இந்த இருபத்தாறாம் நூற்றாண்டுக்கு நானூறு வருடம் முன்பாக, சரியாகச் சொன்னால், 1953 முதல் 2015 வரை இதே சென்னையில் வாழ்ந்திருந்த சராசரி மனிதனான சாரங்கனின் மூளை, நரம்பு மண்டலம் சார்ந்த அமைப்பு இது. பசி என்பதே அறியாத, அமுதம் பருகி சக்தி பெற்று உலவும் நமக்கு முன்னோரில் ஒருவன். உணவு பற்றி நினைப்பது, உணவுக்காக உழைப்பது, உணவுக்காகக் கூடி இருப்பது, உணவை விதவிதமாக ஆக்கவும், அதுபற்றிப் பேசி ரசிக்கவும் நேரத்தைச் செலவழிப்பது, உணவு வாசனையை உன்னதமானதாக அனுபவிப்பது, உண்பதைக் காமம் போல், அதையும் விட இன்பமும் நிறைவும் தரும் செயலாகக் கருதுவது. இந்த இயக்கங்களின் தொகுப்பு சாரங்கன். அவனுடைய மூளை இன்னும் உயிரோடு உள்ளதால், அதற்கு இப்படியான உணர்வுகளைத் தூண்டும் மின்சார அதிர்வுகளை அனுப்பிய போது சாரங்கன் கட்டி எழுப்பிய காட்சிகளைக் காட்சிப் பெட்டியில் நாம் பார்த்தோம்.'

'எல்லாம் நல்லா இருந்துச்சு டாக்டர், ஆனா எதுக்கு?'

அமைச்சர் எழுந்தபடி கேட்டார். கூட வந்த உறுப்பினர்களும் அவசரமாக எழுந்து வாசல் பக்கம் போய் நின்றார்கள்.

'சார், அமுதம் உற்பத்தி செய்ய... ஒப்பந்தக்காரர்கள் வகையில் கையூட்டுப் புகார்கள்... மத்திய கணக்குத் தணிக்கையகம்...'

டாக்டர் சிற்பி தயங்க, அமைச்சர் அவசரமாகக் கைகாட்டி அவரை நிறுத்தினார்.

'அமுதம் திட்டத்தை மேம்படுத்திப் பேரமுது ஆக்க எடுக்கும் நடவடிக்கைன்னு சொல்லுங்க டாக்டர்.'

'ஆமா, அமுதம் திட்டத்தில் சாரங்கன் போல மனிதனுக்கு எழக்கூடிய இயற்கையான உணர்ச்சிகள் கணக்கில் எடுத்துக் கொள்ளப்படாததால் மனித உரிமை அது இதுன்னு ஒரு சின்னக் குழு தொந்தரவு கொடுக்கறாங்க... மாத்திரை முழுங்கி மருந்து குடிக்க மட்டுமா மனுசன்னு கேக்கறாங்க... அவங்களையும் கணக்குத் தணிக்கையையும் சமாளிக்க, திரவ உருவத்தில் அமுதம் இனி தேவைப்படாது. உற்பத்தி செய்ய, வினியோகிக்க உள்ள சிரமங்களும் இல்லாது போயிடும் இந்தப் புது பேரமுது திட்டத்தில். அடக்க விலையும் ஆகக் குறைவு.'

குளிர்ப் பேழையில் இருந்து அவசர ஒலி கவனிக்கச் சொல்லி ஓலமிட்டது.

டாக்டர் சிற்பி தன் உதவியாளரை மேலே பேசும்படி கைகாட்டி, சாரங்கனின் மூளைத் தொகுதியில் பதித்திருந்த மின் தகடுகளை லாகவமாக நீக்கத் தொடங்கினார்.

'மனித உடலில் சிலிக்கன் சில்லைப் பதிச்சு, சாப்பிடுவது என்கிறதை உணர்வுபூர்வமாக அந்தச் சில்லில் மின் அதிர்வு கொடுக்கறது மூலம் செய்யப் போறோம். இன்னிக்கு 1905-ம் ஆண்டு சென்னை சூழலை சாரங்கன் அனுபவிக்க வச்சோம். அவனோட மூளைத் தொகுதிக்கு இன்னும் பல தடவை இதே மாநகரத்தின் வெவ்வேறு காலகட்ட சூழ்நிலைகளில் உயிர் கொடுத்து சாப்பாடு பற்றிய விதவிதமான உணர்ச்சிகளுக்குப் பழக்கப்படுத்துவோம். சோதனை முடிச்சு, அந்த அடிப்படை அமைப்பை நம் எல்லோர் உடம்பிலும் இதோ இந்தச் சில்லு மூலமா கடத்திவிட்டுடுவோம். உடலுக்கு வேண்டிய எல்லா சத்தும் அதோடு வரும்.'

'கால் செண்டிமீட்டர் நீளம் கூட இருக்காது போலே இருக்கே.'

அமைச்சர் சில்லு பெட்டகத்தை கிலுகிலுப்பை போல அசைத்துப் பார்த்து விட்டுத் திருப்பிக் கொடுத்தார். சுவரில் மாட்டியிருந்த உணவு வகைகளின் படங்களில் அவர் பார்வை நிலைத்தது. தட்டு நிறைய இட்லி. பொன் நிறத்தில் வடை. சுருட்டி வைத்த அதே நிற தோசைகள். அரிசிச் சோறு. புளிக் குழம்பு. தேங்காய் அரைத்து விட்ட அவியல். கிண்ணம் நிறைய பால் பாயசம். கத்தரி, வெண்டை, கீரைகள், புடல், பாகற்காய் என்று பச்சைக் காய்கறி. ஆப்பிள், மா, பலா, வாழை, திராட்சை..

'இது எதுக்கு இங்கே?'

'சாரங்கனுக்கு இதெல்லாம் மறக்கக் கூடாதே.. அதான் எப்பவும் அவன் பார்வையில் படற மாதிரி.'

'அவன் இல்லை, அவர். நமக்கு ஐநூறு வருடம் முன்னோர். மூத்தோர் போற்றுதும்.'

அமைச்சர் திருத்தியபடி வெளியே நடந்தார்.

(தினமலர் 2014).

விசாரணை

இந்திரா காந்தியின் முதலாண்டு நினைவு தினத்தில் பானர்ஜி கையில் ஒரு பெரிய அட்டைப் பெட்டியோடும் மனதில் ஒரு கேள்வியோடும் ஆபீசுக்குள் நுழைந்தார்.

அட்டைப் பெட்டி ஆபீஸ் காரியமாக எடுத்துப் போன வால்ட்டேஜ் ஸ்டெபிலைசர். தில்லி கிளையில் அதை பிளக்கில் செருகினால் எம்பிக் குதித்து ப்யூஸ் போகிறது. கொண்டு போனதை அங்கங்கே நசுங்கலோடு திருப்பி எடுத்து வந்து விட்டார்.

மனதில் கேள்வி ஆபீஸ் வேலைக்கு சம்பந்தம் இல்லாதது. வங்காள ஆர்ட் சினிமா டைரக்டர் நரேன் தத்தாவின் கடைசியாக வெளிவந்த படத்தின் பெயர் என்ன?

காலையில் தத்தாவைப் பார்த்தும் கேட்க முடியாமல் போன கேள்வி.

ஆபீஸ் இயங்க ஆரம்பித்து அரை மணி நேரமாவது ஆகியிருக்கும். தில்லி ரயில் ஒரு மணி நேரம் தாமதமாக வந்ததாகக் காரணம் சொல்லலாமா? முடியாது. பானர்ஜி நேற்று ராத்திரியே பத்திரமாக வந்து சேர்ந்துவிட்டார்.

ஆபீசில் அங்கங்கே தலையைத் தூக்கிப் பார்த்துச் சின்னதாக சினேகத்தோடு பானர்ஜியைப் பார்த்து சிரிப்பு. அவர்களுக்குத்

தெரியும், இவர் ஒரு பாவப்பட்ட மனுஷர். கீழ்நிலை வங்கி அதிகாரி. ப்ரமோஷன் என்று வங்காளம் விட்டுத் தமிழ் தேசம் வந்தவர். ஆபீஸ் உத்திரவை சிரமேற்கொண்டு ஒரு மாசம் பூரண சன்னியாசம் பூண்டு தில்லிக் குளிரில் ராவும் பகலும் உழைத்துத் திரும்பியவர்.

என்ன புண்ணியம்? கழுத்தில் விளக்கெண்ணெய் தடவி, கத்திக்குச் சேதாரமில்லாமல் பார்த்துக்கொண்டு அவர் தலையை வெட்ட ஒரு காபாலிகன் ரெடி இங்கே.

ஏ.ஜி.எம் ஒரு வாரமா பைல்ஸ் கம்ப்ளெயிண்ட் அதிகமாகிக் கஷ்டப்படறார்.

ஏதோ தானே தினசரி சோதித்துப் பார்த்து உறுதிப்படுத்திக் கொண்டது போல் கனகம்பீரமாக அறிவித்துவிட்டு, கம்ப்யூட்டர் திரையில் என்னத்தையோ தேடிக்கொண்டிருந்த பக்கத்து சீட் பழுப்பு வெள்ளைச் சட்டைக்காரர் திரும்பத் தேட ஆரம்பித்தார். முப்பத்தைந்து வயசு பானர்ஜியை விட ஐந்து வயது அவர் பெரியவர்.

புதுசாக ஆளெடுக்காமல், இருக்கப்பட்ட ஆபீசர்களைப் பிடித்துப் போட வேண்டிய கட்டாயம் காரணமாக வங்கியில் கம்ப்யூட்டர் டிபார்ட்மெண்ட் காதோர நரையோடு பிறந்தது. இளசுகள் குஷியாக ஓட்டும் ஸ்கூட்டரை பயபத்திரமாக ரெண்டு காலையும் ஊன்றி நகர்த்திப் போகிற மாமாக்கள் போல் இங்கே கம்ப்யூட்டரை மத்திய வயசினர் ஜாக்கிரதையாக இயக்கிக்கொண்டிருந்தார்கள்.

அட்டைப் பெட்டியைச் சிரத்தையில்லாமல் மேஜையில் தள்ளிவிட்டு கர்ப்பகிரஹத்தைப் பார்த்தார் பானர்ஜி. நொரசிம்மன் வந்திருக்கவில்லை. இங்கே இருக்கப்பட்ட முப்பது ஜூனியர் ஆபிசர் கொத்தடிமைகளைச் சித்ரவதை செய்து கசையடி கொடுத்து வேலை வாங்க சன்னத்து வாங்கின ஜெனரல் மேனேஜர். நரசிம்மன் என்ற சாதா பெயரை பானர்ஜி வங்காளியில் நொரசிம்மனாக உச்சரித்தபோது முதுகுத் தண்டில் குடைச்சல் ஏற்படுகிறது போல் எல்லோருக்குமே பொதுவாக வாதனை தென்பட அதுவே பொதுப்பெயர் ஆனது,

வங்கியின் கம்ப்யூட்டர் துறை தொடங்கி நாலு வருஷமானாலும், நொரசிம்மன் எலும்புக்குள் துளைக்கிற கொடுமை முடிகிற

வழியாகத் தெரியவில்லை. அதை யாரிடமும் சொல்லி அழுது பிரயோஜனம் இல்லை. யூனியனும் கைவிட்டுவிட்டது.

நீங்க எல்லாம் டெக்னிகல் சீமான்கள். யூனியன் மண்ணாங்கட்டி தெருப்புழுதி எல்லாம் எதுக்கு உங்களுக்கு என்று தலைவர் அசூயையை வார்த்தையில் கொட்டினது நாலு மாசம் முன்னால். அது பானர்ஜி டெல்லி போகும் முன் தினம்.

ஒரு டெம்பரரி சிப்பந்தி முன்னே கறுப்பு ப்ரீப்கேசை தூக்கிக் கொண்டு ஓட்டமும் நடையுமாக வர, பின்னே சாப்பாட்டு காரியர், ப்ளாஸ்க் சமாசாரங்களுடன் டெம்பரவரி கார் டிரைவர் பவ்யமாகப் பின்தொடர, நொரசிம்மன் உள்ளே வந்தபோதே பானர்ஜியைப் பார்த்துத் தீவிழி விழித்தார்.

அவர் புகுந்து பத்து வினாடி இடைவெளி விட்டு சன்னிதானக் கபாடம் திறந்தது.

“ஏ.ஜி.எம் உங்களைக் கூப்பிட்டார்.”

தூக்குத் தண்டனைக்கு அழைத்துப் போகிற காக்கி நிஜார் போட்ட எடுபிடி போல டெம்பரரி சிப்ப்பந்தி கட்டியம் கூறி ஒதுங்கி நின்றார்.

ஏ.ஜி.எம் கண்ணாடி அறை ஜன்னல்களை அழுக்குத் திரை இழுத்துவிட்டு மூடினார் டெம்பரரி. ஆடு வெட்டும்போது அடுத்தவர் பார்த்தால் தீட்டுப்பட்டுவிடும் என்று கரிசனத்தோடு செயல்படுகிற பூசாரியின் அசிஸ்டெண்ட் போன்ற செய்கை அது.

நொரசிம்மன் தொண்டையைக் கனைத்துக் கொண்டு கட்டைக் குரலில் கேட்டார்.

“பாதாம் ஹல்வா கொண்டு வந்தீரா? டெல்லி மேனேஜர் கொடுத்திருப்பாரே?”

பானர்ஜிக்கு வயிற்றில் புளியைக் கரைத்தது. கம்ப்யூட்டர் கணக்கு ப்ரிண்ட் அவுட் மூட்டையைக் கட்டித் தூக்கிக்கொண்டு காலையில் புறப்பட்டபோது டெல்லி அல்வா சமாச்சாரம் அறவே மறந்து விட்டது. பழைய தில்லி பிராஞ்ச் மேனேஜரான நாமக்காரத் தமிழர் இவிடம் காணிக்கையாக மூட்டை கட்டிக் கொடுத்திருந்தார்.

அவரை பானர்ஜி போன மாதம் சந்தித்தபோது தில்லி நாலு

டிகிரி செல்சியஸ் குளிரில் நடுங்கிக்கொண்டிருந்தது. ஆனாலும் தார்யாகஞ்ச் கிளையில் அந்த நாமக்கார மேனேஜர் வியர்த்து விறுவிறுத்து ஊரிலிருந்து கொண்டு வந்திருந்த பனையோலை விசிறியால் பதட்டமாக விசிறிக்கொண்டிருந்தார்.

அவரும் என்னத்துக்காகவோ நொரசிம்மன் பெயர் கேட்டாலே நடுங்குகிறார்.

புழுங்குகிற ஏ.ஜி.எம் அறைக்குள் குஷனுக்கு மேல் குஷன் போட்டு மூலக்கடுப்பு வந்த ராவணனாக அமர்ந்த நொரசிம்மனைப் பார்த்தபோது பானர்ஜிக்கும் பனை ஓலை விசிறி கிடைத்தால் ஆசுவாசமாக இருக்கும் என்று தோன்றியது,

“ஹல்வா. சாரி சார். வீட்டுலேதான் பத்திரமா இருக்கு...”

“அப்ப நீர் மட்டும் இங்கே என்ன வெட்டி முறிக்க வந்தீர்? ஒரு மாசமா தண்டச் சம்பளம் தானே வாங்கிட்டு இருந்தீர் தில்லியிலே உட்கார்ந்துண்டு”.

மூலக் கடுப்பு மிருகம் குண்டூசியால் பல்லைக் குடைந்து கொண்டு பானர்ஜியை வார்த்தைகளால் துளைத்தெடுத்தது.

“இவ்வளவுக்கும் தில்லியிலே நீர் போனதும் ராஜ உபசாரமா நம்ம ராஜகோபாலன் உமக்கு உபச்சாரம் பண்ணி கம்ப்யூட்டர் பிரதிஷ்டை பண்ண வழி பண்ணிக் கொடுத்திருக்கார். நீர் அதை சுண்டைக்காய அளவும் லட்சியம் பண்ணலை”.

தில்லி மேனேஜர் ராஜகோபாலன் ஒரு நொரசிம்ம பக்தன் என்று பானர்ஜிக்கு முதலில் பார்த்தபோதே பட்டதற்கும் அந்த மனுஷர் காது மேல் வளர்ந்திருந்த தாம்புக்கயிறு சைஸ் முடிக் கற்றைகளுக்கும் சம்பந்தம் இல்லை.

“இங்கே எதுக்கு கம்ப்யூட்டர் வைக்கணும்னு ஹெட் ஆபீஸ்லே அடம் பிடிக்கறா? நான் தான் இளிச்ச வாயனா கண்ட கருமாந்திரத்தையும் தலையிலே கட்ட?”

அவர் தமிழில் கேட்டு விட்டு பானர்ஜி முழித்த முழியைப் பார்த்து ஜாக்கிரதையான ஆங்கிலத்தில் இன்னொரு தடவை அங்கலாய்த்தார்.

தப்பு,தப்பு.

பானர்ஜி அப்போது அவர் வாயை அவசரமாகப் பொத்தினார்.

கம்ப்யூட்டர்னு சொல்லாதீங்க. ஆடொமாடிக் லெட்ஜர் போஸ்டிங் மிஷின். அப்படித்தான் சொல்வோம்னு நம்ம மேனேஜிங் டைரக்டர் கையிலே அடிச்சு சத்தியம் செய்து கொடுத்திருக்கார்.

யார் கையிலே? ராஜகோபாலன் காது முடியைத் திருகிய அழுத்தத்தில் காது கையோடு வந்திருக்கும்.

ஊழியர் சங்கம், அதிகாரி சங்கம் ரெண்டு சங்கங்களோட பிரசிடெண்டுகளோட கையிலும் அவர் சாட் பூட் த்ரீ போட்ட கதையை பானர்ஜிக்கு சொல்லப் பொறுமை இல்லை. ஆனாலும் ஆடோமேடிக் மெஷினில் கணக்கு போடும் பயிற்சி கொடுத்து தன்னை ஹெட் ஆபீஸ் அனுப்பிய சேதியை பானர்ஜி மரியாதையோடு தெரியப்படுத்தியபோது ராஜகோபாலன் நெளிந்தார்.

அப்புறம் அவசரமாக அவர் கேபினுக்குள்ளேயே அமைந்திருந்த கழிப்பறைக்கு மூச்சிரைக்க ஓடினார். விடிந்ததும் தட்டு நிறைய அன்னத்தை வட்டித்துக் கொண்டு சாப்பிட்டு ஆபீஸில் வயிறு சுத்தம் செய்து கொள்கிற தமிழ்ப் பண்பாட்டை அதிசயித்தபடி பானர்ஜி நிற்க, ராஜகோபாலன் ஒரு ஈரத்துண்டும் முகம் நிறையத் திருப்தியுமாக திரும்பி வந்தார்.

“குளிச்சுட்டு இடுப்பிலே கட்டியபடிக்கே நரசிம்மண்ணா போன் வந்ததா, அதை அட்டெண்ட் பண்ணிட்டு அப்படியே மேலே பேண்ட் மாட்டிட்டு வந்துட்டேன்”.

இந்த மாதிரியான பிரகிருதிகளிடம் என்ன ஒத்துழைப்பை பானர்ஜி எதிர்ப்பார்க்க முடியும்? அவர் இங்கே நாலைந்து கிளார்க்குகளை மெஷினில் கணக்குப் போட பயிற்சி கொடுக்கணும். மெஷின்களை நிறுவணும். அப்புறம் அவங்க பாடு, மிஷின் பாடு, மாதாமாதம் அலவன்சும் ஓவர்டைமும் கூட அவங்க கணக்குதான்.

‘அதுக்கு ஏன் ஒரு மாசம் எடுத்தீர்?’

ஏஜிஎம் பெண்குரலில் பேசவே தலை குனிந்து பஞ்சமாபாதகம் செய்த குற்றவாளி போல நின்ற பானர்ஜி நிமிர்ந்து பார்த்தார். பர்வதம் கைலாசம் என்று ரெண்டு மலைகளின் பெயரோடு ஒரு சோனியான தென்னிந்திய ஸ்திரி.

ரெட்டைமலை அம்மா மும்பையில் சமீபத்தில் வெற்றிக்கொடி நாட்டி வந்த களிப்பில் இன்னும் தடித்து நாற்காலி முனையில் ஈஷிக் கொண்டிருந்தாள். இவள் முன்னிலையிலா பானர்ஜி மேல் சதிக்குற்றம் சாட்டி நொரசிம்ம விசாரணை?

'ஏன் ஒரு மாசம்?' அல்வா வராத கோபத்தை கேள்வியில் நுழைத்தார் நொரசிம்மன்.

இருக்கற கணக்குகளை மெஷினில் போட லெட்ஜர் லெட்ஜராகத் திறந்து பானர்ஜி ராவும் பகலுமாக ஒரு மாதம் முழுக்க வேலை பார்க்க வேண்டிப் போனது.

"இந்தம்மாவும் தானே மும்பையிலே இதே வேலை பார்த்துட்டு வந்திருக்கு?

நொரசிம்மன் ரெட்டைமலையைக் கனிவோடு பார்த்தபடி பல் குத்த, பானர்ஜி நாக்கு நுனியில் பதில். அந்தம்மா போனது ப்ராஞ்ச் போன மாதம் தான் ஆரம்பிக்கப்பட்ட புத்தம் புது கிளை. பானர்ஜி போனதோ அறுபது வருஷ தீர்க்காயுசோடு இயங்குவது. மவுண்ட் பாட்டன், அவருக்குப் பாட்டன் அக்கவுண்ட் கூட இன்னும் அங்கே இருக்கிறதாக நினைவு. மொத்தம் லட்சத்துச் சில்லறை அக்கவுண்ட். எட்டு ஏஎல்பிஎம்களில் அதையெல்லாம் ஏற்றியாக வேண்டிய கட்டாயம்.

நடுவிலே கம்ப்யூட்டர் வேறே குப்புறப் படுத்துப் பழிவாங்கி விட்டது.

இப்போ சிரத்தைக்கு இவரை வைச்சுப்பாருங்க.

மேனேஜர் கொண்டு வந்து நிறுத்தின சர்தார்ஜி எலக்ட்ரிசியன் வோல்ட்டேஜ் செக் பண்ணி விட்டு, எர்த்தில் ஏழு ஓல்ட் வருது, எப்படி எப்படி என்று அபிநயம் பிடித்தார். பானர்ஜிக்கும் மேனஜருக்கும் புரிபடாத விஷயம் அது.

அக்கம்பக்கத்து கடைக்காரர்கள் பேங்க்குக்கு வரும் மின்சாரத்தை நடுவில் ஒயர் இழுத்துத் திருடிப் பயன்படுத்திக்கொண்டிருந்த காரணத்தால் இது நடந்தது என்று நிரூபணமாகி, அந்தப் பிரச்சனை சுமுகமாகத் தீர கடந்த மாசம் முழுக்க ஆனது. அதற்குள் கம்ப்யூட்டரில் ஏற்ற வேண்டிய தகவலை எல்லாம் யார் உதவியும் இல்லாமல் போட்டு வைத்திருந்தார் பானர்ஜி.

இந்த ஒரு மாதத்துக்குள் நாலு தடவை முழ நீள ஓலை அனுப்பி விட்டார் நொரசிம்மன். ஒரு ப்ராஞ்சில் ஒரு வாரத்துக்கு மேலே கம்ப்யூட்டர் போட எடுத்துக்கிட்டா நீ கையாலாகாதவன் என்று பானர்ஜியை இடித்துக்காட்டி இலக்கண சுத்தமாக மெமோ அனுப்பி பதிலை உடனடியாக எதிர்பார்த்திருந்தார்.

குளிர்கால ராத்திரிகளில் தூசி படிந்த லெட்ஜர்களைப் பக்கம் பக்கமாகப் படித்து மெஷினில் ஏற்றிக்கொண்டு இருந்தபடியால் அந்தக் கொலை மிரட்டல்களுக்கு எல்லாம் உடனுக்குடன் பதில் கொடுக்க பானர்ஜிக்கு முடியாமல் போனது.

'பர்வதவர்த்தினியைப் பார்' என்று சம்பிரதாயத்தை மீறிய வாக்கியத்தோடு தொடங்கிய கடைசிக் கடிதத்தில் இதேபடி கம்ப்யூட்டர் நிறுவ நொரசிம்மனால் அனுப்பப்பட்ட பெண் அதிகாரி பர்வதவர்த்தினி கைலாசம் என்ற ரெட்டைமலை அம்மாள் மும்பையிலும் சுற்றுவட்டாரங்களிலும் வெற்றிக்கொடி நாட்டிய தகவலைப் பகிர்ந்துகொண்டிருந்தார் மேலதிகாரி.

ஆயிரம் ப்ளாப்பிகளை ஆறு நாளில் தகவல் பதிய உபயோகமாக சித்தப்படுத்திய ரெட்டைமலை அம்மையாரின் அருந்தொண்டை மெச்சி அவரை விமான மார்க்கமாக சென்னை திரும்பவும் வழியில் பட்டுக் கம்பளம் விரிக்கவும் ஏற்பாடு செய்திருந்ததாகத் தெரிவித்தார் நொரசிம்மன்.

பூனைக்கு மயிர் பிடுங்குகிற தோதில் ஆயிரம் ப்ளாப்பியை பார்மெட் செய்வது கம்ப்யூட்டர் ஞானம் எள்ளளவும் தேவையின்றி, எருமைத் தயிர் வழித்துச் சாப்பிட்டுவிட்டு ஏப்பம் விட்டபடி செய்கிற அசமஞ்ச வேலை என்றும் பானர்ஜி உயிரை விட்டு ராவும் பகலும் மெஷின்களை சித்தப்படுத்துவது கடினமான காரியம் என்றும் அந்த ராட்சச சொரூபத்துக்குப் புரியவில்லை. அதைப் பொருட்படுத்தாமல் பானர்ஜி லெட்ஜரைப் புரட்டி ஏதோ குக்ரேஜா போன வருடம் கணக்கில் இருந்த முப்பத்தேழு ரூபாய் கணக்கை சிரத்தையாக கம்ப்யூட்டரில் ஏற்றியது போன வாரம்.

அதுதான் இப்போது பானர்ஜி தலையில் பெரும்பழியாக விடிந்திருக்கிறது.

'போன புதன் கிழமை நான் அனுப்பின கடுதாசிக்கு ஏன் பதில் எழுதலே?'

நொரசிம்மன் பானர்ஜியின் குடலை உருவத் தயாராக விரல் நகங்களைச் சரிபார்த்தபடி அடுத்த அஸ்திரத்தை வீசினார். ரெட்டைமலை ராட்சசி புன்சிரித்தாள்.

'அன்றைக்கு ராத்திரி முழுக்க பேங்கில் சிவராத்திரி மாதிரி முழிச்சிருந்தேன்...'

தில்லிக் குளிர் ரெண்டு டிகிரி செல்சியஸுக்கு தில்லியின் வரலாற்றிலேயே முகலாயர் காலத்துக்கு அடுத்தபடி போன வாரம் புதன்கிழமை அது. முழுத் தகவலையும் வாங்கிக்கொண்டு நிறைமாதக் கர்ப்பிணியாக இருந்த மெஷின் கிட்டத்தட்ட கர்ப்பச் சிதைவாகி உயிருக்குப் போராடிக்கொண்டிருந்த நேரத்தில் நொரசிம்மனின் எழவெடுத்த கடைசி மெமோ வந்து சேர்ந்ததால் பதில் வரவில்லை.

"நீர் தகுந்த ரிப்பேர் செய்தீரா? எதுக்கு உமக்கு ட்ரைனிங் கொடுத்தது?"

பானர்ஜிக்குக் கொடுக்கப்பட்ட ட்ரைனிங் சாங்கோபாங்கமாகக் கட்டம் போட்ட பேப்பரில் எட்டாம் கட்டத்தில் தொடங்கி மகாபாரதம் எழுதுகிற மாதிரி எட்டுப் பக்கம் கோட் எழுதி கம்ப்யூட்டரில் ஏற்றி கம்பைல் செய்து பட்டனைத் தட்ட, எட்டாம் வாய்ப்பாடு அச்சுப் போடும் அபூர்வ கம்ப்யூட்டர் பயிற்சி. அதை வைத்துக் கொண்டு எலிமெண்டரி ஸ்கூல் கணக்குக் கூட சொல்லிக்கொடுக்க முடியாது. தில்லி பிராஞ்சில் முரண்டு பிடிக்கும் கம்ப்யூட்டரை என்ன பண்ண? உள்ளூர் சர்தார்ஜி எலெக்ட்ரீஷியன் ஒத்தாசை செய்து அதை நேராக்கினார்.

எல்லா கணக்கு வழக்கையும் பானர்ஜி ரெண்டு செட் ப்ளாப்பிகளில் பதிவு செய்து வைத்திருந்ததால் தகவல் சேதமின்றி எல்லாம் மெஷினில் ஏறி அப்புறம் ஒரு தடங்கலும் இல்லாமல் பானர்ஜி வந்த காரியம் நிறைவேறியது.

"சரி, அப்போ, வியாழக்கிழமையே புறப்பட்டு வந்திருக்க வேண்டியதுதானே. மூணு நாள் அலவன்சை பாழாக்கிவிட்டீரே. யார் அப்பன் வீட்டுச் சொத்து?"

நொரசிம்மன் பல்லால் குண்டூசியைக் குத்தி ஈறில் ரத்தம் கொப்பளிக்க ஆவேசமாகக் கேட்டார்.

கிளம்பி இருப்பார். ஆனால், அதிபுத்திசாலி ராஜகோபாலன் அதைக் கெடுத்துத் தொலைத்தார். தகவலை பிரதி எடுத்த ப்ளாப்பிகளை பானர்ஜி அவரிடம் கொடுக்க, அவர் கர்ம சிரத்தையாக அவருடைய தப்த்ரி என்ற உசத்தியான கடைநிலை ஊழியரிடம் தர, மேற்படி தப்திரி பக்கத்து வெல்டிங் ஷாப்பில் கொடுத்து அதில் அரை இஞ்ச் ஓட்டை போட்டுக் கச்சிதமாக பைல் செய்து நீட்டினார்.

புத் பேக் அப் எடுப்பது, ப்ளாப்பியை எப்படிக் கையாளுவது, கம்ப்யூட்டருக்கும் வெல்டிங், டிங்கரிங் கடைகளுக்கும் தொடர்பின்மை போன்ற தலைப்புகளில் சொற்பொழிவாற்ற மீதி மூன்று நாள் வேண்டிப்போனது பானர்ஜிக்கு.

ஏஜிஎம்மின் மெய்க்காப்பாளர் அட்டெண்டென்ஸ் ரிஜிஸ்தரோடு நுழைந்தார்.

புரட்டிப் பார்த்த நொரசிம்மன் முகத்தில் பானர்ஜியை வதைக்க இன்னொரு அஸ்திரம் கிடைத்த சந்தோஷம்.

“ஒரு மாசம் கழித்துப் படி ஏறி இருக்கீர். நேரத்துக்கு வரணும்னு தோணாதா?”

என்ன செய்ய? காலையில் கன்ஷுவைக் கண்டித்து அவன் அழ மனம் பொறுக்காது சமாதானப்படுத்தி ஒரு மாதம் ஓட்டாமல் வைத்திருந்த ஸ்கூட்டருக்குக் காற்றும் பெட்ரோலும் இட்டு தாஜா பண்ணிக் கிளம்பும்போது ஒன்பது மணி.

மேம்பாலம் பக்கம் வந்துகொண்டிருந்தபோது ஏதோ சின்னக் குழப்பம். ஏழெட்டுப் பேர் அங்கே பிராசசிங் ஸ்டூடியோ வாசலில் கூடியிருந்தார்கள். நேப்பாளி கூர்க்காக்கள் குர்த்தா பைஜாமா போட்ட ஒருத்தரை நெட்டித்தள்ளி நடுத் தெருவில் நிறுத்த, அவர் உச்சக் குரலில் இரைந்துகொண்டிருந்தார். அது வங்காளி மொழியாக உணர்ந்த பானர்ஜி காலை ஊன்றியபடியே பார்த்தார்.

சாத்விக் தத்தா மோஷோய். அவர்தானா? திறந்த வாயை மூடவில்லை பானர்ஜி.

யார் எவர் என்று அடையாளம் தெரியாதவங்களை எல்லாம் பிராசசிங் ஸ்டூடியோ உள்ளே அனுமதிக்க முடியாது என்று கூர்க்கா தீர்மானமாகச் சொல்லிவிட்டான். யாரையோ சோதனை செய்யாமல் அனுப்பி அவன் கஷ்டப்பட்டிருக்கலாம்.

நீங்க தத்தாபாபு தானே?

பானர்ஜி ஸ்கூட்டரை ஸ்டாண்ட் போட்டு நிறுத்திவிட்டு வங்காளியில் கேட்டபோது இனிப்பு கிடைத்த குழந்தையாக ஆனந்தமாகச் சிரித்தார் தத்தா. உலக அளவில் திரைப்பட விழாக்களில் கூப்பிட்டு கௌரவிக்கும் அந்தக் கலைப்பட டைரக்டரை சென்னையில் யாருக்கும் தெரியாது.

"என் புதுப் படம் பிராசசிங்குக்காக இங்கே வந்திருக்கு. எடிட்டிங்கும் இங்கேதான். சரி, வேலை பார்க்கலாமேன்னு வந்தேன். குஜராத்தி பேல்பூரிக்காரன்னு நினைச்சோ என்னமோ உள்ளே விடமாட்டேங்கறாங்க."

சிரிப்பு மறையாமல் சொன்னார் தத்தா.

"உங்க படம்னா எனக்கு உயிர் சார்."

உடல் முழுக்கப் புல்லரிக்க பானர்ஜி அவர் முன்னால் நின்றார். பிடித்த பத்திரிகையைத் தலைமுறை தலைமுறையாகப் படிக்கிற, பிடித்த கால்பந்தாட்டக் குழுவைக் கைதட்டி உற்சாகப்படுத்துகிற, பிடித்த கடையில் ரசகுல்லா சாப்பிடுகிற, பிடித்த ஆர்ட் சினிமா டைரக்டர் படத்தை கல்கத்தாவில் மட்டும் நிறைந்து ஓடும் தியேட்டரில் போய்ப் பார்த்து அனுபவிக்க க்யூ நிற்கிற சாமானிய வங்காளி அவர்.

பானர்ஜி எக்கி உள்ளே பார்த்து, லேபரட்டரி கட்டடத்துக்குள் நுழைந்துகொண்டிருந்த கனவான் யாரையோ கூப்பிட, அவரிடம் தத்தாவை அறிமுகப்படுத்த, அவர் பானர்ஜியின் ஆங்கிலமும், வங்காளி ஆர்ட் பிலிம் வரலாறும் தெரியாத காரணத்தால் விழித்து விட்டு வேறு யாரோடோ வந்து சேரப் பத்து நிமிஷம்.

வந்தவர் கைகுலுக்கி தத்தாவை உள்ளே கூட்டிப் போகும்போது பானர்ஜியைத் திரும்பிப் பார்த்து தத்தா நன்றி சொன்னார். அவர் கையில் அவசரமாக தன் பிசினஸ் கார்டைத் திணித்துவிட்டு ஸ்கூட்டரைக் கிளப்பிய பானர்ஜி நினைப்பில் அப்புறம் தத்தாவைத் தள்ளிவிட்டுவிட்டு நொரசிம்மன் பேய்முழி முழித்தார்.

தத்தாவுக்கு உதவிக்கரம் நீட்டிய பத்து நிமிஷம் ஆபீசுக்குள் நுழையும்போது பதினைந்து நிமிடம் தாமதமாக நீண்டுவிட்டது.

இதையெல்லாம் நொரசிம்மனிடம் சொன்னால் கேட்கிற மனநிலையில் அந்த மனுஷர் இருக்கப்போவதில்லை. சாரி என்று மட்டும் சொன்னார் பானர்ஜி

‘சரி, போகட்டும். பாதாம் ஹல்வா என்ன ஆச்சு?’

கேட்டே ஆக வேண்டிய கேள்வி. அதுக்குப் பதிலளிக்க பானர்ஜி அவருடைய எட்டு வயசுப் பிள்ளை கன்ஷுவைக் கூட்டி வந்திருக்க வேண்டும். பானர்ஜிக்கு முந்தி கண்முழித்த அவன் அப்பா கட்டி வந்த மூட்டையைக் குடைந்தபோது கண்ணில் பட்ட இனிப்பு டப்பாவைத் திறந்து பாதிக்கு மேல் சாப்பிட்டு விட்டான்.

“அது கொஞ்சம் கெட்டுப் போய் விட்டதால் கொண்டு வரலை.”

நொரசிம்மனின் முகம் கோபத்தால் இன்னும் உப்பியது.

“உங்களை எல்லாம் தண்ணி இல்லாத காட்டுக்குத் தூக்கி அடிக்கணுமய்யா. புஞ்சைப்புளியம்பட்டி போல.”

ரெட்டைமலை அம்மாள் அதை பானர்ஜிக்கு ஆங்கிலத்தில் முரட்டடியாக மொழிபெயர்க்க அவருக்கு சப்தநாடியும் ஒடுங்கிப் போனது. கம்ப்யூட்டரைக் காட்டி கொல்கத்தாவிலிருந்து பாஷை தெரியாத சென்னைக்குக் கொண்டுவந்துவிட்டார்கள். இன்னும் தெற்கே சின்னதும் பெரிதுமாக இருக்கும் எதாவது ஊரில் போட்டு *விட்டால்? எப்படி இன்னும் மிச்சம் இருக்கும் காலத்தை ஓட்ட?*

டெலிபோன் மிரட்டுகிற தொனியில் அடித்தது. ரெட்டைமலை அம்மா அதை எடுக்க உருண்டு கொண்டு போக, அவளை முந்திக் கொண்டு ஓடி நொரசிம்மன் எடுத்தார். அங்கங்கே ரத்தச் சுவடு படிந்த அவர் பின்புறம் பானர்ஜியை மிரட்டியது.

“எஸ் சார். எஸ் சார். எஸ் சார். எஸ் எஸ் சார். எஸ் சார்.”

நொரசிம்மன் தொடர்ந்து சுவரம் பாடிக்கொண்டிருக்க, அந்த முனையில் ஜெனரல் மேனேஜர் தவிர வேறு யாராக இருக்க *முடியும்?*

போனை வைத்துவிட்டு முகத்தைத் துடைத்துக்கொண்டு பானர்ஜியைப் பார்த்தார் நொரசிம்மன்.

“மதியம் ரெண்டு மணிக்கு இதைத் தொடரலாம். ஏகப்பட்ட தப்பு செய்திருக்கீர். பேங்கு பணத்தைத் தேவையில்லாம செலவு

செய்த குற்றம், கொடுத்த வேலைக்குத் தேவைப்படும் காலத்தை விட நாலு மடங்கு அதிகமாக எடுத்து ஊர் சுற்றிவிட்டு வந்த பொறுப்பில்லாத்தனம், ஆபீசுக்கு லேட்டா வந்த திமிர், மேல் அதிகாரி கையில் கொடுக்க வேண்டிய முக்கிய டாக்குமெண்டை தொலைத்த அலட்சியம்."

அவர் அடுக்க, பானர்ஜியின் மனம் முறையிட்டது. படுபாவி, பாதாம் அல்வா எப்போ முக்கியமான பேங்க் டாக்குமெண்ட் ஆனது?

நொரசிம்மன் டையைச் சரிசெய்துகொண்டு நாலு கட்டடம் தாண்டி இருக்கும் தலைமைப் பீடத்துக்குப் புறப்பட, பகல் ரெண்டு மணிக்குத் தன் எதிர்காலம் நிச்சயிக்கப்படும் என்று தீர்மானமான பானர்ஜி, தளர்ச்சியாக ஏஜிஎம்முக்குப் பின் கேபினை விட்டு வந்தார். நொரசிம்மன் ஞாபகமாக கதவை இழுத்துப் பூட்டினார்.

களைப்பும் மிரட்சியும் குறைய பக்கத்து சந்தில் ஒரு சாயா சாப்பிட்டு சிகரெட் பற்ற வைத்துக் கொண்டால் சுமாராகக் குணம் தெரியும் என்று அவருக்குத் தோன்ற வெளியே வந்தார். நொரசிம்மன் கூடவே கொண்டு வந்து மிச்சம் வைத்து விட்டு ஹெட் ஆபீஸ் போனது போல வெளியே வெயில் தகித்துக்கொண்டிருந்தது.

பகல் சாப்பாட்டு நேரம். தெருவோரக் கடைகளில் நின்றபடிக்கும் ஆபீஸ் மேஜைகளில் இந்திப் பேப்பரைக் கீழே விரித்து மேலே தயிர் சாத எவர்சில்வர் டப்பாக்களைப் பரத்தியும் பசியோடு ஒரு ஜனக்கூட்டம் விழுங்கிக் கொண்டிருக்கிறது. வீட்டில் கொடுத்து விட்டிருந்த ஆலு பரோட்டாவையும் வெள்ளரிக்காய் பச்சடியையும் சாப்பிட்டுவிட்டு உட்கார்ந்தால் மதியம் தெம்பாக நொரசிம்மனின் மிச்ச சொச்ச விசாரணையை எதிர்கொள்ளலாம்.

புஞ்சாய். அது என்ன கிளை சொன்னார்? பஞ்சாப் மாதிரி பெயர். எங்கே இருக்கு அந்த ஊர்? ஆலு பரோட்டா எல்லாம் கிடைக்கிற ஊரா? சாயாவும் சிகரெட்டுமாவது கிடைக்குமா? கொஞ்சம் போல் தமிழ் பேசத் தெரிந்த வீட்டுக்காரியும் சுறுசுறுப்பாக தமிழில் அரட்டை அடிக்கக் கற்றுக் கொண்ட குழந்தைகளும் எந்தப் பட்டியில் கொண்டு போய்ப் போட்டாலும் கஷ்டமில்லாமல் ஐக்கியமாகி விடுவார்கள். நாலு வருஷம் இங்கே இருந்தும் உள்ளூர் மொழி தெரியாத பானர்ஜி?

மூலைக் கடையில் பற்ற வைத்த சிகரெட்டை கடைசி இழுப்பு இழுத்து விட்டுத் தரையில் போட்டு அணைத்தபடி, தெரு திரும்பி ஆபீஸ் படி ஏற முற்பட்டபோது வாசலை அடைத்தபடி ஒரு கூட்டம். இதென்ன, கூட்டம் கும்பல் என்று இன்றைக்கு முழு தினமுமே போய்க்கொண்டிருக்கே.

கூட்ட நடுவில் எட்டிப் பார்த்தார் பானர்ஜி. அட, தத்தா. அவரும் இன்று முழுக்க நாயகனாக அங்கே இங்கே தட்டுப் பட்டுக்கொண்டிருக்கிறார். கொல்கத்தாவில் ஒரு பத்துப் பேராவது பார்த்து, நலம் விசாரித்து, அதில் ரெண்டு பேர் பாதம் தொட்டுக் கண்ணில் ஒத்திக்கொண்டு பரவசமாக நடந்து போயிருப்பார்கள். இந்த ஊரில் சும்மா அவர் மட்ட மல்லாக்க கூட்டத்துக்கு நடுவே வாசல் படிக்கட்டில் தலை சாய்த்தபடி கிடந்தார்.

“பெரியவர் வெயில் தாங்காம மயக்கம் அடிச்சு விளுந்துட்டாரு”.

ஏஜிஎம்மின் மெய்க்காப்பு பானர்ஜியைப் பார்த்துச் சொன்னபடிக்கு மாடிக்கு விரைந்தான். அவன் முன்னால் போனால் நொரசிம்மாவதாரம் இன்னும் பத்து நிமிடத்தில் வந்து கண்ணாடி அறையில் கால் பரத்தி உட்காரும் என்று ஐதீகம்.

ஆம்புலன்ஸ் வந்தாச்சு. வழிவிடுங்க.

தத்தாவிடம் அவருடைய கடைசிப் படம் பற்றி விசாரிக்க வேண்டும். இப்போ முடியாது. நொரசிம்மனும் ஆம்புலன்சும் வரும் நேரம்.

படிக்கட்டு பக்கம் தத்தாவிடம் கைதவறி பானர்ஜி கொடுத்த விசிட்டிங் கார்ட். அதை மெல்ல எடுத்து பாக்கெட்டில் வைத்துக் கொண்டு பின்னால் திரும்பத் திரும்ப பார்த்தபடி மாடிப்படி ஏறினார் பானர்ஜி. தன்னைத் தேடி வந்தாரோ தத்தா?

தத்தாவின் கடைசிப் படத்தின் பெயர் என்ன? அவருக்கு நினைவு வரவில்லை.

(2013)

நம்பூத்ரியும் சேவலும்

"நாலு கிருஷ்ணன். அதாவது கிருஷ்ண சொரூபத்தின் நாலு நகல். துவாபர யுகத்திலே மகரிஷிகளும் புண்ணியாத்மாக்களும் கோரிக்கை விடுத்தபடிக்கு பகவான் சிலாரூபமாகி பிரப்பங்கூடையிலே இடம் மாறினாராக்கும்." நனைந்த குடையை நிலத்தில் அழுந்த பிடித்துக்கொண்டு வயசன் ஒருத்தர் சொல்கிறார். கிருஷ்ணசந்திரன் கேட்டுக்கொண்டிருக்கிறான். கோவில் மண்டபத்திலும், சுற்றி விரிந்து ஈரமண்ணோடு கிடந்த பிராகாரத்திலும் இந்த இரண்டு பேர் தவிர யாருமில்லை. மழை மாத்திரம் வயசனின் குரலோடு பிணங்கியும் சிநேகித்தும் விளையாட்டுக் காட்டிக்கொண்டிருக்கிறது. அதற்கு துவாபர யுகம், நாலு கிருஷ்ணன், வயசன், குடை, பிரப்பங்கூடை, கிருஷ்ணசந்திரன், அவனுக்கு ஏழெட்டுத் தலைமுறை முந்தியவர்கள், அவர்கள் நடத்திய புகையிலைக்கடை என்று சகலமும் அத்துப்படியாக இருக்கலாம்.

முழங்காலில் ஊன்றிய கையை மெல்லத் திருப்பி கிருஷ்ணசந்திரன் கடியாரத்தில் நேரம் பார்க்கிறான். காலை பதினொறு மணி. அது சரியில்லை என்று அவனுக்குத் தெரியும். அது சரியும் கூடத்தான். இப்போது எடின்பரோவில் பதினொறு மணி. இங்கே மதியம் கழிந்து மூணரை. கடியாரத்தை மாற்றி வைக்கலாம். ஆனால் அதுகொண்டு கிருஷ்ணசந்திரனுக்கு வலிய பிரயோஜனம் ஏதும்

இல்லை. நாளைக்கு அவன் திரும்பப் போகவேண்டும். அதற்குள் எட்டுத் தலைமுறை கடந்து யாரையோ தேட வேண்டும்.

திக்கும் திரக்குமாக ராத்திரியெல்லாம் முன்னேறிக்கொண்டிருந்த ரயில் நடுவில் வைத்து ஒரு கடற்கரைப் பட்டணத்தில் கிட்டத்தட்ட காலியாக, ஆளரவமில்லாத ரயில் பெட்டியில் அவன் மாத்திரமாக இங்கே வந்து சேர்ந்தான். அது காலையில் நடந்தது. சும்மா பீடி வலித்துக்கொண்டிருந்த இரண்டு போர்ட்டர்கள், நனைந்த தொப்பியைக் கைக்குட்டையால் துடைத்துவிட்டு அடுத்தபடி மூக்குக் கண்ணாடியை அதேவிதம் சுத்தம் செய்ய முனைந்த இளவயசு ரயில்வேக்காரன், குடையோடு பிளாட்பாரத்தில் நின்ற வயசன், அப்புறம் மழையில் குளிர்ந்து கிடக்கும் ஊர். ஒற்றையனாக ரயில் இறங்கியபோது கிருஷ்ணசந்திரன் தாடையைத் தடவிப் பார்த்துக்கொண்டான். தாடி மீசை காடாகப் படர்ந்து இப்படி ரயில் இறங்கி நடக்கிற கதாபாத்திரங்கள் பழைய மலையாள சினிமாவில் ஏகத்துக்கு உண்டு. எப்போதோ முடிந்துபோன காலத்து நினைவுகளை அசைபோட்டுக்கொண்டு, தொலைத்த எதையோ தேடி தேசாந்திரிகளாகத் தோளில் துணிப்பையும், தழைய கட்டிய வேட்டியுமாக அவர்கள் நடக்கும்போது பின்னணியில் உலக சோகத்தை எல்லாம் கூட்டி இழைத்து வடித்த அற்புதமான ஒரு கானம் ஒலிக்கும். கிருஷ்ணசந்திரனுக்குத் தாடியும் துணிப்பையும் கானமும் கிடையாது. “நனையாமல் குடையிலே வரலாமே” என்று பழைய மான் மார்க் குடையைப் பகிர்ந்துகொண்ட வயசன் மட்டும் கூட நடக்க உண்டு. அவர் எப்படி ஒட்டிக்கொண்டார் என்று அவனுக்கு இன்னும் புரியவில்லை.

“செம்பகச்சேரி ராஜாவை திருவிதாங்கூர் மகாராஜா கீழடக்கிய காலத்திலே இங்கே சேர்த்து வச்சிருந்த ஓலைச் சுவடிகளை அனந்தைக் கொட்டாரத்துக்கு இடம் மாற்றியானது.” வயசன் உற்சாகமாகத் தொடர மழை செண்டை மேளம் கொட்டுகிற தாளத்தில் மண்டபத்தைச் சுற்றி உற்சாகமாகத் துள்ளியது. ‘ராஜாக்கள் கிடக்கட்டும். என் கொள்ளுத்தாத்தாவுக்குத் தாத்தாவின் புகையிலைக் கடை என்ன ஆச்சு?” என்று கிருஷ்ணசந்திரன் கேட்க நினைத்தான். வயசனிடம் அதற்கான உடனடியான பதில் இருக்காது என்று தெரியும். அதைத் தேடத்தான் கிருஷ்ணசந்திரன் கிளம்பியது. ரயில்வே ஸ்டேஷனில் எதிர்ப்பட்ட இந்த வயசன் தன்னால் அதற்குத் துணைபோக

முடியும் என உத்திரவாதம் கொடுத்தார். “குளங்கர மடத்து நம்பூத்ரியாக்கும். இந்த வட்டாரத்தில் ஒரு மனை, தரவாடு, குடிசை, காரைக் கட்டடம் விடாமல் பூர்வாங்கம் தெரிந்த ஆள்” என்று காலையில் சாப்பிடும்போது சொன்னார். சரியாகச் சொன்னால், கிருஷ்ணசந்திரன் தான் பசி தணிய, வயிறு நிறையச் சாப்பிட்டது. ரெண்டே ரெண்டு இட்டலியும் கொத்தமல்லிச் சம்மந்தியும் மதி என்று சொல்லிவிட்டார் அவர்.

“கோயில் நடை திறக்க சமயம் ஆச்சு. மேல்சாந்தி திருக்குளத்துலே குளிச்சு இன்னும் வரக் காணுமே” நனைந்தபடி கால் செருப்புகளை இடது கையில் சுமந்துவந்த ஒரு கருத்து மெலிந்த நபர் சொன்னார். “செருப்பை வெளியே விட்டு வந்திருக்கலாமே” என்றார் வயசன். “போன வாரம் விட்டது காணாமல் போச்சே” என்றபடி அந்த நபர் ஓரமாக செருப்பை விட்டார். மண்டப மத்தியில் வைத்திருந்த பெரிய முரசு கோபத்தோடு முறைக்கிறதாக கிருஷ்ணசந்திரன் கற்பனை செய்தான்.

“இருநூறு வருஷம் முந்தி குஞ்சன் நம்பியார் ஓட்டந்துள்ளல் அரங்கேற்றினபோது வாசிச்ச முரசு. மிழான்னு சொல்றது. துவாபர யுகத்திலே காலவ ரிஷி நந்திகேசுவரர் கிட்டே யாசித்து வாங்கி வந்து”. வயசன் சம்பகச்சேரி ராஜாவை விட்டுவிட்டு இருநூறு வருட மிழாவைத் தொட்டு துவாபர யுகத்துக்கு வாழைப்பழம் சாப்பிடுகிறதுபோல் வழுக்கிக்கொண்டு போய்விட்டார். குஞ்சன் நம்பியார் காலத்தில் கிருஷ்ணசந்திரனின் முன்னோர்கள் இருந்திருக்கலாம். அவருக்கு வெற்றிலையும் புகையிலையும் விற்றிருக்கலாம். மிழாவுக்கும் அந்தச் சரித்திரம் தெரிந்திருக்கும்.

“திருமேனி, இது யாரு? உறவோ?” செருப்புக்காரர் கிருஷ்ணசந்திரனைக் காட்டியபடி வயசனிடம் விசாரித்தார். அவர் பார்வை அரைவினாடி சலனத்துக்குப் பிறகு பக்கத்தில் அவிழ்த்துவிட்டிருந்த செருப்பில் நிலைத்தது. புதுசாக இருக்கக் கூடும்.

“ஸ்கோட்லாந்திலேருந்து வந்திருக்கார். நாலு தலைமுறை முன்னாடி இங்கே இருந்து தமிழ் பூமிக்குத் தாமசம் மாற்றின குடும்பமாக்கும். நாவல் எழுதறாராம். பூர்வீகர் பற்றி. இங்கே அவர்கள் புகையிலைக்கடை வச்சிருந்தது மட்டும் தெரிஞ்சிருக்கு.” வயசன் சொன்னபோது கிருஷ்ணசந்திரன் வெறுமனே மழையைப் பார்த்துக்கொண்டிருந்தான்.

"மனைப் பெயர் தெரிஞ்சாலும் தேடலாம்" என்றார் செருப்புக்காரர். "அங்கே வடக்குலே ஏழெட்டு வீடுகள்லே விசாரிச்சாலோ?" அவர் சுண்டிக்காட்டிய திசையில் வரிசையாக மங்களூர் ஓடு இறக்கி நின்ற வீடுகள் மழையில் மங்கலாகத் தெரிந்தன.

"அதே. போகலாம், மேல்சாந்தி வர நேரமாகும் போலத் தோணுது" என்றபடி வயசன் மண்டபத் தரையில் பரத்தியிருந்த குடையை கிருஷ்ணசந்திரனுக்கும் சேர்த்து உயர்த்திப் பிடித்தார். கூடவே நடப்பதைத் தவிர கிருஷ்ணசந்திரனுக்கு வேறே மார்க்கம் இல்லை என்று பட்டது. போகாவிட்டால் முன்னோர்கள் கிடைக்கமாட்டார்கள். தகவல் இல்லாமல் அவர்களைப் பற்றி எழுத முடியாது.

"இதெல்லாம் அந்தர்ஜனங்கள் இருக்கப்பட்ட வீடுகள்" என்றார் மழை இரைச்சலை மீறிய சத்தத்தோடு வயசன். கிருஷ்ணசந்திரன் குழப்பத்தோடு பார்க்க, "நம்பூத்ரி வீட்டுப் பெண்டுகள். வீட்டுக்குள்ளே இருக்கப்பட்டவர்கள். சாயந்திரம் ஓலைக்குடை பிடித்து கோவிலுக்குப் போகிறது பழைய வழக்கம்" என்று அவர் சொல்லிக்கொண்டிருக்கும்போது, அழுகைச் சத்தம். முதல் வீட்டு டெலிவிஷனில் லயித்திருந்த மத்திய வயது ஸ்திரி ஒரு வினாடி வாசலைப் பார்த்துவிட்டுத் திரும்ப மலையாள சீரியலில் ஆழ்ந்தாள். வாசல் கொடியில் துவைத்துக் காயப்போட்டிருந்த நைட்டிகள் இப்போதைக்குக் காயாது என்று மழை கிருஷ்ணசந்திரன் காதில் சொன்னது.

"தகவல் சொல்ற தோதிலே யாரும் காணலை" என்றார் சங்கடமான சிரிப்போடு வயசன். நாவல் எழுதினால் அவருக்கு சமர்ப்பிக்க கிருஷ்ணசந்திரன் முடிவு செய்தான். சட்டென்று அவர் உற்சாகமானார். "அதோ, மேல்சாந்தி திருக்குளத்துலே குளிச்சுட்டு சாயந்திர பூஜைக்கு நடை திறக்க கோவிலுக்கு வந்திட்டுருக்கார்."

கிருஷ்ணசந்திரன் அவர் காட்டிய திசையில் பார்க்க, செருப்புக்காரர் காலணிகளை உயர்த்தித் தலைக்கு மேலே பிடித்தபடி பிராகாரத்துக்கு வெளியே போய்க்கொண்டிருந்தது கண்ணில் பட்டது. "அவர் இல்லே, அந்தக் கிணறு இருக்கே அதோட சுவரைக் கடந்து அப்புறம் பார்க்கணும்" என்றார் வயசன். கிணறும் குளமும் சுவரும் ஒரே ரூபமாகக் கலங்கி அசைந்து தெரிய திரும்ப மழை உக்கிரமாகப் பெய்தது. இந்த

மழையில் எப்படிப் புகையிலையைச் சிப்பம் கட்டிப் பாதுகாத்துக் கடை நடத்த முடியும் என்று கிருஷ்ணசந்திரனுக்கு ஆச்சரியமாக இருந்தது.

கோவிலில் இப்போது கொஞ்சம் கூட்டம் சேர்ந்திருந்தது. டிவி பார்த்து அலுத்துப்போன மத்திய வயசுப் பெண்கள். யார் கையிலும் ஓலைக்குடை இல்லை. சின்னதாக ஒரு மத்தளத்தைத் தட்டிக்கொண்டு ஒருத்தர் ஆனந்தமாகப் பாடிக்கொண்டிருந்தார். “இது சோபான சங்கீதமாக்கும். சம்பவாமி யுகே யுகேன்னு டிக்ளேர் செய்த பகவானுக்காக நாரத முனி துவாபர யுகத்திலே” வயசன் ஆரம்பித்தபோது பின்னாலிருந்து யாரோ “பதுக்கே” என்று அவர் குரலைத் தணித்தார்கள்.

டீஷர்டை ஒரு தோளில் மட்டும் வழிய விட்டுக்கொண்டு சட்டையைக் கழற்றிவிட்டு நுழைந்ததாகப் பேர்பண்ணிக்கொண்டு சில இளைஞர்கள் அவசரமாக முன்னால் போய் நின்றார்கள். டூரிஸ்டுகளாக இருக்கலாம் என்று கிருஷ்ணசந்திரன் நினைத்தபடி முழுக்கக் கழற்றிக் கையில் பந்துபோல் பிடித்திருந்த தன் சட்டையை இடுப்பைச் சுற்றி உடுத்துக் கொண்டான். சட்டைப் பையிலிருந்து கீழே உருண்டு விழுந்த ஐம்பது பென்ஸ் நாணயத்தைப் பின்னால் யாரோ குனிந்து எடுத்து ஒரு வினாடி ஆச்சரியமாகப் பார்த்துவிட்டு அவன் தோளைத் தொட்டுத் திரும்பிக் கொடுக்க, வயசன் சிரித்தார். கிருஷ்ணசந்திரனின் முன்னோர்களுடைய கனிவு அந்தச் சிரிப்பில் தெரிந்தது. கணகணவென்று கதவுகளில் கோத்த சிறிய மணிகள் முழங்க, கருவறை திறந்தபோது, கிருஷ்ணன் சிரிப்பும் அதே தோரணையில்தான் இருந்தது.

பத்தே நிமிடம். தீபாராதனை கழிந்து கூட்டம் கரைய வெளியே அடுத்த மழை சோபன சங்கீதம் பாட ஆரம்பித்தது. கிருஷ்ணசந்திரனையும் வயசனையும் மாறி மாறிப் பார்த்த பகவானோ அர்ச்சகரோ ‘எந்தே?’ என்று விசாரிக்கும் குரல். வயசன் அர்ச்சகரிடம் கிருஷ்ணசந்திரன் பற்றி மெல்லிய குரலில் சொன்னார். புகையிலைக் கச்சவடம் என்று மூன்று தடவை அவர் பேச்சில் வந்தது. துவாபர யுகத்தைக் காணோம்.

கிருஷ்ணசந்திரன் நூறு ரூபாய் நோட்டை எடுத்து அர்ச்சகர் கையில் தரப்போக, ‘கையில் கொடுக்கலாகாது. நிலத்திலே வைக்கணும்’ என்றார் வயசன். தரையில் வைத்து ஈரம் முழுக்கப்

படரும் முன்னால் அவசரமாக எடுத்த அர்ச்சகர், “என் பிள்ளை காலேஜ் லெக்சரர். பழைய சரித்திரம் ரிசர்ச் செய்யறான்” என்றார். இல்லை, அவர் மகனை இப்போது சந்திக்க முடியாது. கடைசி முகலாயச் சக்கரவர்த்தி பகதூர்ஷா சபர் பற்றிய கான்பரன்சுக்காக தில்லி போய் நாலு நாளாகிறது. அந்தச் சரித்திரக்கார லெக்சரர் நம்பூத்ரிக்கு தில்லி பாதுஷாக்களின் சரித்திரம் வெகு நுணுக்கமாகத் தெரியுமாம். இவ்விடத்து புராதன புகையிலைக்கடைக் குடும்பங்கள் பற்றித் தெரிந்திருக்குமா என்று உறுதியாகச் சொல்லமுடியாது. என்றாலும் அவர் திரும்பி வந்ததும் விசாரித்து வயசன் மூலம் தகவல் அறிவிக்க முடியும் என்றார் அர்ச்சகர்.

அப்புறம் ஏதோ அவசரமாக நினைவுக்கு வந்தவராக, “இந்த ஊர்க் கோணகம் லோகப் பிரசித்தம்” என்றார். கிருஷ்ணசந்திரன் புரியாது பார்க்க, “கோணகம் என்கிற வஸ்து, கோவணம்னு இப்போ சொல்றது” என்றார் வயசன். இரண்டு பக்கமும் ஜரிகை வைத்து அலங்காரம் செய்த கோணகங்களை நெய்து இங்கே கடைகளில் அலங்காரமாக மாட்டி வைத்து விற்பார்களாம் அந்தக் காலத்தில். அப்படி விற்கிற கடை இன்னும் இருந்தால் அங்கே பழைய புகையிலைக்கடை பற்றித் தெரிந்தவர்களும் இருக்கக்கூடும் என்று நினைத்தான் கிருஷ்ணசந்திரன். கேட்கவும் செய்தான்.

“ஏய், அதொண்ணும் இல்லே இப்போ. எல்லாம் இடிச்சுப் பொளிச்சு அடுக்குமாடிக் குடித்தனம் கட்டி வளரே நாளாச்சு” என்று அர்ச்சகர் திருமேனி சிரித்தார். அங்கேயும் இப்போது நைட்டி அணிந்த பெண்கள் இருப்பார்கள். எல்லா வீட்டு டிவியிலும் யாராவது அழுதுகொண்டிருப்பார்கள். அல்லது ஆடிக்கொண்டிருப்பார்கள்.

கோவிலுக்கு வெளியே வயசனோடு வந்தபோது மழை முழுவதுமாக விட்டிருந்தது. வயசன் குடையை மடக்கினார். “நாலு கிருஷ்ண சிலாரூபம் பற்றிச் சொன்னேனே” என்று அவர் தொடங்கும் முன்பாக அவசரமாக வந்த ஒரு ஆட்டோ ரிக்ஷா வழியை மறித்து நின்றது. குனிந்து பார்த்தவர், “என் பிள்ளை” என்றார் சந்தோஷமாக. காக்கிச் சட்டையில் இருந்த சின்ன நம்பூத்ரி கிருஷ்ணசந்திரனைப் பார்த்து ஹலோ என்றான்.

“என்னை வீட்டுலே இறக்கிட்டு இவரை ஓட்டல்லே விட்டுடு குட்டிகிருஷ்ணா” வயசர் குடையைக் கக்கத்தில் இடுக்கிக்கொண்டு

ஏறும்போது, ஆட்டோ சீட் கீழேயிருந்து கொக்கரக்கோ என்று ஒரு கூவல். அங்கே வைத்த பிரப்பங்கூடையிலிருந்து அது வந்தது. “கோழிப் பண்ணையிலே கொடுத்துட்டு வரணும்” என்றான் சின்ன நம்பூத்ரி.

சேவல் கூடை காலில் படாமல் ஒருமாதிரி ஒடுக்கிக்கொண்டு நகர்ந்து மூலையில் ஒண்டிக்கொண்டார் வயசன். மீதியிடத்தில் உட்கார்ந்து சட்டையை உடுத்திக்கொண்டான் கிருஷ்ணசந்திரன். அவன் காலடியில் சேவல் “அந்தப் புகையிலைக்கடை என்ன ஆச்சு?” என்று இன்னொரு தடவை ஓங்கி விசாரித்தது.

“இன்னும் ஒருநாள் தங்கியிருக்க முடிந்திருந்தா நாளைக்கு வேம்பநாட்டுக் காயல்லே படகுலே போய், முகம்மை பஞ்சாயத்துலே விவரம் தெரிஞ்ச ஒருத்தரைப் பார்த்திருக்கலாம்” என்று கொஞ்சம் ஏமாற்றத்தோடு சொன்னார் வயசன். அவரும் சரித்திரப் பேராசிரியரா என்று விசாரித்தான் கிருஷ்ணசந்திரன். “இல்லே, அவர் ஜோதிஷத்திலே பெரிய கொம்பன் ஆனையாக்கும்” வயசன் சொன்னபோது திரும்பி வந்த மழை பலமாகச் சிரித்தபடி, ஓடும் ஆட்டோவுக்குள் சாரலை விசிறி அடித்தது. கூடைக்குள் சேவல் ஆட்சேபித்துப் புகார் செய்ததை அது சட்டை செய்யவில்லை.

“நிறுத்து” வயசன் அவசரமாகச் சொன்னார். “இங்கே ஒரு சினேகிதன் இருக்கான். அவனுக்கு யாரையாவது தெரியுமான்னு கேட்டுட்டு வரேன். நீங்க வெயிட் செய்யணும்னு இல்லே. நாளைக்குள்ளே தெரிஞ்சா போன்லே விளிக்கறேன். இல்லே, கிடைச்சதும் உடனே லெட்டர் போட உத்தேசம். உங்க விசிட்டிங் கார்ட் இருக்கே...”

அவசரமாகக் குடையைப் பிரித்து நேராக உயர்த்திப் பிடித்தபடி அவர் பக்கத்தில் ஒரு குறுகிய தெருவுக்குள் நுழைந்தார். அவரைத் திரும்பக் கூப்பிட்டு மரியாதையோடு நாலு வார்த்தை சொல்லிக் கையில் ஏதாவது கொடுக்க வேண்டும் என்று தோன்றியது. கொடுத்தால் வாங்குவாரா என்று அவனுக்குத் தெரியவில்லை. புகையிலைக்கடையும் முன்னோரும் வராத நாவலை எப்படி எழுதுவது என்பதும். வயசன் பெயர்தான் என்ன?

“சார்” என்று கூப்பிட ஆரம்பித்த அவன் குரலை மீறிக்கொண்டு

சேவல் திரும்பக் குரல் கொடுத்தது. மழை இன்னும் தீவிரமாகப் பெய்யத் தொடங்க, பக்கத்தில் எங்கேயோ புகையிலை வாடை. ஆட்டோவின் ரெக்சின் திரையை விலக்கிப் பார்த்தபோது, ஒன்றின்மேல் ஒன்றாக பெயிண்ட் காயாத சவப்பெட்டிகளை அடுக்கிய கடையும் அடுத்து குடை ரிப்பேர் செய்யும் கடையும் மாக்சி விற்கும் கடையுமாகக் கண்ணில் பட்டன. "சிவாஜி பார்த்துட்டீங்களா சார்?" என்று விசாரித்தபடி வண்டியைக் கிளப்பினான் சின்ன நம்பூத்ரி.

(2007)

அரிசிக் கடவுள்

'கையிலே இறுக்கிப் பிடிச்சுக்கிட்டு ஏர்போர்ட்டுக்கு ஓடு.'

விஷமமாகச் சிரித்தபடி நந்திதா நீட்டிய அறிவிப்பு அட்டையைப் படித்தான் சங்கரன் ராதாகிருஷ்ணன். 'ரிச்சர்ட் டெமூரா ஃப்ரம் டெக்ஸஸ், யு.எஸ்.ஏ.'

ரிச்சர்ட் என்ற பெயரை டிக் என்று செல்லமாகக் கூப்பிடுவது அமெரிக்க வழக்கம். சங்கரன் அறிவான். நந்திதாவுக்கு அதைக் கடந்தும் அந்தப் பெயரின் உபயோகம் தெரியும். அவள் வேலை நிலைக்கிற வரைக்கும் அவள் சிரிப்பு மிச்சம் இருக்கும்.

வேலை நிலைப்பதுதான் கம்பெனியில் இப்போதைய தலைபோகிற செய்தி. எல்லாக் கம்ப்யூட்டர் கம்பெனியிலும் இதுதான் நடந்து கொண்டிருக்கிறது.

'சங்கரா, பார்த்துக்கோ. உன் பிராஜக்ட் அடுத்த மாதக் கடைசியிலே முடியும். இப்போ பிலிப்பைன்ஸ் ரெண்டு வாரம் போய்ட்டு வந்துட்டா, அடுத்த ப்ராஜக்ட் கிடைக்க 50-50 சான்ஸ். இல்லியோ நேரா பெஞ்ச்தான். சங்கப் பலகை.'

காலையில் ஆபீசில் நுழைந்ததுமே ப்ராஜக்ட் மேனேஜர் ரவீந்திரன் கேபினுக்குக் கூப்பிட்டுச் சொன்னது சங்கரனுக்கு நினைவு

வந்தது. ரவீந்திரன் சிரிக்கவில்லை. இந்த ப்ராஜக்ட் முடிந்தால் அவனுடைய எதிர்காலமும் கேள்விக்குறிதான்.

அடுத்த ப்ராஜக்ட் அதுவாக வந்து சேராது. ஒரு வருடம் முன்னால் வேறு கதை. உலகின் எந்த மூலையில் இருந்தாவது சாஃப்ட்வேர் உருவாக்கித்தர, பராமரிக்க ப்ராஜக்ட்களைக் கெல்லியெடுத்து சாக்கில் கொண்டு வந்து கொட்டினார்கள் மார்க்கெட்டிங் ராட்சசர்கள். உலகப் பண நெருக்கடியில் முதல் களப்பலி அவர்கள்தாம்.

தொழில்நுட்ப ஊழியர்களுக்குக் கொஞ்சம் மாறுபட்ட ட்ரீட்மெண்ட். கையில் இருக்கும் ப்ராஜக்ட் வேலை முடிந்தால் 'பெஞ்ச்' என்ற கௌரவப் பெயர் கொண்ட 'சும்மா இருக்கும்' உத்தியோகத்துக்குத் தள்ளப்படுவார்கள். சம்பளமும் முப்பது பெர்சண்ட் கம்மியாகி விடும். இரண்டு மாசம் பெஞ்சில் இருக்கலாம். அதற்குள் ஏற்கனவே நடக்கிற ப்ராஜக்ட், அத்தி பூத்தாற்போல் புதிதாக வருகிற அல்பமான சின்ன ஆர்டர்கள் என்று முட்டி மோதி எதிலாவது சேர்ந்துவிட்டால் அடுத்த ஆறு மாதம் தற்காலிக நிம்மதியாக வேலை நீடிப்பு. முழுச் சம்பளம். அப்புறம் இதே கதை.

எல்லா தேவதைகளும் போன வருடம் தொடக்கம் வரை ஆசீர்வாதம் செய்து வளர்த்திய கம்ப்யூட்டர் தொழிலை ஒரு காலை நேரத்தில் சகல பிசாசுகளும் சபித்து பெஞ்சில் உட்கார்த்திவிட்டன. 'சங்கரா நீயும் வந்து உட்கார்.' அமெரிக்க உச்சரிப்பில் தேவதையோ பிசாசோ கூப்பிடுகிறது. சங்கப்பலகை நீண்டு கம்பெனி முழுக்க வியாபித்திருக்கும் கெட்ட நேரம் இது.

'வெட்டியாத்தானே உட்கார்ந்திருக்கே. கோர் பேங்கிங் ப்ராஜக்ட் கஸ்டமர் டிக் வரானாம். நீ ஏர்போர்ட் போய் கூட்டி வந்துடு. ஆட்டோவிலே போயிடு. டிக்கைக் கூட்டிட்டு திரும்பும்போது சாதா கால் டாக்சி போதும்'- ரவீந்திரன் சொன்னான்.

இந்த மாதிரியான வேலைக்கெல்லாம் தழையத்தழையக் காஞ்சிவரம் பட்டுப் புடவையைக் கட்டிக்கொண்டு ஷாம்பு குளியல் எடுத்துத் தலையை நெகிழ வாரி முடித்த அழகான அப்சரஸ் பெண்கள் போன வருடம் வரை இருந்தார்கள். கஸ்டமர்களை ஏர்போர்டில் வரவேற்று வணக்கம் சொல்வார்கள்

அவர்கள். பேசிச் சிரித்தபடி, அலுங்காமல் குலுங்காமல் ஏசி காரில் ஆபிசுக்குக் கூட்டிவருவார்கள். வாசலில் ரங்கோலிக்கு நடுவே ஏற்றி வைத்த குத்துவிளக்கை ஏற்றச் சொல்லி கல்யாணம் செய்துகொள்கிற மாதிரி ரோஜாப்பூ மாலையைக் கழுத்தில் அணிவிப்பார்கள். நெற்றியில் பெரிய பொட்டும் வைப்பார்கள். வந்த வெள்ளைக்காரன் புளகாங்கிதமடைந்து கழுத்தில் போட்ட மாலையைக் கழற்றாமலேயே சாயந்திரம் வரை பூ இதழை உதிர்த்தபடி உள்ளே சுற்றுவான்.

வாரம் நாலு தடவையாவது இப்படி நடக்கிற மாப்பிள்ளை அழைப்பு கோலாகலங்கள் கிட்டத்தட்ட முடிந்துபோனபோது, நித்தியகல்யாணி அப்சரஸ்களும் அழுது சிவந்த கண்களோடு வீட்டுக்கு அனுப்பப்பட்டார்கள். குத்துவிளக்கு எம்.டி வீட்டில் இருப்பதாக சங்கரனுக்கு யாரோ சொன்னார்கள்.

அபூர்வமாக இன்று ஒரு கஸ்டமர் விசிட். வருகிற டிக்கை இதுவரை யாரும் இங்கே பார்த்தது கூடக் கிடையாது. டெலிகான்பரன்சிங்கில் குரலை மட்டும் கேட்டிருக்கலாம். கொழகொழவென்று வெண்டைக்காய் இங்கிலீஷ் பேசும் சராசரி அமெரிக்கன். பத்து கம்பெனிகளோடு உயிரைக் கொடுத்துப் போட்டியிட்டு அடிமாட்டு செய்கூலிக்குப் படிந்த டேட்டா மைக்ரேஷன் ப்ராஜக்ட். கம்பெனியும் தொழிலும் செயலாக இருந்த நாட்களில் இந்த மாதிரி அற்ப சமாசாரங்களை இடது கையால் கூடத் தொடமாட்டார்கள். சின்ன கம்பெனிகள் செயல்படும் உலகம் அது. அதெல்லாம் அடைத்துப் பூட்டியாக டிக் நேரே இங்கே வருகிறான்.

'மொபைல் எடுத்துப் போ சங்கரா. டிக் ப்ளைட் வந்ததும் மிஸ்ட்கால் கொடு. உள்ளே லைட் போட்டு சின்னதா பூச்செண்டு வாங்கி வைக்க நான் ஓடணும்.' ரிசப்ஷன் மேஜைக்குக் கீழே இருந்து ஒரு பச்சை பிளாஸ்டிக் குடத்தை எடுத்து மேஜை மேல் வைத்தபடி நந்திதா சொன்னாள். மிச்சம் இருக்கப்பட்ட ஒரே அப்சரஸ். குத்து விளக்கு ஏற்றி மாலை போட்ட இடத்தில் வெறும் பூச்செண்டு கொடுக்க இவளாவது இருக்காளே. எம்.பி.ஏ., படித்து, வாசலில் காவல் காத்துக்கொண்டு.

நாலு செக்யூரிட்டி சர்வீஸ் கிங்கரன்களும் கிங்கரிகளும் கம்பெனிக்குள் கடந்து வருகிற ஒவ்வொரு ஊழியரையும்,

மற்றவர்களையும் மெடல் டிடக்டரால் வருடித் தீர செக் செய்து, கேமரா மொபைல் போன், லாப் டாப் சமாசாரங்களை பத்திரமாகப் பிடுங்கி வைத்து உள்ளே அனுப்புவது பழைய வாடிக்கை. செக்யூரிட்டிக்கு தண்டமாக ஃபீஸ் அழாமல் அதை நிறுத்தி, தற்போது ப்ளாஸ்டிக் குட சர்வீஸ். குடத்தில் நிறைத்த பிளாஸ்டிக் பந்தில் ஒன்றை வந்தவர்கள் கண்மூடி எடுக்க வேணும். சிவப்புப் பந்து கிடைத்தால் நந்திதா வருடி உள்ளே அனுப்புவாள். சங்கரனுக்கு இதுவரை ஏனோ சிவப்புப் பந்து கிடைக்க அதிர்ஷ்டம் இல்லை.

ஆட்டோவில் ஏர்போர்ட் போகும்போது சட்டைப்பையில் மொபைல் ஒலித்தது. எடுத்துப் பார்த்தான். நாற்பத்து நாலில் ஆரம்பிக்கும் லேண்ட் லைன் நம்பர். சும்மாவே இருந்துவிடலாமா? சட்டென்று ஞாபகம் வந்தது. கோமதி?

மனைவி. அவளும் கம்ப்யூட்டர் இஞ்சினியர் தான். போன மாதம் தான் வேலை போனது. வீட்டில் சும்மா இருக்கும்போது மொபைல் போன் செலவு என்னத்துக்கு என்று நிறுத்தியாகி விட்டது. செலவு மிச்சம் பிடிக்க கீழ் வீட்டில் போய் ஏதாவது ஆத்திரம் அவசரம் என்றால் அவர்கள் லேண்ட் லைனை உபயோகிக்கிற ஏற்பாடு. இது அந்த நம்பரும் இல்லை. எதுக்கும் எடுத்துப் பார்த்து விடலாம்.

கோமதியே தான். ஆட்டோ இரைச்சலுக்கு இடையே தேசலாக அவள் குரல். பொதுத் தொலைபேசியில் இருந்து கூப்பிடுகிறாள்.

'அப்பா வந்திருக்கார். புவனா கல்யாணம் அடுத்த மாசம் வச்சிருக்காம். நாம ரெண்டு பேரும் மாசம் பொறந்ததுமே புறப்பட்டு வந்து எல்லாம் கவனிச்சுக்கணும்னு.'

'நான் அடுத்த மாசம் பிலிப்பைன்ஸ் போறேன்' அவளை இடைமறித்து சங்கரன் கத்தினான். ஆட்டோ டிரைவர் திரும்பிப் பார்த்துவிட்டு வண்டியை ஓடித்தான். 'அப்புறம் வேலை போயிடும். அப்போ கையிலே காசு இருந்தா சாவகாசமா உன் தங்கை கல்யாணத்துக்கு ஊருக்குப் போகலாம்'. ஜாக்கிரதையான ஆங்கிலத்தில் சொன்னபடி மொபைலை அணைத்து பாக்கெட்டில் திரும்ப வைத்தான் சங்கரன்.

'நியூயார்க் விமானம் பதினைந்து நிமிடம் தாமதமாக வந்து சேரும்.' ஏர்போர்ட்டில் நுழைந்ததுமே ஒளி, ஒலி ரூபத்தில் அறிவிப்பு

கிடைத்தது. அடித்துப் பிடித்து ஆட்டோவில் வராமல் பஸ் பிடித்தே வந்திருக்கலாம். ஆட்டோவுக்குச் செலவான அறுபது ரூபாயை கம்பெனியிடம் வாங்குவதற்குள் தாவு தீர்ந்துவிடும்.

கம்பெனியும் அங்கே வேலை பார்க்கும் அவனும் மற்றவர்களும் அஷ்ட தரித்ரமாக சகலமானதற்கும் பைசா பைசாவாகப் பார்த்துச் செலவு செய்ய ஆரம்பித்தது போன வருடம் முதல். அமெரிக்காவில் வீடு கட்டக் கடன் கொடுக்கிற வங்கித் தொழில் ஏடாகூடமாகிப் போனதற்கு அப்புறம். அங்கே ஆரம்பித்த சனிதசை உலகத்தில் ஒரு நாட்டையும் மிச்சம் வைக்காமல் பிடித்து ஆட்டுகிறது. சங்கரன் ஆபீசில் இலவச காப்பி டீயும், கழிப்பறையில் துடைத்துப் போட வைக்கும் காகிதச் சுருளும் காணாமல் போனதற்கு 'சாம் மாமா' என்ற பட்டப்பெயர் கொண்ட அமெரிக்காதான் காரணம். டிக் அங்கே இருந்துதான் வந்துகொண்டிருக்கிறான்.

பசிக்க ஆரம்பித்தது. எல்லா ஏர்போர்ட் கடைகளிலுமே வெளியே வாங்குவதை விட ரெட்டை விலை. முன்னால் எத்தனையோ தடவை வெளிநாடு போகவும், யாரையாவது வரவேற்கவும் கம்பெனியின் சொகுசு காரில் வந்து இறங்கும்போது அது கவனத்தில் பட்டதே இல்லை. கையில் தாராளமாக இருந்த காசு புழக்கத்தை சாம் மாமாவின் கடன் மோசடிக் களவாணிகள் தட்டிப் பறித்துவிட்டார்கள்.

ஏர்போர்ட்டை ஒரு சுற்றுச் சுற்றி ஓரமாக இலவசக் குடிநீர் ரெண்டு தம்ளர் பிடித்துக் குடித்தான் சங்கரன். வயிறு நிறைந்த பிரமை. அப்படியே விமான வருகை திரையைப் பார்த்தபடி வரிசை நாற்காலிகளின் கடைசியில் உட்கார்ந்தபோது திரும்ப சட்டைப்பையில் மொபைல் ஒலி. கோமதிதான். இது கீழ்வீட்டு நம்பர்.

'இப்போ என்ன பிலிப்பைன்ஸ்லே? வேறே கம்பெனி உத்யோகமா? நானும் வரலாமா?' அவள் ஆர்வமாகக் கேட்டாள். வேறே நாட்டில் போனாலாவது தனக்கும் திரும்ப வேலை கிடைக்குமோ என்ற நப்பாசை குரலில் தெரிந்தது. ரெண்டு பேர் சம்பாதித்து, செலவு செய்து, ஞாயிற்றுக்கிழமை ஓட்டலில் சாப்பிட்டு, சேமித்து, வீடு கட்டி, கார் வாங்க முடிவு செய்து... எல்லாமே தொடர வேண்டியவை. எப்போது?

‘வேறே கம்பெனி இல்லேம்மா. எங்க ப்ராஜக்டை பிலிப்பைன்ஸ் கம்பெனி இன்னும் குறைஞ்ச செலவிலே முடிச்சுத் தரதா சொல்லி எடுத்துக்கிட்டாங்க. அங்கே போய் அவங்களுக்கு நாலெட்ஜ் டிரான்ஸ்பர் ரெண்டு வாரம் நடத்தணும். எனக்குத் தெரிஞ்ச எல்லாத்தையும் சொல்லிக்கொடுத்துட்டு வந்ததும் எனக்கும் சீட்டு இங்கே கிழிஞ்சிடும். மோட்டார் சைக்கிளை இப்பவே வித்துடலாமான்னு பார்க்கிறேன். பெட்ரோல் செலவு மிச்சம். வேறே என்ன செலவைச் சுருக்கலாம்?’

‘ஏங்க ரொம்ப சோர்வா இருக்கீங்களா? ஆபீஸ் முடிஞ்சு வீட்டுக்கு வந்ததும் சாவகாசமா எல்லாம் பேசிக்கலாம். ராத்திரி சப்பாத்தி பண்ணி வைக்கறேன்.’

‘நோ ஆயில். விலை ஜாஸ்தி. தொட்டுக்க ரோஸ்ட் வேணாம். சும்மா வேக வைச்ச கிழங்கு போதும்’. போன மாதம் வரை சங்கரனுக்கு மளிகை விலைவாசி தெரியாது.

‘நியூயார்க் விமானம் வந்து விட்டது’. அறிவிப்புத் திரையில் எழுத்துக்களாக ஓட, சங்கரன் பரபரப்பாக எழுந்தான். பெயர் எழுதிய அட்டையை உயர்த்திப் பிடித்தபடி திட்டி வாசலுக்கு முன்னால் நின்ற கூட்டத்தில் கலந்தான். முன்வரிசைக்கு முண்டியடித்துப் போய் இடத்தைப் பிடித்துச் சுற்றிலும் பார்க்க, திருவானைக்காவல் ஆண்டாள் என்று எழுதிய அட்டை கவனத்தைக் கவர்ந்தது. அமெரிக்க ரிட்டர்ன் ஆண்டாளுக்கு என்ன வயசு இருக்கும்?

கஸ்டம்ஸ் பரிசோதனை முடிந்து ட்ராலிகளையும் சூட்கேஸ்களையும் உருட்டியபடி ஒவ்வொருத்தராக வெளியே வர, சங்கரன் கவனமாகத் தேடினான். நிராகரிக்கப்பட வேண்டிய இந்திய முகங்கள். நாலு ஜப்பானியர்கள். கொரிய நாட்டுக்காரரா கம்போடியா, வியத்னாம் காரரா என்று சட்டென்று முடிவு செய்ய முடியாத கண் இடுங்கிய வயோதிகர் ஒருத்தர், பின்னால் ஜீன்ஸும் மொட்டைத் தலையுமாக ஒரு வெள்ளைக்காரர். ரிச் டெமூராவாக இருக்குமோ? மொட்டையன் மொபைல் போனில் உற்சாகமாகப் பேசியபடி வெளியே வந்து கொண்டிருந்தான்.

அவன் கண்ணில் படும்படி நாலைந்து பேர் அட்டைகளை உயர்த்த சங்கரனும் முன்னால் குனிந்தான். கூட்டமாக யாசகம்

கேட்கிற மாதிரி இருந்தது அவனுக்கு.

மொட்டையன் ரிக் டெமோராவோ, மைக் பிஷரோ, ஆலன் கார்ட்டரோ, ராபர்ட் மெக்வ்யெனோ அங்கே இருந்த மற்ற அட்டைப் பெயர் வெள்ளைக்காரனோ இல்லை. 'திமித்ரி சசாங்கோவ்' அவனே கத்தினான். ரஷ்யன். யாரோ ஓடிவந்து மன்னிப்பு கேட்டு அழைத்துப் போனார்கள். அவனுக்குப் பின்னால் சேர்ந்து பேசிச் சிரித்துக்கொண்டு வருகிற வேறு ஏழெட்டு வெள்ளைக்காரர்கள். ஒவ்வொருத்தராக வாசலில் ஒரு வினாடி தயங்கி நின்று பெயர் எழுதிய அட்டைகளை நோட்டம் விட்டு பத்திரமாக சேருமிடம் சேர்ந்துவிட்டார்கள். சங்கரன் மட்டும் அட்டையோடு இன்னும் நிற்கிறான். வந்த விருந்தாளி எங்கே தொலைந்தான்?

தொற்று நோய்ப் பிரதேசத்தில் காலடி வைக்கிறதுபோல், முகத்தில் முக்கால்வாசி துணி மூடிய வெள்ளைக்காரியை அணைத்துப் பிடித்துக் கூட்டிவருகிறவனா? இவனுக்கு அப்புறம் வேறே யாரும் பயணிகள் இருக்கிற மாதிரி தெரியவில்லையே.

அவன் பக்கத்தில் வந்தபோது சங்கரன் குனிந்து 'டிக்?' என்று விசாரித்தான்.

'இருக்கு. தாங்க்ஸ்'. வெள்ளைக்காரன் வெடிச்சிரிப்போடு நகர்ந்தபோது அவன் சிநேகிதியிடம் சொல்லிக் கொண்டு போனது சங்கரனுக்குக் கேட்டது. 'இங்கே கிட்னிதான் விற்பாங்கன்னு தெரியும். மற்றதுமா? ஷ்யூர் யு வில் எஞ்ஜாய் தி ஓரியண்டல் டீப் டச்'. வெள்ளைக்காரி முகமூடியை வழித்துவிட்டுச் சிரித்தாள்.

எதுக்கென்று இனம் புரியாத ஆத்திரத்தோடு கையிலிருந்த அட்டையை அவன் போன திசையில் சங்கரன் எறிய, யாரோ வந்து தோளைத் தொட்டார்கள்.

'மேட், உன் அட்டையிலே என்ன பெயர் எழுதி வச்சிருக்கே?' குரலை மட்டும் காதில் வாங்கிக்கொண்டு முன்னால் நடக்கும் வெள்ளைக்காரனையே முறைத்தபடி 'ரிக் டெமேரா' என்றான் சங்கரன்.

'நான்தான் அந்தக் கேடுகெட்ட ரிக். தி சில்லி டிக்.'

நிமிர்ந்து பார்த்தான் சங்கரன். சராசரியான ஐந்தரை அடி உயரத்தில் டீஷர்ட்டும் ட்வீட் பேன்ட்டுமாக படு காஷுவலாக

ஒரு கறுப்பன். கறுப்பர்.

'சாரி சார். நான்... நான்... ரிக் டெமோராங்கிறது...'

'சாம் மாமா தேசம்னா முழுக்க வெள்ளையன். அப்படித்தானே? நாங்களும் உண்டு. அட்டைக் கறுப்பு ஆசாமிகள். மறந்துடாதீங்கப்பா. கறுப்பனுக்கு கறுப்பன் சகா.

ரிக் என்ற டிக் சிநேகிதமாகச் சிரித்தபடி சொன்னான்.

மனசார அன்போடு அவன் கையைக் குலுக்கி, டாக்சியைக் கூப்பிட்டு நிறுத்தினான் சங்கரன். ஏசி டாக்சி. ப்ராஜக்ட் மேனேஜரிடம் சொல்லி பில் கட்டி விடலாம்.

டிக் படு சந்தோஷமாக, குழந்தை போல் கார் ஜன்னலுக்கு வெளியே விரியும் சென்னையை ஆர்வத்தோடு பார்த்துக்கொண்டுவந்தான்.

மொபைல் போன் சத்தம். டிக் வைத்திருந்ததுதான்.

'சாரி, ஹோப் யூ டோன்ட் மைண்ட்.' சங்கரனிடம் மன்னிப்பு கேட்டுக் கொண்டு அவன் கொஞ்சம் உரக்கப் பேச ஆரம்பித்தான். 'தவழ்ந்து போய் மைக்ரோ ஓவனில் காபி சூடு படுத்து. உள்ளாடையை கழட்டு. கதவை திறந்து வைத்துக் கொண்டு பாத்ரூம் போ. படுக்கைக்குப் பக்கமாக வந்து அப்படியே குப்புற உருண்டு படு. ரிமோட்டை இயக்கி வாசல் கதவை பத்திரமாக அடைத்துப் பூட்டு. டான்ஸ் ஆடற கடவுள் சிலையா? மலிவா கெடச்சா வாங்கிட்டு வரேன். தூங்கு. குட்நைட்'.

சின்னக் குழந்தை போல் ஊரில் யாருக்கோ என்ன செய்யணும் என்று சொல்லிக்கொடுக்கிறான். பாத்ரூம் போக ஜட்டியைக் கழற்றுவது முதற்கொண்டா பாடம்?

பணக்கார அமெரிக்கன். கறுப்பனோ வெள்ளைக்காரனோ, பணம் இருந்தால் சுபிட்சத்துக்கு எந்தக் குறைவும் இல்லை. கண்டம் கடந்து டெலிபோனில் வெட்டி அரட்டை அடித்து காசைக் கரியாக்கவும் அது தேவை. ரிக் டெமோராவின் கம்பெனி எல்லாச் செலவையும் ரசீது தேவைப்படாமல் உடனே கொடுத்துவிடும்.

'என் மனைவி. ஒரு விபத்தில் ரெண்டு காலும் இழந்து சக்கர நாற்காலியில் கிடக்கா. அவளை தினசரி நான் தான் சுமந்து கொண்டு போய்ப் படுக்கையில் விட்டுத் தூங்க வைப்பேன். இப்போ தனியா இருக்கறதால் இன்ஸ்ட்ரக்ஷன் டைம்.'

டிக் திரும்ப வெடிச்சிரிப்பு சிரிக்க, சங்கரன் அவனை ஆச்சரியத்தோடு பார்த்தான்.

'ஐ யாம் சாரி டு ஹியர் தட். பாவம் அவங்களை ஏன் தனியா விட்டுட்டு இங்கே வந்தீங்க? வேறே யாரும் கம்பெனியில் இல்லையா?'

கேட்டுவிட்டு நாக்கைக் கடித்துக்கொண்டான் சங்கரன். அமெரிக்கர்கள் பெர்சனல் கேள்விகளை விரும்ப மாட்டார்கள். அவர்களாகவே தகவல் சொன்னாலும் மேலே தூண்டித் துருவக் கூடாது. கம்ப்யூட்டர் கம்பெனியில் வேலை செய்ய நுழைந்ததுமே கற்றுத்தரும் பாலபாடம் இது.

'சாரி அகெய்ன்.' அவன் மன்னிப்பு கேட்க டிக் கையமர்த்தினான்.

'வேண்டாம்னுதான் பார்த்தேன். ஆனா, வேலையை விட்டுத் துரத்தற முந்தி வெளிநாடு, அதுவும் இந்தியா. விட மனசு வரல்லே.'

என்ன, இவனுக்கும் வேலை போகுமா? சங்கரன் பதில் பேசாமல் பார்த்தான்.

'ஆமா, உங்க கம்பெனியில் நாலைஞ்சு பேருக்கு நான் செய்யற வேலையைச் சொல்லிக்கொடுத்துட்டுக் கிளம்ப வேண்டியதுதான். என் சம்பளத்தை விட குறைஞ்ச காசுக்கு நீங்க செய்வீங்க. உங்களை விட வேறே யாராவது கம்மி ரேட்டிலே வேலை செய்யறேன்னு வந்தா உங்க கிட்டே பிடுங்கி அவங்க கிட்டே கொடுக்கப்படும். அப்புறம் அவனை விட சீப் ரேட்டிலே இன்னொரு இடம்...'

கையால் அலை அலையாகப் பரத்திக்கொண்டு திரும்பச் சிரித்தான் டிக். அவனுக்குக் கோபமோ சோகமோ கொஞ்சம்கூட முகத்திலோ குரலிலோ இல்லை.

'வேலை போனா, குடும்பத்தை நடத்தறது.. அதுவும் நோயாளியா ஒய்ப்?' பெர்சனல் கேள்விதான். ஆனால் சங்கரனுக்குக் கேட்காமல் இருக்க முடியவில்லை.

டிக் தன் தலைமுடியைத் தொட்டான். 'மயிரே போச்சு. எனக்குத் தச்சு வேலை தெரியும். போதாதா என்ன? நானே இழைச்சு நாற்காலியும் சோபாவும் செய்து ஒரு தச்சுப் பட்டறை திறக்கறதா இருக்கேன். கூடவே பெஞ்ச் செய்து சாப்ட்வேர் கம்பெனிகளுக்குத் தரலாம். வேலை இல்லேன்னு பாதி சம்பளத்திலே உட்கார

வைக்க சவுகரியமா இருக்கும். உங்க கம்பெனியிலே பெஞ்ச் உண்டுதானே?'

டிக் சிரிப்புக்கு இடையே சொல்ல, சும்மா சிரித்து வைத்தான் சங்கரன்.

டிக் அவன் மொபைல் போனை சங்கரனுக்குக் காட்டினான். டிஜிட்டல் புகைப்படங்கள் வரிசையாக நகர்ந்து போய்க்கொண்டிருந்தன அதில்.

'இது சிரிக்கும் புத்தர். நான் தைவான் போனபோது வாங்கினது. முந்தின கம்பெனியில் வேலையை விடறதுக்கு முந்தி தைவான் போய் கிளாஸ் எடுத்துட்டு புத்தரோடு வந்தேன். இது வெள்ளை யானை. தாய்லாந்தில் இன்னொரு கம்பெனிக்கு அவுட்சோர்ஸ் பண்ண போனபோது வாங்கினது. இது அரிசிக் கடவுள். பிலிப்பைன்ஸ் கம்பெனிக்கு தொழில் சொல்லிக் கொடுக்கப் போனபோது வாங்கி வந்தது இந்த ரைஸ் காட். இதெல்லாமே அதிர்ஷ்டம் தருமாம். அதிர்ஷ்டம் அடிச்சு அடிச்சு மொத்தம் பனிரெண்டு கம்பெனி மாறிட்டேன். இனிமேலும் கம்ப்யூட்டர் தொழில்லே குப்பை கொட்ட முடியும்னு தோணலை. அதான் இழைப்புளியை எடுத்துடப் போறேன். இங்கே கிடைச்சா ஒண்ணு வாங்கிட்டு போகணும். ஆடற கடவுள் வேணாம். இழைப்புளி போதும். என்ன சொல்றே?'

சங்கரன் 'நிச்சயமாக' என்ற போது மனதில் இனம் புரியாத நம்பிக்கை. அவனுக்கு தச்சுவேலை தெரியாது. வேறு எதுவும் கூட. ஸோ வாட்? மோதிப் பார்ப்பான். அடுத்த ப்ராஜக்ட் கிடைக்கலாம். இல்லை பெட்டிக்கடை நடத்தலாம்.

சங்கரனின் மொபைல் அடித்தது.

'பிலிப்பைன்ஸ்லே தங்கமா? அரிசிக் கடவுள் வாங்கி வரேன். சுபிட்சம் தருமாம்.'

ஆபீஸ் வந்துவிட்டிருந்தது.

(குங்குமம் 2011)

இன்னொரு குதிரை

குப்பன் நகரசபைத் தேர்தலில் நாலாம் வார்ட் வேட்பாளராக நிற்பதாக அறிவிப்பான். அஸ்து தேவதைகள் ஆமோதிப்பதாக ராமாமிர்த பாட்டி சொல்வாள்.

வாஸ்து தேவதைகளைத் தெரிந்தவர்களுக்குக்கூட அஸ்து தேவதைகளை அவ்வளவாகத் தெரியாது. இதுகள் சதா வானத்தில் சஞ்சரித்தபடி, யாராவது 'எழவு விழ', 'நாசமாகப் போக', 'சனியன் பிடிக்க' போன்ற அசுபமான பிரயோகங்களை உதிர்த்தால் உடனடியாக ஆமோதிப்பு தீர்மானம் நிறைவேற்றி அந்தப்படிக்கு காரியங்கள் நடக்க வைப்பதையே முழுநேரம் வேலையாகக் கொண்டவை.

கங்கையூரில் நகரசபைத் தேர்தல் அறிவித்ததுமே ஒட்டுமொத்தமாக அஸ்து தேவதைகள் இங்கே திரண்டு வந்துவிடும். அதில் கொஞ்சம் லேட்டாக வந்து சேர்ந்த ஒன்று குப்பனை சபிக்க, சீனியர் தேவதை லிஸ்டில் முதல் இடம் பெறும் பிரமுகர்களில் சிலர் டாக்டர் கண்ணுக்கினியான், பெட்டிக்கடை சாமி, முறுக்கு மொத்த சப்ளை முனியாண்டி, மளிகைக்கடை ராவுத்தர், ஸ்தானிஸ்லால் வாத்தியார்.

மொத்தம் பனிரெண்டு வார்ட் ஊரில். ரெண்டாம் வார்டில் டாக்டர் கண்ணுக்கினியானும், பெட்டிக் கடைக்கார சாமியும் மோத, நாலாம் வார்டில் குப்பனும் முறுக்கு முனியாண்டியும்

போட்டி. வேட்பாளர் பட்டியலில் இடம் பெறும் மற்ற பல பெயர்கள் ஊரளவில் இல்லாவிட்டாலும் தெருவளவிலாவது பிரபலம்.

நகரசபை எலெக்ஷனுக்குத் தேர்தல் சின்னம் ஒதுக்குகிறது யாரென்று தெரியவில்லை. கடியாரம், குதிரை வீரன், மோட்டார் கார், ரயில் இஞ்சின், கதவு, ரேடியோ, ரோடு ரோலர், விசிறி, பனைமரம், குடை, கிணறு, இரும்பு வாளி, டிராக்டர் இப்படி.

குப்பனுக்கு குதிரைவீரன் கிடைக்கும். முறுக்குக் காரருக்குக் கிணறு. பெருமாள்கோவில் தெரு, ஒற்றைத் தெருவில் ஐம்பது வீடு, இதுதான் தொகுதியின் அளவு. வீட்டுக்கு வீடு இருக்கப்பட்ட நண்டு சிண்டு நார்த்தங்காய் தள்ளி இருநூறு பெரிசுகள். இவர்கள் தான் ஓட்டுச் சாவடிக்குத் திரண்டு வந்து வாக்களித்து கிணறையோ குதிரையையோ முனிசிபல் ஆபீஸ் படியேற்ற கடமைப்பட்டவர்கள்.

மற்ற வார்டுகளிலும் இதே நிலைதான். ஏழாம் வார்ட் மாட்டு ஆஸ்பத்திரி வார்ட் என்ற வெட்டினரி ஹாஸ்பிடல் அமைந்த ஒன்று. அங்கே நாலு கால் பிராணிகளே அதிகம். அவை தவிர மிச்சம் நூறு பேர் வாக்களிக்கத் தேறினால் அதிசயம்.

கடைசியாக பத்திரிகை தாக்கல் செய்தாலும் குப்பன் முதல் ஆளாக சூறாவளி பிரசாரத்தில் இறங்கிவிடுவான். அவனுடைய மூணு சீட்டு கோஷ்டி தேர்தல் கமிட்டியாக உருமாறி இறங்கி பாட்டியின் முதல் வசவுக்குப் பாத்திரமாகும்.

'தடித் தாண்டவராயன்கள். பேசறான், கொட்டிக்கறான், காப்பி எங்கேடி கிழவிங்கறான். இவன்கள் கட்டேலே போற வரைக்கும் யார் நித்யப்படிக்கு வடிச்சுக் கொட்டி பிண்டம் படைச்சு லோல்படறது?' பாட்டி உருட்டி விட்டெறிந்த சாம்பார் சாதம் மூளையைச் சூடேற்ற கோஷ்டி முதல் தேர்தல் தந்திரத்தை எட்டும்.

நாளைக்கு சாயந்திரம் நாலு மணிக்கு தொகுதியில் இருக்கப்பட்ட எல்லா வீட்டுக்கும் அப்பம் வடை போட்டுவிட்டு வருவது. கூடவே தேங்காய்ப்பால் ஒரு லோட்டா, வடைக்கு புதினா சட்னி என்று பக்கவாத்தியங்கள் இலவச இணைப்பு.

'ஏண்டா தோசி, யாராவது மண்டையைப் போட்டா இல்லே பத்தாம் நாள் காரியம் முடிஞ்சு சாயந்திரம் அண்டை அயல்லே

அப்பம் வடை போடற சம்பிரதாயம். இங்கே என்ன எழவு விழுந்துடுத்துன்னு அப்பம் வடை போட அலையறே?'

பாட்டியின் பிரம்மாஸ்திரத்தைப் புன்முறுவலுடன் எதிர்கொண்டு குப்பன் 'எங்க தாத்தா அதான் உன் வீட்டுக்காரர் போனதுக்கு இப்போ தான் அதைப் போட நேரம் குதிர்ந்திருக்கு' என்பான். 'அட எழவே' என்று பாட்டி வாழ்த்துவாள்.

குப்பன் குழு அப்பம் வடை சப்ளையை முத்துப்பட்டி கருமாதி சமையல்கார கோஷ்டியிடம் காண்ட்ராக்ட் விடும். சொன்ன நேரத்துக்கு சரக்கை ரெட்டை மாட்டு வண்டியில் கொண்டு வந்து முத்துப்பட்டி ஆட்கள் இறக்கும்போது வண்டி மாடு 'ம்ம்மா' என்று உச்சத்தில் கொடுக்கும் சத்தத்தில் இருந்து உருளும் வண்டிச் சக்கரம் வரை ஒரே சீராகப் பூண்டு வாசனை. இந்தப் பண்டத்தை ஏறிட்டும் பார்க்காத பெருமாள் கோவில் தெரு வீடுகளில் இப்படி ஒரு நெடியோடு அப்பம் வடையை எப்படிப் போட? தாத்தா கடைசி விருப்பம் என்று சொல்லித்தான்.

ஒண்ணு தெரியுமோ? தெருவில் யாரும் பூண்டு விரோதியில்லை. பல தலைமுறையாக வீட்டுச் சமையலில் சேர்க்காத ஒரே காரணத்தால் உள்ளே நுழையாதது அது, யாரோ ஒரு மகானுபாவரின் கடைசி விருப்பம் மூலம் சூடான அப்பம் வடையோடு ஓசியில் உள்ளே வந்து விழ யாருக்கும் எந்தத் தடையும் இருக்காது.

இந்த எதிர்பாராத வரவேற்பால் மலைத்துப் போகும் குப்பன் கோஷ்டி, அவன் ஜெயித்தால் ஒவ்வொரு அமாவாசைக்கும் இதேபோல் மணக்க மணக்க தாத்தா நினைவில் பலகாரம் போடுவதாக வடையோடு தேர்தல் வாக்குறுதியும் தரப்படும்.

தொகுதி முழுக்க வினியோகம் செய்துவிட்டு வீடு திரும்ப, 'பாடையிலே போக. ஊருக்கு தானம் கொடுக்க முந்தி வீட்டுக்கு எடுத்து வைக்கணும்னு இந்த பிரம்மஹத்திக்குத் தெரியாதா' என்றபடிக்கு முன்ஜாக்கிரதையாகப் பதுக்கி வைத்திருந்த தேர்தல் பிரசார சாதனங்களைப் பூண்டு சட்னி சகிதமாக கபளீகரம் செய்துகொண்டிருக்கும் ராமாமிர்த பாட்டியைக் காண நேரும். அவர்கள் ஒன்றும் சொல்ல முடியாது. பாட்டியின் ஓட்டும் இதே தொகுதியில்தான் என்பதே காரணம்.

நாலாம் வார்ட் இப்படி சாப்பாட்டு வாசனையோடு தேர்தலை

எதிர்கொள்ள, ரெண்டாவது வார்டில் டாக்டருக்கும் பெட்டிக்கடை சாமிக்கும் நட்பான மோதல். டாக்டர் தினசரி ராத்திரி அரைக் கவுளி வெற்றிலை மென்றுவிட்டு கோலி சோடா குடிக்க, ஊர் வம்பு பேச வசதியாகத் தேர்ந்தெடுத்திருப்பது சாமி கடையைத்தான்.

தேர்தல் தேதி அறிவிக்கப்பட்டதுமே தன் கடையில் இருந்தபடிக்கே சாமி பிரச்சாரத்தைத் துவங்கிவிடுவார். அவருக்குத் தேர்தல் சின்னமாக வெற்றிலை வழங்கப்படும். யார் எது வாங்க வந்தாலும் வெற்றிலையில் பேச்சை முடித்து காசு வாங்கிப் போட்டபடி சாமி பிரசாரம் நடத்த, டாக்டருக்கு மகா பெரிய பிரச்சனை.

எதிர்த்து நிற்கிற வேட்பாளரின் கடையில் மணிக்கணக்காக வேட்டியை மடித்துக் கட்டிக் கொண்டு நின்று எதிரியின் தேர்தல் சின்னமான வெற்றிலையை ரசித்து மென்று தான் பலவீனப்பட்டுப்போவதை டாக்டர் விரும்பமாட்டார். மேலும் அவருக்கு கடியாரச் சின்னம். சாமி தேர்தல் சின்னத்தை பிரசாரத்தோடு விற்றுக் காசாக்குவதுபோல் அவர் கடியாரத்தை வைத்துக்கொண்டு ஒன்றும் செய்ய முடியாது. ஒரு பாட்டில் கார்பனேட் மிக்சர் அல்லது இன்ஜெக்‌ஷன் சிரிஞ்ஜ் இப்படி சின்னத்தை அவருக்கு ஒதுக்கி இருந்தால் சௌகரியமாக இருக்கும். அமையாதே.

சாமி கடை வாசலில் ராத்திரி வம்பு மடத்தை உடனே நிறுத்திவைக்க டாக்டர் மனசே இல்லாமல் முடிவு செய்வார். அடுத்து பழனியின் குதிரை வண்டி டாக்டர் பிரச்சார சாதனமாக்கப்படும். இது அவருடைய ஆதரவாளர்களான பள்ளிக்கூட ஹெட்மாஸ்டர், பேங்க் ஏஜெண்ட் ஆகியோர் யோசனைப்படி நடக்கும்.

டிஸ்பென்சரிக்கு வரமுடியாத நோயாளிகளுக்கு நேரடியாகக் காட்சியளிக்க அவர் அந்த வாகனத்தைத்தான் அல்லும் பகலும் பயன்படுத்துவது வழக்கம். ஊரில் வேறே குதிரை வண்டிகள் இருந்தாலும் அதில் எல்லாம் ஏறுவதில்லை. குதிரைராசி பார்த்து, அவர் தொழிலுக்கு பழனியின் வண்டிதான் பொருந்தி வந்த ஒன்று.

திட்டத்தின்படி குதிரை வண்டி ஓட்டுகிற பழனிக்குப் பின்னால் வழக்கம் போல் வண்டிக்குள் உட்காராமல் பழனி பக்கத்திலேயே டாக்டர் உட்கார்ந்து கருடாழ்வார் போல் ரெண்டு கையையும்

கூப்பிக் கொண்டு வரவேண்டும். வண்டியில் ரெண்டு பக்கமும் கடியாரம் படம் எழுதிய படுதா தொங்க விடப்படும்.

தொகுதி முழுக்க பிரசார வாகனம் பதினைந்து நிமிடத்தில் சுற்றி வந்துவிடும் என்பதால் அங்கங்கே வண்டியை நிறுத்தி டாக்டர் மினி அரட்டை கச்சேரிகளை அரங்கேற்றிய வண்ணம் பிரசாரத்தில் ஈடுபடுவார். நாலு ரவுண்ட் இப்படி தொகுதி சுற்றி வருவதற்குள் பெரும்பாலான வாக்காளர்களை சந்தித்து விட முடியும். கூடவே நலம் விசாரித்து, கொஞ்சம் சுகவீனம் என்று புகார் செய்தவர்களை அடுத்த நாள் டிஸ்பென்சரிக்கு வரச்சொல்லி தொழிலுக்கும் வழிவகுக்க முடியும்.

இப்படி ஒரே கல்லில் ஏகப்பட்ட மாங்காய்களை அடிப்பதில் டாக்டர் வெற்றிபெற, பெட்டிக்கடை சாமி தேர்தல் உத்தியை மறுபரிசீலனை செய்ய வேண்டிப் போகும்.

'குப்பா, உன் தொகுதியிலே குதிரை வீரன்தானே உனக்கு சின்னம்?' சாயந்திரம் பாட்டி கண்ணில் படாமல் ஒரு சிகரெட் பற்றவைக்க வரும் குப்பனை அக்கறையோடு விசாரிப்பார் சாமி. பூரிப்போடு சிரிப்பான் குப்பன்.

'அப்போ எதுக்கு அப்பம் வடைன்னு வீடு வீடா சப்ளை பண்ணிட்டு இருக்கே?'

குப்பனும் யோசித்துப் பார்ப்பான். சாமி சொன்னது நியாயமாகப் படும்.

'குதிரை மேலே ராஜபவனி வரணும் நீ.' சாமி அஸ்திரத்தை வீசுவார். 'அப்பம் வடை சில்வர் தூக்கை எப்படிப் பிடிச்சுக்கறது?' இது குப்பனின் சந்தேகம்.

'ரெண்டு நாளைக்கு பலகாரத்தை நிறுத்து. கடிகாரத்தையும் நிறுத்திடலாம்' சாமி மர்மப் புன்னகை புரிவார். அவருக்கும் குப்பனுக்கும் நல்லது செய்கிற யுக்தியாம். பலகாரத்தை நிறுத்த முடியாது என்று சொல்லிவிடுவான் குப்பன். அப்போ எனக்கும் தினசரி ஒரு பிளேட் அனுப்பிவை என்பார் சாமி. குப்பன் உடனடியாகச் சம்மதிக்க, சாமி தரப்பில் யாமிருக்க பயமேன் கொடி உயர்த்தப்படும்.

பகல் நேரத்தில் டாக்டர் சின்னத் தூக்கம் போடுவது ஊருக்கே தெரியும் சங்கதி. சாமி பழனியை அந்த நேரத்தில் வரவழைத்து குப்பனையும் பக்கத்தில் வைத்துக் கொண்டு ஒரு உடன்படிக்கை ஏற்படுத்துவார். அதன்படிக்கு இந்த வாரம் முழுக்க சாயந்திரம் ஐந்து முதல் இரண்டு மணி நேரம் பழனியின் குதிரை குப்பன் வீட்டு வாசலில் நிற்க வேண்டும். மிச்சத்தை குப்பனும் குழுவும் பார்த்துக்கொள்வார்கள்.

குப்பன் வகையில் சாயந்திர வண்டி வாடகை. டாக்டர் ஏழு மணிக்கு அப்புறம்தான் குதிரைவண்டிப் பிரசாரம் கிளம்புவார் என்பதால் பழனிக்கு அந்தச் சவாரியும் கிடைக்கும். வருடம் பூரா எலெக்ஷன் என்று சட்டம் வந்தால் பழனியும் அவன் குதிரையும் முதலில் வரவேற்பார்கள். சாமியின் திட்டம் உடனே ஏற்கப்படும்.

சாமி பழனிக்குச் சொல்லாமல் விடுவது ஒன்று உண்டு. குதிரைக்கு டியூட்டி ரெண்டு மணி நேரம் என்றாலும் நடுவில் ஒரு சிறிய இடைவேளை ஒரு மணி நேரத்துக்கு. ஆக, ராத்திரி டாக்டர் பிரசாரத்துக்குக் கிளம்பும்போது குதிரை வண்டி கிட்டாது.

குப்பன் டிராயிங் மாஸ்டர் வேலப்பன் சகாயத்தோடு சாயந்திரம் குதிரை வீரனாக அவதாரம் எடுப்பான். கரி மீசையும் கன்னத்தில் குங்கும வர்ணமும் வரைந்துகொள்வான். அவன் முதுகில் டிராயிங் மாஸ்டரின் ஸ்பெஷல் சித்திரமான முண்டாசுக்கார படகோட்டி, தென்னை மரம்தான் இல்லாது போகும்.

அட்வான்ஸ் பணத்தை மடியில் முடித்துக்கொண்டு உடம்பு புஷ்டியாக ஏதோ லேகியத்தை விழுங்கிவிட்டு குப்பன் வீட்டுத் திண்ணையில் குப்புறப்படுத்துவிடுவான் பழனி. அது அபின் என்று யாரோ சொல்வது அவனுக்குத் தெரியாது.

‘சனியன்கள், உசிரை வாங்கறதுக்குன்னே பொறந்து வச்சிருக்கு எல்லா ஜந்துவும்’ என்று பாட்டி குப்பனையும் குதிரையையும் பொதுவாகப் பார்த்துத் திட்டிவிட்டு திருஷ்டிப் படாமல் இருக்க குதிரைக்கு வெகு அருகே கற்பூர ஆரத்தி எடுப்பாள். வெப்பம் தாங்காத குதிரை அவளை ஒரு முட்டு முட்டித் தட்டுத் தடுமாறி விழச் செய்யும். ‘பொணமே, உனக்கு எழவு விழாதா?’ என்று குதிரைக்கு இன்னொரு உடனடி வசவு தானம் செய்துவிட்டுப் பாட்டி தரையில் விழுந்து மயக்கமாவாள்.

அவள் திரும்ப எழுந்து எந்த நிமிடமும் அடுத்த அசுப வார்த்தையைத் தன்னைப் பார்த்துச் சொல்வாள் என்று எதிர்பார்த்து குப்பன் அதற்குள் குதிரையை விட்டிறங்க நினைப்பான். குதிரை வளைந்து கொடுக்க மாட்டேன் என்று நேரே நிற்பதோடு பெரிய பற்களைக் காட்டிக் கொண்டு வில்லன் போல் கனைக்கும். வேறு வழி இன்றி குப்பன் குதிரை மேலேயே ஆரோகணித்திருக்க, மணி ஏழரை.

குதிரை வண்டிக்குத் தயாராக டாக்டர் வீட்டு வாசலில் காத்திருப்பார். வண்டிதான் அவருக்காகக் காத்திருப்பது வழக்கம். கம்பவுண்டர் வைரவனை அழைத்து என்ன விஷயம் என்று விசாரிக்கலாம் என்று நினைப்பார். ரகசியமாக வெற்றிலையும் சீவலும் வாங்க அவனை சாமி பெட்டிக்கடைக்கு அனுப்பியிருப்பது அப்போதுதான் நினைவு வரும். டாக்டருக்காக இல்லை, அவன் வீட்டில் விசேஷம் என்று தான் வாங்கி வரவேண்டும் என்பது ஹெட்மாஸ்டரின் திட்டத்தின் சிறு பாகம்.

வெற்றிலையும் வராமல், குதிரையும் வராமல் டாக்டர் காத்திருக்க, குப்பன் வீட்டில் கூச்சல் குழப்பம். ராமாமிர்தப் பாட்டி கண்ணைத் திறக்காமலேயே ஈன ஸ்வரத்தில் நாட்டு அளவில், மாநில அளவில் இருக்கப்பட்ட பிரபலங்களை ‘பாடையிலே போற பீடைகளா’ என்று வைய ஆரம்பிப்பாள். நடுநடுவே குதிரை மாதிரி வேறே கனைக்கவும் செய்வாள். பாட்டிக்குப் பல் இல்லாத ஒன்றுதான் குறைச்சல்.

டாக்டர் கண்ணுக்கினியான் வந்தால்தான் பாட்டி பிழைப்பாள் என்று தெருவே குப்பன் கணக்கில் பூண்டு வெங்காய வடை தின்ற திருப்தியோடு ஏப்பம் விட்டபடி சொல்லும். அதற்குள் கையில் வெற்றிலைப் பொட்டலத்தோடு வைரவன் தகவல் அறிந்து குதிரையைப் பறித்துக் கொண்ட விஷயமாக சண்டை பிடிக்க குப்பன் வீட்டுக்குப் போய்ச் சேர்வான்.

அவன் பேசவே தேவையில்லாமல் நிலைமை புரிபட்டுப்போகும். வைரவன் குதிரை பக்கம் நெருங்கி குப்பனை இறக்கிவிட என்ன செய்யலாம் என்று யோசிக்க வெற்றிலைப் பொட்டலம் இப்போது குதிரை மூக்குக்கு முன். டாக்டருக்கு வருடக் கணக்காக சேவகம் செய்து செய்து அந்த வாசனை அதற்குப் பிரியமான ஒன்று. வெற்றிலை வாசனையை முகர்ந்துகொண்டு குதிரை முன்னால் நகர ஆரம்பிக்கும்.

வைரவன் வெற்றிலையைக் காட்டியபடி முன்னால் நடக்க, பின்னால் குப்பன் தாறுமாறாக எந்த நிமிஷமும் விழுந்து விடும் பயத்தோடு குதிரை ஏறி வர அந்த ஊர்வலம் ரெண்டாம் வார்டில் டாக்டர் வீட்டை நோக்கிப் புறப்படும்.

டாக்டரையும் குதிரை ஏறச் சொல்வான் குப்பன். எடை மொத்தமும் தாங்காது என்று டாக்டருக்குப்பட அந்த ஊர்வலம் குப்பன் வீட்டுக்கு கால்நடையாகத் திரும்ப நடக்கும். ஊர்வலக் கடைசியில் ஆனந்தமாக வெற்றிலை மென்றபடி டாக்டர் நடப்பார். அவர் கொடுத்த வெற்றிலையைக் குதிரை அசைபோடும்.

பாட்டிக்கு ஒன்றும் கேடு வராது. வெறும் மயக்கம். கிரகசாரங்களே என்று டாக்டர் தொடங்கி சகலரையும் சபித்துக்கொண்டு அவள் எழுந்து உட்கார்ந்துவிடுவாள். பழனி எழுந்து எல்லாப் பழியையும் குதிரை மேல் போட்டு விட்டு வண்டியில் அதைப் பூட்ட, டாக்டர் குதிரை வண்டி ஏறிப் போவார். அவர் வரும் முன்பே பெட்டிக்கடை சாமி கடையைப் பூட்டிவிட்டு வீட்டுக்கு சவாரி விட்டு விடுவார்.

எல்லோருக்கும் சந்தோஷம் என்றாலும் நாலாம் வார்ட் வாக்காளர்கள் தான் குழம்பிப் போவார்கள். நாலாம் வார்ட் குதிரை வீரன் குப்பனும் ரெண்டாம் வார்ட் கடிகார டாக்டரும் சேர்ந்தது என்ன மாதிரி அவசரக் கூட்டணி? ஏன் சேரணும்? டாக்டரை எதிர்த்த வெற்றிலை சின்னம் எதுக்கு நடுவில் வரணும்? யார் யார் பக்கம்? எது எது பக்கம்? அப்பம் வடை தேர்தலுக்கு அப்புறமும் கிடைக்குமா?

குப்பன் தோற்றுப்போவான்.

'சவண்டித் தீனி எழவுகள். வாய்க்கு ருஜியாக் கொட்டிக்கத் தயார். ஓட்டுப் போட வீட்டை விட்டு வரமுடியாதா இந்தச் சவங்களுக்கு? நாசமாப் போக.'

பாட்டியின் வசவை கடன் வாங்கி அவன் ஒலிக்கும்போது ரெண்டாம் வார்டில் டாக்டருடைய வெற்றியின் வேட்டு முழக்கம் கேட்டுக் கொண்டிருக்கும். கொண்டாட்டத்தின் பகுதியாக சாமி கடைக்கு வந்து ஆனந்தமாக வெற்றிலை போட்டுக்கொண்டு குப்பனைப் பற்றிய ஊர்வம்பில் ஆழ்ந்திருப்பார் டாக்டர்.

குதிரை வண்டி பழனி மேல் ஏழாம் வார்ட் மளிகைக்கடை ராவுத்தருக்கு வருத்தம் வரலாம். ஒரு ஓட்டில் ரிடையர்ட் வாத்தியார் ஸ்டானிஸ்லாசிடம் தோற்றுப்போவார் அவர். பழனிக்கு அந்த வார்டில்தான் வீடு. அவன் ஓட்டு நிச்சயம் அவருக்குக் கிடைத்திருக்கும். தேர்தலுக்கு முதல்நாள் அந்தத் தெரு வெட்டினரி ஆஸ்பத்திரியில் சக வண்டிக் குதிரை ஒன்றுக்கு முரட்டு ஊசியைப் போட்டு வதைத்தது பழனியின் வண்டிக் குதிரையின் பார்வையில் படாமல் இருந்தால் அது தேர்தல் தினத்தில் தெருவை பூரணமாக பகிஷ்கரித்திருக்காது.

தேர்தல் வெற்றியைக் குதிரைகள் நிர்ணயிக்கக்கூடாது என்று சட்டமா என்ன?

(கல்கி 2011)

ஊமைப் பாட்டி

ரெட்டைத் தெருவில் சாக்குப் படுதா கட்டிய ஒரே வீடு ஊமைப் பாட்டி வீடாகத்தான் இருக்கும். பாண்டியன் மளிகைக் கடையில் கடலைப் புண்ணாக்கும் அரிசியும் அடைத்து வந்த காலி சாக்குகளை யாசித்து வாங்கி வந்து வீட்டுத் திண்ணையில் வரிசையாகத் தொங்க விடுவாள் பாட்டி. வெயிலோ மழையோ அவள் உலகம் மளிகை வாடையடிக்கும் சணல் திரைகளுக்குப் பின்னால் இடுங்கியிருக்கும். அவள் மட்டுமில்லை, பேரன் நாகநாதனின் உலகமும் கூட.

சொல்லப்போனால் பாட்டியில்லை ஊமை. பேரன்தான். 'நாகு, எழுந்திருடா. சங்கு ஊதியாச்சு. இன்னும் என்ன வழிச்சுண்டு தூக்கம்?' பாட்டி சத்தம் புண்ணாக்குச் சாக்கு திரைச்சீலையைக் கடந்து ரெட்டைத் தெரு பாதிவரை எதிரொலிப்பது நாங்கள் பள்ளிக்கூடம் கிளம்ப அடியெடுத்து வைக்கும் போதுதான். பஞ்சாயத்து போர்டு ஆபீசில் எட்டு மணிச் சங்கு ஊதினாலும் ஊதாவிட்டாலும் பாட்டி குரல் ஒருநாள் விடாமல் பேரனை எழுப்பும். அப்புறம் சொல்லி வைத்தது போல் ஓர் அழுகைச் சத்தம். பேரன் அழுகிற ஓசை அது. நாகநாதனுக்கு இருபது வயசாவது இருக்கும். தொண்டையைக் கனைத்துக் கொண்டு ஏதோ சொல்ல ஆரம்பிப்பதுபோல் முஸ்தீபோடு தொடங்கி

எதுவும் பேச முடியாத தடித்த குரலில் அவன் அழுவான். அப்போதெல்லாம் மனசை இனம் தெரியாத பயம் கவ்வும்.

எதுக்கு அழணும் அத்தனை பெரிய ஆம்பிளை? எங்களை மாதிரி சயன்ஸ் மாஸ்டர் கரடி சாரின் ஷேவ் செய்த முகத்தை எதிர்பார்த்து திகிலோடு பள்ளிக்கூடம் போக வேணுமா என்ன அவனுக்கு? கரடி வாத்தியார் ரெண்டு வாரத்துக்கு ஒரு முறை சுத்தமாக முகத்தை மழித்துக்கொள்வார். தாடியோடு இருக்கிற போது வகுப்பில் பிரியமாகப் பேசுகிற அவர் ஷவரக் கல்யாணம் முடிந்து வந்த தினங்களில் தவறாது ஒரு முதுகு விடாமல் கச்சேரி நடத்திவிடுவார். நாகநாதன் எங்கள் வயசில் கரடி வாத்தியார் பாடம் நடத்த ஒன்பதாம் கிளாஸ் படித்ததாகத் தெரியவில்லை. பள்ளிக்கூடம் போய்ப் படிக்க வைக்காததற்கு அவன் வாய்பேசாத குறைபாடு ஒரு சாக்கு. மதுரையில் இப்படிப்பட்டவர்களுக்காகவே இருக்கிற பள்ளிக்கூடத்தில் ஏதோ ஒரு சமயம் பாட்டி அவனைக் கொண்டுபோய்ச் சேர்த்ததாகவும் அவனுடைய குரல் இல்லாத அழுகையில் பயந்துபோன வாத்தியார் அவனைத் திரும்பிப் பத்திரமாக பாட்டியோடு அனுப்பிவிட்டதாகவும் குண்டு ராஜு அவ்வப்போது கோலிவிடுவான். 'நாகநாதன் மாதிரி காலம் முழுக்கச் சும்மா இருக்கக் கொடுத்து வச்சிருக்கணும்.' அவன் சொல்வது சரியோ? தெரியாது.

மதியம் சாப்பாட்டுக்காக வீட்டுக்கு வந்துவிட்டு அவசரமாகத் திரும்பப் பள்ளிக்கூடத்துக்கு ஓடும்போது தன் வீட்டு வாசலில் நாகநாதன் நின்று எங்களில் யாரையாவது ஏகதேசமாகத் தோளைத் தொட்டுத் திருப்புவான். உதடு வேகமாக அசைய அடித்தொண்டையில் இருந்து மௌனமான குரல் என்னமோ விசாரிக்கும். தொடர்ந்து அவன் கை தொப்பி வைத்த தலை, நீளக் கோட்டு, சைக்கிள், தோளில் பை என்று காட்டுகிற சங்கேதங்களை ஒருசேரப் பார்க்கும்போது ஜவஹர்லால் நேரு ரெட்டைத் தெருவில் சைக்கிள் விட்டுக்கொண்டு பள்ளிக்கூடம் போனதைப் பார்த்தியா என்று கேட்பதாக எனக்குப் புரிந்தது. 'தபால்காரர் வேலுச்சாமி வந்தாச்சான்னு கேட்கறாண்டா'. குண்டுராஜு மொழிபெயர்க்கும் போது அவனைப் பாராட்டுகிறதுபோல் புன்னகை செய்து திரும்ப அடித்தொண்டையால் விசாரிப்பான் நாகநாதன். தினசரி அவனுக்குக் கடுதாசி எழுத யார் இருக்கிறார்களோ.

ஆனால், மாசம் பிறந்ததும் தவறாமல் மணி ஆர்டர் டில்லியில் இருந்து அவன் பெயருக்கு வந்துவிடும். கிளாரா விசாலாட்சி என்று அனுப்பியவர் விவரம் இருப்பதாக நாகநாதன் சார்பில் மணியார்டரை வாங்கி அவன் ரேகை புரட்டிய இடத்தில் சாட்சிக் கையெழுத்துப் போடும் ரெட்டைத் தெரு வக்கீல் குமாஸ்தாக்கள் சொல்வார்கள். மொட்டைத்தலை ஊமைப் பாட்டிக்கு தில்லிக்கார கிளாரா விசாலம் ரொம்ப உறவாம் ஒரு காலத்தில். அதாவது மருமகள்.

சனிக்கிழமை மதியங்களில் கோர்ட் இல்லாமல் வக்கீல்கள் தூங்கிக் கொண்டிருக்கும்போது வக்கீல் குமாஸ்தாக்கள் அரட்டைக்கு அலைவார்கள். அவர்களை சுவாரசியமான வம்புகளுக்காக தெருப் பெண்டுகள் முற்றுகையிடும்போது நாங்களும் கூடவே இருந்து ஒட்டுக் கேட்போம். அப்படிக் கேட்டபோது கிடைத்தது இது விசாலம் தினசரி அடி உதை என்று இருபது வருஷம் முந்தி இங்கே ஊமைப் பாட்டி வீட்டில் பட்ட கஷ்டம் கொஞ்சம்நஞ்சம் இல்லை. பாட்டிக்கு ஒரே பிள்ளை அதாவது நாகநாதனின் தகப்பன் குடித்துவிட்டு வந்து அடிப்பான். விசாலத்தின் வீட்டில் இருந்து காசு கொண்டுவரச் சொல்லி விரட்டும்போது பாட்டியும் சேர்ந்து திட்டுவாளாம். பிரசவத்துக்கு விசாலம் மிஷினரி ஆஸ்பத்திரியில் சேர்ந்தது, நாளடைவில் அவள் விவாகரத்தும் மதமாற்றமுமாக வீட்டுக்காரனைப் பிரிந்ததில் முடிந்ததாம். நர்ஸ் பயிற்சி முடித்து விசாலம் டில்லிக்குப் போக, ஊமைப் பிள்ளையை நாகநாதனின் அப்பா வளர்க்கச் சொல்லி கோர்ட் உத்தரவாம். அவன் சார்பில் பாட்டி வளர்க்கிறதுக்கு நாகநாதனின் அம்மா நர்ஸ் வேலை பார்த்து இன்னும் மாசாமாசம் தவறாமல் பணம் அனுப்புகிறாளாம்.

மணியார்டர் வந்ததும் நாகநாதன் சுறுசுறுப்பாக ராதா சாமி கடையில் சப்ஜா விதை போட்ட ஒண்டிப்பிலி சர்பத் குடிப்பான். பாட்டி கையைப் பிடித்துக்கொண்டு கோவிலுக்குப் போய் சனீஸ்வரன் கோவில் தீபத்தில் ரெண்டு ஸ்பூன் இலுப்பெண்ணெய் ஊற்றுவான். அப்புறம் அவன் அப்பா குடும்பத்தோடு வரும்போது ஓரமாக உட்கார்ந்து வேடிக்கை பார்ப்பான். விசாலத்தை ரத்து செய்த கையோடு இன்னொரு கல்யாணம் செய்துகொண்ட அந்த அப்பன் நாலு பெண் குழந்தைகளோடு மாசாமாசம் வந்து ஊமைப் பாட்டி வீட்டுத் திண்ணையில் உட்கார்கிறதும்

அந்தக் குழந்தைகள் அதிசயப் பிராணியைப் பார்க்கிறதுபோல் நாகநாதனைப் பார்க்கிறதும் தவறாமல் நடக்கிற காட்சிகள். அதெல்லாம் அனேகமாக அந்தக் குழந்தைகளில் ஒன்றின் கையில் அட்லாஸ் மாதிரி விரிந்த ரெண்டு பெரிய பத்து ரூபாய் நோட்டுக்களை நாகநாதன் வைப்பதில் முடியும். பஸ் பிடிக்க விரையும் குடும்பத் தலைவன் இப்போது குடிக்கிறதில்லை என்பாள் பாட்டி.

பாட்டி வீட்டில் சாவு விழுந்ததும் பஸ் பிடித்துத் தனியாக வந்தான் அப்பன். நாலைந்து நாள் சென்று வீட்டு வாசலில் ஒரு கார். வடக்கத்தி பைஜாமா போட்ட ஒரு சோனியான மாமி அவசரமாக இறங்கினாள். கூடவே கழுத்தில் சிலுவை மாட்டிய நாலைந்து கன்யாஸ்திரிகள். நிதானமாகப் படி ஏறினார்கள் அவர்கள்.

கிட்டத்தட்ட நாகநாதன் குரலில் சத்தம் இல்லாமல் அந்தக் கிறிஸ்துவ மாமி அழுதாள். திடீரென வெடித்துச் சிதறி, 'இதுக்கா உன்னை இங்கே விட்டுட்டுப் போனேண்டா நாகு' என்று உச்சத்தைத் தொட்டது அழுகைக் குரல். பாட்டி கன்யாஸ்திரிகளுக்குப் பின்னால் நின்றபடி சும்மா பார்த்துக்கொண்டிருந்தாள். நாகநாதனின் அம்மாவும் அப்பாவும் ஒருத்தரை ஒருத்தர் பார்க்கவே இல்லை.

காய்ச்சல் கண்டு இறந்துபோன நாகநாதனின் துணிமணி என்று ஒரு சின்ன மூட்டையைப் பாட்டி கிளாரா மாமியிடம் கொடுத்தாள். கன்யாஸ்திரிகள் சிலுவை வரைந்துகொண்டார்கள். மாமி புறப்படும் போது ஊமைப் பாட்டி கேட்டாள் 'அடுத்த மாசம் மட்டும் கொஞ்சம் வழக்கம் போல பணம் அனுப்பிடுடியம்மா. பத்து நாள் காரியம் பண்ண செலவு ரொம்ப ஆறது. உன் ஆம்படையான் கஷ்டப்படறான் பாவம்.' மாமி ஒன்றும் சொல்லாமல் இறங்கிப் போனதைப் பார்த்தபடி நின்றோம்.

(தினமலர் 2012)

திரை

இதுக்கு என்ன பெயர்?

எத்தனை யோசித்தும் நடேசனுக்கு நினைவு வரவில்லை. ஆனாலும் அதை அவர் கையில் பிடித்திருக்கிறார். சரியாகச் சொல்லப்போனால், அவர் கையில் திணிக்கப்பட்டிருக்கிறது. அதில் தட்டித் தாளம் வாசித்தபடி நடக்கும்படி அவர் கேட்டுக்கொள்ளப்பட்டிருக்கிறார். யாராரோ ராகம் இழுத்துப் பாடியவாறு கூடவே நடக்கிறார்கள். வெயிலில் காயும் சமுத்திரக்கரை மணல் காலில் நெருப்புப் பட்டையாக அப்புகிறது. வார்டன் குரல் காற்றில்லாத வெளியில் ஒலிக்கிறது.

வேகமா நடங்க பெரிசு. முகத்தைச் சிரிச்சபடி வச்சுக்கிட்டுப் போங்க. காமிரா வச்சுப் படம் பிடிச்சுட்டு இருக்காங்க. கஞ்சிராவைத் தட்டச் சொன்னேனே.

ஆக அதன் பெயர் கஞ்சிரா. அதை வாசித்தபடி சிரிக்க வேண்டும். அரை மணி நேரம் முன்னால் மதியத் தூக்கத்திலிருந்து உலுக்கி எழுப்பி இது கையில் திணிக்கப்பட்டது.

எங்கே போகறோம் நாம எல்லாம்?

பக்கத்தில் நடந்த கோலப்பனிடம் விசாரித்தார். கோலப்பன் சற்று நின்று காலில் பேண்டேஜை இறுக்கமாகக் கட்டுவதில் மும்முரமாக

இருந்தார். அழுக்கான அந்த பாண்டேஜை பிரித்தபோது எழுந்த நெடியை, கோலப்பன் முகத்தில் தெரிந்த நோவைப் பார்த்துப் பொறுத்துக் கொள்ளவேண்டிப் போனது.

பிள்ளையார் ஊர்கோலம். கடல்லே கரைக்கறதுக்கு முதியோர் இல்லத்திலே இருக்கற நாமெல்லாம் கூட்டமாப் போறதைப் படம் பிடிக்கறாங்களாம். நில்லுனா நிக்கணும், உக்காருன்னா உக்காரணும். நம்ப பொளப்பு இதான் நிருபரே.

கோலப்பன் சொல்லிக்கொண்டிருக்க, வரிசை முதலில் இருந்த மாதையன் நடுங்கிய குரலில் அடுத்த பாட்டை ஆரம்பித்தார். தினசரி சாப்பாட்டுக்கு முந்திப் பாடும் இறைவணக்கம் அது. கூடவே அநாதைத்தனமாக மற்றவர்கள் சேர்ந்து பாட, தயங்கித் தயங்கிக் கடல் அலையில் அடி எடுத்து வைத்தது ஊர்வலம். மாதையன் களிமண் பிள்ளையாரை வயிற்றோடு சேர்த்துக் குழந்தை மாதிரி அணைத்துப் பிடித்தபடி குனிந்தார்... ஆர்ப்பரித்து வந்து சட்டென்று பின்வாங்கிப் போகும் அலையில் கால் தடுமாற, பக்கத்தில் நின்றவர் தோளைப் பிடித்தபடி ஒரு வினாடி நின்றார்.

கேமிராக்காரன் நடேசனையும் குனியச் சொன்னான். இளவயது. வாட்டசாட்டமாக பணக் களையோடு இருந்தான் அவன். முன்பெல்லாம் இந்த மாதிரிப் பையன்கள் சினிமாக் காமிராவுக்கு முன்னால் நின்று அழகான பெண்களைத் திரையிலும் நேரிலும் வசியப்படுத்துவார்கள். இப்போது பின்னால் நிற்கிறார்கள் போல.

சீக்கிரம் ஆகட்டும். சுநிதா மேடம் வரதுக்குள்ளே நிறைய எடுக்க வேண்டியிருக்கு.

பின்னால் இருந்து வார்டன் அவசரப்படுத்தினான். அவனைத் தூக்கிக் கடலுக்குள் வீசிப் போட்டால் நன்றாக இருக்கும் என்று நடேசனுக்குத் தோன்றியது. முப்பது வருடத்துக்கு முன்னால் என்றால் அவர் அதை நிச்சயம் செய்திருப்பார். உடம்பில் பலம் பாக்கி இருந்த நேரம் அது. சட்டையில் கொஞ்சம் போலக் காசும். சினிமா நிருபராக ஸ்டூடியோக்களைச் சுற்றி வந்ததும் அப்போதுதான்.

கடற்கரையிலே கபடி விளையாடறதை எடுத்துடலாமா? ஒரு ஒத்திகை பாத்துடலாம்.

கேமிராக்காரன் வார்டனிடம் தெரிவித்தான். அவன் சகல பணிவோடும் பதில் சொல்லிவிட்டுத் தன் மொபைலில் யாரையோ கூப்பிட்டு நீளமாகப் பேச ஆரம்பித்தான். காமிராக்காரன் ஓரமாக நிறுத்தியிருந்த சொகுசு கார் பக்கம் நகர்ந்தான். அவன் பெரிய இடத்துப் பிள்ளையாக இருக்கலாம் என்று நடேசனுக்குத் தோன்றியது.

கபடி வேறே விளையாடணுமா. விடிஞ்சுது போ. நாய் வேசமில்லே இது.

கோலப்பன் ஒரு வண்ணக் குடை நிழலில் இருந்தபடிக்கு முணுமுணுத்தார். நடேசனும் குடைநிழலில் உட்கார்ந்தார். ஐஸ்கிரீம் விளம்பரம் எழுதியிருந்த குடை. சாயந்திரம் வெயில் தாழ்ந்து, கடற்கரையில் காற்று வாங்க ஆள் கூட்டம் அதிகமாகும்போது குடைக்குக் கீழே குஞ்சும் குளுவானுமாகக் குடும்பங்கள் ஐஸ்கிரீம் சாப்பிட்டுக்கொண்டிருப்பதைக் கற்பனை செய்து பார்த்தார் அவர். குழந்தைகளை முந்திக்கொண்டு ஐஸ்கிரீம்தான் நினைவுக்கு வந்தது. முப்பது வருசம். முந்தி ஸ்டூடியோ வட்டாரத்தில் நட்சத்திரங்களின் தயவால் கிளாசில் காப்பியோ டீயோ அவருக்கும் நீட்டப்படும். அபூர்வமாக ஐஸ்கிரீமும்.

ஆனாலும் சொல்லிக்கொள்கிறதுபோல் நடேசன் கையில் காசு புழங்க ஆரம்பித்தது அதற்கு அப்புறம்தான். அப்போது அவரை அரசியல் பகுதி நிருபராக்கி பத்திரிகை ஆபீசிலேயே உட்கார்த்தினார்கள். வேலை என்ன என்று விளக்கினார் எடிட்டர்.

நடேசன், இவங்க எல்லாம் நீங்க இதுவரை செஞ்ச மாதிரி சினிமா தகவல் சேகரிச்சு வந்து கொடுப்பாங்க. ரெண்டு மொட்டைத் தலை, நாலு மொழங்கால்னு வந்து சேர்றதை மூணு ஜதை மாரு, ரெண்டு மடி, நாலு படுக்கைன்னு நீங்க கிளுகிளுப்பா மாத்தித் தரணும். பெயரைச் சொல்லாமலேயே யாருன்னு ஊகிக்க வைக்கணும். 'தா'விலே முடியற மூணெழுத்து நடிகை. இப்படி ஒரே க்ளூவிலே ரெண்டு மூணு பேரு தட்டுப்பட்டா இன்னும் நல்லது. 'ரகசியம் இது நமக்குள் இருப்பது அவசியம்'னு தலைப்பு. உம்ம பேர் வெளியே எங்கேயும் தெரியாது. ஆபீசுக்குள்ளும் நீர் அரசியல் தலையங்கம் எழுதறீங்கன்னுதான் எல்லாரும் நினைச்சுட்டு இருப்பான். அரசியலை நான் பார்த்துக்கறேன். தா நடிகை, வா நடிகையை எல்லாம் நீரு கவனிச்சுக்கும்.

அந்த மனுஷனுக்குக் கரி நாக்கோ என்னமோ. நடேசன் எழுதிய முதல் ரகசியம் 'தா'வில் முடியும் நடிகை பற்றித்தான். பூமிதா அப்போது முதல் வரிசைக் கதாநாயகி. அவள் பர்னிச்சர் மார்ட்டுக்குப் போனதைப் பற்றி ஒரு நிருபர் வசவசவென்று செய்தி கொண்டு வந்தார். புதிதாகக் கட்டிக் குடிபோன வீட்டிற்கு அந்தக் கடையிலிருந்து வாங்கிப் போட்ட நாற்காலிகள் நாலாம் நாளே கால் ஒடிந்து போனதால் கடையில் ஏறிச் சண்டை போட்டு கடை முதலாளி மானத்தை பூமிதா வாங்கியதாகத் தெரிந்தது. புதிதாக அறிமுகமாகிக் கொண்டிருக்கும் ஒரு நாயகனுடைய வீட்டுக்காரர்கள் நடத்திய கடை அது என்பது கொசுறாகக் கிடைத்த தகவல்.

மீசை முளைத்துக்கொண்டிருக்கும் புதுப் பையனின் முறுக்கேறி வரும் உடம்பில் அவனுக்கு அக்கா வயசான தா நடிகைக்கு ஒரு கண்ணாம். நாற்காலி மலிவாகத் தருவதாகச் சொன்ன பையனிடம் கட்டில் தான் வேணும் என்று கண் அடித்தாள் அவள். நடேசனின் ரகசியம் இப்படிக் கண்ணில் தொடங்கி, மூக்கு, முதுகு, நக்னமான முழு உடல் என்று தொடர்ந்தது. ரெட்டைக் கட்டிலோடு இலவச இணைப்பாக வந்த புதுப் பையன் அதை நடிகையோடு பகிர்ந்து கொண்டானாம். கட்டில் கால் முறிந்ததற்குக் காரணம் ஊகித்து, அக்கா கிட்டே அடக்கி வாசி தம்பி என்று நடேசன் முடித்திருந்த செய்தி எடிட்டருக்குப் பிடித்திருந்தது. நடேசன் பெயர் போட்டு நாகாலாந்து அரசியல் பற்றி உப்புச்சப்பில்லாத கட்டுரையை அப்போதுதான் எழுதி முடித்திருந்தார் அவர்.

இன்னும் கொஞ்சம் தூக்கலாவே எழுதும். குத்தமில்லே.

எடிட்டர் ஆலோசனைப்படி நடேசன் அடுத்தடுத்த வாரங்களில் தா நடிகையை பத்திரிகைப் பக்கங்களில் யார் யாரோடோ படுக்கைக்கு அனுப்பினார். கருக் கலைக்க வைத்தார். இது போதாது என்றுபட, மற்றொரு கா நடிகையைத் தா நடிகையோடு விபரீதமாகக் காதல் செய்ய வைத்தார். நடிகை வீட்டில் அப்புறம் நாய் வாங்கினார்கள்.

அந்த மாதம் கணிசமாக உயர்த்தப்பட்டுப் பட்டுவாடா ஆகியிருந்த சம்பளம் நடேசன் சட்டைப் பையில் சந்தோஷமாகக் குலுங்கிக்

கொண்டிருந்தது. ஆபீஸ் பாயைக் கூப்பிட்டு ஒரு ஐஸ்கிரீம் ஆர்டர் கொடுத்தார் அவர்.

என்ன நிருபரே, வர்ணக் குடையைப் பார்த்துக்கிட்டே யோசனையிலே மூழ்கிட்டீங்க?

கோலப்பன் நடேசனை இந்த உலகத்துக்குக் கொண்டு வந்தார். ரகசியமும் தா நடிகையும் கட்டிலும் ஐஸ்கிரீமும் இல்லாத உலகம் அது. ஓசிச் சோற்றால் ஆனது.

யோசனையா? அப்போ நிருபனா இருந்தேன். எப்பவும் ஒருவனா இருக்கேன்.

தன் எதுகைமோனையைத் தானே ரசித்தபடி சொன்னார் நடேசன். இதமான கடல் காற்று அடிக்க ஆரம்பித்து வெக்கையைக் குறைத்து விட்டிருந்தது.

பத்திரிகையிலே முழுகிப்போய்க் கல்யாணத்தைப் பத்தியே நினைக்கலே. அது நினைவுக்கு வந்தபோது பத்திரிகை முழுகிப் போச்சு. பாக்கெட்டும் காலி.

எத்தனையாவது தடவையாகவோ கோலப்பனுக்கு கதைச் சுருக்கம் சொன்னார். கோலப்பன் பார்வையில் அவர் மரியாதைக்குரிய முன்னாள் பத்திரிகையாளர். 'ரகசியம் நமக்குள் இருப்பது அவசியம்' எல்லாம் கோலப்பனுக்குத் தெரியாது.

நிருபரே. நீரு அதிர்ஷ்டசாலிதான்.. சுதந்திரமா மூச்சுவிட, சுதந்திரமாப் பட்டினி கிடக்கக் கொடுத்து வச்சவர். என்னையப் போலவா? பிள்ளை குட்டி பெத்தாலும் நமக்கு இந்தக் கதிதான்னு எழுதி வச்சிருக்கே. எங்கே போய் முட்டிக்கறது?

கோலப்பன் வில்லுப்பாட்டுக் கலைஞராக வாழ்க்கையின் முதல் பகுதியைக் கழித்தவர். அப்புறம் யானைக்காலும், ஆறாத புண்ணும், துணிக்கட்டுமாகித் துவண்டுபோனார். நாலு ஆபீசில் ஏறி இறங்கிப் பெருக்கி, சோறு போட்ட வீட்டுக்காரி ஒரே பெண்ணுக்கும் எப்பாடு பட்டோ கல்யாணம் செய்து வைத்துவிட்டுத்தான் கண்ணை மூடினாள். அவள் போய்ச் சேர்ந்த பிறகு, மகள் அப்பாவைக் கூடவே வைத்திருக்க ஆசைப்பட்டாலும் கட்டியவன் மசியவில்லை.

பாரும் நிருபரே, நான் வில்லடிக்கும்போது மேடையிலே கூடவே ஆமா போட்டபடி குந்தியிருந்தவன் எல்லாம் பழைய விளம்பர நோட்டீசை சர்க்காருக்கு ஆதாரமா அனுப்பி சீனியர் ஆர்ட்டிஸ்ட் பென்ஷன் வாங்கிட்டு சுகமா இருக்கான். எனக்கும். வராமலா போயிடும்? வரட்டும். அப்புறம் ஆனைக்கவுனியிலே சின்னதா ரூம் எடுத்து பொங்கிச் சாப்பிட்டுப் போய்ச் சேர்ந்துட மாட்டேன்?

கோலப்பன் நோவெடுக்கும் காலைப் பொருட்படுத்தாமல் ஊர் முழுக்க நடந்து யார்யாரையோ கும்பிட்டு விழுந்து பென்ஷனுக்காக யாசிக்கிறார். கூடவே அவர்கள் தரும் ஐந்தும் பத்தும் அதிகாரிகளுக்கு மனுப் போடவும் அவருக்கு உபயோகமாகிறது. நடேசனின் பத்திரிகை நிருபர் அனுபவம் அந்த மனுக்களை தினுசு தினுசாக எழுத உதவியாக இருக்கிறது. கைமாறாகக் கிட்டுவதைக் கொண்டு வாரம் இரண்டு சிகரெட்டோ ஒரு கட்டு பீடியோ வாங்கி ஒளித்து வைத்துக் குடிக்க நடேசனுக்கு முடிகிறது. இப்போதைக்கு பென்ஷன் வரவேண்டாம் கோலப்பனுக்கு.

சினிமாவில் சடுதியில் காட்சி மாறுகிற மாதிரி திடீரென்று கடற்கரையில் ஏகப்பட்ட பரபரப்பு. படகுக் கார் ஒன்று வேகமாக வந்து நிற்க உள்ளே இருந்து ஜீன்ஸ், டீஷர்ட் போட்ட இளம் பெண் ஒருத்தி இறங்கினாள். தொடர்ந்து வணக்கம், குட்மார்னிங், எப்படி இருக்கீங்க, ஷீ இஸ் ஸோ ப்யூட்டிபுல் என்று கதம்பமாக ஏதேதோ இரைச்சல். ஒரு நடிகை. சுற்றிச் சூழ்ந்தபடி அவளுடைய ரசிகர்கள். முகங்கள் மாறியிருந்தாலும் நடேசனுக்குப் பரிச்சயமான உலகம் அது.

நடேசனையும் மற்றவர்களையும் நடக்கவும் ஓடவும் வைத்துக் காமிராவில் சுட்டுத் தள்ளிக்கொண்டிருந்தவன் வந்தவளின் கையைப் பற்றிக் குலுக்கினான். அப்புறம் என்ன நினைத்தானோ, அவள் இடுப்பை வளைத்து இறுக்க அணைத்துக் கொண்டான்.

வெல்கம் மகாராணி. உன் மலர்ப் பாதங்களை நான் கையில் ஏந்திக் கொள்ள அனுமதியளிப்பாயா? அல்லது நடக்கிறாயா? ஓல்டீஸ் ஆர் வெயிட்டிங் ஃபார் தி க்வீன்...

அந்தப் பெண் அவன் தலைமுடியைக் கொத்தாக இழுத்து 'யூ பாஸ்டார்ட்' என்று செல்லமாகத் திட்டியபடி கன்னத்தில் முத்தமிட்டாள்.

இனிமே இவன் ஜன்மத்துக்கும் முகம் கழுவ மாட்டான்.

யாரோ சொல்ல அலை அலையாக எழுந்து பரவும் சிரிப்பு. யார் என்ன சொன்னாலும் சிரிப்பால் முற்றுப்புள்ளி வைக்கிற வயது அவர்கள் எல்லோருக்கும்.

அடுத்த மாதம் கல்யாணத்துக்கு அட்வான்ஸ் வாழ்த்துகள். உங்கள் பிரஞ்சுக்கார வருங்காலக் கணவருக்கும்தான். ஆமா, இந்தியாவில் மாப்பிள்ளையே கிடைக்கலியா?

அடுத்த சிரிப்பு அலை.

இங்கே இந்த மாதிரிக் குரங்குதான் நிறையத் திரியுது.

சுநிதா காமிராக்காரனின் பிடரியைப் பாமரேனியன் நாய்க்குட்டி போல வருடியபடி சொன்னாள். அடுத்த அலை வந்து போகிற சத்தத்துக்கு வெளியே நடேசன் நின்றார். கல்யாணத்துக்கு அப்புறம் நடிப்பீங்களா என்ற சாகாவரம் பெற்ற கேள்வியை அவர் எதிர்பார்த்தார். ஏனோ யாரும் அதைக் கேட்கவே இல்லை.

இந்த அழகான கடற்கரையிலே இந்த நிமிடத்திலே நீங்க என்ன நினைக்கறீங்க?

அந்த அழகான பெண் வியர்த்து வடிந்து கையில் ஒட்டிய மணலைத் தட்டியபடி நிற்கிற ஒவ்வொரு கிழவருக்கு முன்னாலும் மைக்கை நீட்டி விசாரிக்கத் தொடங்கினாள். கபடி ஆடி ஓய்ந்து படபடப்பு அடங்காமல் மேல்மூச்சு வாங்கியபடி ஒவ்வொருவரும் பேசி முடிக்க, அவளுடைய முகத்தை ஜாக்கிரதையாக பூத்துவாலையால் ஒற்றி உதட்டுச் சாயத்தையும் பவுடரையும் பூசிவிட்டபடி ஒருத்தன் கூடவே அலைந்தான்.

இந்த நிமிடத்தில் என்ன நினைக்கறீங்க? நடேசன் யோசித்துப் பார்த்தார்.

பத்திரிகை நின்னுபோச்சு. கையிலே காசும் லேது. ஒரு பத்திரிகை ரகசியம் சொன்ன இடத்துலே இப்போ ஒன்பது பத்திரிகை. ரகசியம் என்ன, பேரைப் போட்டே என்னென்னமோ யாரைப் பத்தியெல்லாமோ எழுதி விக்குது. ஓப்பன் சீக்ரெட் பத்திரிகையிலே போய் வேலைக்கு நின்னபோது, சின்னப் பசங்க வேலை செய்யுற இடம் சார், உங்க தகுதிக்குச் சரிப்படாதுன்னு

மரியாதையாச் சொல்லி அனுப்பிட்டாங்க. ஓப்பன் சீக்ரெட் ஓசியிலே கிடைச்சபோது படிச்சுப் பார்த்தா, கிரகசாரம். தா நடிகை வீட்டுக் கட்டில் விவகாரம் எல்லாம் இதோட ஒப்பிட்டா அரிச்சுவடி மாதிரி. நடேசனுக்கும் இதெல்லாம் எழுத முடியும். ஆனா அவருக்குத் தெரிஞ்ச உலகமா இது? அங்கே இங்கே அலஞ்சு திண்டாடித் தவிச்சு கடைசியிலே எப்படியோ இந்த முதியோர் இல்லத்துக்கு வந்து சேர்ந்து நாலு வருசமாறது.

சே, இதைப் போய்ச் சொல்ல முடியுமா?

தெரிஞ்சதுலே பாதி மறந்துபோச்சு. சொன்னதுலே பாதி குப்பையாச்சு. இப்போ மீதியை நினைக்கறேன்... மீதி இருக்கற நாள் முழுசான நிம்மதியோட போகட்டும்.

எங்கேயோ படித்தது சரியான நேரத்தில் நினைவு வந்த சந்தோஷம் நடேசனுக்கு.

கவலைப்படாதீங்க. ஹாப்பி டேஸ் ஆர் ஹியர் எகெயின். உங்க முதியோர் இல்லத்தையும் உங்க எல்லோரையும் ரோஜா ஹாஸ்பிட்டல் சாரிட்டீஸ் சார்பிலே தத்து எடுத்துக்கப் போறேன். மை வெட்டிங் கிஃப்ட் டு யூ ஆல். டச்சிங்கா ஒரு பதிலைச் சொன்ன உங்களுக்கு என்னோட ஸ்பெஷல் லைஃப் டைம் ஸ்பான்சர்ஷிப்பும் உண்டு.

கைதட்டு உயர. அந்தப் பெண் பூ மலர்ந்ததுபோலச் சிரித்தாள். பத்து நிமிடம் முன்னால் அவளிடம் முத்தம் வாங்கியவனின் காமிரா அவள் முகத்தை விட்டு நகரவே இல்லை. அவள் காமிராக்காரனின் தோளை அணைத்தபடி படகுக் காரின் பக்கம் போனாள்.

இந்தப் பொண்ணு பெயர் என்ன? சட்டென்று மறந்துபோயிருந்தது. கஞ்சிரா மாதிரி.

நடேசன் கூட்டத்தில் கடந்துபோன மத்திய வயசன் யாரையோ விசாரித்தார்.

தெரியாமத்தான் கேக்கறீரா? இன்னிக்குத் தமிழ், இந்தி, தெலுங்கிலே எல்லாம் நம்பர் ஒன் ஹீரோயின் சுநிதாவைத் தெரியாதா? உமக்குத் தெரிஞ்ச ரெபரன்சோட சொல்லணும்னா, உங்க காலத்துக் கனவுக் கன்னி பூமிதாவை நினவு இருக்குதா?

எப்படி மறக்கும்?

எச்சலைத் தொடச்சுக்கும் பெரிசு. அந்தக் கனவுக் கன்னி எல்லாம் ரிடையர் ஆகி வீட்டோட முடங்கியாச்சு. அவங்க மகன்தான் ரோஜா ஆஸ்பிட்டல் சீஃப் டாக்டர். டாக்டரோட மகள் சுநிதா. இதுவும் வெளிநாட்டுலே டாக்டருக்குப் படிச்சுட்டு நடிக்க வந்திருக்கு. பாட்டி சொல்லித்தான் உங்க எல்லாரையும் தத்து எடுத்திருக்காங்களாம்.

நடேசனுடைய விரல்கள் பரபரத்தன. எழுத வேண்டும். மாதையனிடம் வெள்ளைத்தாள் கடன் வாங்கி பூமிதாவுக்கு இன்று ராத்திரியே கடிதம் எழுத வேண்டும். கேர் ஆப் சுநிதா என்று போட்டால் கட்டாயம் போய்ச் சேர்ந்துவிடும். படித்து, பூமிதா சந்திக்க வரலாம். வந்தால் மனப்பூர்வமாக நன்றி சொல்ல வேணும். மன்னிப்பு கேட்க வேணும்.

அவர் மனதுக்குள் இன்னொரு நடேசன் எட்டிப் பார்த்தார்... ரகசியம் இது நமக்குள் இருப்பது அவசியம் என இருட்டுக்குள் கிசுகிசுத்தார். ஒத்திகை பாத்துடலாம் என்று சொல்லியபடி அந்த இருட்டில் காமிராக்காரன் சுநிதாவின் உடுப்பை நிதானமாகக் களைந்து கொண்டிருந்தான். பிரஞ்சுக்காரன் தூங்கிக்கொண்டிருந்தான்.

எழுதுமய்யா. எழுதி ஓப்பன் சீக்ரெட்டுக்குப் பேர் போடாம அனுப்பு.

நடேசன் சட்டைப் பையைத் துழாவினார். சில்லறையாகக் காசுகள். தபால் ஆபீசில் ஒரே ஒரு கவர் வாங்க மட்டும் போதுமான பணம் அது.

(குங்குமம் 2011)

கூப்பிடறாங்க சார்

நீங்க இதை நம்பப்போறது இல்லேன்னு தெரியும். வருஷம் 2000 ஞாபகம் இருக்கா? அப்போ நான் அமெரிக்கவாசி. கலிபோர்னியாவிலே இருந்தேன். கால் இல்லாமக் கூட கலிபோர்னியாவிலே இருந்துடலாம். கார் இல்லாம முடியாது. கார் இல்லாததுதானே என் பிரச்சனை.

எனக்கு கம்ப்யூட்டர் புரகிராமிங் சுமாரா வரும். தெக்கத்தி ஆளு. ஏதோ படிச்சு ஏதோ எழுதி பாஸ் செஞ்சு, காரைக்குடி காலேஜ்லே பி.ஈ வாங்கி கையில் எடுத்துக்கிட்டு, கம்ப்யூட்டர் கம்பெனியிலே செருப்பு துடைக்கச் சேர்ந்து ஆச்சு பதினஞ்சு வருஷம். இப்போ அங்கேயே சாதா புராஜக்ட் மேனேஜர்.

கொத்தடிமை வர்க்கம். சென்னை கத்தரி வெயில்லே டை கட்டி, கோட் போட்டுக்கிட்டு நிக்கணும். ஜெனரல் மேனேஜர், வைஸ் பிரசிடெண்ட், ஜியோ ஹெட் இப்படி தெய்வங்களைக் கொண்டாடணும். அதுங்க வண்டை வண்டையாத் திட்டி முகத்திலே உமிஞ்சாலும் புளகாங்கிதத்தோடு வழிச்சுப் பூசிக்கிட்டு கும்புடணும். தொரை அமெரிக்காவிலே இருந்து வரும்போதெல்லாம் அவனும் சேர்ந்து பட்டையைக் கழட்டுவான். சளைக்காம, இன்னும் திட்டுங்க எசமான்னு சிரிக்கணும். மத்தபடி செஞ்ச பிராஜக்ட் வேலைக்குக் கறாரா காசு வாங்கிப் போடணும். லேசுலே தரமாட்டானுங்க.

'உன் இங்கிலீஸ் முன்னே பின்னே இருந்தாலும் சரிதான். திட்டத் திட்ட திண்டுக்கல்லுனு நிக்கறியே அதான் கம்பெனிக்கு வேணும். கலிபோர்னியாவிலே கூப்பிட்டுவிட்டு நிக்க வச்சுத் திட்ட ஆள் கிடைக்குமான்னு கேட்டாங்க. போய்ட்டு வான்னு மேலிட உத்தரவு.

பிராஜக்ட் ஏற்கனவே ஒரு வருஷமாப் போய்ட்டு இருக்காம். நம்ம பிள்ளைங்க நூறு பேர் அங்கே குடியும் குடித்தனமுமா செட்டில் ஆகிட்டாங்களாம். நீயும் போய் ஜோதியிலே கலந்துக்கோன்னு விரட்டினாங்க.

சின்ன ஊரு. அங்கே சின்னதா ஒரு வீடு. மர வீடு. நம்ம பையன் ஒருத்தன். ஜெய். அதான் பேரு. அவன் கூட தங்கறதா ஏற்பாடு. ஏர்போர்ட்டுக்கு வந்து கூட்டிப் போனான். எனக்கும் அவனுக்கும் பத்து பதினஞ்சு வ்யசாவது வித்தியாசம் இருக்கும். ஜூனியர் சாஃப்ட்வேர் எஞ்ஜினியர். நம்மூர்லே சுண்டைக்காய் பதவி. ஆறு மாசத்துக்கு ஒரு தடவை தலையெழுத்தைத் தீர்மானிக்கறது பிராஜக்ட் மேனேஜர்ங்கறதாலே ரொம்ப மரியாதையா இருப்பாங்க இந்த வர்க்கத்திலே இருக்கற பசங்க. அப்படி குனிஞ்சு வளஞ்சு கும்மியடிச்சுட்டு அமெரிக்கா போய் ஒரேடியா நிமிர்ந்தவன் இந்த ஜெய்.

கையைக் குலுக்கினதுமே விருட்டுனு பிடுங்கிக்கிட்டு, ஃப்ளைட் மூணு மணி நேரம் லேட் ஆனதுக்கு ரொம்ப சலிச்சுக்கிட்டான். ஏம்பா ஆபீஸ்லே தானே ஏற்பாடு செஞ்சாங்கன்னேன். நீங்க போன் பண்ணியிருக்கலாமே... சுதாரிப்பா இல்லாட்ட இங்கே பிழைக்கறது கஷ்டம்னு முணுமுணுத்தான். என்னமோ அங்கேயே பொறந்து சினிமாவிலே குடும்பப் பாட்டுப் பாடி முடிக்கறதுக்குள்ளே அங்கேயே சடசடன்னு வளர்ந்து நிக்கற மாதிரி. நேரம்.

'பெட்டியிலே மூட்டைப்பூச்சி இருக்குமா?'

இல்லேன்னு சத்தியம் பண்ணிட்டு நான் அந்த பிரம்மாண்டமான பெட்டியை தேசத் தலைவர் செத்துப்போய் பீரங்கி வண்டியிலே வச்சுத் தள்ளிட்டு ஊர்வலம் போகிற மாதிரி உருட்டிட்டு வந்தேன். தோள்லே ரெண்டு மெகா சைஸ் பை. அதுலே ஒண்ணு லாப் டாப் கம்ப்யூட்டர். மற்றதில் தொழில் சம்பந்தமா புத்தகங்கள்.

தூக்க வேண்டியதைத் தூக்கி மாட்ட வேண்டியதை மாட்டி

உருட்ட வேண்டியதை உருட்டிக்கிட்டுத் தடுமாறறேன். நம்மாள் செக்யூரிடி மாதிரி அமர்த்தலா கூடவே வரான். ஒரு பழைய கார் பக்கம் ஊர்வலம் முடிஞ்சுது.

மூட்டையை பூட்டுலே வைங்கன்னான ஜெய். தரையிலே வச்ச பெட்டியை அவசரமா தூக்கிட்டு நின்னேன். பூட்டுலே வைக்கறது அப்படின்னா?

பூட்டுனா நாம இங்கே டிக்கின்னு சொல்றோமே அதுவாம். தெரியாதுப்பான்னேன். தெரிஞ்சுக்கணும்-ங்கறான். ஏண்டா நீ ஒரு வருஷம் முன்பு வரை டிக்கின்னு சொல்லிட்டுத்தானே உள்ளூர்க் கடையிலே டீ ஆத்திக்கிட்டிருந்தே? கேட்க முடியாது. எனக்கு முந்தி இங்கே வந்தவன்.

கார் ஓட்டத் தெரியுமான்னு கேட்டான். வெஸ்பா 'ஸ்கூட்டர்லே ஒரு ஆயுசுக் காலம் கழிஞ்சவன். எதோ கொஞ்ச நாளா இந்த மேனேஜர் உத்தியோகம். கையிலே கொஞ்சம் காசு. வீட்டுலே கார் வாங்கி நிறுத்தினேன். கத்துக்கிட்டு லைசன்ஸ் வாங்கறதுக்குள்ளே இங்கே தொரத்திவிட்டுட்டானுங்க.

சாங்கோபாங்கமா ஆரம்பிச்சேன். என்னது, டிரைவிங் லைசன்ஸ் இல்லியா? ரொம்ப கஷ்டம்னு கட் பண்ணினான். பரவாயில்லே சமாளிச்சுக்கறேன்னேன். கஷ்டம் உங்களுக்கிலே எனக்குன்னானே பார்க்கலாம்.

இப்படித்தான் நான் பிணைத் தொழிலாளியா கலிபோர்னியா வந்ததும், குப்பை கொட்டினதைக் கூட்டிப் பெருக்கிக் காசு வாங்கினதும். சம்பளமும் முழுசா எனக்கு வராது. ஐநூறு டாலர் பணத்தை எந்த ராஜா எந்தப் பட்டணத்துக்குப் போனாலும் டாண்ணு ஜெய்க்கு மாசம் பொறந்ததும் கொடுத்திடணும்னு ஒப்பந்தம். வாடகையிலே என் பங்காம். அதிகம்தான். என்ன செய்ய? அதைத் தவிர சாப்பாட்டுச் செலவு, மின்சாரம், கேபிள் டிவி, போன் இப்படி அந்தந்த மாசம் வர்ற தொகையை ரெண்டா வகுத்துத் தரணும்.

வேலை பார்க்கற இடம் இருக்கே, ஏன் கேக்கறீங்க, சடை ஆபீஸ். தைவான்காரனுங்களும் ஜப்பான்காரன்களும் நாள் முழுக்க மீட்டிங் போட்டு நம்மை வாய் பார்க்க வச்சுட்டு மோஷி மோஷின்னு பேசிட்டே இருப்பாங்க. இதுக்கு நடுவுலே

அங்கேயே உட்கார்ந்திருக்கற என் லோக்கல் தலைவன் எதுக்குன்னு தெரியாம திட்டறது, மெட்றாஸ்லே இருந்து தொலைபேசி, விடியோ கான்பரன்ஸிலே அங்கத்திய கடவுள் திட்டறது, டோக்கியோவிலே கஸ்டமர் பக்கம் சிநேகிதமா உக்காந்து எங்க சேல்ஸ் நிர்வாகி வயசு வித்தியாசம் பார்க்காம, வாய்யா போய்யான்னு கத்தறது எல்லாம் உண்டு. நரகம்.

வீட்டிலேயா, கேக்கவே வேணாம். கட்டின பொண்டாட்டியைக் கூட்டிவந்து குடும்பம் நடத்தினாக் கூட இம்புட்டு டார்ச்சர் இருக்காது. வீட்டுலே எப்பவும் இருபது பாக்கெட் உருளைக்கிழங்கு வறுவல், பியர், விஸ்கி இதெல்லாம் இருக்குமே தவிர, அரிசி, பருப்பு, சக்கரை எதுவும் ஸ்டாக் இருக்காது.

ஒரு நாள் வேலை முடிச்சு வந்தபோது கன்னா பின்னான்னு பசி. ஏம்ப்பா, சமைக்கலாமான்னு மெதுவா ஆரம்பிச்சேன். கூட்டு கொள்முதல், கூட்டு சமையல் ஆச்சே. டுர்யோன்னு நான் மட்டும் பொங்கித் திங்க முடியுமா?

வரும்போது தான் ஆபீஸ்லே கேக்கும் கோக்கும் அடிச்சோமே. அதுக்குள்ளே பசியான்னு ஆச்சரியப்பட்டான் ஜெய்.

நான் எங்கே கொட்டிக்கிட்டேன்? ஜப்பானிய துரை மீட்டிங்னு ஓலை அனுப்பினான். பேக்டரியில் நட்டு போல்ட் பண்ற மாதிரி துண்டு துணுக்கா ஆயிரம் பத்தாயிரம் சாப்ட்வேர் விள்ளல் செஞ்சு அப்புறம் அதை எல்லாம் இணைச்சுக் கதையை முடிக்கலாம்ங்கறான் மோஷி மோஷி. சிவனேன்னு நான் கேட்டுட்டு உக்காந்திருந்த நேரத்துலே இவன் கேக் மொசுக்கியிருக்கான்.

ஜெய் சமைக்க முடிவெடுக்கட்டும்னு நாலு ரொட்டியை மோரிலே தொட்டுத் தின்னுட்டு கொட்டுக் கொட்டுன்னு தரையிலே உக்காந்திருந்தேன்.

நம்ப முடியலியா? எது, மோரா? கலிபோர்னியாவிலே எல்லா சூப்பர் மார்க்கெட்லேயும் பட்டர் மில்க் அட்டைப் பொட்டியிலே அடைச்சு விக்குதுங்க. அப்புறம்? தரையிலே உக்காந்தா? ஆமா, அமெரிக்கான்னு பேரு, வீட்டுலே பேருக்கு ஒரு நாற்காலி, சோபா கிடையாது. ரெண்டு ரக், அதான், மேலே போத்திக்கற மெத்தை. அதை விரிச்சே இடம் அடைச்சுடுத்து. பர்னிசர் வாடகைக்கு எடுத்தா அதை அடுத்த வீட்டுலேதான் போடணும். காசு ஏது?

உட்கார்ந்தபடியே அசந்து இருக்கறபோது உலுக்கி எழுப்பினான் ஜெய். ஆபீஸ்லே உழைச்சிட்டு, பசிக்குச் சாப்பிட முடியாம, உருளைக்கிழங்கு வறுவலைத் தின்னு மோர் குடிச்சுட்டுக் கிடக்கறவன் கஷ்டம் தெரியாத பய. என்னாடான்னு கேட்டா, வா எல்லாரோடயும் வந்து பேசுங்கறான். கண்ணு சொருகுது. தலை சுத்துது. அங்கே போனா மொத்த டீமும் தண்ணியடிச்சுட்டு உக்காந்து கெக்கெக்கேன்னு சிரிக்கறானுங்க. ஜப்பான் பேங்குலே கணக்கு எப்படித் திறக்கறதுன்னு இந்த வெள்ளைப் பலகையிலே வரைஞ்சு விளக்கு அப்படீங்கறான், யாரா? சொன்னேனே உள்ளூர் தெய்வம்.

காலையிலே எழுந்ததும் போடா நீயுமாச்சு உன் சகவாசமுமாச்சுன்னு ஆஃபீஸுக்கு நடந்து போயிட்டேன். வீட்டுக்குப் பின்னாடி பெரிய வெட்டவெளி. கம்பி போட்டு வச்சிருக்கும். நடுவிலே சின்னதா ஒரு கதவு. அதைக் கடந்து, கம்மாய்க் கரை மாதிரி நீண்டுகிட்டே போகும். தண்ணியிலே எதேதோ பறவைகள் வந்து இறங்கும். ஜிவ்வுனு எவ்விப் பறக்கும். பாத்துக்கிட்டே பத்து நிமிஷம் நடந்து மணல் சரிவு இறங்கினா, ஆபீஸ். நடக்க ஆரம்பிச்சுட்டேன்.

லேட்டாக ஆபீஸ் போய்ச் சேர்ந்ததுமே இண்டர்காம்லே உள்ளூர் தெய்வம் கூப்பிடறான். அவசரமாம். போனா அங்கே மெட்ராஸ் சாமிகளும், வாஷிங்டன் சாமிகளும். குட்டையா ஒரு ஜப்பானிய தேவதையும் கேவலமாப் பார்க்கறாங்க.

ஜப்பானிய தேவதையை ஏதோ கேட்டார் எங்க தெய்வத்தின் தெய்வம். அது வெளியே போனதுமே, உள்ளூர் கடவுள் என்கிட்டே எகிறினான் - 'யோவ், நீ பாட்டுக்கு என்ன தில் இருந்தா இங்கே கெட்ட காரியம் பண்ணிட்டு இருப்பே.' அவன் சொன்ன வார்த்தையை இங்கே போடறது சரியில்லே. வாய்யா போய்யா கூட நம்ம வாயிலே வராது. அந்த வார்த்தையையா சொல்வேன்.

அவன் காரிலே வந்துட்டு இருக்கறபோது பார்த்தானாம். நான் சரிவிலே இறங்கி வந்துட்டிருந்தேனாம். சர்க்கார் சொத்தாம் மதகுக்கரை. அத்துமீறி உள்ளே புகுந்தேன்னு பிடிச்சு கேஸ் போட்டா, கலிபோர்னியா முழுக்க கம்பெனி பெயர் ரிப்பேராகிடுமாம்.

அன்னிக்கு பிஸ்ஸா ஆர்டர் பண்ண சொன்னா, இவர் பாட்டுக்கு நைன் லெவனுக்கு போன் அடிச்சிருக்கார். படை பட்டாளமா கிளம்பி வந்துட்டானுங்க... எல்லோரையும் துருவித் துருவி விசாரிச்சுட்டுப் போனாங்க.

ஜெய் போட்டுக்கொடுத்தான். என் தப்புதான். பாதி நம்பரை காதுலே வாங்கிட்டு 911-க்கு அடிச்சேன். அது போலீஸ் எமர்ஜென்ஸி நம்பராம்.

பிராஜக்ட் மானேஜருக்கு இந்த காமன்சென்ஸ் கூடவா இருக்காது? பெருந் தெய்வம் எகிற சும்மா பார்த்துக்கிட்டு நின்னேன். முழிச்சுக்கிட்டு நின்னா எப்படி? கடவுள் மறுபடியும் என்னை கெட்ட காரியம் செய்யச் சொன்னது.

எத்தனையோ சீறும் சிறப்புமா நிர்வாகியா இருந்துட்டு இப்போ கண்ட பயலும் இளக்காரம் பண்ணித் திட்டறான்னு தொண்டை கம்மிடுச்சு. கையில் சம்பளம் வந்தாலும் கிளம்பிடலாம். எங்கே கிளம்ப. பேங்க் போக, ப்ளேன் டிக்கட் வாங்க இப்படி எல்லாத்துக்கும் சக குடித்தனக்காரன் உதவி வேண்டியிருக்கு. அடுத்த மாசம் என் கணக்கில் இருந்து வாடகை முதலானதுக்கு என் பங்குப் பணம் ஜெய்யோட கணக்குக்கு நேரடியாகப் போய்ச்சேர அனுமதி கொடுத்திருக்கேன். மிச்சம் இருக்கக்கூடிய பணத்திலே அடுத்த மாசம் பூரா மோர் வாங்கலாம்.

சீன்னு போயிடுச்சு. சாயந்திரம் சீக்கிரமே பிச்சுட்டுக் கிளம்பிட்டேன். கம்மாய்க் கரை வழியாப் போனாத்தானே திட்டறான்? பெரிய பாதையிலே நடந்து போனேன். கூட பதினைந்து நிமிஷம் ஆகும். ஆகட்டும்.

பின்னால் விர்ருனு வந்த கார், முன்னாலே சீறிக்கிட்டு பாயற ராட்சச டிரக்குனு பார்த்துப் பார்த்து ஒதுங்கிப் போய்ட்டிருக்கேன். பின்னாலே ஹாரன் சத்தம். கலிபோர்னியாவிலேயே அந்த நிமிசத்துலே அந்த ஹாரன் மட்டும் தான் சத்தம் போட்டிருக்கும். அமைதியான இடமாச்சே அது.

ஜெய்தான். மன்னிப்பு கேட்க உள்ளூர் தெய்வம் அனுப்பியிருப்பான்.

ஏன் சார், நீங்க பாட்டுக்கு முடிபோச்சுன்னு கிளம்பிட்டீங்க.

இன்னிக்கு சாய்ந்திரம் உங்களுக்கு முடிவெட்ட அப்பாயிண்ட்மெண்ட் போட்டிருக்கோமே. போன் பண்ணி எகிரறா கொரிய பொம்பளை. என் நம்பர்லே கால் வந்துது.

நிர்க்கதியாகக் காரில் ஏறினேன். அவன் கோபத்தோடு முறைத்தபடி வண்டியைக் கிளப்பினான். 'சீட் பெல்ட் போட்டுக்கச் சொல்லி, குழந்தை கிட்டே சொல்ற மாதிரி ஆயிரம் தடவை சொல்லியாச்சு. கேட்க மாட்டேங்களே'னு கடிச்சான். அவசரத்தோட, பயத்தோட பெல்ட் மாட்டிக்கிட்டேன். தலையெழுத்துலே இதுக்கு மட்டும் தனி எழுத்தா இருக்கும்? அதே கோழிக் கிறுக்கல்தான்.

அந்த கொரியப் பொம்பளை என்னைப் பார்த்து புருபுருன்னு முணுமுணுத்திட்டிருந்தா. முடிவெட்டி, கலர் போடறேன்னு ஏதோ சாம்பலும் கறுப்புமா தடவி, உக்காருன்னுட்டு எங்கேயோ கிளம்பிட்டா. ஜெய் வாசல்லே கார்லே என்ன பண்றானோன்னு கவலைப்பட்டேன். அவ திரும்பி வந்தா.

'உன் மகன் போய்ட்டான். முடிச்சுக்கிட்டு போய்ச் சேரு.'

மகனா? ஆமா உன்னைக் கூட்டி வந்தானே அவந்தான்

பக்குனு போச்சு. கையிலே ச்ல்லி கிடையாது. இவளுக்குக் காசு தரணும். வீட்டுக்குப் போகணும். வழி? பசி வேறே. அதுவா முக்கியம் இப்போ?

'உனக்கு முடி வெட்டிக் கலர் அடிக்கக் காசு கொடுத்துட்டுத்தான் போனான். டிப்ஸ் நீ கொடு'ன்னா கொரியப் பொம்பிளை.

அவகிட்டே பஞ்சப் பாட்டுப் பாடி பத்து டாலரை வாங்கினேன். நடக்கறபோது வெறுங்கையோடு நடந்து, யாராவது அடிச்சா? காசு இல்லாம நடக்கறவன்னு தெரிஞ்சா எரிச்சல்லே கொலையே கூட செஞ்சுடுவான்.

திண்டாடி தெருப் பொறுக்கி ராத்திரி பத்து மணிக்குப் போய்ச் சேர்ந்தா, கதவு பூட்டியிருக்கு. உச்சத்திலே பசி. கிறக்கம். இவன் எங்கே தொலைஞ்சான்?

போன் போட்டா எடுக்கற வழியா இல்லை. சட்டுனு நினைவு வந்துது. பையிலே பத்து டாலர் நோட்டு.

விழுந்து அடிச்சு காம்பவுண்ட் கடைக்கு ஓடினா எடுத்து வச்சிட்டிருந்தாங்க. ரொம்ப கெஞ்சி, ஒரு பாக்கெட் பிரட் வாங்கினேன். மோர் காலி.

ராத்திரி ஒரு மணிக்கு ஜெய் வர்றதுக்குள்ளே கதவுப் பக்கம் நாய்க்குட்டி மாதிரி தரைவிரிப்புலே தலை வச்சுத் தூங்கிட்டேன். தூக்கம் பிரியாமலே உள்ளே போய்ப் படுத்து, கொஞ்ச நேரத்திலே இவங்க உபத்திரவம்.

'சார் சார்.'

எழுப்பி உட்கார வச்சுட்டான் போடான்னு திட்ட வாய் வருது. திட்ட முடியாதபடிக்கு மிச்சத் தூக்கம் வாயை அடைக்குது. துக்கம் வேறே.

'சார், எங்க அப்பா சார் போன்லே.'

போன் மணிச் சத்தம் நின்னு போயிருந்துது. திரும்பக் கொடுத்தேன்.

'அஞ்சு நிமிசத்திலே திரும்பக் கூப்பிடுவார் சார். ஒரு மணி நேரமா அதான் செஞ்சுக்கிட்டிருக்காரு.'

'என்ன விஷயம்?'

'வந்து, ஊர்லே எனக்கு பொண்ணு பார்த்து எங்கப்பா நிச்சயம் செஞ்சிருந்தாரு. பத்திரிகை அடிச்சாச்சு அடுத்த மாசம் அஞ்சாம் தேதி கல்யாணம்.'

'நல்ல விஷயம்தானே?'

'எங்கே சார்... பொண்ணு ஓடிப் போய்ட்டா. பாய் பிரண்ட் இருக்கானாம்.'

அவன் அழுகையை எப்படி அடக்கினாலும் முகம் கோணிப் போச்சு. ஒரு செகண்டுலே கட்டெல்லாம் தளர்ந்து ஓன்னு அழ ஆரம்பிச்சான். எனக்கு திடீர்னு நூறு யானை பலம் வந்த மாதிரி இருந்தது.

போன் திரும்ப அடிச்சுது. நான் அவன் கிட்டே இருந்து பிடுங்கினேன்.

'கவலைப்படாதீங்க. நான் உங்க தம்பின்னு வச்சுக்குங்களேன்...இந்தப் பொண்ணு இல்லாட்ட இன்னொருத்தி. யார் யாருக்கெல்லாம் இன்விடேஷன் அனுப்பினீங்களோ எல்லோருக்கும் போன்லே

காண்டாக்ட் செஞ்சு...'

நான் உற்சாகமா சொல்லிட்டிருந்தேன். அவன் பயபக்தியோடு என் முகத்தைப் பார்த்துட்டு நின்னான். போனுக்கு அந்தப் பக்கமும் மரியாதையோடு என் வாக்குக்குக் கட்டுப்பட்டுக் காத்திருக்காங்க. உள்ளபடிக்கே சுகமான சூழ்நிலை.

அனுபவிச்சபடி நிம்மதியாத் தூங்கினேன்.

கொஞ்ச நேரம் தான். திரும்ப எழுப்பிவிட்டான். தூங்க விடமாட்டியான்னு எகிறினேன். 'சாரி சார். உங்களுக்கு கால். வீட்டுலே இருந்து கூப்பிடறாங்க.'

அவசரமா அலோ சொன்னேன்.

இவதான். 'என்னங்க.. தூங்கறீங்களா... உங்க தம்பி... சிநேகிதிப் பொண்ணை ரிஜிஸ்தர் கல்யாணம் பண்ணிக்கிட்டாராம்... ஒரே களேபரம் இங்கே... ஏற்கெனவே நிச்சயம் ஆன பொண்ணாம்... உங்க ஆபீஸ்தானாமே அந்தப் பையன்.'

நான் போனை ஸ்விட்ச் ஆஃப் செஞ்சேன்.

காலையில் உலகம் எப்படி வேணுமானாலும் போகட்டும். இந்த நிமிஷம் நான் தெய்வம். எல்லாம் என் கட்டுப்பாட்டில் இருக்கு. சகலமும்.

போனை தலைமாட்டில் வைத்தபடி திரும்பப் படுத்தேன்.

(குமுதம் 2015)

வெள்ளிக்கிழமைகளின் கதை

எங்கள் தலைக்கு மேல் ஒரு வாடிக்கையாளர் உண்டு. கம்ப்யூட்டர் சாஃப்ட்வேர் கம்பெனிக்கு வாய்க்கும் எல்லா வாடிக்கையாளர்களும் தலைக்கு மேல் ஏறி உட்கார்ந்து அதிகாரம் செய்யறவங்கதானேன்னு கேட்கறீங்களா? உண்மைதான். ஆனாலும் இந்த வாடிக்கையாளர கொஞ்சம் விசேஷம். கோடிக்கணக்கில் பிசினஸ் நடத்தும் இண்டர்நெட் மளிகைக்கடையான இஞ்சி டாட் காம்.

எங்கள் ஆபீஸ் குடிகொண்ட அதே கட்டடத்தின் மூணாம் மற்றும் நாலாம் மாடியை இந்த இஞ்சி டாட் காம் முழு மொத்தமாகப் பிடித்துக்கொண்டு, கீழே, எதிர்க் கட்டடத்திலே, அடுத்த தெருவிலே என்று சிதறி இருக்கற எங்களை சதா பீதியடைய வைக்கிறார்கள். முக்கியமான கஸ்டமர் என்று இஞ்சியை எங்கள் தலைக்கு மேலேயே ஏற்றிக் குடிவைத்திருக்கிறார் எங்கள் தலைவர்.

ஏன் சிதறி இருக்கீங்கன்னு கேட்டா அதுக்கும் எங்க பாஸ் கிஷன்லால் மோதிலால் சேத்ஜியைத்தான் கைகாட்டணும்.

போகிற நாட்டில், ராத் தங்குகிற ஊரில் பெரிய கட்டடம் எதாவது கண்ணில் பட்டால் உடனே அதை வாங்கிப் போட்டு விடுவார். அப்புறம் நாங்கள் அங்கே சாவகாசமாக ஆபீஸ் திறப்போம்.

‘ஏம்பா, இஞ்சி டாட் காம்னு ஏதோ ஆரம்பிச்சு அம்போன்னு விட்டுட்டே?’

வந்தாச்சு. கோவிச்சுக்காதீங்க. இஞ்சி டாட் காம் இயங்கறதுக்காக சிக்கலான கம்ப்யூட்டர் சாஃப்ட்வேர் செய்து கொடுத்ததே நாங்க தான். மளிகைக்கடை மென்பொருளிலே என்னய்யா சிக்கல் வரப் போகுதுன்னு கேட்டா, உங்களுக்கு மென்பொருள் புரிஞ்சாலும் மளிகைக்கடை பிசினஸ் புரியலேன்னு அர்த்தம். கோவிச்சுக்காதீங்க, உள்ளதைத்தான் சொல்றேன்.

‘ஏகக் கோளாறு... உடனே வாங்க.’

மேல் மாடியில் இருந்து தெய்வங்கள் டெலிபோனில் நெருப்பு கக்கின. பாத்ரூமில் கழிவுநீர் அடைத்துக்கொண்டாலும், மளிகைக்கடை சாஃப்ட்வேர் எழுதினவங்களைத்தான் கூப்பிடுவது வாடிக்கை.

இஞ்சி டாட் காம் சேவையில் ஈடுபடுத்திக்கொண்ட தொண்டர் குழாமுக்கு நானே தலைவன். உறவுக்குக் கைகொடுத்துத் தலை வெட்டி வெட்டி ஓட்டப்படும் ரிலேஷன்ஷிப் ஹெட். எனக்கு சக ஊழியர்கள் முன்னூறு பேர்.

டயானா நீலமேகம் என்ற பிராஜக்ட் மேனேஜரையும் அந்த இளம் பெண் நிர்வகிக்கும் குழுவில் மென்பொருள் பூச்சி பிடிக்கும் சில போராளி எஞ்ஜினீயர்களையும் உடனே மேலே அனுப்பி வைத்தேன். இங்கே பூச்சி என்றால் பழுது என்று பொருள் கொள்ள வேண்டும்.

நால்வர் அணி போய்ச் சேர்ந்ததுமே என் மொபைல் அலறியது.

‘ரிலேஷன் ஹெட்... இன்னும் ரெண்டு நிமிஷத்தில் இங்கே இருக்கணும்...’

கட்டட லிப்ட்கள் காலையிலிருந்து விடுமுறை எடுத்துக்கொண்ட விஷயம் தெரிந்தவர்கள் அவர்கள். படி ஏறி ஓடினேன்.

உள்ளே சட்டமாக நாற்காலி போட்டு இஞ்சி டாட் காம் அதிகாரிகள் ஏழு பேர் உட்கார்ந்திருக்க, டயானா நீலமேகமும் குழுவும் விசாரணைக் கைதிகள் போல அவர்களுக்கு முன்னால்

நின்றிருந்தார்கள். என்னையும் அங்கே போய் நிற்கச் சொல்லி சோனியான இளைஞனாக இருந்த ஒரு அதிகாரி, கை காட்டினான்.

குழைந்த சிரிப்போடு டையை நேராக்கிக் கொண்டேன். முடிந்தால் அதை விட்டத்தில் மாட்டித் தொங்கிவிடலாம்.

வரிசையாக அர்ச்சனை தொடர்ந்தது.

‘அமெரிக்காவில் அளவு முறை பவுண்ட், காலன். நம்மூர்லே கிலோ, லிட்டர். சமயத்துலே அமெரிக்காவில் நல்லெண்ணெய் ஆர்டர் செஞ்சா லிட்டர் ரேட்டை எடுத்துத் தப்பா கணக்குப் போடறீங்க...’

‘நூறு கிராம் சுக்கு சுங்குவார்ப்பேட்டையிலே டெலிவரி கேட்டது, சமயத்துலே சான் பிரான்ஸிஸ்கோவிலே யார் வீட்டுக்கோ போகுது.’

‘அமெரிக்க டாலர்லே பணம் அடைச்சா, ஆஸ்திரேலிய டாலரில் வரவு வைக்குது, சமயத்துலே.’

சமயத்துலே. அந்த வார்த்தையைப் பிடிச்சுக்குங்க. வாழ்வு ஆதாரம் அது. பின்னே இல்லாம? மென்பொருள் என்றாலே, எப்போவாவது இப்படித் தடம் மாறிப்போகிறதுதான். டேட்டாபேஸ் குழப்பங்களில் இவையும் அடக்கம்.. தப்பு ஏற்பட்டதும் கையோடு பிடித்துத் திருத்தி விட்டால் பிரச்சனை கிடையாது. இஞ்சி டாட் காம் சேனைக்கும் இது தெரியும். என்றாலும் காய்ச்ச நாலு பேர் கிடைத்த தெம்பில் போட்டுத் தாக்கிக்கொண்டிருக்கிறார்கள்.

‘உங்க மென்பொருள் ஒரு நாய் போல ஓடுது... இரைச்சு மூச்சு வாங்கி...’

திடீரென்று ஒரு எஜமான் சொல்ல அங்கே மயான அமைதி நிலவியது.

‘நாய் நாய் நாய் போல ஓடுது...’

திரும்பத் திரும்பச் சொல்லியபடி ஜன்ம விரோதிகளாக எங்களைப் பார்த்தவன், கோஷ்டியிலேயே சிறியவனான அந்த சோனி அதிகாரி. உத்தரப்பிரதேசக்காரன் என்று இங்கிலீஷ் உச்சரிப்பு சொன்னது.

அவன் மேலும் சிரித்துக்கொண்டே விரிவாக்கியது ‘மகா மோசம். நாய் போல.. ஆண் நாய் போல... பெண் நாய் போல.’

டயானாவை நோக்கிச் சொன்னான். டயானா முகத்தைப் பார்த்தேன். கோபம் இறுதிக் கட்டத்தை அடைந்து அழுகையாக எந்த வினாடியும் வெடிக்கலாம்.

‘நீங்க எல்லாம் போகலாம். நாளை மதியத்துக்குள்ளே எல்லாம் சரியாக்கணும்...’

இஞ்சி டாட் காம் அதிகாரிகள் எல்லோரும் பிய்த்துக்கொண்டு கிளம்பி விட்டார்கள். காகிதக் கோப்பை ஒன்று மேசையில் கிடந்தது. டயானா அதைத் தரையில் வீசி செருப்புக் காலால் ஓங்கி மிதித்தபடி வெளியே போனாள்.

எனக்குள் உஷ்ணம் ஏற ஆரம்பித்தது. இந்த நிமிடம் அந்த சோனி உ.பி. பையன் திரும்பி வந்தால் கீழே தள்ளி அவனைக் காகிதக் கோப்பையாக்க வெறி.

‘புகார் கொடுக்கப் போறேன்... பெண்ணை அவமதிக்கற கஸ்டமர்... பெண் நாய்னு கூப்பிடத் தயங்காதவன்,’ டயானா சொன்னாள்.

ஆபீஸ் வந்து சேர்ந்திருந்தோம். நான் கதாநாயக வெறி எல்லாம் அடங்கி கம்ப்யூட்டர் கம்பெனி சிறு தெய்வமாக மறுபடி ஆனேன்.

டயானா... அவசரப்படாதே... உன்னையோ வேறே யாரையுமோ குறிப்பிட்டு நாய்னு அவங்க சொல்லலே...

கூட வந்த இளவட்டர்கள் மூன்று பேரும் என்னை வன்மையாக மறுத்தார்கள்.

இல்லே சார், அவன் முகத்தில் தெரிஞ்ச குரூரமான சந்தோஷம்... நிறுத்தி நிதானமா நாய்னு ரெண்டு தடவை... அப்புறம் பெண் நாய்னு வேறே...’

‘பிட்ச்-ங்கறான் என்னைப் பார்த்து... நீங்க எதிர்த்து ஒரு வார்த்தை கேட்கலியே.’

டயானா முகத்தை இறுகவைத்தபடி என்னைப் பார்த்தாள்.

‘செண்டர் ஹெட் கிட்டே நேரே போறேன்.’

அவள் என்ன தடுத்தும் கேட்காமல் மையத் தலைவர் கோபிநாதன்

நாயரின் கேபினுக்குள் நுழைய நானும் பின்னாலேயே ஓடினேன்.

உட்காரச் சொன்னார். வீட்டிலிருந்து கொண்டு வந்திருந்த பாட்டிலைக் கவிழ்த்து, ரெண்டு பேருக்கும் நல்ல பழுப்பாகச் சுக்கு வெள்ளம் கொடுத்தார். அதைப் பார்த்ததுமே பாத்ரூம் நினைப்பு வர எழுந்திருந்தேன்.

ஐந்து நிமிடம் கழித்து திரும்பியபோது டயானா அவர் கேபினில் இல்லை. ஆபீஸில் குளிர் சாதனம் சரியாக வேலை செய்வது, தடையில்லாமல் தண்ணீர், பினாயில் ஊற்றித் தரையை தினசரி சுத்தம் செய்தல் இன்னோரன்ன அத்தியாவசியத் தேவைகளை நிர்வகிக்கிற அட்மின் மேனேஜர் ஷேக் அப்துல்லாவும் அறுபது வ்யது மதிக்கத்தக்க ஒரு சாஸ்திரிகளும் கோபி நாயர் முன்னால் உட்கார்ந்திருந்தார்கள். பெரும்பான்மை விருப்பப்படி, பிரதி வெள்ளிக்கிழமை ஆபீசில் பூஜை செய்து ஆரத்தி காட்ட அவரை அமர்த்தியிருப்பதாக அப்துல்லா சொன்னான்.

டயானா என்று நான் சொல்ல ஆரம்பிக்கும் முன் சாஸ்திரிகளுக்குக் கைகொடுத்தபடி நாயர் கூறியது - 'அவசரப்படாதே... ஆறப்போடு.'

அடுத்து. கிடுகிடுவென்று சில காரியங்கள் நடந்தன. நாயரிடம் நான் சொன்ன யோசனைப்படி டயானாவோடு வந்த மூன்று இளவட்டங்களுக்கும் ஆறு மாதம் ஆஸ்திரேலியா ஆபீஸில் வேலை என்று ஓலை எழுதி நீட்டினோம். அவர்கள் அடுத்த வெள்ளியன்று பெண் நாயை மறந்து விமானத்தில் பறந்தார்கள்.

அதற்கும் அடுத்த வெள்ளி. இன்னொரு திடீர் திருப்பமாக, இஞ்சி டாட் காம் அதிகாரியாகத் தாண்டிக் குதித்த உத்தரப்பிரதேசத் தேசல் பையன் அங்கே கால் கடுதாசி கொடுத்துவிட்டு எங்கள் கம்பெனியில் சேர்ந்தான்.

அதுக்கும் அடுத்த வெள்ளிக்கிழமை மாசாந்திர உலா வந்த எங்க சேத்ஜி சைனா பஜார் பக்கம் கீகடமான சந்தில் புராதனமான கட்டடத்தைப் பார்த்துச் சொக்கிப் போய் வாங்கிப் போட்டார். அதுவும் சரியென்று இஞ்சி டாட் காம் ஜப்பானியக் கிளைகளுக்கு சேவை புரியும் மையத்தை அங்கே தொடங்கினோம். ஜப்பான் மெகா ப்ராஜக்டுக்கு உப தலைவன் மாஜி இஞ்சி உ.பி பையன்.

அந்த ஜப்பான் பிராஜக்ட் தலைவரிடம் சொன்னேன் - 'டயானா,

உன் நேரம் இது... எத்தனை தடவை வேணும்னாலும் அவனை நீ நாயேன்னு விளிக்கலாம்... வாலைக் குழைச்சு வருவான். வாய் பேசாது இருப்பான்...'

டயானா, கண்ணாடியைத் துடைத்துப் போட்டபடி சிரித்தாள்-

'இங்கே இருந்து அதை எல்லாம் செய்யமுடியாது என்பது தெரிஞ்சு நான் வேலையை ராஜினாமா செஞ்சுட்டேன்... அடுத்த வெள்ளி இஞ்சி டாட் காம் கம்ப்யூட்டர் துறை தலைவியாக வேலைக்குச் சேர்றேன்... அவசியம் அந்த ஆளையும் கூட்டிக் கொண்டு வாராந்திர மீட்டிங்குக்கு வந்துடுங்க.'

அடுத்த வெள்ளிக்கிழமை மாலை... இருங்க சார். ஆபீஸ் பூஜை நேரத்திலே பயர் அலாரம் கூவுது... பார்த்துட்டு வந்து சொல்றேன்.

(அமுதசுரபி தீபாவளி மலர் 2014)

மீனாக

மலர் காலை ஐந்து ஐம்பத்தைந்துக்கு இரண்டு உறுதிமொழிகளை எடுத்திருந்தாள். அவற்றில் ஒன்றைப் பத்து நிமிஷம் முன்னால் மீறினாள்.

'காலையிலே எழுந்தா குளிப்போம், சாப்பிடுவோம், ஆபீஸ் போவோம்னு கிடையாதா. எப்பப் பாரு மீனைக் கொஞ்சிக்கிட்டு உக்கார வேண்டியது.'

'இன்னிக்கு கேஷுவல் லீவ். எடுக்கலேன்னா வேஸ்டாப் போகுது.'

பிஜோ சிரித்ததைப் பார்க்க அவளுக்குப் பற்றிக்கொண்டுவந்தது. ஹாய்யாக மீன் தொட்டியில் கையை நனைத்துக் கொண்டு நாற்காலியில் சாய்ந்து உட்கார்ந்திருக்கிறவன் சின்னச் சிணுங்கலாக அவ்வப்போது முனகுகிறான். மீன் விரலைக் கடிக்கிற சுகம் அது.

'வேஸ்ட்... நானே அதான்... பிள்ளையைப் பறிகொடுத்திட்டு மனசு உடஞ்சு நாள் முச்சூடும் அழுதுகிட்டிருக்கேனே... கருதல் இல்லாத கல் மனசு.'

இன்றைக்குக் குரல் உயர்த்த மாட்டேன் என்பது அவள் இரண்டாவதாக எடுத்திருந்த சங்கல்பம். குரல் எழுப்பிக் கலைக்க அது விழுந்து உடைந்தது.

‘மோட்டு வளையைப் பாத்து அழுதிட்டிருந்தா பிள்ளை வந்துடுமா என்ன? என்ன பாவம் செஞ்சியோ எந்த ஜன்மத்திலே யார் குடியைக் கெடுத்தியோ. ஒண்ணு வயத்திலே பிள்ளை தங்க மாட்டேங்குது. வந்து விழுந்தா தரையிலே கால் நிக்கறதில்லே. கருதலும் கண்றாவியும் என்ன எழவுக்கு வேணும்?’

மீன் தொட்டியில் இருந்து எடுத்த ஈரக் கையைச் சுவரில் தீற்றியபடி வார்த்தையால் சுட்டான் பிஜோ. தொட்டிக்குள் நீந்தியபடி ரெண்டு மீன்கள் வாயைத் திறந்து திறந்து ஆமா ஆமா என்றன. மலர் அவற்றை எரிச்சலோடு பார்த்தாள்.

‘இதுகளை சாவு கொண்டு போகாதா?’

அவள் மீன் தொட்டியைப் பார்த்தபடி அடுத்த ஒரு வினாடி நின்றாள். தலையுச்சிக்கு ஏறிய கோபம் மனதில் பிசாசுகளை எழுப்ப முன்னால் பாய்ந்து வந்தாள். அசுர வேகத்தோடு தொட்டியைக் கெல்லித் தரையில் உடைத்தெறிய முற்பட்டது போல் பக்கத்தில் பிடித்து அசைக்க, உள்ளே நீந்திய இரண்டு மீன்களும் அவளையே பார்த்தபடி வாய் திறந்து வசவு உதிர்த்தன. சின்னக் கண் பயத்தில் விழித்திருக்க, தொட்டி அடியில் அவசரமாகப் புகலிடம் தேடின.

அவன் நழுவிய லுங்கியைக் கூடக் கவனிக்காமல் எழுந்து அவள் கன்னத்தில் ஈரமும் மீனும் வாடையடிக்கும் கையால் அறைந்தபோது அதிர்ச்சியில் உறைந்துபோனாள் மலர்.

வேண்டாம். நினைக்க நினைக்க மனம் தறிகெட்டு எங்கேயோ போகும். எல்லாம் அவள் தவறுதான். இழப்பின் சோகம் அவளுக்கு மட்டுமானதாக விதிக்கப்பட்டிருக்கிறது.

போய்ச் சேர்ந்துவிட்டான் ஷரண். ஆசை ஆசையாக வைத்த பெயரை வாய் நிறையச் சொல்லிக் கூப்பிடக்கூட அவகாசம் தரவில்லை அருவியாகக் கும்மாளி கொட்டி வந்த சந்தோஷம் சட்டென்று வடிந்த சோகம்...

வாசலில் விழுந்து கிடந்த காலைத் தினசரியோடு உள்ளே வந்த பிஜோ, மீன் தொட்டிக்குப் பக்கத்து அலமாரியைத் திறந்தான்.

மீன்களுக்கு ஆகாரம். எது தவறினாலும், ஷரண் தவறிய துக்கம் ஆறாத இன்னொரு தினம் என்றாலும் பிஜோ சாப்பிட்டாலும் சாப்பிடாவிட்டாலும், மலர் மூச்சுவிட்டாலும் விடாவிட்டாலும்

இவை தீனி விழுங்க வேண்டும்.

‘சே தீர்ந்து போச்சு... எழவு வீட்டுலே எப்பவும் எதுக்கும் இல்லே பாட்டுதான்.’

பிஜோ தொட்டிக்குள் பார்த்துச் சொல்கிறான். அந்தத் தொட்டியை உடைத்து எறிய மறுபடி ஆவேசம் வந்தது மலருக்கு. கொடூரமான நினைப்பு அது. குரோதத்தை விலக்குவேன் என்ற இன்றைய காலையின் முதல் சங்கல்பம் உடைய, சகலமானதையும் காவு வாங்கிவிடப்போகிறது.

உடைந்த தொட்டியிலிருந்து வழிந்து, வீடு முழுக்க நீரும் தரையில் நெளியும் மீனுமாக நினைக்கவே குமட்டியது. வேண்டாம். அவள் சாந்தமாக இருப்பாள்.

பிஜோவுக்கு மீன் தொட்டிதான் சகலமும். தண்ணீர் பாதி நிறைத்த பிளாஸ்டிக் பையிலோ கண்ணாடிக் குடுவையிலோ அவ்வப்போது தொட்டிக்கு மீன் வாங்கி வருவான். ஐயாயிரமும் பத்தாயிரமும் இதுகள் அடிக்கடி வைக்கும் செலவு. மாச பட்ஜெட்டில் கணிசமாகத் தின்றபடி பட்டை விரித்தது போல நெளிந்த இரண்டு பெரிய மீன்களைப் போன மாதம் கொண்டு வந்தபோது ஷரணுக்குப் பால் கொடுத்துக் கொண்டு இருந்தாள் அவள்.

‘மீன் இல்லேன்னு யார் அழறாங்க?’

முகத்தைச் சுளித்தாள் மலர்.

‘உனக்குத் தெரியாது மலர். வீட்டுக்கு வர்ற யார் கண்ணு எப்படியோ.. இது வாஸ்து மீன். நெகடிவ் வைப்ரேஷன் உள்ளவங்க, அதான் நாம நல்லா இருக்கறது பிடிக்காதவங்க வந்தா அவங்களோட எதிர்மறை அதிர்வை இது தொட்டியிலே இருந்தபடிக்கே முழுங்கிடும். நமக்கே நெகடிவ் ஆன சிந்தனை வந்தா அதையும் கூடத்தான். அப்புறம் என்ன, சுபம்தான்.’

வாஸ்து மீன்கள் தொட்டி முழுவதையும் ஆக்கிரமித்துக்கொள்ள ஏற்கனவே இருந்த தங்க மீன்கள் நண்பர்களுக்கு தானமளிக்கப்பட்டன. இந்த ஜோசிய மீன்கள் சாப்பிட கண்ணாடி ஜாடியில் நீருக்குள் நீந்தியபடி குட்டி மீன்கள்.

‘மீன் சாப்பிடற மீனா? என்ன கொடூரம்... இதுக்கு வைப்ரேஷன் வேறே.’

மலரின் ஆத்திரம் கரைகடக்க, அப்புறம் பிஜோ யார் யாரையோ விசாரித்து பிசாசுகளுக்கு இரையாகப் போட ஏதோ கடல்பாசி வாங்கி வந்தான். மாதம் இரண்டாயிரம் ரூபாய் செலவு வைக்கும் அந்த மீன் உணவு, பிஜோவும் மலரும் காலையில் சாப்பிடும் இரண்டாம் டோஸ் காப்பியையும் மாசாந்திர சினிமாவையும் வழியனுப்பியது.

பிஜோ குளித்துவிட்டு உம்மென்று வந்தான். குளிர்ந்த நீரில் குளித்து வந்தவர்கள் முகத்தில் சோப்பு வாசனையோடு தாமரைப் பூவாக மலர்ந்திருக்கும் சந்தோஷம் அவனைத் தொடாமலேயே போயிருந்தது. ஈரத் தலையை வாரி சீப்பை டைனிங் டேபிளில் ரொட்டி பாக்கெட் பக்கம் அவன் வைத்தபோது இன்னொருமுறை கோபம் எட்டிப் பார்க்க மலர் அடக்கிக்கொண்டாள். இல்லை, இனி அவள் ஆயுசுக்கும் கோபப்படமாட்டாள்.

அவன் ரொட்டித் துண்டுகளோடு மீன்தொட்டிக்குப் பக்கத்தில் உட்கார, மலர் படுக்கை அறைக்குப் போய்க் கதவைச் சார்த்திக் கொண்டு அழுதாள். காய்கறி வண்டிக்காரனும், கோலப்பொடி விற்கிற பாட்டியும் குரலால் தட்டியும் திறக்காத வாசல் அது. அழறா அழறா என்று சந்தோஷமாகக் குதித்திருக்கும் வாஸ்து மீன்கள்.

அழுகை ஐந்து நிமிஷக் கண்ணயர்வில் முடிந்தது, எழுந்து முகத்தைத் துடைத்தபடி மலர் முன்னறைக்கு வந்தபோது அவன் வெளியே போயிருந்தான்.

அவள் மீன் தொட்டியைப் பார்த்தாள். ஓரமாக நீந்திக் கண்ணாடிச் சுவரில் முகம் பதித்தபடி ஒரு மீன் அவளையே பார்த்தது. ஒரு வினாடியில் அந்த முகம் நேபாளி கூர்க்கா குழந்தையாக மாறி பொக்கை வாயோடு சிரிக்க, ஷரண் என்று ஆதுரத்தோடு சொன்னாள் மலர். பாசிடிவ் வைப்ரேஷன் என்றது கூடவே நீந்திய இன்னொரு மீன். யாருக்குத் தெரியும்? மலருக்குத் தெரியாது.

ஷரண் மூன்றாம் மாதத்தில் அவளை உதறிப் போய்விட்டான். தலைகொள்ளா முடியும், திறந்து மூடும் செப்பு வாயும், சதா வாயில் வைத்துக்கொள்ள விரையும் குஞ்சுக் கையும், மெத்து

மெத்தென்ற பிருஷ்டத்தில் இதமான குழந்தை வாசனையும் மலர் நினைவில் இன்னும் உறைந்திருக்கிறது. மூன்று மாதமாகத் தினமும் சுத்தம் செய்து, உடுப்பு துவைத்து உலர்த்தி உலர்த்திக் குழந்தையின் கழிவு வாடையும் வீடு முழுக்க இன்னும் காற்றில் தீற்றி நிற்கிறது. அலமாரியில் புடவைகளுக்கு இடையே குழந்தையின் பட்டு மாதிரி இடுப்புத் துணியும், இத்தனூண்டு நீல டிராயரும், குட்டி பொம்மைச் சட்டையும் உயிரோடு துடிக்கிறது.

இந்த மீன்கள் எல்லாம் அவள் குழந்தையை மாரோடு அணைத்துப் பாலூட்டுவதைப் பார்த்தவை. போன வாரம் எல்லாம் முடிய, ஷரணை எடுத்துப் போன போது மீன் தொட்டியைத் துணி போட்டு மூடிவைத்திருந்தான் பிஜோ.

இரண்டு நாள் அந்தத் தொட்டியை மூடிய துணி திறக்கப்படவே இல்லை. அதைத் திறந்து கொஞ்சம் கொஞ்சமாக மீன் உணவைத் தூளாகத் தொட்டிக்குள் விட்டது மலர் தான். மார்பில் பால் கட்டிக் கொண்டு உடம்பைப் பிய்த்து எறிவது போல் வலி எழும்ப, வேதனையின் உச்சம். வீட்டு வாசலில் யாரோ அழைக்கிற சத்தம் அந்நேரம்.

அந்த நாளும் நிமிடமும் வந்தவனும் மனதில் நிழற்படமாக நிற்கிறது. வாசலில் நின்றவன் நேப்பாளி கூர்க்கா.

‘ஏங்க, கூர்க்காவுக்கு மாசாந்திரப் படி கொடுக்கலியா?’ உள்ளே பார்த்துக் கேட்டாள்.

‘பெஹன் ஜி, பைசா நை சாஹியே.’

சொன்னது கூர்க்கா இல்லை. அவனுக்குப் பின்னால் இருந்து சற்றே நகர்ந்து முன்னே வந்த பெண். மலர் வயது தான். அவள் அணைப்பில் கண் மலர்ந்தபடி இன்னொரு ஷரண்.

ஷரண் ஷரண் என்று குழந்தையைக் காட்டியபடி மலர் தடுமாற, அந்தப் பெண் குழந்தையை மலர் கையில் கொடுத்தாள். இறுக அணைத்துக் கண் மூடி அவள் நின்றபோது காலம் அப்படியே உறைந்து விடாதா என்று நினைத்தாள் அப்போது. உள்ளே இருந்து பிஜோ அவளுடைய செல்போனோடு வந்தான்.

‘டாக்டரம்மா பேசறாங்க. இவங்களைப் பத்தித்தான்னு தோணுது.’

குழந்தையை அந்த நேபாளிப் பெண்ணிடம் கொடுத்துவிட்டு போனை வாங்கினாள் மலர்.

டாக்டர் கோமதி வழக்கமான அன்போடும் கரிசனத்தோடும் பேசினாள். இந்த அன்புக்கு மட்டும் இன்னும் கொஞ்சம் வலிமை இருந்தால் மலர் பெற்ற ஷரணை அவள் அணைப்பிலேயே தக்க வைத்திருக்கும்.

'சர்மிளாவுக்கு உன் உதவி தேவைப்படறது மலர். பால் சுரக்காம கஷ்டப்படறா. உன் மாரிலும் பால் கட்டி, நெஞ்சிலேயும் வேதனை. மன வேதனையைக் காலம்தான் போக்கணும், உடம்பு வேதனைக்கு நான் சொல்றபடி கேட்பியா?'

அந்த நேபாளிப் பெண்ணின் அணைப்பில் அலைபாய்ந்தபடி அழத் தொடங்கிய சிசுவைக் கையில் வாங்கி, வாசலுக்கு முதுகு காட்டித் தரையில் அமர்ந்தாள் மலர்.

உச்சம் தொட்ட வலி இன்பமாக, மனம் கரைய, தாய்மை சுரந்து பெருக 'ஷரண்' என்றாள் அவள் அந்த நிமிடங்கள் மெல்ல அலையடித்துப் போக.

நாலு தெரு தள்ளி ஒரு சிறு குச்சு வீட்டில் வாடகைக்கு இருக்கிறதாக நிறைய சைகையும் மீதி இந்தியுமாக சர்மிளா சொன்னாள். குழந்தை அவள் அணைப்புக்கு வயிறு நிறைந்து திரும்பி வந்து கண் வளரத் தொடங்கியிருந்த நேரம் அது. மலரின் கையை ஆதரவாகப் பற்றிக் கொண்டு அவள் கேட்டது மொழி கடந்து மலருக்குப் புரிந்தது. அவள் வீட்டுக்கு வரவேண்டுமாம்.

பிஜோவிடம் கண் காட்டி விட்டு அந்தப் பெண்ணோடு அவள் வீட்டுக்குப் போய் இடத்தைப் பார்த்து வைத்துக் கொண்டாள். அப்போது சர்மிளா புடவைத் தலைப்பில் இருந்து எதையோ எடுத்தாள். மலிவான விலைக்கு வாங்கிய செல்போன் அது.

'பஹன் ஜீ ஆப் கி நம்பர்.'

அவள் அந்த போனை வாங்கி தன் மொபைல் எண்ணைப் பதிந்து, பெயரையும் எழுதினாள். 'மலர்' சத்தமாகப் படித்துக் காட்டிவிட்டு சர்மிளாவிடம் போனைக் கொடுத்தாள் அவள்.

'உன் நம்பர்... தும் நம்பர்... க்யா?'

மலர் விசாரிக்க அந்தப் பெண் பூப்போல சிரித்தாள்.

'மாலும் நை பெஹன்.'

மலர் திரும்ப போனைப் பிடுங்கித் தன் நம்பருக்கு அழைப்பு விடுத்தாள். பளிச்சிட்ட எண்ணை 'ஷரண் அம்மா' என்று சேமித்து வைக்கும்போது கண்ணீர் எட்டிப் பார்த்துவிட்டு மறைந்தது.

'அவளோ இந்திக்காரி. சுட்டுப் போட்டாலும் தமிழ் வராது. உனக்கும் இந்திக்கும் ஒட்டும் இல்லே உறவும் இல்லே. என்ன பேசிக்கப் போறீங்க செல்போன்லே?'

பிஜோ சீண்டிய போது அவளுக்கு என்னமோ அந்த நேபாளிப் பெண் சார்பில் வாதாட வேண்டும் என்று தோன்றியது.

'பாவம் அவ. ஸ்டேடஸ் சிம்பல் மாதிரி ஒரு செல்போன் வச்சிருக்கா. அவ ஊர்லே அது பெரிய ஆடம்பரமா இருக்கும். போன் வாங்கறவங்க, வேண்டி இருக்கோ இல்லையோ மத்தவங்க நம்பரை வாங்கிப் போட்டு வச்சுக்கறதைப் பாத்திருக்கா. அவ நம்பர் என்னன்னே அவளுக்குத் தெரியாது.'

காலையில் சரியாக எட்டு மணிக்கு, சர்மிளாவின் குழந்தை ஞான சம்பந்தனாகிறான். மலர் திரும்ப அம்மாவாகிக்கொண்டிருக்கிறாள். அந்திசாயத் தொடங்கும்போது சர்மிளா இங்கே மலரைத் தேடி வந்துவிடுகிறாள். மற்றபடி அவள் புட்டிப்பாலுக்கு வந்தனம் சொல்வது குறைந்திருக்கிறதாக மலர் புரிந்துகொண்டாள்.

மொபைல் இரைச்சலாகக் கூப்பிட ஆரம்பித்தது. ஓடிப்போய் எடுத்தாள்.

ஷரண் அம்மா கூப்பிடுகிறாள்.

ஒரு வினாடி திக்கித்துப் போய் நின்றாள் மலர். பிஜோவோடு தொடுத்த மீன் தொட்டி யுத்த மும்முரத்தில் எட்டு மணி கடந்ததே தெரியவில்லை.

அவசரமாக ஹலோ சொன்னாள். ஷரண் அம்மா இந்தியில் பேசினால், என்னத்தை பதில் சொல்றது?

போனில் யாரும் பேசவில்லை. குழந்தை அழுகுரல் மட்டும் சத்தமாகக் கேட்டது.

ஷரண் பாலுக்காக அழுகிறான்.

'அம்மா உடனே வா. பசிக்குது.'

எந்த மொழியும் தேவையில்லாமல் மலரோடு பேசுகிறான். மலரைக் கூப்பிடுகிறான். சர்மிளா போனை அவன் அருகே வைத்திருக்கிறாள்.

மலர் வாசல் கதவை வெறுமனே சார்த்திவிட்டு இறங்கி ஓடினாள். நாலு எட்டு ஓடியதும்தான் காலில் செருப்பு இல்லை என்று நினைவு வந்தது. போகட்டும். ஓடும்போது செருப்பு ஒரு அவஸ்தை. எதற்கு அது?

வீட்டு வாசலில் நின்றிருந்த சர்மிளாவை நெட்டித் தள்ளி உள்ளே புகுந்தாள் மலர். குழந்தையை வாரி எடுத்தாள். ஞானசம்பந்தன் தாடையெல்லாம் வழிய பால் உண்ணுகிறான் அம்மையிடம்.

சர்மிளா அவள் தோளில் ஆதரவாகத் தொட்டுக் குனிந்தாள். மெல்ல அவள் தலையில் முத்தமிட்டாள் மலர். உலகமே மென்மையும் அழகுமாகத் தெரிந்தது. அவளுடைய ஷரண் சிரித்தான். மீன் தொட்டியில் மீனாக நீந்தியபடி வாயைத் திறந்து மூடினான். சர்மிளா வீட்டுத் தரையில் கால் உதைத்தபடி விளையாடிவிட்டுத் தூங்கினான்.

மலர் வீட்டுக்குப் போகும் வழியில் மீன்களுக்காக எம்போரியத்தில் உணவு வாங்கிக் கொண்டாள். 'வந்தாச்சு உங்க வயிற்றுக்கும் படைக்கணும்.'

வாசல் கதவு திறந்திருந்தது. மீன் தொட்டி இருந்த இடம் வெறுமையாக இருந்தது. அவசரமாக உள்ளே நடந்தாள். தோட்டத் தரையில் பதித்த சிமிட்டித் தண்ணீர்த் தொட்டியின் இரும்பு மூடி தூக்கித் திறக்கும் சத்தம்.

பிஜோ தண்ணீர்த் தொட்டி பக்கம் தரையில் உட்கார்ந்திருந்தான். பக்கத்தில் காலியான மீன் தொட்டி.

அவளைப் பார்த்து மென்மையாகச் சிரித்தான்.

'மலர்... உன் சோகத்தையும் துக்கத்தையும் ஒரு தாயாக அனுபவிச்சுப் புரிஞ்சுக்க என்னாலே முடியாது. கடவுளுக்கும் கிடைக்காத அனுபவம் அது. நான் அதிகபட்சம் செய்யறது, உனக்கு ஆதரவா ரெண்டு வார்த்தை சொல்லி, அன்போடு அணைச்சுக்கிட்டு நேரம் போக்கி, சமையல்கட்டுலே காப்பி போட்டு உனக்கு எடுத்து வந்து... இதுவரை செய்யலே... இனிமேலாவது'

'மீன் எங்கேங்க?'

'தொட்டி எல்லாம் சின்ன இருப்பிடம். தண்ணித் தொட்டியில் விட்டுட்டேன். நீஞ்சட்டும். அதிகம் போனா இன்னும் ஒரு வருஷம் உசிரோடு இருக்குமா? தினம் புதுத் தண்ணி, உள்ளே தரையெல்லாம் படர்ந்திருக்கற பாசி, புழு பூச்சி... படைச்சு விட்டவன் பார்த்துப்பான். நம்ம மகனுக்குத்தான் உசிர்த் தண்ணி ஊத்தலே... போகட்டும்... மீனுக்குத் தரமாட்டானா? வா சாப்பிடலாம். லஞ்ச் வாங்கிட்டு வநதிருக்கேன்.'

மலர் அவன் அருகில் உட்கார்ந்தாள்.

அவசரப்பட்டு வார்த்தையைக் கொட்டியிருக்க வேண்டாம். அவனுடைய சோகத்தை மீன் விழுங்க வைத்துக் கடத்திய இயலாமையை இப்படி நிஷ்டூரமாக மிதித்து அழித்திருக்க வேண்டாம்.

'சீக்கிரம் இது ரெண்டும் போய்ச் சேர்ந்திடும் மலர். இது உறிஞ்சற எதிர்மறை எல்லாம் சேர்ந்து சீக்கிரமே இதுங்க ஆயுசை அழிச்சிடும்.'

அவளால் பேச முடியவில்லை. பிஜோ அவள் முகத்தை நிமிர்த்தினான். கண்ணாடித் தொட்டி உள்ளே சுவரோடு முகம் பதித்து வாய் திறந்து மூடும் மீனாகத் தன்னை உணந்தாள் அவள்.

கையில் இருந்த மீன் உணவைப் பிரித்து தண்ணீர்த் தொட்டியில் மலர் கவிழ்த்தபோது அடிவயிற்றிலிருந்து அழுகை சுருள் பிரிந்து மேலே உயர்ந்தது.

(ஜன்னல் 2015)

அரண்மனை அழைக்குது

சில விஷயங்கள் ராத்திரியில் ரொம்ப அழகாக இருக்கும். ரயில்வே ஸ்டேஷன்களைச் சொல்கிறேன். சும்மா கிடக்கிறவனையும், கிடக்கிறவளையும் சங்கீதம் இசைக்கச் சொல்லியோ கவிதை எழுத வைத்தோ உசுப்பேற்றுகிற சமாசாரங்கள் காதலும் இந்த மாதிரியான அழகும் அமைதியுமான பழைய கட்டடங்களும்.

இப்போது வெள்ளிக்கிழமை ராத்திரி பத்து மணி. இது எடின்பரோ வேவர்லி ஜங்ஷன். கூட்டம் குறைவாக, விஸ்தாரமான ஏழெட்டுப் பிளாட்பாரங்களாக விரிந்து நீண்டிருக்கும் இங்கே லண்டன் போகிற ரயிலை எதிர்பார்த்து மர பெஞ்சில் உட்கார்ந்திருக்கிறேன். எனக்கு இடது பக்கமாக நண்பர் நண்டுமரம் என்ற எழுபது சில்லறை வயது டேவ் க்ராப்ட்ரீ அமர்ந்து மோர்சிங் வாசித்துக்கொண்டிருக்கிறார். வலதுபக்கம் என் சிநேகிதி ஸ்டெல்லா என்ற இருபத்திரெண்டு வயசு வெள்ளைக்காரி என்னுடைய லாப்டாப் கம்ப்யூட்டரைக் கடன் வாங்கி சொந்த மடியில் வைத்துக்கொண்டு தப்புத் தப்பான ஸ்பெல்லிங்கோடு கவிதை எழுதிக்கொண்டிருக்கிறாள். அவளுடைய பாய் பிரண்ட் ஹண்டர் என்ற வேட்டைக்காரன் பற்றிய சிருங்காரக் கவிதை அது.

என்னாலான ஒத்தாசையாக, ஹண்டருக்கு எதுகைமோனையாக ஜெண்டர், வெண்டர், கிரைண்டர் என்று அடுக்க, அதெல்லாம் வேண்டாம் என்று மறுத்துவிட்டாள். ரைம் இல்லாமல் கவிதை எழுதினால், நாளைக்கே இந்த வேட்டைக்காரன் கைவிட்டுப்போய்

இன்னொரு தோட்டக்காரன் சிநேகிதனாக வந்து சேர்ந்தாலும் பொருந்திவரும். “பாய் பிரண்ட்டை சட்டுனு மாத்திடலாம். கவிதையை மாத்தி எழுதறது சுலபமா என்ன?” அவள் சொன்னால் சரியாகத்தான் இருக்கும். கவிதாயினிகளோடு வம்பு வழக்கு வைத்துக்கொள்ள யாராவது சொன்னால், கண்டிப்பாக நோ ராமா கிருஷ்ணா!

“யார்டிலே இருந்து ரயில் பிளாட்பாரத்துக்கு வந்துகிட்டிருக்கு பாரு. லாப் டாப்பையும் பேச்சையும் மூட்டைகட்டு. வண்டியேறிப் படுக்க வேண்டியதுதான். விடிஞ்சா லண்டன்” நண்டுமரம் சாடி எழுந்தார். மோர்சிங்கைப் பத்திரமாக சட்டைப்பையில் வைத்துக்கொண்டார். சட்டை என்கிறதான ஒரு வஸ்து இருப்பதையே அறியாத என் கொள்ளுத்தாத்தா எந்தக் காலத்திலோ மடியில் கட்டி எடுத்துப்போனது அந்த மோர்சிங். மகராஜாக்கள் முன்னிலையில் பலான வித்வான்களின் கச்சேரிகளுக்குப் பந்தாவாகப் பக்கவாத்தியமாக வாசித்து தங்க, வெள்ளிப் பதக்கம் சன்மானம் வாங்க உதவி செய்தது அது. என்னிடமிருந்து பரம்பரைச் சொத்தான அந்த மோர்சிங்கைப் பலவந்தமாகப் பிடுங்கிக்கொண்டு, நாக்கு அறுத்துவிடாமல் கொணகொணவென்று வாசிக்க மாதக் கணக்காக நண்டுமரம் மேற்கொண்ட முயற்சிகள் சுமாராக வெற்றி பெற்றது சமீபத்தில்தான். காரைக்குடியிலிருந்து எடின்பரோ வழியாக அவரோடு லண்டனுக்கு இப்போது பயணமாகிக்கொண்டிருக்கிறது அந்த மோர்சிங். கூடவே நானும் ஸ்டெல்லாவும்.

நண்டு மரம்தான் இன்றைய நாயகன். நாங்கள் சும்மா அவரோடு துணைக்குப் போகிறவர்கள். நாலு நாள் முன்னால் அவர் பெயருக்கு பக்கிங்ஹாம் அரண்மனை முத்திரை குத்தி கடுதாசி வந்தபோது அதைத் தூக்கிக்கொண்டு ஆபீசுக்கே ஓடி வந்துவிட்டார். அங்கே தலையைக் குடைகிற பிரச்சனையில் மூழ்கி முக்குளித்துக்கொண்டிருந்தேன். ரிசப்ஷனிலிருந்து அவர் அவசரமாகக் கூப்பிட, கூட இருந்து குழப்பிக்கொண்டிருந்த துரைகளையும் துரைசாணிகளையும் ‘நல்லா அடிச்சுக்குங்க’ என்று கைகாட்டிவிட்டு வாசலுக்குப் போனேன்.

மிரட்டுகிற இங்கிலீஷில் சூரியன் அஸ்தமிக்காத பிரிட்டானிய சாம்ராஜ்யத்தின் பெருமையை விவரித்துவிட்டு ராஜகுடும்பம்,

மகராணி, லண்டன் பட்டணம், அதன் இதயம் போன்ற பக்கிங்ஹாம் அரண்மனை இன்னோரன்ன சமாச்சாரங்களை பற்றித் தொடர்ந்தது அந்தக் கடிதம். முழுவதும் படிக்கப் பொறுமையில்லாமல் கடைசிப் பத்திக்கு விரைய, 'அரண்மனையில் விருந்து. கலந்துகொள்ள நீங்கள் தேர்ந்தெடுக்கப்பட்டிருக்கிறீர்க ள். வந்து கவுரவிக்கவும். இது அரச கட்டளை'. விருந்துக்கான நாள், நட்சத்திரம் எல்லாம் அட்சர சுத்தமாக அடித்திருந்தது. முகவரியைப் பார்த்தேன். நண்டுமரத்துக்குத்தான் வந்திருக்கிறது.

"எடின்பரோவிலே தானே முன்னொரு காலத்திலே ரிடையர்ட் ஜேம்ஸ் பாண்ட் ஷான் கானரியும் நீங்களும் பால்காரராக இருந்தீங்க? நடுவிலே எப்பவாவது லண்டன் போய் பக்கிங்ஹாம் அரண்மனையிலும் பால் ஊத்தியிருக்கீங்களா?" அவரைக் கேட்டேன்.

வாக்காளர் பட்டியல் அல்லது முதியோர் பென்ஷன் அட்டவணை இப்படி எதையாவது பிரித்துவைத்துக் கண்ணை மூடிக்கொண்டு தொட்டு விரல் பட்ட நபர்களை அரண்மனை விருந்துக்கு அழைத்திருக்கலாம் என்று நண்டுமரம் அபிப்பிராயம் தெரிவித்தார்

"மேட், என் கூடத் துணையா ரெண்டு பேர் ராஜாங்கச் செலவுலே லண்டன் போகலாம்."

"வேட்டைக்காரத் தடியனும் ஸ்டெல்லாப் பொண்ணும் இல்லியா பெரிசு?"

"அவனா? இங்கே ஸ்காட்டிஷ் லீக் ஃபுட்பால் மேட்ச் நேரம். எங்கேயும் வர முடியாதுங்கறான். நீயும் ஸ்டெல்லாவும் வந்தா கம்பெனிக்கு கம்பெனி. மோர்சிங்குக்கு மோர்சிங். என்ன நான் சொல்றது?"

சாயந்திரம் மோர்சிங் அவரிடம் கைமாறியது. அரசாங்க மானியம் கணிசமாக இருந்ததால் மலிவான கட்டணத்தில் விமானத்தில் பறக்காமல், செலவு கூடுதல் என்றாலும் ரயிலில் சொகுசாக ஸ்லீப்பர் கோச்சில் லண்டன் போக முடிவு செய்யப்பட்டது. ஆமா, இங்கே ரயில் கட்டணம் அதிகம்.

"நாளைக்கு சனிக்கிழமை விடுமுறை நாள். எங்க ஹேர் டிரஸ்ஸிங் சலூன்லே கூட்டம் அலைமோதும். நான் இல்லாம பாவம் ரொம்பக் கஷ்டப்படப் போறாங்க..."

ரயில் ஏறுகிறபோது ஸ்டெல்லா சொன்னாள். “இன்னும் ரெண்டு நாள் லீவு எடுத்துக்கிட்டு சாவகாசமாக வரச்சொல்லியனுப்பலியா?” என்று கேட்க நினைத்தேன். போன வாரம் அவளிடம் தலையைக் கொடுத்து முடி வெட்டிக்கொண்டு ஆபீஸ் போனபோது, வேற்றுக் கிரகத்து ஜந்துவைப் பார்ப்பதுபோல் எல்லோரும் விநோதமாகப் பார்த்ததோடு இல்லாமல் எல்லாக் கோணத்திலும் செல்போனில் படம் எடுத்து உலகம் முழுக்க பந்துமித்திரர்களோடு பகிர்ந்துகொண்டார்கள். நாளைக்கு எலிசபெத் மகாராணிக்கும் அதேபடி என் தரிசனம் கிடைக்க வாய்ப்புக் கூடிவருகிறது...

பக்கிங்ஹாம் அரண்மனையிலிருந்து பெயர்த்து எடுத்து வந்தது போல் சொகுசான ரயில் பெட்டி. நடுவிலே சின்னதாக அலுமினிய ஏணி இணைக்கப்பட்டிருக்க, யூதிகோலன் வாடை அடிக்கும் இதமான மெத்தை. மாபெரும் படுக்கை. ஓரமாக, கண்ணாடிக் கூண்டுக்குள் ஒரு சுத்தியல். ‘விபத்து ஏற்பட்டால், இந்தக் கருவியால் ஜன்னல் கண்ணாடியை உடைத்து வெளியே வரவும்’ என்று பயமுறுத்தும் அறிவிப்பு அருகில். அதற்குக் கீழே காலால் பெடலை அழுத்தினால் தண்ணீர் அருவியாகக் கொட்டுகிற வாஷ்பேசின். அப்புறம் சீட்டிலேயே சின்ன பார்சலாக பற்பசை, பிரஷ், சோப், டவல், ஒரு குவளைத் தண்ணீர் மற்றும் சோப். குடித்தனமே இருக்கலாம் இங்கே.

மேல் பர்த்தில் ஏறிப் படுத்தபடி கையில் வைத்திருந்த ‘ஈவினிங் டைம்ஸ்’ இலவசச் செய்தித்தாளைப் பிரித்தேன். ‘ஸ்காட்லாந்து நாடாளுமன்ற உறுப்பினர் மூன்று அழகிகளோடு ஹோட்டலில் ஒரே கட்டிலில் உல்லாசமாக இருந்தபோது பிடிபட்டார்.’ எத்தனை யோசித்தாலும் எனக்கு ஆச்சரியம் அடங்கவில்லை. மோட்டாவான அந்த எம்.பி, அதே சைசில் ஒண்ணில்லை, ரெண்டில்லை, மூணு ஸோகால்ட் அழகிகள். இத்தனை பேரையும் தாங்கிக்கொண்டு கால் முறியாமல் ஈடுகொடுத்த கட்டிலைச் செய்த ஸ்காட்லாந்து தச்சர்களின் திறமை சாமானியமானதா என்ன?

இந்த ஆச்சரியத்தை நண்டுமரத்தோடு பகிர்ந்துகொள்ளத் தலையை எக்கிப் பார்த்தபோது கீழ் பர்த்தில் குறட்டை பதில் சொன்னது. அவர் மோர்சிங் வாசிப்பதைவிட அது சுருதியோடு வந்த அடுத்த ஆச்சரியத்தோடு கண்ணயர்ந்தேன்.

ஆபீஸ். பெரிய படுதா கட்டி ‘தில்லானா மோகனாம்பாள்’ படம்

பார்த்தபடி டபரா டம்ளரில் பில்டர் காப்பி குடித்துக்கொண்டு இருக்கிறேன். ஸ்டெல்லா திடீரென்று பாய்ந்து வருகிறாள். மிச்சம் இருக்கும் என் தலைமுடியைப் பிரம்மாண்டமான கட்டிங் மிஷினால் அவள் சின்னாபின்னமாக்கும் பயங்கரமான கனவிலிருந்து விழித்துக் கொண்டபோது, என் தலையில் நிஜமாகவே அவள் கை. பக்கத்து கூப்பேயிலிருந்து அதிரடியாக வந்து புகுந்து தலையை உலுக்கி எழுப்பிக்கொண்டிருந்தாள்.

“லண்டன் யூஸ்டன். இதான் கடைசி ஸ்டேஷன். எழுந்திருக்கிறியா இல்லே...”

அவள் முடிக்கும் முன்னால் டிக்கட் பரிசோதகர் அவசரமாக ரயில் பெட்டியில் நுழைந்தார். யாரும் இறங்கக் கூடாது என்று கண்டிப்பாகச் சொன்னார். “அப்புறம் இந்த சாண்ட்விச், டீ எல்லாத்தையும் யார் சாப்பிடறது? நல்ல பிள்ளையா லட்சணமா எடுத்துப் பிரிச்சு முடிச்சுட்டுப் போங்க” இலவச சேவையாகப் கையில் திணிக்கப் பட்டதை முழுக்கச் சாப்பிட்டு முடிக்க அடுத்த அரைமணி நேரம் தேவைப்பட்டது.

பாதாள ரயில் பிடித்து ஏர்ல்ஸ் கோர்ட் போய்ச் சேர்ந்தோம். சுறுசுறுப்பாக நான் முன்னால் நடக்க, ஸ்டெல்லா வழிமாறி கே.சி.எப். என்ற வறுத்த கோழிக்கடையில் புகுந்தாள். “இப்பத்தானே சாப்பிட்டே?” என்று கேட்டேன்... “சாண்ட்விச் எல்லாம் சாப்பாட்டிலே சேர்த்தியா என்ன?” அவள் பர்கரை மென்றபடி பதில் சொன்னாள். வேட்டைக்காரனும் ஸ்காட்லாந்து தச்சர்களும் என்னத்துக்கோ நினைவு வந்தார்கள்.

கிராம்வெல் வீதி லாட்ஜ் ஓனர் சர்தார்ஜி வழக்கப்படி பிரியமாக வரவேற்றார். வழக்கப்படி “ரூம் ஹீட்டரில் கொஞ்சூண்டு ப்ராப்ளம். அட்ஜஸ்ட் பண்ணிக்குங்க. டெலிவிஷனும் அதே படிதான். ஷவர்லே தண்ணி திடீர்னு கம்மி. சாயந்திரத்துக்குள்ளே சரிபண்ணிடறேன்” என்று வாக்குக் கொடுத்தார், அது எப்படி அந்த ஜனதா லாட்ஜில் எப்போது எல்லா அறையிலும் கொஞ்ச நேரம் முன்புதான் சகலமானதும் ரிப்பேர் ஆயிருக்கும் என்பது புரியாவிட்டாலும், வழக்கப்படி அறையைக் காலி செய்யும்வரை அதில் எதுவும் சரிசெய்யப்படாது என்பது தெரிந்தது. ஆனாலும் லண்டன் மத்தியில் தினசரி முப்பது பவுண்டு வாடகைக்கு வேறு எங்கே லாட்ஜ் கிடைக்கும்?

“குர்னாம் சிங்”, சர்தார்ஜி தன்னை அறிமுகப்படுத்திக்கொண்டு நண்டுமரத்தின் கையைப் பிடித்துக் குலுக்க, அவர் சட்டைப்பையில் கைவிட்டபடி “மோர்சிங்” என்றார் குஷியாக. “அஃப் கோர்ஸ். மெனி மோர் சிங். என் தம்பி ஹர்பசன் சிங், பிள்ளை அம்ரிக் சிங், கசின் சிரஞ்சித் சிங் எல்லோரும் ஷிப்ட் ட்யூட்டி. வரிசையா வருவாங்க” மோர்சிங்கை வெட்டுக்கிளியைப் போல தூக்கிப் பிடித்தபடி. “இது உங்க இந்திய இசைக் கருவி” என்று நண்டுமரம் சொல்லும்போது அவர் நகர்ந்திருந்தார்.

அந்தி சாயும்போது பிக்கடலி வீதி நெரிசலுக்கு இடையே புகுந்து பக்கிங்ஹாம் அரண்மனைப் பக்கம் ஒதுங்கினேன். பூங்கா வழியாக அரண்மனை வளாகத்தை ஒட்டிப் போகிற பால்காரி சந்து முனைக்கு வந்தேன். நண்டுமரம் ஈசியாக நினைவு வைத்துக்கொள்ள வசதியான பெயர் என்பதால் அதைத் தேர்ந்தெடுத்திருந்தோம். ஆனால், அவரையோ ஸ்டெல்லாவையோ அக்கம் பக்கத்தில் எங்கேயும் காணோம்.

கைக்கடியாரத்தைப் பார்த்தேன். அரண்மனை விருந்துக்கு நேரமாகிக் கொண்டிருந்தது. எலிசபெத் மகாராணி நாங்கள் வராமல் சாப்பிட மாட்டேன் என்று பசியோடு காத்திருப்பார் பாவம். நினைக்கவே கஷ்டமாக இருந்தது.

ஸ்டெல்லா அவசர அவசரமாக ஹைட் பார்க் மூலை பாதாள ரயில் நிலையப் படியேறி வந்து கொண்டிருந்தது கண்ணில் பட்டது. கால் டிராயரும் அரைக்கால் நிஜாருமாக இருக்கப்பட்டவள் இப்போது கொஞ்சம் கவுரவமாக முழு ஜீன்சும் ஸ்காட்லாந்து கொடி போட்ட டீ ஷர்ட்டுமாக இருந்தாள். “சாரி, லேட் ஆயிடுச்சுப்பா” என்றாள்.

“எங்கே போயிருந்தே?” எரிச்சலை மறைத்தபடி விசாரித்தேன். “நல்ல கடையாத் தேடிப் பிடிச்சு என் தலைமுடியை ஒழுங்கா வெட்டிக்கிட்டு வந்தேன். எடின்பரோவிலே ஒரு கடையும் சகிக்கலே” என்றாள் அவள். எலி பிராண்டிய மாதிரி இருந்த அவள் தலையைப் பார்க்க ஏனோ இனம் புரியாத மகிழ்ச்சி.

பத்து நிமிடம் கழித்து நண்டுமரம் வந்து சேர்ந்தார். மில்க்மெய்ட் லேன் என்று சொன்னதை பார்மெய்ட் லேன் என்று ஞாபகம் வைத்துக்கொண்டு அந்தப் பிரதேசத்தில் எல்லா மதுக்கடைகளையும்

பிரதட்சணம் செய்திருக்கிறார். அலைந்து களைத்து அங்கங்கே தாகசாந்தி செய்து வர நேரமாகி விட்டதாம்.

“என் கில்ட் சரியா இருக்கா பாரு” என்றார் என்னிடம். சட்டென்று மூக்கு மேல் கண்ணாடி இல்லாததை உணர்ந்தேன்... சாரிங் கிராஸ் வீதியில் பழைய புத்தகக்கடை ஒன்று விடாமல் ஏறி இறங்கும் உற்சாகத்தில் மூக்குக் கண்ணாடியை லாட்ஜிலேயே விட்டுவிட்டு வந்திருக்கிறேன். அந்தி சாய ஆரம்பித்திருந்ததால் கண்ணும் சர்தார்ஜி லாட்ஜ் சாதனங்கள் போல் வழக்கமாகப் பழுதாகும் நேரம்.

“பெரிசு, உங்க இடுப்பிலே நிச்சயமாத் துணி மாட்டியிருக்கு.” உத்தரவாதம் கொடுத்தபடி என் கழுத்து டையை நேராக்கினேன். மகாராணியைப் பார்க்க குறைந்தபட்ச மரியாதையாக சூட் போட்டுக் கொண்டு போக ஏற்கனவே முடிவு செய்திருந்தேன். காந்தி பிறந்த நாட்டுலே இருந்து வந்துட்டு வேட்டி கட்ட மாட்டேங்கிறே என்று நண்டுமரம் எத்தனையாவது முறையாகவோ குறைபட்டார்.

அரண்மனைத் தோட்டத்தில் வரிசையாக நுழைந்துகொண்டிருந்த கூட்டத்தைப் பார்த்ததும் இது பெரிய சைஸ் பந்தி போஜனம் என்று புரிந்தது. நண்டுமரம் கில்ட் பையிலிருந்து அழைப்பிதழை பவ்யமாக எடுத்து நீட்டினார். கவனமாகப் பரிசோதித்த அரண்மனை அதிகாரிகள் எங்களைத் தீவிரமாகத் தடவி சோதனை செய்து உள்ளே அனுப்பினார்கள். ஸ்டெல்லாவை கூடுதலாகக் கவனித்ததாகத் தோன்றியது.

விரிப்பு மூடிய பெரிய மேசைகளில் கேக்குகள், பன், உருளைக்கிழங்கு வறுவல், சாண்ட்விச், பழரசம், நீர்க்கப் பானகம் போல் அசட்டுத் தித்திப்போடு ஒயின். எல்லாவற்றையும் வாரி எடுத்து வந்து சாப்பிட பூ வேலைப்பாட்டோடு கூடிய பீங்கான் தட்டு, குவளை இத்யாதி. அரண்மனை விருந்து என்று போட்டிருந்ததே, இதுதானா?

“இங்கே சாப்பிடுற மாதிரி எதுவும் கிடைக்காதா?” ஸ்டெல்லா கேட்டாள். “சத்தமாச் சொல்லாதே” என்று நண்டுமரம் அவள் குரலைத் தணித்தார். கார்டன் பார்ட்டிக்கு அழைக்கப்பட்ட மெயின் பார்ட்டி அவர்தான். தலை இருக்க வால் ஆடக் கூடாது என்ற அவர் நியாயத்துக்கு நாங்கள் கட்டுப்பட்டோம்...

அங்கங்கே கொறித்துக்கொண்டு ஆறி அவலாய்ப்போன டீயை உறிஞ்சிக்கொண்டு யாராரோ கூட்டம் கூட்டமாக நின்று பேசிக்கொண்டிருந்தார்கள். "பெரிசு, உமக்கு யாரையாவது தெரியுமா?" என்று நண்டுமரத்தை விசாரித்தேன். "மகாராணி, அவங்க வீட்டுக்காரர், மகன், மருமகள்" அவர் அடுக்கினார். அவர்களில் யாரையும் இந்த ஜன்மத்தில் சந்திப்பேன் என்று தோன்றவில்லை. பார்த்து என்ன ஆகப் போகிறதாம்?

அலுத்துப்போய் கோட் பாக்கெட்டிலிருந்து லண்டன் வரைபடத்தை எடுத்தேன். குறுக்கும் நெடுக்குமான கோடுகளாக விரியும் தெருக்களும் சின்ன எழுத்தில் பெயர்களும் குழம்பித் தெரிய இன்னும் பிடிவாதமாகக் கண்ணைக் கவிந்துகொண்டு அதை உற்றுப் பார்த்தேன். மூக்குக் கண்ணாடி இல்லாமல் கிளம்பியிருக்கக் கூடாது.

பின்னால் மோர்சிங் சத்தம். திரும்பினேன். கொப்பும் குழையுமாகத் தழைத்திருந்த ஏதொ கொடிப் பக்கமாக நின்றபடிக்கு வாசிப்பது நண்டுமரமாகத்தான் இருக்கும்.

"என்ன இனிமையான இசை, வெறும் வாயிலேயே இப்படி சத்தம் வருமா?" யாரோ கேட்கும் குரல். எனக்கு முன்னால் வந்த குரல் என்னைத்தான் விசாரிக்கிறது என்று தெரிந்தது... பக்கத்தில் தடதடவென்று ஷூக்கள் சப்திக்க படை பட்டாளமாக யாராரோ வர, பிளாஷ் லைட்கள் தொடர்ந்து மின்னிக்கொண்டிருந்தன.

ட்யூப் லைட்டாக இருந்துவிட்டேன். இது எலிசபெத் மகாராணி குரல் இல்லையா? அவரா என்னிடம் விசாரிக்கிறார்?

"என்ன வாத்தியம் இது?" மகாராணி திரும்பக் கேட்டார். பதில் சொல்ல வாயைத் திறந்தேன். குரலே எழும்பவில்லை.

"இது மோர்சிங். இந்திய இசைக் கருவி" நண்டுமரம் சொல்ல, "எனக்கு மன்மோகன் சிங்கைத்தான் தெரியும். எப்படி இருக்கார் உங்க பிரதமர்?" எலிசபெத் அரசி என்னிடம் அடுத்த கேள்வி கேட்டார். தொண்டையில் ஏதோ பலமாக அடைத்துக் கொண்டிருக்கிறது. பேந்தப் பேந்த விழித்தேன் இன்னொரு முறையும்.

"அவருக்கு சின்னதா ஒரு ஆப்பரேஷன். முடிஞ்சு போன வாரம்தான் வீட்டுக்குப் போனார்" திரும்பவும் நண்டுமரம் தான் மகாராணியிடம் கம்பீரமாகச் சொன்னார்.

"இந்தியா பற்றி இவ்வளவு தெரிந்து வைத்திருக்கிறீர்களே. மகிழ்ச்சி. நீங்கள்தான் எடுத்துக்காட்டான காமன்வெல்த் குடிமகன்". மகாராணி நண்டுமரம் கையைப் பற்றிக் குலுக்க, திரும்ப ப்ளாஷ்கள் மின்னி மறைந்தன. ராணியம்மா நகர்ந்து போனார்.

"எப்படி உனக்கு இந்தியா சமாச்சாரம் எல்லாம் அத்துப்படியாச்சு?" அரண்மனையை விட்டு வெளியே வந்து க்ரீன்பார்க் பிக்கடலி பாதாள ரயில் பிரிவில் நகரும் மாடிப்படியில் இறங்கிக்கொண்டிருந்தபோது ஸ்டெல்லா நண்டுமரத்தை விசாரித்தாள்.

"இவன் வீட்டுக்குப் போன வாரம் மெட்ராஸிலே இருந்து விருந்தாளி வந்தானில்லே. உள்ளூர் பேப்பர்லே ஊறுகாய் பாட்டில் சுத்தி எடுத்து வந்திருந்தான். அதைப் பொழுதுபோகாமல் படிச்சுட்டு இருந்தது இப்போ உபயோகமாயிடுச்சு" நண்டுமரம் மகாராணி பற்றிக் குலுக்கிய கையை இன்னும் தாழ்த்தாமல் உயர்த்திப் பிடித்தபடியே இருந்தார்.

"ராணியோடு பேசக் கிடைத்த சந்தர்ப்பத்தைத் தவறவிட்டுட்டியே" ஸ்டெல்லா அனுதாபப்பட்டாள். "எல்லாம் கொடுத்த கடவுள் என் மூக்குக்கண்ணாடியை ஞாபகப்படுத்தி, சரியான நேரத்துலே சரியான கேள்விக்குச் சரியான பதிலைச் சொல்ல வச்சிருந்தா, நான் இருக்கற இடமே வேறே" என்றேன் அவளிடம்.

"அது எங்கே?" அவள் விடாமல் பிடித்தாள்.

கையில் விரித்து வைத்திருந்த லண்டன் வரைபடத்தில் உத்தேசமாக பக்கிங்ஹாம் அரண்மனை உள்பகுதியைக் காட்டினேன்.

வாங்கிப் பார்த்துவிட்டு "ஹர் மெஜஸ்டீஸ் பிளஷர் அது" என்றார் நண்டுமரம். மகாராணியின் மகிழ்ச்சி அப்படீன்னா?

"அதாம்பா, லண்டன் ஜெயில்."

ஆண்டவனுக்கு ஸ்தோத்திரம். ரயில் வந்துகொண்டிருந்தது.

(2014)

இளைப்பாறுதல்

கருப்பையா என்ற கார்ப் ஓட்டல் அறைக்குள் நுழையும்போது ஏர்கண்டிஷனரின் மெல்லிய சத்தம் கேட்டது. கையில் பிடித்திருந்த மடிக்கணினியை ஒரு நாற்காலியில் வைத்து இயக்கி, திரையில் தெளிந்த படிவத்தில், கூட்டம் நடைபெற ஏற்பாடு செய்யப்பட்ட அறை திறக்கப்பட்டதா, அறை குளிர்ந்து இருக்கிறதா என்ற கேள்விகளுக்கு ஆம் என்று பதில் பதிந்தான் அவன்.

எப்போது ஏசி போட்டார்கள் என்று தெரியவில்லை. கொஞ்சம் போல குளிர்ந்து இருந்தது அறை. என்றாலும் இது போதாது. இன்னும் அரை மணி நேரத்தில் ஏழெட்டுப் பேர் உட்கார்ந்ததும் வெக்கையைக் கிளப்பிவிடக் கூடாது.

இரண்டு பேரைத் தவிர, வரப்போகிற மற்றவர்களை கருப்பையா அறிவான். ஆறு மாதமாக இங்கே அவனோடும் அவனுடைய நூற்றிருபது பேர் கொண்ட குழுவோடும்தான் அவர்கள் சேர்ந்திருந்து வேலை பார்க்கிறார்கள். ஜப்பானியர்கள். டோக்கியோவில் ஒரு வங்கியை நடத்திப் போக கம்ப்யூட்டர் மென்பொருளை இங்கே எல்லோருமாக உருவாக்கிக்கொண்டிருக்கிறார்கள்.

யூதா நகமுரா என்ற ஜப்பானிய அதிகாரி தலைமை வகிக்கும் குழு இது. யூதா-சான் என்று அவரைக் கூப்பிடுகிறார்கள் அனைவரும்.

எல்லோருக்கும் சான் என்ற மரியாதை விளி கட்டாயமானது. கருப்பையா என்ற கார்ப்-சான் உட்பட. நேற்றைக்குப் புதிதாக டோக்கியோவில் இருந்து வந்து சேர்ந்த இரண்டு அதிகாரிகளின் பெயரை கருப்பையா மறந்துவிட்டிருந்தான். புது-சான்கள்.

யூதா-சான் உள்ளங்கையில் அடங்கக் கூடிய சிறு கம்ப்யூட்டரோடு சதா இருப்பவர். அதில் எப்போதும் வேலைத் திட்டம் என்ற கோப்பு திறந்த நிலையில் இருக்கும். மென்பொருள் குழுவை எந்த விதத்திலேனும் பாதிக்கும் விஷயங்கள் பற்றிய கேள்வித் தொகுப்பு அது. ஆம், இல்லை என்ற பதில்களோடு ரெண்டுக்கும் நடுவில் வரும் பதில்களையும், அலசி ஆராய்ந்து மதிப்பிட்டுக் கருத்துச் சொல்ல அந்த உள்ளங்கை கம்ப்யூட்டரில் திறன் பொதிந்திருக்கிறது. பொய் சொன்னால் கண்டுபிடிக்கப்பட்டு நயமாக அறிவிக்கப்பட்டு விடும்.

குழுவின் உறுப்பினர்கள் நேற்று இரவு நான்கு மணி நேரம் ஓய்வெடுத்துக்கொண்டார்களா? அதற்கும் கூடுதல் நேரம் ஓய்வெடுத்துக் கொண்டார்களா? காலையில் உணவு உண்டார்களா? கிரமமாகக் காலைக் கடன் கழித்தார்களா? இப்படித் தொடங்கி அந்தரங்கமாக, முந்தாநாள் ராத்திரி எத்தனை முறை உடல் உறவு கொண்டார்கள்? யாரோடு எல்லாம் உறவு கொண்டார்கள்? உறை அணிந்தார்களா? அனைத்துத் தகவலும் யூதா-சானுக்குத் தேவை. எல்லாமே அலுவலத்தில் முழு ஈடுபாட்டோடு பணிபுரிதலை ஏதோ விதத்தில் பாதிக்கும்.

நேற்று நடந்தது இது

இரண்டு வாரம் சென்று தீபாவளிப் பண்டிகை வருவதாகத் தெரிய வர, யூதா-சான் தகவல் பரப்பில் அது தொடர்பாக நூற்று எழுபத்தேழு கேள்விகளைச் சேர்த்தார். பண்டிகை வரும் தினமான வியாழக்கிழமை யாரும் விடுமுறையில் செல்லக் கூடாது என்றும் அவர்களுக்காக அலுவலக வளாகத்திலேயே தீபாவளி கொண்டாடலாம் என்றும் சத்தம் எழாத பட்டாசுகளை வெடிக்கலாம் என்றும், இந்திய மற்றும் ஜப்பானிய இனிப்பு தலா நூற்றைம்பது கிராம் வழங்கலாம் என்றும், ஒவ்வொருவருக்கும் ஜப்பான் சில்க் துணியில் கைக்குட்டையோ உள்ளாடையோ பண்டிகைப் பரிசாக வழங்கலாம் என்றும் உள்ளங்கைக் கம்ப்யூட்டர் அறிவுறுத்தி எழுப்பிய கேள்விகள் அவை. மென்பொருளாக்கத்தை

திட்டமிட உதவும் அக்கேள்விகளை யூதா-சான் நேற்று உலகுக்கு அறிவித்தார்.

தீபாவளிக்கு விடுமுறை இல்லை என்று கேட்டு அழுது, முகம் சிவந்து, அலுவலகக் கரும்பலகையில் எழுதியதை அழிக்க வைத்திருந்த சாக்பீஸ் தூள் நிரம்பிய துணியை யூதா-சான் மேல் விட்டெறிந்து ஓடிய குழுவின் உறுப்பினரான இளம்பெண்ணை அவர் பரிவோடு பார்த்தார். இதை எதிர்பார்த்துக் கேள்விகளைச் சேர்க்காத தன் அறியாமையை அவர் கவலையோடு பகிர்ந்து கொண்ட போது கார்ப் என்ற கருப்பையா ஆதரவாக நாலு வார்த்தை சொல்ல வேண்டி வந்தது. அங்கே ஒரே உள்ளூர் அதிகாரி அவன்.

அப்போதுதான் கம்ப்யூட்டர் நினைவூட்டிய சில கேள்விகளைக் கார்ப்-சான் என்று விளித்துக் கருப்பையாவிடம் யூதா-சான் கேட்டார். முதலாவதாக -

குழுத் தலைவர்கள் ஓய்வெடுத்துப் புத்துணர்ச்சி பெறக் கூட்டம் நடந்ததா?

இல்லை என்றான் கருப்பையா. என்றால் இன்று மாலை ஓய்வெடுத்தாக வேண்டும் என்றார் யூதா-சான். அதற்கான செயல் திட்டம் நடப்பாக்கப் படட்டும்.

யூதா-சான் கண்டிப்பாக அறிவிக்க இப்போது கருப்பையா ஓட்டல் அறையில் தனியாக நிற்கிறான். என்ன எல்லாம் ஓய்வெடுப்புக் கூட்டத்துக்கு வேண்டும் என்று உறுதி செய்து கொள்ள நீண்ட ஒரு கேள்வி பதில் அடுக்கை உருவாக்கி கருப்பையாவின் மடிக் கணினியில் இறக்கி அனுப்பியிருக்கிறார் யூதா-சான்.

கோனிச்சிவா.

வாசலில் சத்தம் கேட்டது. அகிரா-சான் பளபளக்கும் கருப்பில் கைப்பெட்டியைத் தூக்கிக் கொண்டு தயங்கி நின்றார். கருப்பையா பதிலுக்கு ஹலோ சொல்லாவிட்டால், ஜாக்கிரதையாக அறைக்குள் எடுத்து வைத்திருந்த ஒரு காலையும் திரும்ப எடுத்து வெளியில் காத்திருக்க அவசரம் காட்டினார் அவர்.

கோனிச்சிவா.

குனிந்து வணங்கி கார்ப்-சான் சொல்ல, அகிரா-சான் தேய்ந்த பற்களை ஜாக்கிரதையான சிரிப்பில் தெரியக் காட்டி உள்ளே வந்தார்.

குழல் விளக்குகளுக்கு நேர் கீழே நான்கும் மூன்றுமாக இரண்டு வரிசைகளில் ஏழு நாற்காலிகள் இடப்பட்டிருந்தன. முன்னால், வெள்ளைத் துணி விரித்த, உயரம் குறைவான ஒரு சிறு மர மேஜையும். திட்டமிட்டபடி இட்டவை அவை.

இதற்கான கேள்விகளைத் தேடி ஆம் என்று பதில் தர வேண்டும் என்று நினைவுபடுத்திக்கொண்டு, கருப்பையா நாற்காலி வரிசைப் பக்கம் பின்னும் மரியாதையோடு கைகாட்ட, அகிரா-சான் அரிகடோ கோசமாஸி என்று நன்றி சொல்லி அதில் முதல் வரிசை வலது புறம் முதல் நாற்காலியில் அமர்ந்தார்.

எல்லாம் தொடங்கப் பதினைந்து நிமிடம் முன்வரச் சொல்லி எனக்கு உத்தரவு.

அவர் சொல்ல, சரியான நேரத்துக்கு வந்துள்ளீர்கள் என்றான் கருப்பையா. சிறு குழந்தை போல் கைகொட்டிச் சிரித்தார் அவர்.

ஜப்பானிய பாரம்பரிய இசை போல அவருடைய கைபேசி ஒலிக்க, மோஷி மோஷி என்று மரியாதையோடு முகமன் கூறி எழுந்து நின்றார். அடுத்த கால் மணி நேரம் அவ்வப்போது ஹயி குடாஸி என்று ஆமோதித்துப் பணிவாகத் தலை குலுக்கியபடி காதில் வைத்த மொபைலில் கேட்டபடி இருந்தார் அவர்.

பேசி முடித்ததும், அற்புதங்களைப் பகிர்ந்துகொள்ளும் பரவசத்தோடு கருப்பையாவை நோக்கினார். டோக்கியோவில் இருந்து மூத்த நிலை பகுதி ஏழு அதிகாரி அகிரா-சானைத் தொலைபேசியில் கூப்பிட்டிருந்தாராம். அந்த அதிகாரியின் தகுதிக்கு அவர் அகிரா-சான் என்ற பிறவி இருப்பதையே அறிந்திருக்கத் தேவையில்லையாம். என்றாலும், அகிரா-சான் நினைப்பது, தன் அதிர்ஷ்டமே இப்படித் தேடி வந்து தெய்வ அருளைப் பொழிகிறது என்றுதானாம்.

அழைத்த அதிகாரி என்ன பேசினார்? எண்ணில் எழுதியதை இங்கிலீஷ் மற்றும் ஜப்பானிய எழுத்தாக்கிக் காட்டும் மென்பொருள்

துண்டு அகிரா-சானின் பொறுப்பில் ஒப்படைக்கப்பட்டிருக்கிறது. பதினைந்து பேர் ஏழு நாள் இடைவிடாமல் இயக்கப்போகிற சோதனை ஓட்டம் திட்டமிடப்பட்டுள்ளது. அதை அடுத்த வாரம் எப்படி நடத்துவது என்று ஜப்பானியத் தலைவர் ஆணைகள் பிறப்பித்ததாகச் சொன்னார். அகிரா-சான் அதிகார மட்டத்தில் எவ்வளவு கீழே இருந்தாலும் அவரையும் ஒரு பொருட்டாகக் கருதி டோக்கியோ அதிகாரி அவரை அழைத்துப் பேசியிருக்கிறார். அகிரா-சான் மிகுந்த மனக் கிளர்ச்சியோடு காணப்பட்டதாக கருப்பையாவுக்குத் தோன்றியது.

எண்ணை எழுத்தாக மாற்றுவது எப்படி? மந்திரவாதம் போல பிரமிக்கத்தக்க நிகழ்வு அது. நடத்திப்போக எனக்கு அனுமதி கொடுத்த நிறுவனத்துக்கு, இன்னொரு பிறவி இருந்தால் அதிலும் இதேபோல் ஊழியனாக இருப்பேன் நான்.

அகிரா-சான் கைகள் சற்றே நடுங்கச் சொல்லித் திரும்பவும் நாற்காலியில் அமர, மற்றவர்கள் கூட்டமாக உள்ளே நுழைந்தார்கள்.

மொத்தம் ஐந்து ஜப்பானிய கம்ப்யூட்டர் வல்லுனர்கள். எல்லோருடைய இடது கையிலும் ஒளிரும் கருப்புப் பெட்டிகள் இருந்தன. யூதா-சான் முதலில் வந்தார்.

யூதா-சான் பின்னால் மரியாதையான இரண்டடி இடைவெளி விட்டுப் பணிவாகச் சிரித்தபடி மரி-சான் வந்தார். குழுவில் இருந்த ஒரே பெண் தலைமைப் பொறியாளர் இவர். மரி-சான் அணிந்திருந்த தங்கக் காதணிகள் அறையில் ஒளிர்ந்த எல்லா விளக்குகளும் அளித்த பிரகாசத்தில் தகதகத்தன.

மரி-சானைத் தொடர்ந்து வந்த இஷிகவா-சான் வலக் கையில் ஒரு மிகச் சிறிய ரைஸ் குக்கரை வைத்திருந்தார். பின்னால், நேற்று டோக்கியோவில் இருந்து வந்து சேர்ந்த இரண்டு புது-சான்களும் அடுத்து என்ன செய்வது என்ற நிச்சயமில்லாமல், பதற்றத்தோடு யூதா-சானைப் பார்த்தார்கள்.

நேரமாகி விட்டதோ? யூதா-சான் கேட்டபடி நின்றார். அவர் அமர்ந்த பிறகு அமர மற்றவர்கள் காத்து நின்றிருந்தார்கள்.

இல்லை, இரண்டு நிமிடம் முன்னே வந்திருக்கிறீர்கள் என்று உற்சாகப்படுத்தும் விதத்தில் கருப்பையா சொன்னாலும், யூதா-சான் முகம் துக்கத்தைக் காட்டியது.

மிகவும் வருந்துகிறேன். இரண்டு நிமிடம் முன்னால் வந்து உங்கள் நேரத்தைச் சாப்பிட்டுவிட்டேன்.

துயரத்தோடு கூறி உள்ளங்கையில் பற்றிய கம்ப்யூட்டரில் நேரத்துக்கு வந்தாயிற்றா என்ற கேள்விக்கு இல்லை என்று பதில் பதிவதாகச் சொல்லியபடி அமர்ந்தார். அவருடைய துக்கத்தில் பங்கு பற்றி, மற்றவர்களும் மௌனமாக உட்கார்ந்தார்கள். புது-சான்கள் முகம் இறுக, கருப்புப் பெட்டிகளை மடிமேல் வைத்துக் கொண்டு நாற்காலி நுனியில் தொடுக்கி அமர்ந்து இருந்தார்கள்

யூதா-சான் உள்ளங்கைக் கம்ப்யூட்டரைக் கண் இடுக்கிப் பார்த்து விட்டுத் தலையுயர்த்தி எல்லோரையும் பொதுவாகக் கேட்டார்

குழு முழுவதும் இறுக்கம் தளர்ந்து, மகிழ்ச்சியோடு இருக்கிறார்களா?

ஒரே குரலில் எல்லோரும் ஆம் என்று சொன்னார்கள். கருப்பையா மற்றவர்களை விட அதிக உச்சத்தில் ஆமென்றான். யூதா-சான் முகத்தில் எட்டிப் பார்த்த சிறு சிரிப்பு கடமை கருதி அங்கே நின்றது. கம்ப்யூட்டரை மடியில் வைத்தபடி, நாற்காலியில் சாய்ந்து அமர்ந்து அவர் பணிவாகத் தலையசைத்தார்.

அவர் முகம் உணர்ச்சி காட்டாமல் இருக்க, அடுத்த கேள்வியைக் கம்ப்யூட்டர் திரையைப் பார்த்து உரக்கப் படித்தார்.

எல்லோருக்கும், ஆளுக்கு அரை போத்தல் அரிசி மது வழங்கப்பட்டதா?

கூவென்று கூவியபடி அகிரா-சான் தன் வசம் இருந்த சாக்குப் பையைத் திறந்தார். நுண்கருவி போல சுழலும் சக்கரமும், ஏறி இறங்கும் ரசமட்டத்தில் உள்ளே மெர்க்குரியோ வேறே எதோ உலோகக் கூழுமாக ஒரு சிறு யந்திரம் வெளியே எடுக்கப்பட்டது, அது துணி விரித்த மரமேஜை மேல் வைக்கப்பட்டது. தொடர்ந்து ஜப்பானிய அரிசி மதுவான சாகே போத்தல்கள் வெளியே எடுத்து வைக்கப் பட்டன. மது அருந்த, நேர்த்தியான ஜப்பானியக் கண்ணாடிக் கோப்பைகளும் அடுத்து வெளிப்பட்டன.

அந்த இயந்திரத்தை போத்தலில் அலகு பட நுழைத்துக் கையால் சக்கரத்தைச் சற்றே சுழற்றினார் அகிரா-சான். அவர் மறுகையில் பிடித்த கோப்பையில் மிகச் சரியாக அரை போத்தல் சாகே என்ற அரிசி மது மாற்றப்பட்டது.

வேறு மது வகைகள் யாருக்காவது வேண்டுமா?

கையில் சாகே கோப்பையை உயர்த்தியபடி யூதா-சான் கேட்க, இல்லை என்றார்கள். ஆம் என்று மெல்ல வந்த இரண்டு குரல்கள் திருத்தி இல்லையென்றன. புது-சான்கள் பதைபதைத்து இருக்கைகளில் இருந்தார்கள்.

இந்திய வகை வறுவல்கள் யாருக்காவது வேண்டுமா?

இந்தக் கேள்விக்கும் இல்லை என்று பதில் வந்தாலும், எல்லோருடைய கண்ணும் மேஜை மேல் இருந்தது.

உணவு விடுதி நிர்வாகத்திடம் சொல்லி அவர்கள் இருந்த அறை ஜன்னல் பக்கம் இன்னொரு சிறு மேஜையிட்டு வைத்திருந்த பியர் போத்தல்களைப் பார்த்தான் கருப்பையா. அவற்றோடு கூட நான்கு தட்டுகளில் நொறுக்குத் தீனி பரப்பி வைக்கப்பட்டு, மேலே கண்ணாடிக் காகிதத்தால் மூடியிருந்தது. அவற்றை அவன் தான் வீட்டுக்கு எடுத்துப் போக வேண்டும். பியர் இல்லாவிட்டாலும் குழந்தைகளுக்காக, முறுக்கும், பிகானிர் புஜியா கார ஓமப்பொடியும்.

சாகே அருந்த ஆரம்பித்த போது, யூதா-சான் எல்லோரும் மகிழ்ச்சியாக இருக்கிறார்களா என்று கேட்டார். ஒரே குரலில் ஆம் என்றார்கள். வாசலில் யாரோ வந்து நின்றார்கள்.

ஆட்டக்காரப் பெண் என்றான் கருப்பையா. சிறு வயதுப் பெண். மெலிந்து கருத்து உயர்ந்திருந்த அவள் கல்லூரி மாணவி போல் சூடிதார் அணிந்திருந்தாள். கால் செருப்பை விட இடம் பார்த்து வெளியே பூத்தொட்டிக்குப் பின்னால் பத்திரமாக அவற்றைக் கழற்றினாள். தோளில் மாட்டியிருந்த பையோடு உள்ளே வந்தாள். சூயிங் கம் மென்றபடி எல்லோருக்கும் பொதுவாக வணக்கம் சொன்னாள் அந்தப் பெண்.

மன்னிக்கவும். மன்னிக்கவும். தொடர்ந்து முணுமுணுப்பாகக் குரல் எழுந்தது. மரி-சான். மனதில் ஜப்பானிய மொழியில் எழுதி ஆங்கிலத்தில் மொழிபெயர்க்கும் சில கண நேரத்தில் இப்படி ஒலி எழுப்புவது அவள் வழக்கம்.

இவள் நாட்டியம் ஆடுவாளா?

மரி-சான் ஆச்சரியத்தை வெளிப்படுத்தும் குரலில் கேட்டாள். அரிசி மதுவைச் சுவைத்தபடி இருந்த அவள் முகம் கௌதம புத்தரை ஈன்ற மாயாதேவியின் முகம் போல நிதானமும் சாந்தமுமாக இருந்தது.

ஆம், இந்திய நடனம். பாம்பு நடனம் அது.

புத்தம்புதுத் தகவல்களைத் தரும் பொறுப்போடு அறிவித்தான் கருப்பையா.

பாம்புகள் உண்டா?

உண்டு என்றாள் அந்தப் பெண். அவளுடைய தோள் பையை அச்சத்தோடு பார்த்தபடி ஒரே நேரத்தில் எழுந்து நின்றார்கள்.

பொழுதுபோக்கு நிகழ்ச்சி ஏற்பாடாகியுள்ளதா? யூதா-சான் கேட்க, ஆம் என்றனர் அவர்கள் ஒரே குரலில்.

உன் நாட்டிய உடைகள்? கருப்பையா நாட்டியப் பெண்ணைக் கேட்டான்.

ஒரு நிமிடத்தில் அணிவேன் என்றாள் அவள்.

பின்பாட்டு, நட்டுவாங்கம், மிருதங்கம், தாளம்?

இதோ என்று அவள் தன் மொபைல் தொலைபேசியைச் சுட்டினாள். பையில் இருந்து இரண்டு தலைநாகம் போல் சிறு இரட்டை ஒலிபெருக்கிகள் இணைத்த அமைப்பைத் தொலைபேசியில் செருகினாள்.

பாம்பு? யூதா-சான் கேட்க, வரும் என்றபடி, தோள் பையோடு குளியல் அறைக்குள் சென்று கதவைச் சார்த்திக்கொண்டாள், இஷிகவா-சான் கையில் அரிசி மதுவும், குக்கருமாக ப்ளக் பாயிண்ட் தேடினார்.

இங்கே கொறிக்க வைக்கப்பட்டிருக்கும் ராஜஸ்தான் மாநில பிகானீர் புஜியா உலகப் புகழ் பெற்றது. நீங்கள் விருப்பப்பட்டால் உண்ணலாம். சைவ உணவு.

கார்ப்-சான் பணிவோடு சொல்ல, இஷிகவா-சான் மரியாதையோடு மறுத்து தன் டாக்டர் டோக்கியோவில் வெறும் அரிசிச் சாதத்தில் உலர்ந்த மீன்பொடியிட்டு உண்பதையே வலியுறுத்தியிருக்கிறார் என்றார்.

அவர் அரிசி கொதிக்கவைத்துக்கொண்டிருந்தபோது குளியலறை உள்ளே இருந்து பளபளக்கும் நாட்டிய உடை அணிந்து அந்தப் பெண் வெளியே வந்தாள். முகத்தை அலம்பி, புதுப் பொட்டும் வைத்து கண் எழுதிய அழகான நாட்டிய மங்கை இப்போது அவள்.

மரி-சான் எழுந்து அவளருகில் போய் தோளை அணைத்துக் கொண்டாள். மன்னிக்கவும், மன்னிக்கவும், மன்னிக்கவும் என்று அவள் ஓசை உயர்த்தி அந்தப் பெண்ணை அன்போடு நோக்கிச் சொன்னது

என் காதணிகளை அணிந்து ஆடு சிறுமியே.

நாட்டியப் பெண் வேண்டாம் என்று மரியாதையோடு கூறி மரி-சானின் கையைத் தன் கையில் வைத்துக்கொண்டு அழகாகப் புன்சிரித்தாள்.

நிகழ்ச்சி தொடங்குகிறது. இடத்தில் அமரவும்.

யூதா-சான் சொல்லியபடி இன்னொரு தடவை, எல்லோரும் மகிழ்ச்சியாக இருக்கிறார்களா என உள்ளங்கைக் கம்ப்யூட்டரைப் பார்த்துப் படித்தார். ஆம் என்றபடி மரி-சான் திரும்ப வந்து உட்கார்ந்தாள்.

அவளுக்கும் சாகே கொடுங்கள் என்று நாட்டியக்காரியைக் காட்டி மரி-சான் சொல்லியபடி இன்னொரு மடக்கு அரிசி மது உறிஞ்சினாள்.

வேண்டாம் என்று புன்சிரிப்போடு மறுத்து நாட்டியக்காரி மொபைல் தொலைபேசியின் திரையில் தொட்டு அதை நாற்காலியில் வைக்க அறையெங்கும் சூழும் இசை. மிருதங்கமும் சாரங்கியும் வீணையும் இணைந்து ஒலிக்கிறது என்று கருப்பையா மற்றவர்களுக்குச் சொன்னான்.

அந்தப் பெண் கைப்பையில் இருந்து சில ஊதுபத்திகளை எடுத்தாள். சிக்கிமுக்கிக் கல் போல் தென்பட்ட ஒரு சிறு சாதனத்தை அழுத்தி அவற்றைப் பற்ற வைத்தபடி, இது சிகரெட் லைட்டர் இல்லை, புகையிலை புற்றுநோயை உண்டாக்கும் என்றாள். கைப்பையில் இருந்து ஒரு பிளாஸ்டிக் பூத்தொட்டியை எடுத்து ஊதுபத்திகளைச் செருகி மேஜையில் வைத்தாள். ஆட ஆரம்பித்தாள்.

எல்லோரும் மகிழ்ச்சியா? யூதா-சான் கேட்க, ஒட்டுமொத்தமான ஆம் கேட்டு முகம் மலர உள்ளங்கை கம்ப்யூட்டரில் பதிந்தார் அவர். இன்னொரு அரை போத்தல் அரிசி மது அருந்தும் நேரம் வந்ததா என்று அவர் அடுத்து கேட்க, கருப்பையாவைத் தவிர மற்றவர்கள் ஆம் என்றார்கள்.

கார்ப்-சான், மன்னிக்கவும், பெரும்பான்மையின் கருத்து.

யூதா-சான் தலைவணங்கிச் சொல்லிவிட்டு ஆம் என்பதைப் பதிலாகப் பதிய, அகிரா-சான் கறாராக கைக்கருவி வைத்து ஆளுக்கு அரைக் கோப்பை சாகே அளந்து திரும்ப எல்லோருக்கும் வழங்கினார்.

யூதா-சான் கம்ப்யூட்டரில் பார்த்துத் தலையாட்டிச் சொன்னார் -

உங்கள் எல்லோருக்கும் நம் நிறுவனத்தின் மூன்றாம் இடத் தலைவர் வாழ்த்துக் கூறச் சொன்னார். விரைவில் பணி முடிந்து ஜப்பானில் உங்கள் அன்பான இல்லங்களுக்குத் திரும்பச் சொன்னார். அவருக்காக கொஞ்சம் சாகே அருந்தவும்.

மன்னிக்கவும் என்று ஒலியெழுப்பினாள் மரி-சான். அரிசி மது அவள் குரலை இன்னும் கீச்சென்று ஆக்கி நடுங்கவும் வைத்திருந்தது. அவள் அழுவது போல் கூறினாள்

என் மகள் கல்யாணம் செஞ்சுக்கப்போறாளாம். ஈமெயில் அனுப்பியிருக்கா. அவள் நர்ஸாக உத்தியோகம் பார்த்துக் கட்டின வீடு. அவளுக்கும் கணவருக்கும் இப்போ வேணும். சரிதானே. நான் இங்கே வேலை முடிஞ்சு எங்கே திரும்புவேன்?

இந்தக் கேள்விகள் உள்ளங்கை கம்ப்யூட்டரில் இல்லை என்றார் யூதா-சான். இல்லை என்று புது-சான்கள் இரண்டு பேரும் உரக்கச் சொன்னார்கள். மரி-சான் புரிந்தது என்று சொல்லித் தலையசைத்து ஆட்டத்தைப் பார்க்க முனைந்தாள்.

துரிதமான இசை மொபைல் தொலைபேசியில் இருந்து ஒலிக்க, நாட்டியமாடும் பெண் அலாரிப்பு, கவுத்துவம் என்று அறிவித்தபடி ஆடித் தோடியமங்களம் தொடங்கி இருந்தாள். மரி-சான் அவளுக்கு ஒரு முத்தத்தைப் பறக்கவிட்டபடி சாகேயை ருசித்தாள். பாம்பு இல்லாத வீடு கிடைத்தாலே ஒழியக் காதலிக்காதே என் பிரியமான மகளே என்றாள் அவள். நாட்டியப் பெண் சிரித்தபடி ஆடினாள்.

இஷிகவா-சானின் ரைஸ்குக்கர் ரயில் போல் விசிலடித்தது. இன்னும் சற்று நேரம் வெந்த அரிசியை வைத்திருந்தால் உணவு சுவையாக இருக்காது என்று அது உணர்த்துவதாக மெல்ல அறிவித்தபடி தள்ளாடி நடந்து குக்கர் பக்கம் போனார் இஷிகவா-சான். சாகே பாதி நிறைத்த கோப்பையைத் தரையிலிட்டார்.

உணவு ஒவ்வாமல் போய், நான் கம்பெனிக்காக முழு ஈடுபாடும் உழைப்புமாகப் பணியாற்றக் கடினமாக உள்ளது. போகும் இடத்தில் எல்லாம் சோற்றைச் சுமந்துபோவது இன்னும் எத்தனை நாளோ. வெற்று அரிசிச் சோறு தின்பது மலம் உண்பது போல் கொடுமை. வயிறும் மூளையும் தீவிரமாகப் போராட, நான் தோற்றுவிடக் கூடாது என்று வாழ்த்திக் கொஞ்சம் சாகே அருந்துங்கள்.

அவர் குரல் கேவலோடு விண்ணப்பித்தது.

கண்ணனின் குறும்புகளை யசோதையிடம் ஆய்ச்சியர் புகார் செய்வதை ஆடிக்கொண்டிருந்த பெண் சட்டென்று நின்றாள். அவள் முதுகுப் பக்கம் வண்ணமயமான பட்டு ரவிக்கையின் அமுக்கு பொத்தான் அவிழ கச்சை தட்டுப்பட்டதை மறைக்கவோ என்னவோ சுவரோடு சாய்ந்து நின்று யாரிடமாவது சேஃப்டி பின் இருக்குமா என விசாரித்தாள். மரி-சான் தன் கைப்பையில் இருந்து எடுத்த நீளமான பின்னை, தள்ளாடி நடந்துபோய் அவளுக்குத் தந்தாள். இது தங்கமா என்று அந்தப் பெண் அவசரமாக விசாரிக்க, மரி-சான் சொன்னாள்

என் காதலன் எனக்குப் போன வருடம் பிறந்த நாளில் பரிசு கொடுத்தது. ஆடிவிட்டுக் கொடு. இந்த வருடமும் அவன் கொடுத்ததாக பாவித்துக்கொள்ளப்போகிறேன். நீ என் மகள் தான். ஆடு. பாம்பு வருவதற்குள் முடித்துவிடு, என்ன?

ஒரே வினாடியில் குளியலறை போய் வந்து கண்ணன் மேல் புகார்கள் தொடர, வெகு இயல்பாக மறுபடி அந்தக் கணத்தில் புகுந்துகொண்டாள் இளம் பெண்.

அகிரா-சானின் மொபைல் ஒலித்தது. கால்பந்துப் பந்தயத்தில் கடைசி நிமிடத்தில் கோல் போட்டதைக் குறித்து வானொலி வர்ணனையாளர் விடாமல் கூவும் சத்தம் அது. ஆடும் சிதம்பரத்து நடராஜனின் அற்புதத்தை நாட்டியமாடும் பெண் அழகாக இடது பாதம் தூக்கி ஆடிக்கொண்டிருக்க, இந்த வர்ணனையாளன்

குரல் தொலைபேசி அழைப்பாக இடை வெட்டி, குறி அறுபட்ட பூனையின் வாதனைக் கதறல் போல் ஒலிப்பதாக கருப்பையா நினைத்தான். மற்றவர்களும் பொறுமையின்றி அகிரா-சானைப் பார்க்க அவர் பதறி எழுந்து, மோஷி மோஷி என்று சொல்லியபடி அறைக் கோடிக்கு ஓடினார்.

டோக்கியோவில் நடுநிசி, ராத்திரி பனிரெண்டு மணி இருக்கும் இப்போது.

யூதா-சான் கருப்பையாவின் தகவலுக்காகச் சொல்ல, காளியின் நிருத்தமாக கண் சிவக்க விழித்து உடல் அதிர ஆடத் தொடங்கினாள் இளம் பெண்.

அகிரா-சான் விசும்பியபடி மொபைல் தொலைபேசியைக் காதோடு அணைத்துக்கொண்டு வந்தார். உடுக்கு ஓசைக்கு நடுவே அவர் அறிவித்தது-

எண்ணை எழுத்தாக்கும் இந்த மென்பொருள் துணுக்கின் முக்கியத்துவத்தை ஏன் யாரும் உணரவில்லை என்று துக்கப்படுகிறார் டோக்கியோவில் என் பிரிவுத் தலைவர். நாம் இங்கே அவருக்கு எல்லா ஆதரவும் தந்து வெற்றிகரமாக முடித்து வைப்போம் என்று வாக்குறுதி அளித்தேன் எல்லோர் சார்பிலும், சரியா?

அகிரா-சான் அரை போத்தல் சாகே திரும்ப அளந்து, டோக்கியோவில் அவருடைய தலைவரும், எண்ணை எழுத்தாக்கும் மென்பொருளும் வெற்றி பெற வாழ்த்தி ஒரே மடக்கில் குடித்தார். ஒலிக்கத் தொடங்கிய மகுடியின் இசைக்கு நாட்டியப் பெண் பாம்பு போலச் சுழன்று சுழன்று ஆடுவதை அருகில் போய்ப் பார்த்த அவர் தானும் அப்படி ஆட முயன்று, தோற்றுத் தரையில் விழுந்தார்.

நான் தோற்று விழுந்தாலும், எண்ணை எழுத்தாக்கும் மென்பொருள்.

அவர் உரக்கத் தொடங்கி சத்தமில்லாமல் தரையில் கிடக்க, அந்தப் பெண் பாம்பு நடனத்தைத் தொடர்ந்தாள்.

மன்னிக்கவும் என்று மரி-சான் ஒலியெழுப்ப, அறைக் கோடியில் இருந்து ஒரு பாம்பு மெல்ல ஊர்ந்தது. அகிரா-சான் நின்றபடி

மொபைல் தொலைபேசியில் கதைத்துக் கொண்டிருந்த இடம் அது. ஊர்ந்து உள்ளே வரும் அது ஒரு மலைப்பாம்பு என்று கருப்பையாவுக்குத் தோன்றியது. இல்லை, அது ஒரு சாதாரண மண்ணுளிப் பாம்புதான். அரிசி மது அரைக் கோப்பை அரைக் கோப்பையாக நிறைய அருந்தியதால் பார்வை கெட்டதாக அவன் நம்பினான்.

இன்னொரு முறை உள்ளங்கைக் கணினியில் பார்த்து, எல்லோரும் சந்தோஷமாக இருக்கிறீர்களா என யூதா-சான் கேட்க, மரி-சான் ஜூடோ வீரர் போல இடுப்பை வளைத்து அவரை வணங்கிச் சொன்னாள்

நான் மகிழ்ச்சியாக இல்லை. அடுத்த அறையில் மகளும் அவள் கணவனும் காதல் செய்யும் ஒலிகள் என்னைச் சலனப்படுத்துகின்றன. எனக்கு இதுபோல் ஒரு நல்ல இடம், வெளியே சத்தம் கேட்காத அறை வாடகைக்காவது கிட்டாமல் நான் எப்படி கல்யாணம் செய்து கொள்வது? என் காதலன் சத்தமெழுப்பாமல் என்னோடு காதல் செய்வான்தான். ஆனால் நடுவே பேசாமல் எப்படி முடியும்?

இதற்கான கேள்விகள் கம்ப்யூட்டரில் இல்லை என்று தலையைக் குலுக்கிய யூதா-சான் அவளைத் திரும்ப உட்காரச் சொன்னார். எனக்கு ஒரு முழு போத்தல் சாகே தர முடியுமா எனக் கேட்டாள் மரி-சான்.

இந்தக் கேள்வியும் என்னிடம் இல்லை. கரிசனத்தோடு யூதா-சான் கூறினார்.

பாம்பு மெல்ல ஊர்ந்து நடனமாடும் பெண் பக்கத்தில் தலை உயர்த்தி நின்றது.

அது ஒரு நாகப் பாம்பு. படம் எடுத்து அந்தப் பெண் பக்கத்தில் நின்று அவள் போல், அவளை விட அற்புதமாக ஆடும். அதைப் பார்ப்பதை விட.

கருப்பையா என்ற கார்ப்-சான் தொடங்கிய சொற்றொடரை முடிக்காமல் தன் நாற்காலியில் குலைந்துபோய் அமர்ந்திருந்தான். அரிசி மதுவின் தாக்கம் அது.

அவசரமாகக் கைக்கணினியில் பார்த்த யூதா-சான் கருப்பையாவைக் கேட்டார்:

பாம்பு வரும் நடனங்களைக் கண்டுகளிப்பதால் வேலைத்திறன் குறைந்து, அடுத்த மாதம் ஏழாம் தேதி டோக்கியோவுக்கு அனுப்ப வேண்டிய மென்பொருள் அனுப்பப் படாமல் தாமதமாகிப் போகுமா?

அவர் கேட்க, கருப்பையா இல்லை என்று தலையாட்டினான். என்ன பதிய என்ற யூதா-சானின் அடுத்த கேள்விக்கு, இல்லை என்று பதியச் சொன்னான்.

இது ஒரு நல்ல பாம்பு. அவன் யூதா-சானிடம் சொல்ல, மகுடி இசை இன்னும் உயர்ந்தது. அந்தப் பாம்பு படமெடுக்காமல், நாட்டியமாடும் பெண்ணின் காலைக் கவ்வி இழுத்துக்கொண்டிருந்தது. அவள் நின்ற இடத்திலேயே இடுப்பை வளைத்து ஆட, நெற்றியில் வியர்வை துளிர்த்தது.

யூதா-சான் எழுந்து நின்றார். கேளுங்கள் என்றார் சத்தமாக.

அந்தப் பெண்ணைக் கொஞ்சம் கொஞ்சமாகப் பாம்பு விழுங்கிக் கொண்டிருந்தது. ஆட்டத்தின் தீவிரத்தில் அவள் கைகளை இன்னும் வளைத்து உயர்த்தி ஆடிக்கொண்டிருந்தாள். தீவிரமடைந்த இசையைக் கீறிக்கொண்டு கடிகாரச் சத்தம்.

யூதா-சானின் மொபைல் தொலைபேசி பிக்பென் கடியாரத் தொனியில் பனிரெண்டு மணி அடித்தது.

என்னை கம்பெனி பணியில் இருந்து நீக்கியிருக்கிறது.

யூதா-சான் சொல்ல, கருப்பையா என்ற கார்ப்-சான், என்ன செய்ய வேண்டும் என்ற நிச்சயமில்லாமல் கைதட்டினான்.

போன வருடத்து பிசினஸ் இலக்கு நிர்ணயித்ததை விட ஐநூறு டாலர் குறைவாக சாதித்திருக்கிறேன் என்று காரணம். அந்தக் கணக்கு தவறு என்று எனக்குத் தெரியும். என்றாலும், நம்பிக்கை தோற்றுவிட்டதல்லவா? அது பெரும் சோகம்.

யூதா-சான் துயரத்தோடு பார்க்க, மற்ற அனைவரும் எழுந்து தலை தாழ்த்தி நின்றார்கள். பாம்பு நடனத்துக்கான மகுடி இசை ஓய்ந்து, திரும்பவும் ஒலித்தது.

மன்னிக்கவும். மன்னிக்கவும். மன்னிக்கவும். இசையோடு மரி-சான் குரல் ஒலி.

என் மகள் அடுத்த வாரம் திருமணம் செய்துகொள்ளட்டும். அவள் நர்ஸ் வேலையில் சம்பாதித்துக் கட்டிய அந்த ப்ளாட்டில் அவளே இருக்கட்டும். நான் இங்கேயே இருப்பேன். வந்த வேலை முடித்து பாம்பு நடனம் கற்றுக்கொண்டு ஆடப் போகிறேன். எங்கே அந்த ஆட்டக்காரிப் பெண்? எனக்கும் இந்த இசை வேணும். பாம்பு வேணும். கிழிந்து பின் குத்த வேண்டாத ஆட்ட உடை வேணும்.

மரி-சான் அடம் பிடிக்கும் குழந்தை போல் கேட்டாள்.

அந்தப் பெண்ணை முழுவதுமாகப் பாம்பு விழுங்கியிருந்தது.

கருப்பையா ஒரு அதிர்ச்சியோடு தன் முன்னால் மகுடி இசை ஒலித்துக் கொண்டிருந்த நடனப் பெண்ணின் மொபைல் தொலைபேசியைப் பார்த்தான். அந்தப் பெண் இப்போது எங்கே? அவளுடைய ஆட்டத்துக்கான பணத்தை எப்படி அவளுக்குத் தருவது? உள்ளங்கைக் கம்ப்யூட்டரில் பதிந்த கேள்வி பணம் கொடுக்கப்பட்டதா என்று இருக்கும். அவன் இல்லை என்று பதில் தந்தால் அவனுடைய இந்த மாதச் சம்பளம் மட்டுமில்லை, வேலையே போய்விடலாம்.

யூதா-சான், நான் எப்படியாவது ஆட்டக்காரியிடம் பணத்தைச் சேர்ப்பித்துவிடுகிறேன்.

அவன் அமெரிக்க வாடிக்கையாளர்களுக்கு, நாளைக்கு எப்படியும் மலையைப் புரட்டிக் கடலில் போட்டுவிடுவேன் என்று கம்பெனி சார்பில் உறுதிமொழி கொடுக்கும் தொனியில் அறிவித்தான். யூதா-சான் கருணையோடு புன்னகைத்தார். அவர் பொதுவாகப் பார்த்துக் கேட்டார்

நான் நாளைக்கு டோக்கியோ திரும்புகிறேன். அப்புறம் வேறே வேலை தேட வேண்டும். எனக்குக் கிடைக்குமா?

அவர் உள்ளங்கையில் பிடித்த கம்ப்யூட்டரில் எட்டிப் பார்த்த மரி-சான் அப்படி ஒரு கேள்வி அங்கே இல்லை என்றாள்.

எண்ணை எழுத்தாக்கும் மென்பொருள் துகளை நாங்கள் வெற்றிகரமாக இயக்கும்போது எங்களோடு கூட இருக்க மாட்டீர்களா?

அழுவது போல் கேட்டார் அகிரா-சான்.

பாம்பு மெல்ல அசைந்து அறையை விட்டுப் போய்க்கொண்டிருந்தது. மரி-சான் தன் கைப்பையில் இருந்து எதையோ எடுத்தாள். நகைக்கடையில் நகை வைத்துக் கொடுக்கும் பட்டுத் துணி போர்த்திய சிறிய சிமிழ் அது.

பெட்டியைத் திறந்து ஒரு தங்க சேஃப்டி பின்னைக் கையில் பிடித்தபடி யூதா-சானைப் பார்த்து இரைஞ்சும் குரலில் கேட்டாள் அவள்

இதை என் மகளிடம் திருமணப் பரிசாகக் கொடுத்துவிட முடியுமா? அவள் கல்யாணம் செய்து கொள்ளப் போகும் மாப்பிள்ளை சாவுச் சடங்குகளை நிர்வகிக்கிறவன். அவன் மூலம் உங்களுக்கு அடுத்த வேலை கிடைக்கலாம்.

யூதா-சான் குனிந்து அவளை வணங்கினார். எல்லோரும் சேர்ந்து கிளம்பினார்கள். கருப்பையா நாற்காலியில் இருந்த மொபைல் தொலைபேசியைக் கையில் எடுத்துக்கொண்டான். அதிலிருந்து மகுடி இசை தொடர்ந்து வந்துகொண்டிருந்தது. அதை எப்படி நிறுத்துவது என்று அவனுக்குத் தெரியவில்லை.

இந்தக் கவரில் இருக்கும் பணம் நடனப் பெண்ணுக்குப் போக வேண்டியது. அவளைப் பாம்பு விழுங்கிவிட்டது. இந்தத் தொலைபேசியும் அவளுடையது.

அவன் ஹோட்டல் ரிசப்ஷனில் இருந்த அழகான இளம்பெண்ணிடம் சொல்லியபடி பணம் வைத்த காகித உறையையும் தொலைபேசியையும் கொடுத்தான். அவள் நளினமாக போனை இயக்க, மகுடி இசை நின்றது.

அந்தப் பெண் ஓட்டலில் பதிவு செய்து கொண்ட நடனக்காரிதான். ஆனால் பாம்பு பற்றித் தெரியவில்லை. பிராணிகளை நாட்டியத்தில் பயன்படுத்துவது தவறு என்று அரசுத் துறை எச்சரிப்பதை நீங்கள் அறிவீர்கள்.

அவள் சொல்ல, தெரியும் என்றான் கருப்பையா. அந்தப் பணம்?

அவள் வந்தால் நாங்கள் கொடுத்துவிடுவோம். கொடுத்ததும் உங்களுக்குத் தகவல் அனுப்புகிறேன். உங்கள் கைபேசி எண்ணைப் பதிந்து செல்லுங்கள்.

நாட்டியப் பெண் தங்கத்தால் செய்த ஒரு சிறு பின்னை அணிந்திருக்கிறாள். எங்கள் குழு உறுப்பினர் மரி-சான் அவளுக்கு இரவல் கொடுத்தது.

கருப்பையா சொல்ல, ஆடிப் பாடி மகிழ்விக்க வருகிறவர்களுக்கு அன்பளிப்போ, இரவலோ பார்வையாளர்கள் தருவதை உணவு விடுதி நிர்வாகம் அனுமதிப்பதில்லை என்று கறாராகச் சொன்ன ரிசப்ஷனிஸ்ட், நாட்டியப் பெண் திரும்பிக்கொண்டு வந்து கொடுத்தால் தங்கத்தில் செய்த சேஃப்டிபின் கருப்பையாவின் அலுவலகத்துக்கு உடனே அனுப்பிவைக்கப்படும் என்றாள்.

அவள் கொடுத்த நீளமான, ஓட்டல் நிர்வாகத்துக்கான கம்ப்யூட்டரில் தன் மொபைல் எண்ணைப் பதிந்து வெளியே வந்தான் கருப்பையா. அறையில் இருந்து, பிக்கானீர் புஜியா நொறுக்குத் தீனியை எடுத்து வந்திருக்கலாம் என்று அவனுக்குத் தோன்றியது.

குளிரூட்டப்பட்ட வேன் ஒன்றில், அவர்கள் வேலையைத் தொடரக் கம்பெனிக்குப் பயணமானார்கள்.

எல்லோரும் மகிழ்ச்சிகரமாக இருக்கிறீர்களா?

கைக்கம்ப்யூட்டரில் பார்த்து உரக்கக் கேட்டார் யூதா-சான்.

கருப்பையா தொடங்கி வைக்க, இருக்கையிலேயே இப்படியும் அப்படியுமாகப் பாம்புகள் போல் வளைந்து ஆடியபடி அவர்கள் ஆம் என்றார்கள். ஒரு வினாடி தாமதமாக ஆம் என்று இரண்டு குரல்கள் வேன் தரையில் இருந்து ஒலித்தன.

(உயிர்மை 2017)

கூத்தாட்டு குளம்

கரையில் சைக்கிளை ஏற்றிக்கொண்டிருந்தபோது அவரைப் பார்த்தேன். நாலரை அடிதான் உயரம். நெற்குதிர் போல உருண்ட உடம்பு. காதில் கடுக்கன் போட்டவர். மடித்துக் கட்டிய கதர் வேட்டியும், கையில் ஒரு டிரான்சிஸ்டர் ரேடியோவுமாக குளப் படியில் இறங்கிப் போய்க் கொண்டிருந்தார். ரேடியோவில் ஆய் புவான் என்று கொழும்பு நேரம் சொல்லி சிங்களப் பாட்டு உரக்கக் கேட்டது. இலங்கை வானொலியில் தமிழ்ச் சேவை முடிந்து சிங்களம் தொடரும் முற்பகல் நேரம்.

அவரை கேலரியில் உட்கார்ந்தபடி பார்த்திருக்கிறேன். கிட்டத்தட்ட எல்லா கால்பந்தாட்டப் பந்தயத்துக்கும் வந்துவிடுவார். காகித ஆலைக் குழு விளையாடினால் நிச்சயம் அங்கே இருப்பார். அவர்களுடைய விளையாட்டு வீரர்கள் கோல் போடும்போது அவர் சத்தம் உயர்ந்திருக்கும். என்னை ஏனோ அவருக்குப் பிடிக்காது. இதுதான் என் குழு என்று நிரந்தரமில்லாமல், காசு கொடுக்கிற குழுவுக்குத் தற்காலிகமாக ஆட அலைவதாலோ என்னமோ.

நான் எந்த டீமில் விளையாடினாலும், நான் சார்ந்த அணிக்கு கோல் கீப்பராக, காகித ஆலைக் குழு பெனால்டி உதையில் அனுப்பும் பந்தைத் தடுத்தால், 'நாசமாப் போ' என்று எனக்கு

வாழ்த்து கிட்டும். அநேகமாக அவருடைய குரலாக இருக்கும் அந்த ஆசி வழங்குதல். காகித ஆலை அணியில் நான் இருந்தாலே ஒழிய அவருடைய வசவில் இருந்து தப்ப முடியாது தான். ஆனால் அந்த அணி முழுக்கவும், ஆலையில் வேலை பார்க்கும் நிரந்தர ஊழியர்களின் குழு.

நான் சைக்கிளை குளக்கரையில் நிறுத்தியபோது, பின்னால் கமகமவென்று விபூதி வாசனை. தெரியும் அவர்தான்.

'என்ன, மத்தியானம் மேட்ச் இருக்கு போல, நீங்க இப்படி குளக்கரையிலே...'

நேராக விஷயத்துக்கு வந்துவிட்டார். அவருக்கு நான் யார், எங்கே இருந்து வந்தேன், இங்கே ஏன் வந்தேன் என்று எதுவும் முக்கியமில்லை. காலில் பந்தைக் கட்டிக்கொண்ட ஒருத்தன். அவருக்கு என்னைக் குறிப்பிட அது போதும்.

'இன்னிக்கு நடக்க இருந்த மேட்ச் ஒத்தி வச்சிருக்கு சார், அடுத்த ஞாயிறு தான் இனி.'

நான் கரையில் ஒரு டர்க்கி டவலை விரித்து உட்கார்ந்தேன். அவரிடம் செய்தி சொல்லும் தொனியை விட மன்னிப்பு கேட்கிற மாதிரி சொன்னேன் என்று எனக்கே தெரிந்தது. அவர் அதிகாரத்தோடு கேள்வி தொடுத்ததால் என்னிடம் அப்படியான பணிவு வந்திருக்கலாம்.

சாயந்திரம் நாலு மணிக்கு மேட்ச் என்றாலும் கொஞ்சம் முன்னால் போய் பந்தயம் ஏற்பாடு செய்கிறவர்களோடு பேசிக்கொண்டிருப்பது என் வழக்கம். யார் யாரோடு கால்பந்துப் பந்தயத்தில் மோதினாலும் இங்கே அதை நடத்துகிறவர்கள் ஆபீசில் அதை ஒட்டி சாப்பாடு உண்டு. மேனேஜரில் இருந்து டிக்கெட் கிழித்துக் கொடுக்கிற நான்கு ஊழியர்கள் வரை எல்லோருக்கும் ஓட்டலில் பொட்டலம் கட்டி வரும் எலுமிச்சை சாதம், சாம்பார் சாதம், தயிர் சாதம், வடை, வறுவல் என்று மணக்க மணக்க சாப்பாடு. கொஞ்சம் முன்கூட்டி நான் போகும்போது எனக்கும் கிடைக்கும். வயிறு சுகமாக நிறைந்து இருக்க விளையாடுவதும் ஒரு சுகம்தான். இதற்காகவே காலையில் சரியாகச் சாப்பிடாமல் வருவேன். காலையில் சாப்பிடவும் பெரும்பாலும் ஏதும் இருக்காது.

'என்ன காரணத்தாலே மேட்ச் இல்லையாம்?''

அவர் சைக்கிள் சீட்டில் கைவைத்து நின்றபடி கேட்டார். எனக்குத் தெரியவில்லை.

‘ரெண்டு டீமும் சரியா அமையலே. காசு கொடுத்து மேட்ச் பார்க்க கூட்டம் வராது. அதான் ரத்து செஞ்சாச்சு.’

குளம் சொன்னது. மற்ற குளங்கள் பேசுவது பற்றித் தெரியாது. என்னிடம் மட்டும் பேசும் குளம் இது. ஆனாலும் இந்தக் காரணத்தை இவருக்குச் சொல்ல முடியாது.

‘காகித ஆலையில் எல்லோரும் ரெண்டு ஷிப்ட் பார்த்து ஏதோ பெரிய டெலிவரி ஆர்டர் முடிச்சு அனுப்பணுமாம். விளையாட்டு எல்லாம் அப்புறம்தானாம்.’

இது பந்தயம் நடத்துகிற கிளப்பின் மேனேஜர் சொன்னது. நல்ல வேளையாக நினைவு வந்தது. சொன்னேன்.

அந்த மேனேஜர் சொல்லாமல் விட்டது - இன்றைக்கு கிளப் செலவில் யாருக்கும் சோற்றுப் பொட்டலம் கிடையாது. அதை நம்பி வந்து பசியோடு திரும்ப வேண்டிப் போனது.

இன்னும் ஏதோ சொல்லப் போகிறேன் என்று எதிர்பார்க்கிற மாதிரி என்னைப் பார்த்துக்கொண்டு நின்றார். நான் பையில் இருந்து பத்திரிகையை எடுத்துப் பிரித்து வைத்துக் கொண்டது அவருக்கு ஏமாற்றமாக இருக்கலாம். விரித்ததும்தான் பார்த்தேன். அது முந்தாநாள் தினசரி.

‘மேட்ச் இல்லேன்னா கோல்கீப்பர் மேலே யாருக்கும் கோபம் வராது. யாரும் திட்ட மாட்டாங்க. ஹாய்யா முந்தாநாள் பேப்பர் படிக்கலாம். ஜிலுஜிலுன்னு குளக்கரையிலே காத்து வேறே. டிக்கட் வாங்க வேணாம். முற்றிலும் இலவசம்.’

அவர் பெரிய நகைச்சுவையைச் சொன்ன மாதிரி குலுங்கிச் சிரித்தபடி பக்கத்திலேயே உட்கார்ந்தார். காத்திரமான விபூதி வாடை அவரிடம் கிளம்பியது

‘இந்தக் குளம் எனக்கு ரொம்ப சிநேகிதம்.’

என்னமோ தோன்ற அவரிடம் சொன்னேன். ‘அப்பப்போ இங்கே வந்து உக்கார்ந்து போனா மனசுக்கு ரொம்ப நிம்மதியா இருக்கும்.’

‘உங்களுக்குமா?’

அவர் காத்திருந்தது போல் கேட்டார். சிங்களத்தில் செய்தி சொல்ல ஆரம்பித்த டிரான்சிஸ்டரை அணைத்துத் தோளில் மாட்டிய பையில் வைத்துக் கொண்டார். பையில் இருந்து ஒரு காகிதப் பையை வெளியே எடுத்தார். வேர்க்கடலை உரித்து வறுத்தது அது. எனக்கும் நீட்டியபடி சின்னதாக அள்ளிக்கொண்டார்.

'நான் இந்த ஊருக்குக் குடிவந்ததே இந்தக் குளத்தாலேதான்னா நம்ப முடியறதா?'

அவர் கேட்க குளம் அவரோடு சிரித்து அலை விட்டெறிந்தது. வெறும் வயிற்றோடு திரும்ப வேண்டாம். கொஞ்சம் ஊர்வம்பும் கொஞ்சம் கடலையுமாக பொழுது போகட்டும். கால் பந்துதான் இல்லையே.

'முப்பது வருஷம் முந்தி நான் காகித ஆலையிலேதான் இருந்தேன். வேலையில் இல்லே. ஆனா அங்கே சின்னதா கேண்டீன் நடத்தினேன். ஆலை வந்த நேரம் அது. அப்போ முதல்லே சர்க்கரைத் தொழிற்சாலை தான் வந்தது. கரும்பு பிழிஞ்சு போட்டு வச்ச பெகாஸ் சக்கை பேய் நாத்தம் நாறும். அதைத்தான் பேப்பர் பண்ண எடுத்துப்பாங்க.'

அவர் எனக்கு அறிவொளி ஏற்றும் குரலில் நிதானமாகச் சொன்னார்.

'இப்போ வெளியே வாங்கறாங்க சார். நானும் எப்போவாவது பேபி லாரியிலே லோட் அடிப்பேன்.'

'ஓ பந்து விளையாடினது போக மிச்ச நேரத்திலே? ஒரு குழுவிலே இல்லாம எதெதிலோ தலையக் காட்டறீங்க. ஆனாலும் கோல் போட விடறது இல்லே.'

அவர் சிரித்தார். இதில் சிரிக்க என்ன இருக்கு என்று கேட்டது குளம். சரிதானே.

'ஆமா சார், எல்லாத்திலேயும் நான் இருப்பேன்... சுற்றுவட்டாரத்தில் இருக்கப்பட்ட குழுக்கள் மட்டுமில்லாம, நகரத்திலே பல ஆபீஸ் குழுவிலே கூப்பிடறது உண்டுதான். ஆனா அவங்க இப்போ கிரிக்கெட் ஆடப் போயிட்டாங்க பெரும்பாலும்' என்றேன்.

இது நான் சிரிக்க ஆன பொழுது. போதும், அவர் சொல்ல வந்ததைக் கேட்போம் என்றது குளம். அதற்கு ஏற்கனவே தெரிந்திருக்கும் என்று தோன்றியது.

“சர்க்கரை ஆலை கொஞ்சம் பெரிசாக ஆரம்பிச்ச நேரம். காகிதமும் செய்யலாமேன்னு நினைப்பு. இருபத்தைஞ்சு பேருக்கு கேண்டீன் நடத்தறவனுக்கு நூறு பேருக்கு நடத்த முடியாதுன்னு அவங்களே தீர்மானிச்சு கொஞ்சம் பெரிய கையா கேன்டீன் நடத்தக் கூட்டி வந்தாங்க.’

எசகுபிசகாக அவர் தொண்டையில் மாட்டிய கடலை தொடர்ந்து இருமலைக் கிளப்ப அவர் அவசரமாக எழுந்து நின்று இருமினார். குனிந்து டிரான்சிஸ்டர் ரேடியோவை எடுத்துக் கொண்டு ஒரு அடி நடந்து, திரும்பி வந்து அதைத் தரையில் வைத்துவிட்டு, இதோ வரேன் என்று சைகை காட்டிக் குளத்திற்குள் இறங்கினார்.

‘அவர் வேலை இல்லாம ஊர் ஊராச் சுத்தின போது இங்கே வந்தார். வேட்டியை அவிழ்த்துக் கரையிலே வச்சுட்டுக் குளிக்கற போது ஒரு யோசனை வந்தது.’

குளம் சொல்லிக்கொண்டே இருக்க, அவர் ஒரு கை தண்ணீரை அள்ளி முகத்தில் விசிறி கொஞ்சம் கொப்பளித்து ஓரமாகத் துப்பினார். இருமல் தீர்ந்த நிம்மதியோடு திரும்பப் படி ஏறி வந்தார்.

‘ஏன் கேக்கறீங்க, இப்போ குளத்திலே தண்ணி அவ்வளவா இல்லே. அப்போ எல்லாம் நிறைஞ்சு பொங்கும். நான் வேட்டியையும் சட்டையையும் கழட்டி குளக்கரையிலே வச்சேன். சட்டைப் பையிலே நான் கேன்டீன் நடத்தி மிச்சம் பிடிச்சிருந்த ஐநூறு ரூபா இருந்ததாக்கும். ஆனந்தமாக் குளிச்சுட்டு கரைக்கு வந்து பார்க்கறேன். வேட்டியும் இல்லே. சட்டையும் இல்லே. நான் மேல் துண்டை மட்டும் இடுப்பிலே கட்டிக்கிட்டு நிக்கறேன் அறிமுகம் இல்லாத ஊர்லே.’

ஓ என்று பஞ்சாயத்து சங்கு சத்தம்.

‘அடடா நடுப்பகல் ஆயிடுத்தே. நான் கிளம்பறேன,’ அவர் எழுந்திருக்க, நிறுத்திக் கேட்டேன்

பாதியிலே விட்டுட்டுப் போறீங்களே சார்.

‘உங்களுக்குச் செய்ய வேண்டியது ஒண்ணும் இல்லே. எனக்கு அப்படியா?’

அவர் டிரான்சிஸ்டரைத் தோளில் சுமந்து நடக்க ஆரம்பிக்க, நானும் எழுந்து நின்றேன். அவர் நின்றார். சங்கு ஒலித்தபடி இருந்தது.

‘என்ன செய்யறதுன்னு தெரியலே. துண்டைக் கட்டியபடிக்கே அப்படியே ஊருக்குள்ளே போனேன். இப்படித்தான் நடுப்பகல் சங்கு ஊதற நேரம்.’

சங்கு ஊதி நின்றது. அவர் நடந்தார். நான் சைக்கிளைத் தள்ளியபடி அவரோடு நடந்தேன்.

‘தெருவிலே இப்போ மாதிரி ஈ காக்கை இல்லே.’

குளம் பின்னால் இருந்து என்னைக் கூப்பிட்டது.

‘அவர் ஊருக்குள்ளே போகிற முன்னே, காத்துலே அடிச்சுப் போய் தாழம்புதர்லே கிடந்த வேட்டியையும் சட்டையையும் எடுத்துக்கிட்டார். ஆனாலும் அதை அப்படியே சுருட்டி கைப்பையிலே வச்சுட்டு ஈரத் துண்டோட நடந்துபோனார்.’

நான் அவரைப் பார்த்துச் சிரித்தேன். அது குளத்தைப் பார்த்தபடி இருந்திருக்க வேண்டும்.

‘இங்கே இருந்து நாலு தெரு தள்ளி, கிட்டத்தட்ட ஊர்க் கோடியிலே சின்னதா ஒரு ஓட்டல் இருந்தது அப்போ. ஓட்டல்காரர் கல்லாவிலே உக்காந்திருந்தார். நேரே போய் நின்னு சுவாமின்னேன். தலை ஈரம் உலரலே. இடுப்பிலே துண்டோட ஒருத்தன் வந்து கும்பிட்டதும் அவர் வெலவெலத்துப் போயிட்டார். ஏதாவது விரதமா பிச்சையான்னு தெரியாம எழுந்து நின்னு என் கையைப் பிடிச்சுண்டார்.

அவர் நின்று இரண்டு கையாலும் என் சைக்கிளைப் பிடித்துக் காட்டினார். குளக் கரைக்கு வெளியே நின்று இரண்டு பேரும் குளத்தைப் பார்த்தோம்.

‘சுவாமி, வெளியூர்க்காரன். ஓட்டல்காரன்தான் நானும். குளத்துலே குளிக்கறபோது உடுப்பும் மத்ததும் பணமும் போயிடுத்து. காப்பாத்துங்கோன்னேன்.’

அவர் குரல் எடுத்துச் சொல்ல, குளக்கரைக்குப் பறந்து கொண்டிருந்த காக்கைக் கூட்டம் ஆமாமா என்று எக்காளத்தோடு கரைந்து சென்றது.

‘ஓட்டல் முதலாளி எனக்கு பழைய வேட்டியும் சட்டையும் கடையிலே வேலையும் போட்டுக்கொடுத்தார். அப்புறம் அவர் பொண்ணையும் கொடுத்துக் கண்ணை மூடினார்.’

அந்தக் கடை இருக்கா? நான் கேட்டேன்.

‘நல்ல விலை படிஞ்சு வித்தாச்சு. அஞ்சு வருஷமாறது’ என்றார் குரல் கம்ம.

‘அந்தப் பொண்ணும் காலமாகிடுச்சு. வெளியூர்லே விபத்து. குளத்துலே மூழ்கிட்டா. நான் இல்லே. மகாமகக் குளம்.’

குளம் முணுமுணுத்தது. திரும்பிப் பார்த்தேன். சலனமில்லாமல் இருந்தது அது.

‘அதான் சட்டை, வேட்டியை எடுத்து வந்தாரே, அப்புறமும் ஏன் ஓட்டல்காரர்கிட்டே யாசிச்சார்?’ குளத்தைக் கேட்டேன்.

‘நான்தான் சொல்லச் சொன்னேன்’ என்றது குளம். ‘ஏன் என்று கேட்டேன்.’

‘அனுதாபத்தைக் கிளப்பறது காரியம் சாதிக்க ஏதுவாக இருக்கும்.’

‘ஆகலேன்னா?’

‘அவர் ஊர்க் கோடி போய் வேட்டி, சட்டை உடுத்தி பஸ்ஸிலே போயிருப்பார்.’

‘போயிருந்தா?’

‘வேறே யார் கிட்டேயோ வேறே எங்கேயோ வேறே ஒரு கதை சொல்லிட்டிருப்பார்.’

அது மேலும் சொன்னது

‘காகித ஆலைக்கு பகல்லே சங்கு ஊதற நேரத்துலே வேன்லே கொண்டு போய் சாப்பாடு சப்ளை பண்ணச் சொல்லிக் கேட்கறாங்க.’

நான் சைக்கிளை ஸ்டாண்ட் போட்டேன்.

‘சுவாமி, வெளியூர்க்காரன். குளத்தங்கரையிலே பசியோட உக்கார்ந்திருந்தேன். கால்பந்தும், வேன் டிரைவிங்கும் தெரியும். காப்பாத்துங்க.’

நான் அவரிடம் கை கூப்பினேன்.

‘சமையலும் தெரியும்’ என்றது குளம். யோசித்துவிட்டு அதையும் சொன்னேன். கால்பந்து மாதிரித்தானே சமையலும். கற்றுக் கொண்டால் போகிறது.

அவர் சிரித்தபடியே நடந்துபோனார். வா என்று சொல்கிறது போல் அவர் கை அசைந்தது. நான் அவர் பின்னால் சைக்கிள் ஓட்டிப் போன தெரு சுற்றி வந்து திரும்பக் குளக்கரையில் நின்றது.

★★★

குளக்கரையில் நடந்து போய்க் கொண்டிருந்தபோது அவனைப் பார்த்தேன். கெச்சலான பையன். எல்லா கால்பந்தாட்டப் பந்தயத்திலும் ஒரு அணிக்கு கோல்கீப்பராக இருப்பான். சைக்கிளில் அவசரமாகப் போய்க்கொண்டிருந்தான். என்ன ஆச்சு என்று குளத்தைக் கேட்டேன்.

‘மேட்ச் ஒரு மணி நேரம் தள்ளி வச்சு அஞ்சு மணிக்கு ஆரம்பம். போய்ட்டிருக்கான்.’

நான் வேட்டியையும் சட்டையையும் கரையில் களைந்துவிட்டுக் குளத்தில் இறங்கினேன். *(அமுதசுரபி தீபாவளி மலர் 2016)*

குவியம்

குழலி நடக்க ஆரம்பிக்கிறாள். விசில் சத்தம்தான் கணக்கு. அது கேட்டதும் பிரகாசமான இந்த வெளியில் ஒரு அன்னிய புருஷனோடு கைகோத்துக்கொண்டு நடக்க வேண்டும். ஐந்து அடி நடந்ததும் வலது புறம் திரும்பவேண்டும். சந்தோஷமாக இருப்பதை அறிவிக்கப் புன்னகை பூக்கவேண்டும். அப்படியே அவன் கையை மெல்ல உயர்த்தி, பின் தாழ்த்தி, இறுகப் பற்றியபடியே தொடர்ந்து நடக்க வேண்டும். அவன் பெயர்தான் என்ன?

நீளமாக இன்னொரு முறை விசில் ஊதுகிறது. நிற்க வேண்டும். எங்கே இருந்தாலும் சிலை போல உடனே நிற்க வேண்டும். குழலி மட்டுமில்லை, அவளோடு போகிறவன், அவர்களுக்கு ரெண்டு அடி முன்னால், கறுப்புத் திரவம் கிடந்த தகரக் குவளையை லகரியோடு பற்றிப் பிடித்து வாய் வைத்துச் சுவைத்தபடி ஆடி ஆடிப் போகிற ரெண்டு பேர், உதடு பெருத்த, சோனியான ஒரு பெண்ணுக்குத் தன் குவளையில் இருந்து அதே கறுப்பு திரவத்தை ஊட்டி, இடுப்பில் கைபோட்டு அழைத்துப் போகிற இன்னொருத்தன், கையில் பிரம்மாண்டமான ப்ளாஸ்டிக் மல்லிகைப் பூப்பந்தோடு, வார்னிஷ் வாடை அடிக்கும் ஊஞ்சலில் உட்கார்ந்து விந்தி ஆடியபடி சிரிக்கும் வெள்ளைப் பாவாடைப் பெண்கள், ஊஞ்சலுக்கு முன்னால் தரையில் கால் நீட்டி உட்கார்ந்து ஒருத்தியை ஒருத்தி

அணைத்துக் கன்னத்தில் முத்தமிடும் நீல உடைப் பெண்கள், ஓரத்தில் நாட்டிய கம்பத்தில் ஏற முயலும், இடுப்பில் சிவப்புத் துண்டு அணிந்த அழகி எல்லோரும் இயக்கம் நிலைக்க வேண்டும்.

'முந்தானையை இப்படியா போட்டுக்க சொன்னது?'

கொசகொசவென்று தாடி வைத்து சதா ஜர்தா பான் மென்றபடி வரும் தடியன் கறுப்பு நிஜாரில் கைதாழ்த்தி அசௌகரியமான இடத்தில் சொறிந்தபடி குழலியைக் கேட்கிறான். குழலியைக் கைபிடித்து நிற்கிறவன் இதுவும் கடந்துபோகும் என்பது போல பார்க்க, குழலி அவசரமாக முந்தானையை விலக்கி மேலே இழுத்துக் கொள்கிறாள். குனிந்து பார்க்கிறாள். மார்பு புடைத்து முன் தள்ளிப் பக்கவாட்டில் உருண்டு திரண்டு தெரியும். அந்த நிச்சயத்தோடு தடியனும் திருப்தியாகப் பார்த்து ஒரு அடி முன்னால் போய்த் திரும்புகிறான்.

'கஸ்டமரைப் பார்த்துச் சிரிக்கறபோது வான்னு கண்ணாலே கூப்பிடணும். விலாங்கு மீன் மாதிரி வாயை ஓஓஓன்னு தொறக்கக் கூடாது.'

ஜடமாக நின்ற குட்டையனின் கையை ஆசையாகப் பற்றிக் கட்டிலுக்கு அழைக்கும் பார்வையோடு குழலி சிரிக்க, மேலாக்கு திரும்பக் கீழே விழுகிறது. நிஜார்த் தடியன் நகர்ந்துவிட்டிருக்கிறான்.

அவன் கறுப்பு கோலாவை உறிஞ்சத் தயாராக முன்னால் நின்ற ரெண்டு பேரையும் அதட்டுகிறான் 'ஆஸ்பத்திரி மருந்து குடிக்கற மாதிரி மூஞ்சை வச்சுக்கிட்டா போகச் சொன்னது? முன்னே பின்னே குடிச்சதில்லையா?'

இன்னும் கொஞ்சம் முன்னால் போய் சோனியான பெண் இடுப்பில் கைபோட்டு அவளுக்கு கோலா ஊட்டியபடி நடந்தவனிடம் ஏதோ பேசும் முன் அந்தப் பெண் வாயில் வைத்த கோலா புரையேறி இருமுகிறாள், அவளை அதட்டி அடக்குகிறான் நிஜார்த் தடியன். சோனிப் பெண்ணுக்குக் கோலா ஊட்டியவனின் கை அவள் இடுப்பில் மண்ணுளிப் பாம்பு போல ஊர்கிறது. அதைச் சற்றே உயர்த்தி அவள் வயிற்றின் மேல் பரத்தி வைத்துவிட்டு அங்கே நின்றபடி குழலியின் மார்பைப் பார்வையிட்டுத் திருப்தி அடைந்ததாகத் தலையசைக்கிறான் நிஜார்த் தடியன். விசில் ஓங்கி ஒலிக்கிறது.

குழலி அவசரமாகப் புறப்பட்ட இடத்துக்குத் திரும்பி வந்து நிற்கிறாள். அடையாளத்துக்காகப் பக்கத்தில் இருந்த குத்து விளக்கை மனதில் வைத்திருந்தாள். அதை நகர்த்தி இருக்கிறார்கள் என்று திரும்பி வந்து நின்றதும் தான் படுகிறது. அதற்குள் தடியன் இரைகிறான். நிஜார்த் தடியன். மார்பு பார்த்துப் பார்த்துப் பசியாறாத விசில் தடியன். கூச்சலிடும் தாடிக்காரத் தடியன். அரையில் சதா சொறிந்து கொள்ளும் சீக்குக்கார வெறுந்தடியன் இரைகிறான்

'புறப்பட்ட இடம் கூடத் தெரியாதா, என்ன பொம்பளை நீ? சாணி போட்ட மாடு மாதிரி நடை வேறே.'

எல்லாத் திட்டையும் வாங்கி, அது மேல் தோலில் மோதியதும், குரல் வராத நாலு கெட்ட வார்த்தை வசவோடு மனதுக்குள்ளேயே புதைத்துவிடுகிறாள் குழலி.

சொறிந்து சொறிந்து உன் அரைக்குக் கீழே இருப்பதெல்லாம் அழுகிச் சீழ் வைத்து அறுந்து விழட்டும்.

சாபம் குழலி மனதில் புறப்பட்டுப் பறக்கிறது. சகதியில் ஊறிய உளுத்த மரப் பலகை போலப் பக்கத்தில் வந்து நின்ற கஸ்டமர் ஜடம் மறுபடி சுவாதீனமாக அவள் கையைப் பற்றிக் கொள்கிறது. நிஜார்த் தடியன் வயிற்றைப் பற்றிக் கொண்டு குனிந்து நிமிர்கிறான். அதற்குள் அறுந்து விழுந்திருக்காது.

தரையில் உட்கார்ந்து முத்தமிட்டுக்கொண்டிருந்த பெண்கள் முகத்தை அழுந்தத் துடைத்துக்கொண்டு உதட்டுச் சாயத்தைத் தீற்றியபடி திரும்ப அவர்களுக்கு விதிக்கப்பட்ட காரியத்தில் ஈடுபடுகிறார்கள். ஒரு தடவை கன்னத்திலும் மற்றொரு தடவை உதட்டிலும் முத்தமிடும்படி அவர்களுக்கு நிஜார்த் தடியன் புது உத்தரவு போட்டது உடனடியாக அமலாக்கப்படுகிறது.

பாட்டு உயர்ந்து எழுகிறது. இங்கிலீஷ்காரியை சிவகங்கை வாரச் சந்தையில் கத்திரிக்காய் விற்க அனுப்பியது போலச் சிவந்து நின்ற ஒரு இளம்பெண், தாவணியை இழுத்துச் செருகிக்கொண்டு மாமா என்று இசையோடு பெண் குரல் அழைக்கும் இடத்தில் எல்லாம் பார்வையில் உருகி வழிந்து அசைகிறாள். ஊஞ்சல் பெண்கள் அவள் மேல் மோதாமல் சிரித்தபடி விந்தி விந்தி ஆடுகிறார்கள். குட்டையனோடு திரும்பி நடக்கிறாள் குழலி.

அவன் ரொம்ப வியர்த்து வாடை வீசத் தொடங்கி இருக்கிறான். கஸ்டமர் நாற்றம். சினிமா ஷூட்டிங் நாற்றம். ராத்திரி நாற்றம்.

‘டேக் போகலாம் சார்.’

தடியனும் இதரர்களும் காமிரா பின்னால் உட்கார்ந்திருந்த துடிப்பான இளைஞனிடம் சிபாரிசு செய்ய, ஒன் டு ஒன் டு டு ஒன் ஒன் டு என்று விடாமல் காலடி எடுத்து வைக்கச் சொல்லி இங்கிலீஷ்காரியைச் சித்திரவதை செய்தவனும் திருப்தியாகி, போகலாம் சார் என்கிறான்.

குழலி திரும்ப விளக்குப் பக்கம் நின்று கஸ்டமர் கையைப் பிடிக்க, குப்பென்று அவனுடைய கஷ்கத்து வியர்வை நாற்றம் முகத்தில் அறைகிறது. வயிறு உம்மென்று காலையில் இருந்து மலச் சிக்கலில் அவதிப்படுவதை நினைவுபடுத்திப் பிணங்கி நிற்கிறது. பழநியப்பன் அவளை வற்புறுத்தி அனுப்பியபோது அவனிடம் இதைச் சொல்ல வெட்கமாக இருந்ததால் சொல்லவில்லை.

‘கைக்குழந்தையைப் பார்த்துக்க எனக்குத் தெரியாதா என்ன? பசிச்சா பால் கொடுத்துடறேன். மாவு இருக்கு இல்லே?’

பால்மாவு பற்றாக்குறை. வாங்கக் காசு இல்லை. வாங்குகிற பசும்பாலில் பாதி சிசுவுக்காக எடுத்து வைத்து விடுகிறாள். அது அரை லிட்டர் இருக்கும். அவ்வளவு தான். வளர்கிற குழந்தை, சின்ன வயிறு நிறைய எடை கட்டின பாலையும் கொஞ்சம் போல் பால் மாவையும் போட்டுப் புகட்டிவிட்டு, தாய்ப்பால் கொடுக்கிறாள். அது ஏமாற்று வேலைதான். பால் வற்றிவரும் மார்பகங்களை வெறுமனே இழுத்துச் சுவைத்து ஏமாற்றத்தோடு உறங்கிப்போகிறது அது. என்றாலும் பால் சுரப்பு அடியோடு நிற்காததால் பூரித்து நிற்கும் ஸ்தனங்களை நிஜார்த் தடியன் கேமராவுக்குக் காட்டச் சொல்கிறான்.

பழநியப்பனுக்கு இதெல்லாம் தெரியாது. தெரிந்தாலும் கவலைப்பட மாட்டான். கூடப் படிக்கிற காலத்தில் இருந்த அந்த அலட்சியம், கூடப் படுக்கிற போது இன்னும் மூர்க்கமாகிறது. அந்த விழைவு தான் குழலியை வேர் பறித்து சென்னையில் இருந்து ஆந்திரத் தலைநகருக்குக் குடிபெயர்த்தி இருக்கிறது. எல்லா வேலைக்கும் மனுப் போட்டு எதுவும் இன்னும் அமையாமல் ஜூனியர் ஆர்டிஸ்ட் அட்டை வாங்கிக் குட்டை ஜடத்தோடு நடக்க வைக்கிறது.

டேக் நம்பரை இயந்திரம் போல் சொல்லி கட்டையால் அடித்து டிராலியில் கேமரா நகர்கிறது. பின்னாலேயே நிஜார்த் தடியனும் இன்னொருத்தனும் ஆதரவாகப் பிடித்தபடி ஓடுகிறார்கள். டைரக்டர் பின்னால் பருந்துப் பார்வை பார்த்து நிற்க, கண்ணாடி போட்ட கேமராமேன் தீவிழி விழித்தபடி டிராலியில் நகர்ந்து போக, இங்கிலீஷ்காரி இடுப்பு வளைத்து மாமனை அழைக்க, குழலி காமெராவின் வினாடி நேரப் பார்வைக்கு மார்பை திமிர்த்துக் காட்டி, காசுக்கு உடம்பு விற்கிற சிரிப்போடு குட்டை கஸ்டமர் கைபற்றி நடக்கிறாள். அவள் வயிறு திரும்ப இரைகிறது. கேமரா நிற்கிறது.

பிரேக் அறிவித்ததும் முதலில் கழிப்பறை போக வேண்டும் என்று தோன்றுகிறது. மூத்திரம் முட்டி நிற்கிறது. வயிறு கனத்தோடு அழுத்த, கால் வீங்குகிறது போல உணர்ச்சி. இன்னும் எத்தனை நேரம் இப்படி நடக்க வேண்டுமோ தெரியவில்லை. வேசையர் இல்லத்தில் புதுப் பெண்கள் வாடிக்கையாளர்களை ஆடி மயக்க, குழலி என்ற சற்றே வயதான வேசி ஜடமான குட்டையனை மயக்கி இழுத்துப் போகிறதும் பின்னணியில் ஒரு துளியாகக் காட்சி நீள்கிறது.

குழலியை இழுத்து வந்தவன் குட்டை இல்லை. ராஜா மாதிரி இருப்பான். பழநியப்பனுடைய ஓங்குதாங்கான ஆறடி உயரமும் முகத்தில் தெளிவும் கணீரென்ற குரலும் அவளைப் புரட்டித்தான் போட்டன. அவனோடு கூட பிரஞ்சு படிக்கப் போகாமல் இருந்தால் அப்படித் தலைகுப்புற விழாமல் வெகு இயல்பாக இன்னேரம் வேறே மாதிரி ஜீவித்துக்கொண்டிருப்பாள். அந்த உலகத்தில் கணக்கு வழக்கும் தணிக்கையும் ரிட்டர்ன் ஃபைல் செய்வதும் வரி கணக்கு செய்து கம்ப்யூட்டரில் பதிவதும் தான் உண்டு. காமர்ஸ் படித்து முடித்து சார்டர்ட் அக்கவுண்டன்ட் தேர்வு எழுத யத்தனங்கள் செய்திருந்த காலம் அது. ரொம்ப முன்னால் எல்லாம் இல்லை, ஒரு மூணு வருஷம் முந்தித்தான்.

ஆர்ட்டிகிள் க்ளார்க் ஆக பிரசித்தமான ரெண்டு ஆடிட்டர்களிட மிருந்து வரவேற்புக் கடிதம் வந்தது குழலிக்கு. சம்பளம் என்றெல்லாம் ஏதும் கிடையாது. அப்படியே இருந்து, சி.ஏ முடித்தால் போட்டிக் கடை போட்டு விடலாம். அழகான ஆர்டிகிள் கிளார்க் பெண்கள், ஆடிட்டருக்குப் புது வாடிக்கையாளர்களைச் சம்பாதித்துக் கொடுப்பார்கள். ஆடிட்டர்கள் கண்ணியமானவர்கள். அவர்கள்

குட்டைக் கஸ்டமர் போல குழலி கையைப் பிடித்தபடி, வேசை வீட்டு நடனத்திற்கு பிருஷ்டத்தை ஆட்டிக் கொண்டு நடக்க மாட்டார்கள். கோடி கோடியாகச் சொத்தில் புரள்கிறவர்கள். அதற்கு ஆகக் குறைவாக வரி கட்டவோ, முடிந்தால் ஒரு சல்லி கூடத் தராமல் அனுபவிக்கவோ முனைந்தவர்கள். குழலி என்ற சார்டர்ட் அக்கவுண்டன்டுக்கு அவர்கள் மூலமே அல்லது அவர்களாகவோ வாழ்க்கைத் துணை கிட்டியிருக்கும். ராத்திரி ஸ்டூடியோ வெப்ப வெளிச்சத்தில் மலச் சிக்கலோடு நிஜார்த் தடியன்கள் சொல்லியபடி மாராப்பை விலக்கி ஊருக்கு உலகத்துக்கு மாரைக் காட்டச் சொல்லி அவர்கள் கேட்க மாட்டார்கள்.

குட்டையன் இன்னும் குழலி கையை விடாமல் நிற்கிறான்.

'யோவ் கையை விடு.'

எங்கேயோ அந்தகார இருட்டில் வெறித்தபடி நிற்கிறான். அவன் கையை உதறிவிட்டு கழிவறைகள் இருக்கும் இடத்துக்கு நகர்கிறாள் குழலி. ஆண்கள் பகுதியில் இருந்து கழிவறை வேலை முடித்துக் கை கழுவாத அசுத்த ஆண்கள் செட்டுக்குள் ஓடிக்கொண்டிருக் கிறார்கள். இதோ பெண்கள் பகுதி.

கொஞ்சம் முன்பே வந்திருக்க வேண்டும். குழலி போல ஜூனியர் ஆர்ட்டிஸ்டுகளும், சாப்பாடு பரிமாறுகிற, மேக்கப் உதவி செய்கிற, நடனம் ஆடும் பெண்களுக்கு ஒத்தாசை செய்கிற என்று சகல விதமான பெண்களும் மொத்தம் இரண்டே கழிப்பறைகளைப் பங்கு வைக்க வேண்டும். இங்கே இடம் கிடைத்துத் திரும்புவதற்குள் நிஜார் தடியன் விசிலை ஊதிக் கூப்பிட்டு விடுவான்.

எதிரே வெள்ளையும் சள்ளையுமாக பளிங்குக் கல் இழைத்த கழிவறைகள் தட்டுப் பட்டன. அவை சதா பூட்டி வைத்திருப்பவை. இன்று ஏனோ திறந்திருந்தன. குழலி அதில் ஒன்றுக்குள் அவசரமாக நுழைகிறாள்.

வயிற்றில் அடைப்பு சகலவிதமான சத்தமாகவும் வெளியேற முயற்சி செய்து தோல்வி கண்டு வயிற்றுக்குள்ளேயே கொஞ்சம் கீழிறங்கி ஆயாசமளித்தது. கூடவே சனியனாக, எந்த நேரமும் மாதவிலக்கு வந்து விடலாம். கைப்பையில் நாப்கின் வைத்திருந்த நினைவு. பார்க்க வேண்டும்.

போனதை விடக் களைத்துக் கண் இருளக் குழலி திரும்பி வரும்போது பின்னால் கழிப்பறைப் பெண்களிடம் வேகமாக இந்தியில் புகார் சொல்லிக்கொண்டிருந்தவள் கறுப்புப் பட்டுத் தாவணி அணிந்த, வெளுத்த நாட்டியக்காரி.

'கண்டவங்க எல்லாம் வந்து போகற இடமா ஆக்கிட்டீங்க. நான் ஷெட்யூல் தவறவிடக் கூடாதுன்னு இங்கே சொந்தச் செலவிலே ஃப்ளைட்லே வந்து எல்லா கஷ்டத்தையும் சகிச்சுட்டிருக்கேன். டாய்லெட் கூட சுத்தமா இல்லே இங்கே. டைரக்டர் எங்கே? இப்பவே சொல்லியாகணும்.'

நடந்தபடி ஓரக் கண்ணால் குழலி பார்க்க, வெள்ளைத் தோல் வெறுப்பை அவள் மீது உமிழ்ந்தது தெரிகிறது. குழலி ஒரு வினாடி நின்று பதில் சொல்வதற்குள் இங்கே சத்தம் கேட்டு நிஜார் தடியன் நேரே வந்து சேர்ந்துவிட்டான். பெண்கள் கழிப்பறைப் பிரதேசம் என்ற நினைவு இல்லாமல் அவன் அங்கே நின்று வெள்ளைக்காரியிடம் மன்னிப்பு கேட்டுக் கொண்டிருக்க குழலிக்கு ஒரு ஆசுவாசம். இவன் போய்த்தான் விசிலை ஊத வேண்டும். அதற்குள் குழலி செட்டுக்குள் பத்திரமாகப் போய்ச் சேர்ந்துவிடுவாள்.

'அறிவு இல்லையா? மெயின் ஆர்ட்டிஸ்ட்டுக்குன்னு வச்சா கால்நடை மாதிரி நீ போய்ட்டுப் போறியே. கண்ணு எங்கே பிடரியிலா இருக்கு? முன்னே பின்னே சினிமாவிலே நடிச்சிருக்கியா இல்லே மத்தது செய்ய கிடைக்காமே வந்தியா?'

குழலிக்கு அழுகை பொங்கி வருகிறது. அடக்கிக் கொள்ளவேண்டிய தருணம். பழநியப்பனுக்காக எது எதுவோ பொறுத்துக் கொண்டாகி விட்டது. இது அவள் இல்லை. அவளுடைய பிரஞ்ச் அறிவு இங்கே பயன்படாது. அமேலி, டெலிகாட்டஸன், லா ரெக்லெ தூ ஷு என்று பிரஞ்சு சினிமாக்களை அலசிக் கலந்துரையாடும் திறமைக்கு இங்கே வேலை இல்லை. அமேலியில் மளிகைக் கடைக்காரனாக நடித்த உபேன் கான்ஸலியை பேட்டி கண்டு இலக்கியப் பத்திரிகையில் எழுதியதும் பிரஞ்சு டைரக்டர்களோடு கலந்துரையாடலாகத் தென்னிந்திய சினிமாவையும் ப்ரஞ்ச் சினிமாவையும் ஒப்பிட்டதும் இங்கே ஒப்பேறாது.

பட்டப் படிப்பு சான்றிதழ் கூட இல்லாமல் உடுதுணியோடு வந்தவளுக்கு பிரஞ்சு மொழி கனவாக, சினிமா சோறு போடுகிறது.

துணை நடிகையாக்கி நடக்கச் சொல்லிச் சிரிக்கிறது. நடந்தால் தான் தாக்குப் பிடித்து நிற்கலாம். நட.

கண்ணை முந்தானையால் அழுந்தத் துடைத்தபோது குழந்தை நினைவு வருகிறது. அவமானம் எல்லாம் பொறுக்க வேண்டியது அவனுக்காகத் தான் முதலில். பழனியப்பன் எக்கேடும் கெட்டுப் போகட்டும். கிடைத்த அட்வான்ஸில் அவள் பால் மாவு வாங்கி வைத்திருக்கிறாள். மீதிப் பணம் நடித்து முடித்து விடிகாலையில் கிடைத்ததும் குழந்தைக்கு ஒரு சட்டையும் பொம்மையும் வாங்கியது போக மீந்ததைத் தான் பழநியப்பனுக்குத் தருவாள்.

விசில் ஒலித்ததும், புகைத்துக்கொண்டிருந்த சிகரெட்டை காம்பவுண்ட் சுவர்ப் பாறாங்கல்லில் தேய்த்து அணைத்து பாக்கெட்டில் போட்டபடி குட்டை ஜடம் ஓடிவருவதைப் பார்த்தபடி உள்ளே ஓடுகிறாள் குழலி. அவன் பிடித்த சிகரெட் நெடியோடு அணைத்து வைத்திருப்பதின் மகா நெடியும் குமட்டப்போகிறது.

அவன் குழலிக்கு வலது பக்கம் வந்து இடது கை விரலை அவள் பற்றிக்கொள்ள நீட்டுகிறான். இந்த ஷாட்டுக்கு கேமரா அவளுடைய இடது மார்பை வெறிக்கும். பழநியப்பன் சிலாகித்த மார்பகம் இது.

'லெஃப்ட் ப்ரொஃபைல்லே ஹாலிவுட் ஸ்டார் மாதிரி இருக்கே. இதே செழிப்புதான்... என் முதல் சினிமாவிலே வர்ற ஹீரோயின் இப்படித்தான் பொங்குற மார்போடு இருப்பா. நீயே நடிச்சா வேறே யாரையும் தேடிப் போக வேண்டாம்.'

'மாட்டேன் எனக்கு ஆனதில்லே அது. எழுதறேன். உங்களோடு சேர்ந்து திரைக்கதை, உரையாடல் ரெண்டும் எழுதறேன். இதுவரைக்கும் தமிழ்லே இல்லாத மாதிரி, நேரேடிவ், வாய்ஸ் ஓவர்னு சுவாரசியமா அமேலி மாதிரி ஒரு படம் எடுப்போம். அமேலி கிடைப்பா. தேடினா நிச்சயம் கிடைப்பா.'

அமேலி முந்தானையை ஒதுக்கிக்கொண்டு, பாத்ரூம் போய்க் கைகழுவாத ஜடங்களின் அசுத்தமான விரல்களை மென்மையாகப் பற்றிக்கொண்டு அவர்களைக் காதல் பார்வை பார்த்தபடி ராத்திரி பத்து மணிக்கு அபத்தமான ஒரு சினிமா செட்டுக்குள் சுற்றிச் சுற்றி வரமாட்டாள்.

சின்னதாக ஊதி ஓய்ந்த விசில். அறிவிப்பு. 'சாப்பாடு கொண்டு வந்த வேன் சின்ன விபத்துக்குள்ளாயிடுச்சு. கொஞ்சம் தாமதமா வரும். இன்னொரு டீ, காப்பி கொடுக்கப்படும். குடிச்சுட்டு தெம்பாக வேலை பாருங்க எல்லோரும்.'

'காலையிலே இருந்து பிஸ்கட்டும் டீயும் தான். ராத்திரியாவது வயறு நிறையச் சாப்பிடலாம்னு பார்த்தா நம்ம அதிர்ஷ்டம்.'

குட்டைக் கஸ்டமர் தான். பேசிய குரல் தளர்வாக நடுங்கி வந்ததால் ஜடம் என்று கூடச் சேர்த்து விளிக்கக் குழலிக்கு ஆகவில்லை. ரிஜிஸ்தர் ஆபீசில் கையெழுத்துப் போட்டு மாலை மாற்றிக் கைப்பிடித்துப் பழநியப்பன் கல்யாணம் செய்து கொண்டதற்கு மேல் இன்னொரு தடவை அவளைக் கைப்பிடிக்கிறவனாக அவனைப் பார்த்தபடி நகர்ந்தாள் குழலி. சரிகை வேட்டியும் பிணத்துக்குப் போர்த்திய மாதிரி கொழகொழவென்று வடிந்த வெல்வெட் சட்டையும், கஷ்கத்தில் வியர்வையுமாக மணமகன்.

'நீயாவது எனக்குப் பொறுப்பான வாழ்க்கையை அமைத்துத் தருவாயா?' அவனைக் கேட்கிற ஒற்றை வரி வசனம் பேசுவதாகக் கற்பனை செய்ய ஒரு வினாடி சிரிப்பு முகத்தில் கீறி மறைந்தது. பழநியப்பனின் இடத்தில் இவனா?

நல்ல சினிமா, இலக்கியத் தரமான சினிமா, நானே எழுதுவேன், நானே எடுப்பேன், நானே பெயர் வாங்குவேன், தமிழில் இல்லாவிட்டால் தெலுங்கில், அங்கே இல்லாவிட்டால் குஜராத்தியில், போஜ்பூரியில் என்று பிடிவாதம் பிடிக்காத கணவனாக இவன் இருப்பானா? எந்தத் திட்டமிடலும் இல்லாமல் தெலுங்கு தேசத் தலைநகருக்குக் குடியைக் கிளப்பி வந்து தாற்காலிக இருப்பைத் தக்க வைத்துக் கொள்ளத் துணை நடிகர் சப்ளை ஏஜண்டாக வேலை பார்க்க உட்கார்வானா இவன்?

இவன் ஏற்கனவே ஏஜண்ட் வேலை செய்து வருவானாக இருக்கும். பழநியப்பன் இடத்தில் இருந்தால் இவனும் அவளை நடிக்கப் போகச் சொல்வான். யார் யாரோ இஷ்டப்பட்டபடி பிதுக்கி முன்னால் நிறுத்தி செயற்கையாக பூரித்து இப்படி.

நீள விசில் ஒலிக்கிறது. என்ன பேச்சு வாங்கணுமோ இப்போ. குழலி மிரண்டு போய் நிற்கிறாள்.

நிஜார் தடியன் இந்தத் தடவை சுமுகமாகச் சிரித்தபடி அவளைக் கடக்கிறான். பெரிய பீங்கான் ஜாடி போல லேசான மரத்தால் செய்த மது ஜாடியைத் தோளில் சுமந்தபடி போகிற கிழவி நடிகை மேல் அவன் கவனம் விழுகிறது.

'வேகமா போகச் சொன்னா அன்னநடை நடக்கறியே. அப்படியே நடந்து வீட்டுக்குப் போயிடு. தண்டக் கருமாந்திரம்.'

'ஐயா, உடம்பு சரி இல்லே. இனிமே சரியா நடக்கறேன்.'

அந்தக் கிழவியைப் பார்க்கக் குழலிக்குப் பரிதாபமாக இருந்தது. இது அவள் தான். எதிர்காலத்தில் இருந்து வந்த குழலி. பழநியப்பன் எதுவும் சாதிக்காதுபோன எதிர்காலமாக இருக்கும் அது.

ஆஸ்கார் கனவு, தேசியப் பரிசுக் கனவுகள், உள்ளூரில் நாலு காலைக் காட்சிகள், தீவிர இலக்கிய, சினிமாப் பத்திரிகைகளில் காரசாரமான விமர்சனங்கள்.

இதெல்லாம் பழநியப்பனுக்கு இந்த ஜன்மத்தில் கிட்டும் என்று தோன்றவில்லை. அவன் துணை நடிகர் சப்ளையில் இந்த வாழ்க்கையைக் கழித்துவிடுவான். எழுதுகிற உலகைப் புரட்டிப் போடக்கூடிய ஸ்க்ரிப்டுகளைத் தோல்பெட்டியில் பத்திரமாகச் சேமிப்பான். குழலி தோளில் ஜாடி சுமக்கிற கிழவியாக காமிராவுக்கு முன் எறும்பு போல வலிந்து தெம்பாக நடந்தபடி உயிரை விடுவாள். குழந்தை? அவன் பிரான்ஸுக்குப் போய் நல்லா வருவான்.

நாலு ஷாட் எடுத்தாகி விட்டது. அவளுக்கு எந்தப் பக்கத்து முந்தானை எப்போது விலக்கிக் கொள்ள வேண்டும் என்று பாடமாகி விட்டது. செயற்கைச் சிரிப்போடு பாந்தமாகத் தலையைச் சாய்த்தபடி நடக்கிறாள். மனதில் கற்பனை தறிகெட்டு ஓடுகிறது.

'வாட் அ மார்வெலஸ் ஸ்மைல் யு ஹேவ்.'

இது யாருடைய வசனம்?

குட்டை கஸ்டமர் அதைச் சொல்லியபடி நடக்கிறான். இரு, இன்னும் இருபது வருஷத்தில் காந்தி தாத்தா மாதிரி பொக்கைவாய்ச் சிரிப்பு தான் இருக்கும்' என்கிறாள் குழலி.

அப்பவும் உன் விரலைப் பிடிச்சுட்டு ஸ்டூடியோ செட்டுலே சுத்துவேன். சுத்து ஆனா, ஒண்ணுக்கு போய்ட்டு கையலம்பாம வராதே.

தேவையில்லாத இடத்தில் சிரித்து விடுகிறாள் குழலி. அடுத்த விசில் ஒலிக்கிறது. திட்டு நிச்சயம். அவள் கண்ணை மூடிக்கொண்டு சுவாசத்தை இழுத்து விடுகிறாள். எந்தக் கூச்சலும் கிளம்பவில்லை.

நாலைந்து பேர் செட்டில் நுழைய டிராலியில் ஏறி இருந்த டைரக்டர் மரியாதையோடு கையாட்டிக் கீழே வருகிறார்.

‘இதெல்லாம் சென்சார்லே போயிடுமே.’

வெள்ளைக்காரியின் துணி இல்லாத மார்பைச் சுட்டிக் காட்டி அவள் ஏதோ விலங்கு என்கிற மாதிரி பாவத்தோடு வந்தவர் கேட்கிறார்.

‘போகாது சார். ரொம்ப முரண்டு பிடிச்சா மொசாய்க் போட்டுக்கலாம்.’

டைரக்டர் சிரித்தபடி சொல்கிறார்.

‘இது மொசாய்க் போட வேண்டிய இடமா? தங்கத்தாலே இழைக்கணும்பா.’

இங்கிலீஷ்காரி கியா கியா என்று மிழற்ற மற்றவர்கள் சிறந்த நகைச்சுவையைக் கேட்டது மாதிரி சிரிக்கிற சத்தம் பின்னால் கேட்கிறது.

புரொடியூசராக இருக்கும் என்று குழலி ஊகித்து, புறப்பட்ட இடத்துக்குக் குட்டைக் கஸ்டமரோடு திரும்ப நடக்கிறாள். வயிறு கனமான கனம். இறுக்கமும் வியர்வையும் பொங்கி வழிகிறது. கஸ்டமருக்கு அவளுடைய உடம்பு வாடை அருவருப்பை உண்டாக்கும். உண்டாக்கட்டும். அவளுக்கென்ன?

மலச்சிக்கலோடு இருக்கிற கதாநாயகி, காதலனிடம் காமம் சொல்வது, கடைக்குப் போய் சானிடரி நாப்கின் வாங்குவது, வேலைக்குப் போவது இப்படிக் காட்சிகள் உள்ள பிரஞ்சு சினிமா இருக்கா? தமிழுக்குப் புது வரவாக நான் எடுப்பேன். பழநியப்பன் நெஞ்சு நிமிர்த்திச் சொல்கிறான். மூத்திரம் நனைந்த குழந்தையின் இடுப்புத் துணியைக் கூட எடுக்க மாட்டான் அவன்.

‘இன்னிக்கு டான்ஸ் சீன் முடிஞ்சுடுமில்லே?’

புரொடியூசர் விசாரித்தபடி நடந்து வந்து குழலி நிற்கிற இடத்துக்கு முன்னால் குனிகிறார். வேசை வீட்டு முற்றத்தில் தட்டில் வைத்த திராட்சைப் பழத்தில் ஒன்றைப் பிய்த்து முகர்ந்து பார்க்கிறார்.

‘ஸ்ப்ரே போடலியா?’

அவர் முகத்தைச் சுளித்துக் கேட்டபடி அதிருப்தியோடு பார்க்கிறார்.

‘இப்படியே வச்சா தின்னு தீத்துட்டு இன்னும் வாங்க வேண்டிப் போகும். ஜே எஸ் படம் ஷூட்டிங்க்லே இப்படித் தான் மைசூர்பாக் வாங்கி வச்சது. போக வர அவரோட ஆளுங்க தின்னுட்டானுங்க. படை பட்டாளமா வந்து இறங்கிடறாங்கப்பா. நம்மாளு இன்னும் அவ்வளவு பெரியவராகலே. பொழச்சோம். நல்லா அடிப்பா. பெட் ரூம்லே நீ அடிக்கற மாதிரி இத்துனூண்டு எல்லாம் போறாது. எதுக்கு நீட்டமா வச்சிருக்கு? ஓங்கி அடி.’

இதுக்கும் பெரிய அலையாக எழுந்த சிரிப்பு.

குப்பென்று வயிற்றைப் புரட்டும் கொசு மருந்து நாற்றம். சிரிப்பு நாற்றம். குழலிக்கு விலகி நிற்க வேண்டும் போல இருக்கிறது. அசையக் கூடாது.

‘ஸ்டாச்சூ.’

குழந்தைக்கு முன்னால் விளையாட்டுக்காகக் கூவுவாள். அது கலகலவென்று சிரிக்கும். பழநியப்பன் ஒரு வினாடி நிற்கச் சொன்னால் தலைபோகிற வேலை இருப்பது போல் உள்ளே போய்விடுவான். அவளே தான் நிலைத்து நிற்க வேண்டும். நடக்க வேண்டும். குழந்தை புரிந்துகொண்ட மாதிரி சிரிக்கும். தண்ணீர் தாராளமாக ஊற்றிய பாலை அமுதம் போல அது அவசரமாக உறிஞ்சிக் குடிக்க குழலிக்குக் கண்ணீர் வரும்

என்ன செய்கிறதோ அந்தப் பிஞ்சு. பழநியப்பன் வேளாவேளைக்குப் புகட்டி இருப்பானா? அழுது ஆர்ப்பாட்டம் செய்தால் தூக்கி வைத்துக் கொண்டு சாஞ்சாடம்மா ஆடி இருப்பானா? அரையில் துடைத்து, பவுடர் போட்டுத் துணி மாற்றி இருப்பானா?

நீள விசில் அவளை கஸ்டமரோடு கைகோக்க விரட்டியது.

மாற்றி மாற்றி விசில் முழக்கி, அவள் அறையைச் சுற்றி வந்தபடி இருந்தாள். காலில் வழிந்து சிதற எந்நேரமும் மூத்திரம் பெய்து விடலாம் என்ற பயம் கூடிக்கொண்டே போக அடுத்து நடந்தவனைப் பார்த்தாள். அவன் காலையும் சேர்த்து நனைக்கக் கூடிய பயம் கனமாகக் கவிந்தது.

இது எப்போது முடிந்து கையில் இன்னொரு இருநூற்றைம்பது கிட்டுமோ. அட்வான்ஸாக வந்த பணத்தில் கொஞ்சம் பத்திரமாகக் கைப்பையில் உண்டு. அதை அவ்வப்போது சோதிக்க வேண்டும் என்பதை ஏன் மறந்தாள்?

நடுராத்திரிக்கு நீள விசில் ஒலித்து சாப்பாடு என்று அறிவிக்கப் பட்டது. கால் கெஞ்சியது உட்காரச் சொல்லி. வயிறு மன்றாடியது கழிவறைக்கு ஒரு நடை போகச் சொல்லி. வேறே வழியில்லை. ஜாக்கிரதையாக ஜூனியர் ஆர்டிஸ்ட்களுக்கான கழிப்பறைக்கு ஒரு நிமிடம் காத்திருந்து நுழைந்தாள். தாழ்ப்பாள் இல்லாத இடம். எக்கி முன்னால் குனிந்து கையை வைத்துக் கையை வைத்துக் கதவைப் பிடித்துக்கொள்ளும்போது மலச் சிக்கல் வாயுவாக வயிற்றை ஊத வைத்திருப்பதைக் கண்டாள். கண் இருள மறுபடி மனம் எல்லாப் பக்கமும் ஓடியது.

கர்ப்பிணி வேசி கஸ்டமர் கையைப் பிடித்துக் கொண்டு நடந்தால் சென்சார் சம்மதிக்குமா? புரொடியூசர் கேட்கிறார். இது எனக்குச் சம்பந்தமில்லாத கர்ப்பம் என்கிறார் டைரக்டர் ட்ராலியில் ஏறியபடி. இவ உடுப்பை கழற்றி எறிஞ்சுட்டு முழுக்கக் காட்டினா எல்லாம் சரியாயிடும், கீழே வேணுமானா மொசைக் வச்சு மறைச்சுடலாம் என்கிறான் நிஜார்த் தடியன்.

மொசைக் இல்லை, கருங்கல் பாளங்களை வரிசையாக அடுக்கி அவளை மறைக்க, பழநியப்பன் அவள் விம்மல் கேட்காமல் தீவிரமாக ஏதோ எழுதிக்கொண்டிருக்கிறான். குழந்தை பாலுக்காக, அவளுக்காக அழுகிறது.

சட்டென்று விழிக்கிறாள். கழிவறையில் உட்கார்ந்தபடிக்கு எவ்வளவு நேரம் தூங்கினேன் என்று பயம் திண்ணென்று எட்டிப் பார்க்கிறது. கைக் கடியாரத்தில் நேரம் பார்த்தாள். அது நின்றுபோயிருக்கிறது.

அவசரமாக வெளியே வருகிறாள். சாப்பாட்டு நேரம்தான்.

மிஞ்சிப் போனால் ஐந்து நிமிஷம் தூங்கி இருப்பாளாக இருக்கும் என்பதில் அலாதி நிம்மதி.

சாப்பாட்டுக்கு க்யூ நிற்காமல் எல்லாரும் கைநீட்ட அவள் போய்ச் சேருவதற்குள் குவிந்து காகிதத் தட்டுகளை நிரப்பிக் கொண்டு விலகி விட்டார்கள்.

சோறு இல்லே. சப்பாத்தி மட்டும் இருக்கு. குருமா உண்டு.

சோற்றுப் பாத்திரத்தில் வழித்துப் போடச் சொல்கிறாள் குழலி பணிவோடு. சாப்பாட்டை நிர்வாகம் செய்த தடியன் கோணலாகச் சிரிக்கிறான். நடு ராத்திரி கழிந்து ஒரு பொறுப்புள்ள ஆண்பிள்ளை சிரிக்கிறது இல்லை இது.

காலைப் பிடிச்சு தூக்கி விடுறேன். அண்டா உள்ளே போய்ப் பாரு.

அவனை உடனே தவிர்த்து அங்கே பக்கத்தில் கொட்டாவி விட்டபடி நின்றவளிடம் போகிறாள் குழலி. அவளும் அரை நிமிடக் கனவில் இருப்பாள்.

மூணு சப்பாத்தி சின்னதாக நடுவில் கரிந்து கிடைத்தது. காரசாரமாக ரெண்டு கரண்டி குருமா மேலே விழுந்து அந்த கோதுமைப் பிண்டங்களை மூடியது.

‘சீக்கிரம் ஆகட்டும்.’

கையில் தட்டோடு சுற்றி வந்து கொண்டிருந்த நிஜார் தடியன் கோழிக் காலை சுவாரசியமாகக் கடித்தபடி யாரென்று இல்லாமல் விரட்டிக் கொண்டிருக்கிறான். தெய்வங்களுக்குக் கோழியடித்துப் படைத்திருக்கிறார்கள் போல. அந்த வெள்ளைக்காரச்சியும் கோழி தின்று விட்டு மாமோய் என்று ஊஞ்சல் பக்கம் நின்று விரக தாபத்தில் துடிப்பாள். துடிக்கட்டும். குழலிக்கு அது வேண்டாம். வெள்ளைக்காரி உபயோகிக்கும் கக்கூஸ் அடைத்துக்கொள்ளட்டும். அவள் மாமனைக் கூப்பிட்டு முடித்து ஓடி வருவாள். பொது டாய்லெட்டுக்கு வராதேடி. செடிக்குப் பக்கம் போய் உக்காரு என்பாள் குழலி.

வெந்தும் வேகாமலும் இருந்த ரெண்டு சப்பாத்தியை குருமாவில் அமிழ்த்தி எப்படியோ சாப்பிட்டு முடித்தாள். ஏதோ அவசரம் என்கிறது போல் கைப்பை வைத்த இடத்துக்குத் தட்டோடு

போய் உள்ளே கை விடுகிறாள். அணைத்து வைத்த மொபைல் போன், வீட்டுச் சாவி ரெண்டும் இருக்கிறது. எஸ்ரா பவுண்டின் நாவல் ரொம்ப நாளாக அங்கே உண்டு. நல்ல வேளை நாப்கினும் உண்டு. என்ன கதியில் இருக்குமோ. சட்டென்று கையில் ஏதோ இடற என்ன என்று அரை இருட்டில் பார்க்கிறாள். குழந்தையின் கிலுகிலுப்பை. விளையாட்டு மும்முரத்தில் அது கையில் பற்றி வீசியிருக்கிறது எப்போதோ.

அதிகமாக இருந்த சப்பாத்தியில் குருமா நனைக்கவில்லை என்பதைக் கவனிக்கிறாள். அப்படியே அதை எஸ்ரா பௌண்டின் நாவலில் ரெண்டு பக்கங்களுக்கு நடுவே பொத்தி மறுபடி கைப்பையில் வைக்கிறாள்.

கை அலம்பி வரவும் விசில் சத்தம் கேட்கவும் சரியாக இருக்கிறது.

நடக்க வேண்டாம் இனி என்று தெரிகிறது. வார்னிஷ் மணக்கும் மரச் சுவரில் மெல்லச் சாய்ந்து உட்கார வேண்டும். கஸ்டமரின் காலைப் பிடித்து விட்டு சிருங்காரமாக முந்தானையை ரெண்டு மார்பகங்களுக்கும் நடுவே போட்டுக்கொண்டு அவனை ஏக்கத்தோடு பார்க்க வேண்டும்.

ரெண்டு ஒத்திகை ஒழுங்காகப் போகிறது. அவள் வரையில் பிரச்சனை இல்லை என்பதை நிஜார் தடியன அவளைக் கவனிக்காமல் வேறே யாரை எல்லாமோ திட்டித் தீர்த்து நகர்வதில் புரிந்துகொள்கிறாள். கஸ்டமர் கூட திட்டு வாங்குகிறான்

‘பொண்ணு உன் காலைப் பிடிச்சு விட்டா ஆஹான்னு அனுபவிக்கணும். சுகம் முகத்திலே தெரியணும். நீ உக்காத்தி வச்ச பொணம் போல இருக்கே.’

ஷாட்டுக்குப் போகும்போது டைரக்டருக்கு ஆயிரம் வாட்ஸ் போட்டது போல் அறிவு ஒளிவீச, ஆம்பிளை பொம்பளையோட காலைப் பிடிச்சு விடட்டும் என்று உத்தரவிடுகிறார். ஒரு விநாடிக்கும் குறைவான நேரம் காமிரா நிலைக்கும் அந்தக் காட்சியில் அப்படி என்னதான் மாய்ந்து மாய்ந்து சரி பார்த்துத் திருத்த என்று புரியவில்லை குழலிக்கு.

நீள விசில் ஒலித்ததும் கஸ்டமர் முரட்டுத்தனமாக அவளுடைய கால்களைப் பிடிக்க ஐயோ என்று வீரிடுகிறாள் குழலி. விசில். திட்டு. குழலிக்கும் உண்டு.

மன்னிப்பு கேட்டுக் கொண்டான் கஸ்டமர்.

‘அவளுக்கு நடக்க முடியாம எலும்பு முறிஞ்சு கிடக்கா. ஜெனரல் ஆஸ்பத்திரியிலே கட்டில் இல்லாம தரையிலே போட்டு வச்சிருக்காங்க. ஓடி நடந்து வேலை செஞ்சவ. என் வீட்டுக்காரி. ஒரு நாள் ஒரு அஞ்சு நிமிஷமாவது கால் பிடிச்சு விட்டிருக்கேனா? கிரகம்.’

அவன் குரல் உடைய விதிர்விதிர்த்துப் போகிறது குழலிக்கு. கஸ்டமருக்கும் ஒரு குடும்பம் உண்டு. ஓர் உலகம் உண்டு.

மனம் பொங்கியது. வயிறு கூடவே ஓலமிட்டது. என்ன கண்றாவி இந்த நேரத்தில் வயிறைக் கலக்கிக்கொண்டு?

இது பசியால் இல்லை. காரமாகச் சாப்பிட்ட குருமா வேலையைக் காட்டுகிறது. வயிற்றில் இறுகக் கட்டிய அசுத்தம் எல்லாம் வெளியே வருவேன் என்று அடம்பிடிக்கிறது. கஸ்டமர் ஜாக்கிரதையாக அவள் காலைப் பிடித்து விடுவதில் அன்னிய புருஷனின் தொடுதலை முதல் முறையாக உணர்ந்த வெட்கம் கூடுகிறது. அதையும் கடந்து வயிற்றின் ஓலம்.

இன்னொரு டேக் போகிறார்கள். இன்னும் ஒன்று. அடுத்தது சரியாக இருக்கணும் என்று டைரக்டர் தூக்கம் விழித்துச் சிவந்த கண்ணோடு நிஜார்த் தடியனையும் மற்றவர்களையும் விரட்ட அசட்டுச் சிரிப்போடு அவன் அருகே வருகிறான்.

குழலி எழுந்து நின்று வெட்கத்தை விட்டுக் கேட்கிறாள்.

‘அவசரமா டாய்லெட்டுக்குப் போக வேண்டியிருக்கு. ரெண்டே நிமிஷம்.’

‘அதெல்லாம் ஷாட் முடிஞ்சு தான்.’

அவன் அலட்சியமாகப் பதில் சொல்லிவிட்டு நடக்கிறான்.

டைரக்டர் இன்னொரு பெரிய அட்டை பீரோவை ஓரமாக நகர்த்தச் சொல்கிறார். அது நகரும் போது கீழே விழ கதவுகள் பிய்ந்து விழுகின்றன. தச்சர் ஒருத்தர் உளியால் தட்டி இழுத்துக் கொண்டிருக்க கஸ்டமரிடம் நேரம் கேட்கிறாள் குழலி. ராத்திரி மூன்று மணி.

எழுந்து ஓடுகிறாள் அவள். ஷாட் எப்போது வேண்டுமானாலும்

எடுக்கட்டும். எந்தத் தடியனும் என்ன திட்டு வேண்டுமானாலும் பொழியட்டும்.

எல்லாக் கழிப்பறைகளும் அடைத்து வைத்திருக்கிறது. வெள்ளைக்காரிச்சி சண்டை போட்டு உரிமை நிலைநாட்டியதும் கூட.

திரும்பி ஓடி வருகிறாள் குழலி. இன்னும் பீரோ ரெடியாகவில்லை. விசில் சத்தம் இன்னும் கிளம்பவில்லை. நிஜார்த் தடியன் ஊளையிடுவது கேட்கிறது.

மது சுமந்து போய் ஷாட் முடிந்த பெரிய பாத்திரம் அனாதையாக நாற்காலிக்குப் பின்னால் கிடக்கிறது. யாரும் வராத இடம். இருட்டில் யாருக்கும் தெரியாது. மொபைல் மூலம் ஒரு வினாடி டார்ச் அடித்து நிச்சயப்படுத்திக்கொண்டு குழலி அந்தப் பாத்திரத்தை அருகே நகர்த்துகிறாள். இருட்டில் இடது கைப்புறம் தண்ணீர் பாட்டில் இருப்பதையும் உறுதி செய்து கொள்கிறாள்.

அதற்கு அரை மணி நேரம் சென்று பேக் அப் ஆனது. பணப் பட்டுவாடா உடனே நடந்து முடிய குழலி ஓட்டமும் நடையுமாக வெளியே ஓடுகிறாள்.

கஸ்டமர் சங்கடமாகச் சிரிக்கிறான்.

'ஆஸ்பத்திரி போறேன், அந்தப் பக்கம்னா வாங்க, கொண்டு விட்டுப் போறேன்.'

அவள் போக வேண்டிய இடத்தைச் சொல்கிறாள். அவன் போகும் வழிதான்.

இருட்டில் தடுக்கி விழாமல் இருக்க அவன் கையைப் பற்றியபடி மௌனமாக நடக்கிறாள் குழலி.

'என்னய்யா இங்கே ஒரே கெட்ட வாடையா இருக்கு எங்கே இருந்து வருது?'

டைரக்டர் நிஜார்க்காரனைக் கேட்டபடி நாற்காலியில் உட்கார்கிறார். கை ஒடிந்த மர நாற்காலி அது.

'கார் வந்துடுத்து.'

நிஜார்க்காரன் சொல்ல டைரக்டர் எழுகிறார்.

'செட்டே நாறுது.'

சொன்னபடிக்கு அவர் வெளியேற நிஜார்த் தடியன் சிகரெட் பற்ற வைத்துக் கொள்கிறான்.

'என்ன சிரிக்கறீங்க?' கஸ்டமர் கையை விட்டு விட்டுக் கேட்கிறான் குழலியை.

'ஒண்ணும் இல்லே அண்ணா.'

(கல்கி தீபாவளி மலர் 2016 சற்றே சுருக்கமாக)

ஒரு தேவதை, ஒரு சேவகன்

இரண்டு பக்கமும் அடர்த்தியாகப் பச்சை கவிந்து சூழ்ந்த சாலை வடகிழக்காகத் திரும்பியது. திருப்பம் கடந்ததும் சிந்தியா காரை நிறுத்தினாள்.

'இனி நீதான் ஓட்டிப் போகணும்.'

'ஐயோ, நானா? இது புத்தம் புது வாக்ஸால் கோர்ஸா கார். டாஷ் போர்டைப் பார்த்தாலே ப்ளைட் பேனல் மாதிரி இருக்கு. பழைய ஆஸ்டின் இருந்தா சொல்லுங்க. முயற்சி செய்யறேன். இது வேணாமே ப்ளீஸ்.'

நான் அவசரமாக மறுக்க முயன்றதை சிந்தியா கிளேவுட் கண்டுகொள்ளவில்லை. இது அவளுக்கு கான்பரன்ஸ் நேரம்.

'நீதான் ஓட்டப் போறே. அதுக்கு முன்னாடி இப்போ கீழே இறங்கி காலார உலாத்திட்டு வா. நான் கான்பரன்ஸ் முடிச்சுக்கறேன். நல்ல பையன் இல்லே?'

சிரித்தபடி கை காட்டினாள். அபூர்வமாகச் சிரிக்கும் போது, அதுவும் ஒப்புக்காக இல்லாமல் நிஜமான நட்போடு சிரிக்கும்போது, இன்னும் கூடுதல் அழகான பெண் ஆகிறாள் சிந்தியா. அது ஒரே ஒரு வினாடி மட்டும் நீடித்தாலும்.

துளைத்து உள்ளே புகுந்து இதமாகவும் சிலிர்க்க வைத்தும் மாறி மாறிப் படியும் ஸ்காட்லாந்து குளிர். நான் இறங்கி நடக்க ஆரம்பித்ததும் தான் பிளேசரை அணிந்துகொள்ளவில்லை என்று நினைவு வந்தது.

நின்று பின்னால் திரும்பிக் காரைப் பார்த்தேன். என் கருப்பு பிளேசரை கார் சீட்டில் இருந்து சுவாதீனமாக எடுத்து, ஆரோக்கியமாக உருண்ட தோள்களுக்கு மேல் இழுத்துவிட்டபடி கார் டாஷ்போர்டில் வைத்த மொபைல் போனில் அதிகாரமாக ஆணை பிறப்பித்துக் கொண்டிருந்தாள் சிந்தியா. அவள் முகத்தில் கோபம் அழுத்தமாக அமர்ந்திருந்தது. லெம்லி கோட்டை போவதற்குள் என் மேலும் அது கனமாகப் படிந்து தகிக்கலாம்.

தகித்தால் வேறே மார்க்கம் இல்லை. ஏற்று வாங்கி கூழைக் கும்பிடு போட்டு விட வேண்டியது தான்... மரியாதைக்குரிய துரைசானி மீது மதிப்பும் விசுவாசமும் வைத்த ஊழியனாகக் கூனிக் குறுகிப் பிழைக்க வேண்டிய நிலை. நான் தரையைத் தொடும் கீழ்த் தட்டிலும், அவள் மேலேயும் இருந்து விட்டுப் போகிறோம். அது பற்றி எனக்கு எந்தக் குறைச்சலும் இல்லை. என் பிளேசர்? அதிர்ஷ்டம் செய்த அது சிந்தியா தோளைத் தழுவியே இருக்கட்டும்.

பிரிட்டனுக்கு வந்த இந்த மூன்று வருடத்தில் ஏழு இடத்தில் வேலை பார்த்து இங்கேதான் ஆறு மாதமாகத் தொடர்ந்து இருக்கிறேன். அடுத்த மாதம் பணி நிரந்தரமாகலாம். ஆகும். பிறகு விடுப்பு எடுத்து ஊருக்குப் போக வேண்டும்.

அழகான மலைச் சரிவு மனதை அள்ளுகிறது. கீழே நான் நடக்கும் சமவெளியில் கண்ணுக்கெட்டிய தூரம் வரை பச்சை விரித்த புல்வெளிகள்... காராம் பசு அளவு பெரிய செம்மறி ஆடுகளும், யானை நிகர்த்த ஒன்றிரண்டு வெள்ளை வெளேர் பசுக்களும் அமைதியாக மேய்ந்து கொண்டிருக்கின்றன. ஒற்றைக் கன்று, இது சத்தம் தடை செய்யப்பட்ட பிரதேசம் என்பதை அறியாது ஓங்கி அம்மா என்று அழைக்கிறது. அம்மா இல்லாத கன்றோ என்னமோ, அழைத்தபடி சுற்றிச் சுற்றி வருகிறது.

ஊருக்குப் போய்க் குழந்தையைக் கூட்டிக் கொண்டு வர வேண்டும். ஐந்து வயதானதால் கவனித்துக்கொள்வது அவ்வளவு சிரமமாக இருக்காது. பெண் குழந்தை என்றாலும் ஒரு கஷ்டமும் இல்லை. இங்கே எல்லோரும் கூட அதையேதான் சொல்கிறார்கள். துரைகள் சொல்வதை நம்பக் கூடாது என்றாலும் மனசுக்கு இதமான பேச்சு வேண்டித்தான் இருக்கிறது. சிந்தியாவின் குழவிக் கொட்டலுக்கு இடையே ஒரு வினாடி புன்னகை பகிரும் அவள் சிநேகிதம் மாதிரி.

உறைபனி படிந்த தரையில் ஊர்ந்தபடி வாகனம் வரும் சத்தம். பனிக் கரடி போல முழுக்கக் கம்பளி போர்த்தி, தார்ப்பாலின் கூரை மூடாத ஜீப்பை ஓட்டி வருகிறார் வயசான ஒரு வெள்ளைக்காரர். உடுப்பில் இருந்து பனிச் சிதறல்கள் தெறித்து விழ, என்னைப் பார்த்துக் கையசைக்கிறார். அவருடைய ஓவர்கோட் முக்காடாக நீண்டு அதன் மேலும் பனி பாக்கி உள்ளது. பதிலுக்கு நான் கையசைப்பதற்குள் கார் ஹாரன். சிந்தியா தான் அழைக்கிறாள்.

திரும்பிப் பார்த்தேன். மொபைலை கையில் உயர்த்திப் பிடித்தபடி அதை ஓங்கிக் கீழே எறிந்து உடைக்க முற்பட்ட பாவம். வந்து தொலை என்று எரிச்சலோடு எனக்குக் கண்ணால் ஒரு கட்டளை. அரை வினாடிப் புன்னகை மறுபடி என்மேல் நீளாமல், தாடை இறுகி இருந்தது. இப்போதும் அழகி தான்.

எனக்கு முன்னால் புல்தரைக்குக் குறுக்கே சாவகாசமாக நடந்த ஒரு சினையாடு முழுக்க நகரக் காத்திருந்து விட்டு காரை நோக்கி நடந்தேன். சிந்தியா மேல் உதட்டால் கீழ் உதட்டை வலுக்கட்டாயமாக மூடியபடி, கார் ஸ்டீயரிங்கை இரண்டு கையாலும் உடைப்பது போல் ஓங்கி அடித்தாள்.

'கஸ்டமர் ரொம்ப நெருக்குறானா மிசஸ் கிளேவுட்?' மெல்ல விசாரித்தேன்.

ஏதாவது கேட்க வேண்டும். கேட்காமல் சிவனே என்று போய் உட்கார்ந்தால் அக்கறையே இல்லாத ஜடமாக இருக்கியே என்று இரைவாள் என் நிர்வாகி. நேற்றைக்கு ஒரு பிராஜக்ட் மீட்டிங்கில் நான் மென்று முழுங்கித் தலையாட்ட அவள் எனக்கு வகுப்பு எடுத்துச் சாடியது இன்னும் வலிக்கிறது

'ஒண்ணு தலையை இப்படி மேலும் கீழும் ஆட்டு அது ஆமாம்னு அர்த்தம். இல்லே வலம் இடமாத் தலையாட்டு. அது இல்லே. இந்த அடிப்படை அறிவு கூட இல்லாதது எல்லாம் என் ப்ராஜக்டுலே தான் வந்து ஒதுங்குது.'

இன்னும் ஒரு மாதம் சிந்தியா சொல்வதற்கெல்லாம் தலை ஆட்ட வேண்டும். அப்புறம் முடியாது என்று சொல்ல முயற்சி செய்யலாம்.

'என்ன கேட்டே?' கோபமாக நிமிர்ந்து பார்த்தாள்.

'நான் சொல்ல வந்தது என்னன்னா... அது... கஸ்டமர் ப்ராப்ளமான்னு...'

'சொல்றதை முழுசும் சொல்லத் தெரியாதா? முழுங்கறதுக்குப் போகிற இடத்துலே நிறைய இருக்கும். வார்த்தையைத் துப்பு.' கண்டிப்பு காட்டினாள். சரியென்றேன். ஸ்டியரிங்கை இறுகப் பற்றியபடி கூர்ந்து பார்த்தாள்.

'கிளயண்ட் ப்ராபளமா? ஆமா. ஆனா இது வேறே மாதிரி க்ளெயிண்ட்.' அவள் சிடுசிடுப்பு கொஞ்சம் குறைத்துச் சொன்னாள். நகர்ந்து உட்காரச் சொல்லி ஸ்டியரிங்கை பிடித்தேன். ஓட்டிப் போகலாம் என்று என்னவோ நம்பிக்கை.

'தேங்க்ஸ். இப்போ தான் உன்னை எனக்குப் பிடிக்கறது' என்றாள் சிந்தியா. அடுத்த பனித் தூறலாகப் புன்சிரிப்பு. சிவந்த இதழ்களை நாக்கு நுனியால் எச்சில் படுத்துக்கொள்வதைப் பார்க்கக்கூடாது என்று நினைத்தாலும் பார்வை அங்கேதான் படிகிறது. புரிந்தது போல் ஈர உதட்டைக் குவித்துச் சிரிக்கிறாள் அந்த வெள்ளை மோகினி. சூழ்நிலை சகஜமாக நானும் சிரித்தேன்.

என் கையை அழுத்தி ஊம் என்றாள். வண்டியை எடு என்று அர்த்தம். என்னால் மென்மையாகவும் இருக்க முடியும் என்று உறுதி செய்வதாக அந்தக் கை ஒரு வினாடி என் கையோடு பிணைந்து இருந்து விலகியது.

'புதுசா எதாவது ப்ராஜக்ட் வருதா சிந்தியா'?

கவனமாக மிஸிஸ் கிளேவுட் என்று விளிப்பதைத் தவிர்த்தேன்.

'என்ன?' அவள் குரல் மறுபடி வெப்பமாக, 'சாரி, மிசஸ் கிளேவுட்' என்று கூட்டிச் சேர்த்தேன்.

கிளேவுட் தான் பிரச்சனை என்றாள் சிந்தியா. கடந்து போகும் வெள்ளாட்டின் மேல் மோதாமல் வளைத்தபடி பக்கவாட்டில் பார்த்தேன்.

'கார் நசுக்கிச் செத்த ஆட்டைத் திங்கறவ இல்லே நான்' என்றாள் சிந்தியா.

அபூர்வமான அடுத்த பனிச் சிதறலாக வாய் திறந்து சிரிப்பும் கூட. இந்த ஆறு மாதத்தில் தேவதை இப்படி அவள் மூச்சு என்

மேலே படும் நெருக்கத்தில் அமர்ந்ததில்லை.

‘கார் அடிச்ச ஆட்டுக்கு முந்தி என்ன சொல்லிட்டிருந்தேன்’ என்று கேட்க உடனே கிளேவுட்.... பிரச்சனை என்று அடியெடுத்துக் கொடுத்தேன்

‘கிளேவுட். அந்த முட்டாளை உனக்குத் தெரியாதில்லே? சொல்றேன். போன மாதம் வரை எனக்கு சர்நேம் கொடுத்த என் வீட்டுக்காரன். சிந்தியா கிளேவுட். இப்போ நான் திரும்ப சிந்தியா மக்கார்த்தி ஆகியாச்சு. மக்கார்த்தி. என் அப்பாவோட, எங்க குடும்பத்தோட ரெண்டாம் பெயர்.

சிந்தியாவுக்குச் சமீபத்தில் விவாகரத்து கிடைத்திருக்கிறது என்று கேன்டீனில் சாப்பிடும்போது காதில் விழுந்தது. இதெல்லாம் இந்தியாவில் இருந்து கம்ப்யூட்டர் வேலைக்காக இங்கே எடின்பரோவுக்கு வந்த பசங்க சொல்வது தான். கேன்டீனில் இந்திய எஞ்சினீயர்களின் எண்ணிக்கையைக் கணக்கெடுத்து வாரம் ரெண்டு முறை சப்பாத்தியும் தம் பிரியாணியும் விளம்புவதால் நம்மவர்கள் கேன்டீனைக் கல்யாணம் செய்து கொண்டார்கள்.

ஐந்து வயசில் குழந்தை இருக்காம். ஆணா, பெண்ணா? பெண் குழந்தை. இப்படிக் காதில் விழும் தகவலுக்காகத்தான் கேன்டீன் வம்பைக் காது கொடுத்துக் கேட்டுக் கொண்டிருந்தேன். ஒரு விதத்தில் என்னைப் போல, தனிமரம். ஐந்து வயதுக் குழந்தை. இவளோடு இருக்கும் குழந்தை. ஒற்றைப் பெற்றோராகக் குழந்தை வளர்க்க இங்கே என்ன வசதிகள் உண்டு என்று சிந்தியா சாந்தமாக இருக்கும் பொழுதுகளில் மெல்லக் கேட்க உத்தேசித்திருந்தேன். இதுவரைக்கும் நேரம் வாய்க்கவில்லை.

‘ஹலோ... இப்போ எட்டாவது குறுக்குச் சாலை வரும். அதுலே திரும்பணும்.’

ஒன்றும் பேசாமல் நான் சாலையைக் கவனித்து ஓட்டிக் கொண்டிருந்தேன்.

நான் சொல்றது காதில் விழுதா? புரியுதா?

‘புரியுது மிஸ் மக்கார்த்தி’ தயக்கத்துடன் சொன்னேன். எதுவும் புரியவில்லை.

'நானும் மிஸ்டர் க்ளேவுடும் சேர்ந்து வீட்டுக் கடன் வாங்கியிருக்கோம். எனக்காக விட்டுக் கொடு. முழுக்க நானே அடைச்சுக்கறேன், நானும் என் மகளும் இருக்க வீடு வேணும்னா முடியாதுங்கறான் இடியட். அவனுக்கு வீடு வேணுமாம். கேர்ள் ப்ரண்ட் கேக்கறாளாம்.'

மிளகாய்ப் பழம் போல மூக்கு சிவக்க அவள் சொன்னதைப் பார்த்துக் கொண்டு குறுக்குப் பாதை எட்டில் திரும்பாமல் கடந்து நேரே போய்விட்டேன்.

'நீ கிளாஸ்கோவுக்கு வண்டியை ஓட்டிப் போயிடுவே போலே இருக்கே. படிச்சுப் படிச்சுச் சொன்னேன். எய்ட்த் க்ராஸ்னு. கோட்டை விட்டுட்டே.'

என் சீட் பெல்டை இழுத்து அதிகாரி முகம் காட்டினாள். துணிந்து என் கையை அவள் கரத்தின் மேல் மென்மையாக வைத்து சாரி சொன்னேன். பரவாயில்லை என்றாள். சிரிப்பைத் தேடினேன். காணோம்.

வழிகாட்டும் ஜிபிஎஸ் சிஸ்டத்தில் ஒலிக்கும் பெண்குரல் மென்மையாக அடுத்து வரும் பனிரெண்டாவது குறுக்குச் சாலையில் திரும்பச் சொன்னது. உடனடியாகத் திரும்பி அடிபணிந்தேன். அவசர ப்ரேக் இட்டதால் சக்கரங்கள் நடுங்கி அலைபாய்ந்தன.

'கடவுளே, உனக்கு கார் ஓட்ட யார் சொல்லிக் கொடுத்தது?' என்று என்னைக் கூர்மையாகப் பார்த்துக் கேட்டாள் சிந்தியா. நான் கடவுள் என்று ஏற்றுக்கொண்டதற்கு அவளுக்கு நன்றி சொன்னேன்.

'இதுக்கு ஒண்ணும் குறைச்சல் இல்லே.'

லில்லி கோட்டைக்கு இந்த வழி என்றது அறிவிப்புப் பலகை. வேறே ஏதோ பெயர் இல்லையோ நாங்கள் போக வேண்டிய இடத்துக்கு? காரை ஓரமாக நிறுத்தி சிந்தியாவைக் கேட்டேன்- லில்லி கோட்டைன்னு போட்டிருக்கே?

'லம்ஹே கோட்டையின் இன்னொரு பெயர் அது.' சாந்தமாகச் சொன்னாள். தோளில் தட்டினாள். அடுத்த கேள்வி அம்பு வருகிறது போல.

'லில்லிக்கு உங்க மொழியிலே என்ன பெயர்?' அல்லி என்று தெரிவித்தேன். அல்லி நல்லா இருக்கு என்றாள். அல்லிக் கோட்டைக்கும் மெகா ப்ராஜக்ட் மீட்டிங்குக்கும் என்ன சம்பந்தம் என்று தெரியவில்லை என்றேன்.

'அதுவா, சரியா வேலை பார்க்காத முட்டாள்களைப் பேய் அறைய விடுறது இல்லேன்னா பாழுங் கிணத்துலே தள்றது ரெண்டும் நடக்கும். அதுக்கான வசதி பெரிய ஓட்டல்களிலே இருக்காது. தவிர, ஹால் வாடகையிலே தள்ளுபடி, ராத்திரி நாம எல்லோரும் தங்க அறை வாடகை, காலையிலே இலவச ப்ரேக்பாஸ்ட்... எல்லாம் இங்கே உடனடியாக் கிடைக்கும். வரி தனி'.

சிந்தியா சிரித்தாள். மனசுக்கு இதமாக இருந்தது. அல்லிக் கோட்டைக்குள் போனதும் அவளுடைய அதிகார முகம் திரும்ப வந்துவிடும். அவள் பொருத்திக்கொள்ளாவிட்டாலும் மற்ற துரை வர்க்கம் வலுக்கட்டாயமாக மாட்டிவிட்டுவிடும்.

இன்னும் மூணு கிலோ மீட்டர் தூரத்தில் அல்லிக் கோட்டை இருப்பதாகக் கைகாட்டிச் சொன்னது. சொல்லவே வேண்டாம். பரங்கிமலை அளவில், அதைவிட நாலு சாண் உயரமும் அகலமுமாகத் தொலைவில் எழுந்து நின்ற குன்றே அல்லிக் கோட்டைக்கு வழிசொல்லும்.

சீட் பெல்ட்டைப் பற்றியபடி இருந்த சிந்தியாவின் கைக்கடியாரத்தில் மணி பார்த்தேன். காலை ஒன்பதே முக்கால்.

மெகா ப்ராஜக்ட் மீட் என்ற அச்சுறுத்தும் மாநாடு நடக்கப் போகிறது. கம்பெனி தலைவரில் தொடங்கி, முதல் வரிசை தெய்வங்கள், பரிவார தேவதைகள், நண்டு சிண்டு தேவதைகள் எல்லாம் நாள் முழுக்கக் கூடி இருந்து ஒவ்வொரு ப்ராஜக்டாக என்ன குற்றம் குறை என்று குடைந்து குடைந்து ஆராய்வார்களாம். சிந்தியா தான் சொன்னாள். ஒரு நாள் கூத்துக்கு முண்டாசு கட்டிக் கூட்டி வந்த என்னைப் போன்ற எடுபிடிகள் கூப்பிட்ட குரலுக்கு ஓடி வந்து ஒத்தாசை செய்ய வேணுமாம். பல்ப் வாங்குகிற நிர்வாகிகளின் முகத்தையும், பயத்தில் வயிறு கலங்க, ஈரச் சுவடு படிந்த இருக்கையையும் துடைத்து விடுவது கூட எடுபிடிகளின் பணியாக இருக்கக் கூடும்.

என் அதிகாரி சிந்தியாவுக்கு எடுபிடியாகப் போய்க்கொண்டிருக்கிறேன். நான் சிப்பந்தி என்பதால் வேடிக்கை பார்க்கலாம். திட்டெல்லாம், அப்படி ஏதாவது கிடைத்தால், அவளுக்கே வரும். ஆண் நிர்வாகி என்றால் பேண்டைக் கழட்டி விடுவார்கள் என்று இடக்கரடக்கலாகச் சொல்லலாம். செழுமையான தொடையைக் கவ்விப் பிடித்த சிந்தியாவின் நீல ஜீன்ஸைப் பார்த்தேன். கற்பனையை தூரத் தள்ளினேன். இங்கே திரும்பினால் அல்லிக் கோட்டை.

விஸ்தாரமான கல்பாறை. மேலே நாலு உயரமான கோபுரம். சுற்றி மதில் சுவர். தூர்ந்துபோன அகழி. ஏழெட்டு நூற்றாண்டு முற்பட்ட கம்பீரத்தைத் தக்கவைத்தபடி அல்லிக் கோட்டை காலை வெயிலில் வெண்மை பூசிக்கொண்டு எதிர்ப்பட்டது.

சுற்றி நீளும் புல்வெளி. பாதை இடையில் ஓசைப்படாமல் சுவடு விரிக்கிறது. வழியோடு பச்சை மணக்கப் போய் வளைந்து திரும்பி ஹாலிவுட் சினிமா செட் போல ஓங்கி உயர்ந்த கோட்டைக் கதவை அடைந்தோம்.

ராஜா வீட்டுக் கன்னுக்குட்டி என்று சக இந்திய ஊழியர்கள் மத்தியில் பிரபலமான ஜான் மெட்காப் துரை வாசலில் நின்று அவசரம் என்று என்னைப் பார்த்து முழங்கினான். அவன் மேலே மோது என்றாள் சிந்தியா சிரிக்காமல்.

வேணாம், வயிறு நசுங்கி சுவரெல்லாம் பியர் தெளிச்சுடும் என்றேன். அவள் கலகலவென்று சிரிப்பதையும் அதை நான் ரசிப்பதையும் மெட்காப் பொறாமையோடு பார்க்க, வண்டியை நிறுத்தி அவளை இறக்கி விட்டேன்.

பார்க்கிங்க்லே நிறுத்திட்டு வரேன் என்று போனபோதும் கன்னுக்குட்டி அசூசையோடு என்னப் பார்ப்பதை நிறுத்தவில்லை என்பதைக் கவனித்தேன். படட்டும். அவனுக்கு நான் பயப்பட வேண்டியதில்லை. அவனும் என்னைப் போல் சிப்பந்திதான். வெள்ளைத் தோல் எடுபிடி. அவ்வளவே வித்தியாசம்.

இன்னும் பத்து நிமிஷத்திலே மீட்டிங் ஆரம்பிக்குது என்றான் மெட்காப், என் தோளில் கை வைத்து உள்ளே இழுத்தபடி. இருய்யா, டாய்லெட் போய்ட்டு வரேன் என்று பிய்த்துக் கொண்டு கிளம்பினேன். அதுக்கென்ன அவசரம், உள்ளேயே

போகலாமே என்றான். கான்பரன்ஸ் ஹாலை ஒட்டி உள்ளே அமைந்த கழிவறைகளை எங்கேயும் பார்த்ததில்லை நான். அப்படி இருந்தாலும் சூடான விவாதம் நடக்கும் போது யாரும் அதைப் பயன்படுத்த மாட்டார்கள்.

கற்கோட்டை என்றால் குன்றத்துக் கல் அடுக்கிய கற்கோட்டை. சுவர் என்று கஷ்டப்பட்டு எதையும் எழுப்பாமல் குன்றுபோகிற போக்கில் வளைத்துக் கூரை போட்டு இருக்க இடம், சமையல் அறை, ஹால், துப்பாக்கியும் தோட்டாவும் புகையிலையும் யார் வீட்டிலோ செய்த ஆரஞ்ச் மர்மலேடும் விற்கும் கடை என்று இத்தனையும் கண்ணில் பட, கழிப்பறை எங்கே சார்?

ஒரு ஆண், ஒரு ஒற்றை ஆள் கூடக் கண்ணில் படவில்லை. கழிப்பறை என்று நினைத்து உள்ளே போன அறை ஒன்றில் நாலு சுவரிலும் முன்னூறு வருடம் முந்தி ஜீவித்திருக்கக் கூடிய வெள்ளைக்காரப் பிரபு ஒருவர் இடுப்பில் இருந்து முழங்கால் வரை உடுத்திய ஸ்கர்ட் மாதிரி ஸ்காட்லாந்து தேசிய உடுப்பு அணிந்து பெரிய மீசையோடு முறைத்துப் பார்க்கிறார். இன்னொரு அறையில் அலமாரி அலமாரியாக மர்மலேடும் உறைந்த மாமிசமும் வைத்திருக்கிறார்கள். மூன்றாவது அறையில். அப்புறம் பார்க்கலாம். கழிப்பறை எங்கே? டாய்லெட் இல்லாமலேயே கோட்டைகட்டி விட்டார்களா?

சட்டென்று ஒரு கதவு திறக்க நாலு ஒயின் பாட்டில்களை ஒரு பெரிய பழுக்காத் தட்டில் வைத்துப் பிடித்துக்கொண்டு விக்டோரியா காலத்து அழகி ஒருத்தி வெளிப்பட்டாள். இடுப்பில் கச்சிதமாகப் பொருந்திப் புடவை போல அழகாக வழிந்து தரையில் புரளும் சாடின் ஸ்கர்ட், பஃபுக் கை வைத்த ரவிக்கை, தலையில் வேடு கட்டிய நேர்த்தியோடு மெல்லிய வெள்ளைத் துணி. விக்டோரியா மகாராணி காலத்துப் பாட்டை முணுமுணுத்தபடி வந்த அவள் என்னைப் பார்த்து அதிர்ந்துபோய் சத்தம் போட யத்தனித்தாள்.

கெஸ்ட். கான்பரன்ஸ். ரெஸ்ட் ரூம் எங்கே?

அவளுக்கு வெகு அருகே, சீட்டுக்கட்டு ராஜா படம் போட்ட அறைக் கதவைத் திறந்து விட்டு உள்ளே போகச் சொல்லித்

தலையசைத்தாள். இந்த தேவதைக்குச் சிரிப்புதான் முகத்தில் எழுதியிருக்கிறது. என் எஜமானி தேவதை மாதிரி நினைத்தால் சிரித்து நினைத்தால் முறைக்கிறவள் இல்லை. உதவ வந்த அப்சரஸுக்கு நன்றி கூடச் சொல்லாமல் அவசரமாக உள்ளே ஓடினேன்.

திரும்ப வரும்போது அவள் இன்னும் டாய்லெட் வாசலிலேயே நின்றுகொண்டிருந்தாள். சாரி, நன்றி என்றேன் குற்ற உணர்வோடு. கான்பரன்ஸ் ஹாலுக்கு ஓட வேண்டும். எப்படி வழி கண்டு பிடிப்பது? சிந்தியா ஆபீசர் தேடிக்கொண்டிருப்பாள். கொன்றே போடுவாள் வெகு தாமதமாக வந்தால்.

சரி, விக்டோரியா கால அழகியிடம் திரும்பச் சரணடைய வேண்டியது தான். தொண்டையைக் கனைத்துக் கொண்டு என் தலை அவள் தோளில் இடிக்கக் குனிந்து கேட்க முற்பட, அவள் கைகாட்டித் தடுத்தாள்.

‘கான்பரன்ஸ் அறைதானே? இப்படி வா.’

ரெண்டே எட்டில் ஒரு கதவைத் திறக்க, நான் அடுத்த வினாடி கான்பரன்ஸ் ஹாலில் நுழைந்தேன். இந்த இடத்தில் பிறந்து வளர்ந்து ஓடியாடிப் பழகிய மாதிரி நான் உள்ளே இருந்து வருவதை எங்கள் மகா நிர்வாகி புன்னகையோடு பார்த்து எனக்குக் காலை வணக்கம் சொன்னார். இதெல்லாம் நல்லதுக்கா?

‘எல்லாம் நல்லதுதான். நம்ப ப்ராஜெக்ட் வருமானம் ப்ரொஜெக்ட் செஞ்சதை விட எழுபது பெர்செண்ட் அதிகம். ஃபைனான்ஸ் டிரக்டார் சொன்னார்.’

சிந்தியா சந்தோஷமாக இருந்தாள். எனக்கும் நிம்மதி. சும்மா அவள் வாய் பார்த்துக்கொண்டிருந்துவிட்டு சாப்பாடு. அப்புறம் இன்னும் நிறைய பவர் பாயிண்ட் பிரசண்டேஷன். விளக்கம். சர்ச்சை. டீ, பிஸ்கட், கேக். ஃபைனான்ஸ் டைரக்டர் வாழ்த்தப் படட்டும். எங்கள் வருமானம் கூரை பிய்த்துக் கொட்டட்டும்.

அதிகாரிக்கும் கம்பெனிக்கும் விசுவாசமான ஊழியராகப் பின்னால் உட்கார்ந்தேன். தன் வழுக்கைத் தலை தெய்வத்துக்குப் பின்னால் அதேபடிக்கு அமர்ந்திருந்த மெட்காப் அன்பாகப் புன்சிரித்தான்.

'முன்னாலே வந்து உட்காரேன்.'

சிந்தியா என் கையைப் பிடித்து முன்வரிசைக்கு இழுக்க, மெட்காபை கவனிப்பதைத் தவிர்த்து முன்னால் நகர்ந்தேன். முதுகில் நாலைந்து ஈட்டி செருகிய எரிச்சல் தட்டுப்பட்டது. பொறாமையில், பார்த்தே எரித்துவிடுவான்.

டீ இடைவேளையில் ஆள் சேராத ஒரு மூலையில் நின்று சாயா குடிக்க, சிந்தியா பக்கத்தில் வந்து நின்றாள். எப்படி கம்பீரமா உள்ளே இருந்து எண்ட்ரி கொடுத்தே என்று கேட்டாள். நான் விக்டோரியா காலத்துப் பணிப்பெண் உதவியதைச் சொன்னேன். அவள் அழகி என்பதைச் சொல்லாமல் விட்டேன்.

'ஜாக்கிரதை, இங்கே குடியிருக்கற ஒரு பெண் பிசாசு உண்டு. அப்பப்போ வெளிப்படும். ஏதோ ஒரு புட்பால் டீம் இங்கே வந்ததாம். ராத்திரியிலே அவங்க எல்லோருமே பார்த்து அரண்டு போய் மேட்ச் தோத்துட்டாங்க.'

எந்த டீம், எப்போ என்று கேட்டேன். கால்பந்து எல்லாம் யார் பாக்கறது? நான் கைப்பந்து சாம்பியன் எங்க காலேஜில் என்றாள். ஆச்சரியம் காட்டினேன். கை அதான் காய்ச்சுப் போச்சு என்றாள் அப்படித் தெரியலியே அதிகாரியே... பார் என்று கையைக் காட்டினாள். பார்க்கச் சொல்லலே. பிடிச்சுப் பார் என்றாள்... மெத்தென்று இருந்தது. அவள் கழுத்தில் பச்சை நரம்பு ஓடுகிற வனப்பில் ஒரு நொடி சொக்கி நிலைகுலைந்தேன். கையை விட மனமில்லை.

கணப்பு அதிகமாக கான்பரன்ஸ் ஹாலில் இருப்பதால் பிளேசரைக் கழட்டிவிட்டு இருந்தாள். கழுத்துக்குக் கீழே இறங்கிப் போகும் பார்வையை வலுக்கட்டாயமாக விலக்கினேன். அடுத்த மாதம் பணி உறுதி ஆகிற நேரம். அதிகாரி மார்பை வெறித்ததற்காக அது கிடைக்காமல் போய் விடக் கூடாது.

எங்கள் பிராஜக்ட் ரெவ்யூ பலமான கைதட்டலுக்கு இடையே அரை மணி நேரம் போனது. தலைமை நிர்வாகி உற்சாகமாகி தன் முன்னால் வைத்திருந்த பூச்செண்டை சிந்தியாவுக்கு வழங்க நான் அவளிடம் இருந்து வாங்கிப் பத்திரமாக வைத்தேன். அவள் என்னிடம் 'எல்லாத்துக்கும் நன்றி' என்றபோது மெட்காப் உட்பட நிறையப் பேர் கண்களில் அசூயை தெரிந்தது.

மதியச் சாப்பாட்டுக்கு புஃபே முறை பலகார மேஜைகளை விக்டோரியா மகாராணி காலத்தில் இருந்து எப்படியோ வந்து சேர்ந்த ஏழெட்டு அழகிகள் நிர்வகித்தார்கள். இந்திய உணவு என்று போட்ட மேஜையில்தான் அதிகக் கூட்டம். எனக்கு வழிகாட்டிய அழகி அங்கே ரொட்டியும், குருமாவும், குலோப்ஜாமூனும் எடுத்துக் கொடுத்துக் கொண்டிருந்தாள்.

'இந்தியாவா'? அவள் இனிமையாக என்னைக் கேட்டாள். நான் பேச ஆரம்பிப்பதற்கு முன் என் அதிகாரி பின்னால் இருந்து தோளைத் தொட்டாள்.

'தட்டு நிறைச்சுக்கிட்டு வா. முக்கியமா பேசணும்.

'ஏதாவது சாப்ட்வேர் சமாசாரமா, சிந்தியா?'

'நீ அவ முன்னாடி மந்திரம் போட்ட மாதிரி நிக்கறே. அதைச் சரியாக்கத்தான்.'

'நின்னா என்ன சிந்தியா?'

'அது பெண்ணா, பிசாசான்னு தெரியாதே.'

'பகல்லே கூட பிசாசு வருமா என்ன?'

'இந்தியனை பயமுறுத்த, கான்பரன்ஸ் நடுவிலே கூட வரும்.'

அவளோடு சிரித்தேன். இன்றைக்கு ரொம்பவே நல்ல நாள். இந்த உற்சாகத்தோடு ஊருக்குப் போய் அதைக் குழந்தைக்கும் பகிர்ந்து தர வேண்டும். பத்தே நாளில் அவளோடு திரும்பி இங்கே வந்து விடலாம்.

அடுத்த முறை லில்லி கோட்டைக்கு என் மகளோடு வருவேன். சிந்தியா அவள் பெண்ணோடு வருவாள்.

'நம்ம குழந்தைகள் சேர்ந்து விளையாடுது சிந்தியா.'

'அடுத்தது இங்கே வயத்துக்குள்ளே விளையாடுது' என்று சிரிப்பாள் அவள்.

தறிகெட்டு ஓடும், மனதை அடக்கிவிட்டு எச்சில் தட்டை அதற்கான இடத்தில் வைக்க நடந்தேன். சிந்தியா கூட வந்தாள்.

சாப்பிட்டு விட்டு கான்பரன்ஸ் ஹாலுக்கு ஓடணும். இருபதே நிமிஷம். நான் நடக்க அவசரம் காட்டினேன்.

'இது பிரிட்டீஷ் லஞ்ச். ரெண்டு மணி நேரம் திடமா எடுத்துக்கும்.'

சிந்தியா சிரித்தபடி என்னைத் தடுத்தாள். லில்லிக் கோட்டையைச் சுற்றிக் காலார நடந்து வரக் கிளம்பினோம்.

நேரமும் காலமும் உறைந்த இடம். நீண்டு உயர்ந்த மெழுகுவர்த்திகள் வெளிச்சம் பரத்திய விசாலமான ஹால். நேற்று சாயந்திரம்தான் சண்டை முடிந்து வந்த மாதிரி போர் உடுப்பும் கத்திகளும், ஈட்டியும், மிகவும் பழைய துப்பாக்கிகளும் சேணமுமாகச் சுவரை ஒட்டி பளிங்குப் பாளங்களில் கிடந்தன. அவற்றில் சில சுவர்களில் வளையம் மாட்டி ஏற்றிவைக்கப்பட்டிருந்தன. நீண்ட தேவதாரு மர மேஜை முன் ஒரு பிரபுத்துவக் குடும்பம் ஆண், பெண், குழந்தை என்று கூடி அமர்ந்து அமைதியாக விருந்து உண்டு கொண்டிருந்தது. தத்ரூபமான மெழுகுச் சிலைகள் அவையெல்லாம்.

இரண்டு பிரபுக்களுக்கு நடுவே நிறைய இடம் விட்டு பழைய கால நாற்காலிகளில் ஒன்றில் அமர்ந்தாள் சிந்தியா. என்னை அடுத்த நாற்காலியில் உட்காரக் கைகாட்டினாள்.

என் மகளைத் தனியா விட்டுட்டு வந்திருக்கேன். அவ நினைவு வந்துடுத்து.

அவள் கைப்பையில் இருந்து எடுத்த ஐபேடில் அழகான ஒரு பெண் குழந்தை. என்ன பெயர் என்று கேட்டேன். அமேலி என்றாள்.

அவளுக்கும் சேர்த்து ஐஸ்கிரீம் எடுத்து வந்தேன். அதில் பாதி சாப்பிட்டுப் போதும் என்றாள். மீதியை நான் விரும்பிச் சுவைப்பதை அவள் பார்த்த பார்வையில், மெலிதான ஒரு காமம் எனக்கு அனுபவமானது.

'இனிமேல் ஒருத்தனும் என்னோடு படுக்கையைப் பங்கு போட வேணாம். நானே அவளை வளர்த்துப் பெரியவளாக்குவேன். நான், அமேலி ரெண்டு பேர் போதும் எங்க குடும்பத்துக்கு. என்ன, இன்னும் பத்து வருஷத்துலே தனியாத் தலையெடுத்துடுவா. உங்க ஊர் பசங்க மாதிரி அப்பா அம்மா சொல் கேட்டு நடக்கறதுல்லாம் ரொம்ப கம்மி. பாய் ப்ரண்டுன்னு ஒருத்தனைக் கொண்டு வந்து நிறுத்திடுவா. நான் செஞ்சது தான். எங்கம்மாவும் சிங்கிள் பேரண்ட்'.

நான் புரிந்துகொண்டதாகத் தலையாட்டினேன். என் மொபைலில் ஒரு போட்டோவைக் காட்டினேன் சிந்தியாவிடம். என் மகள் படம் அது.

'அருமை, என்ன வயசு?' அவள் விசாரிக்க, ஐந்து வயதென்றேன்.

'பிரமாதம், என் மகள் வயசு' என்றவள் பெயர் கேட்க அமலி என்றேன்.

'அட, பெயரும் கிட்டத்தட்ட ஒண்ணுதான், அவ அம்மா?'

நான் மௌனமாக இருந்தேன்.

'அவ இல்லே' என்றேன். 'இல்லேன்னா'? தயக்கத்தோடு கேட்டாள்.

'இல்லேன்னா இல்லேதான்.'

நான் சிரிக்க, கான்பரன்ஸ் அறையில் பேச்சு சத்தங்கள் ஒலிபெருக்கி வழி கசிந்தன. சிந்தியா என் தோளில் கை வைத்து முன்னால் தள்ளி, போ என்றாள்.

இருட்டான ஒழுங்கையில் நாங்கள் நடந்தோம். வேறு யாரும் வராமல் தூரத்தில் கான்பரன்ஸ் அறை வெளிச்சம் தெரிய வளைந்து செல்லும் வழி.

நான் ஆதியில் கிளர்ந்த உடற்பசி மேலெழ சிந்தியாவின் கையைப் பற்றினேன். நின்றோம். முதல் முத்தம் அவளுடையது. கண்டிப்பான அந்த உதடுகளை ஐஸ்க்ரீம் குளிர்ச்சியோடு உண்டபோது அவள் இறுக அணைத்தாள். கனவுகளையும் கற்பனையையும் கைக்கெட்டும் தூரத்தில் நிறுத்தி விலகினோம். அதிகாரியும் கீழ்ப்படிதலுள்ள ஊழியனுமானோம் மறுபடியும்.

நான் முதலில் கான்பரன்ஸ் அறைக்குப் போய்ச் சேர்ந்து, ஐந்து நிமிடம் இடைவெளி விட்டு அவளும் வந்து சேர்ந்து கொண்டாள்.

தலைவலியும் காய்ச்சலும் பிராஜக்ட் ரிவ்யூவும் நம் ப்ராஜக்டுக்கு இல்லை என்பதால் ஏற்படும் சுவாரசியமும் எக்களிப்புமாக மற்ற சில ப்ராஜக்ட்காரர்கள் வார்த்தைகளால் நக்னமாக்கப்பட்டு நெளிந்ததை ரசித்தோம். மெட்காஃபின் தலைவரை, மிகப் பெரிய தெய்வத்தில் இருந்து முந்தாநாள் கம்பெனி ஏணியில் திடீரென்று உச்சிக்கு ஏறிய எந்த விஷயமும் தெரியாத புதுத் தெய்வம் வரை எகிறுவதை வேடிக்கை பார்த்தேன். அந்த நிர்வாகி வடிகாலாக மெட்காப்

மீது எரிந்து விழுந்த சந்தோஷமான கணங்களும் கடந்து போயின.

இன்னும் கொஞ்சம் உத்வேகம் அளிக்கும் சொற்பொழிவுகள், பவர்பாயிண்ட் பிரசெண்டேஷனில் மேலும் கீழும் சரியும் கோடுகள், டெல்டா காம்பனண்ட், கீழ்க் கிளைக் கனிகள் போன்ற மந்திரச் சொற்கள், கண்ணைச் சுழற்றிக் கொண்டு வரும் தூக்கம். சிந்தியாவைப் பார்த்தேன். கான்பரன்ஸ் நோட்புக்கில் படம் கிறுக்கிக் கொண்டிருந்தாள். என்னை மாதிரி இருந்தது.

எல்லாம் எப்போதாவது முடிவுக்கு வந்துதான் ஆக வேண்டும் என்ற நியதிக்கு உட்பட்டு இந்த ரிவ்யூ மாநாடும் ஒருவழியாக மாலை ஐந்து மணிக்கு முடிந்துபோனது. ஏழு மணிக்கு நடன மண்டபத்தில் விருந்துக்குச் சந்திப்போம் என்று மனித வளத் துறை நிர்வாகி அறிவித்ததைக் கைதட்டி வரவேற்றுக் கலைந்தோம். போகும் வழியில் ஒவ்வொருவராக நிறுத்தி அவரவருக்கு ஒதுக்கப் பட்ட அறைச் சாவி தரப்பட்டது. அறை எண் மான் தோலில் எழுதிக் கட்டிய அந்தச் சாவிக் கொத்து வெகு அழகு.

என் அறையின் கதவைத் திறக்கும்போது அது ஹால் வலது புறம் திரும்பும் திருப்பத்தின் கடைசியில் இருப்பதைக் கவனித்தேன். பேச்சு சத்தம் கேட்க நிமிர்ந்தேன். மகா கொடுமை என்று சொல்லியபடி கைநிறையக் காகிதங்களோடு சிந்தியா என் அருகில் வந்தாள். இல்லை, என்னைப் பார்க்க இல்லை, அவள் மாடிப்படி ஏறினாள். நிர்வாகிகளுக்குக் கூடுதல் சொகுசு உள்ள அறைகள் மேல் மாடியில் இருக்கக் கூடும்.

என் அறைக்குள் புகுந்தேன். கோட்டையில் நாலு பெரிய தூண்களுக்கு நடுவே மலைப் பாறை சுவராக அதன் போக்கில் வளைந்து நெளிந்து உயர்ந்து நிற்கிறது. அதோடு இணக்கமாக சன்னமான மரத் தடுப்பால் கதவும் அலமாரிகளுமாக ஒரு படுக்கை அறை. அங்கேயே காபி மேக்கர், வென்னீர் போட எலக்ட்ரிக் குவளை, குட்டி டெலிவிஷன், ஒரே ஒரு காகிதத்தை வைத்து எழுதச் சின்ன மேஜை, ஸ்டூல். நீலத் தரைவிரிப்பு. அதிசயம் அதோடு முடியவில்லை. உள்ளே இன்னொரு கதவு திறக்க, பொம்மை விளையாட்டில் நிறுத்தியது போல இன்னும் குட்டியாக ஒரு சிவப்புக் கதவு. திறக்க, மகா கீகடமான இடத்தில் வாஷ்பேசின், டாய்லெட்.

நூறு வருடம் முந்திய சோப்புக் கட்டி இருக்கும் என்று ஆவலாகத் தேடப் புது இங்க்லீஷ் லாதர் சோப்பு பளபளவென்று வெளிப்பட்டது. கூடவே பேஸ்ட், ப்ரஷ். உள்ளங்கையில் வைத்துக் குழந்தைக்குப் பல் துலக்குகிற அளவு அவை.

ஹாலில் நடனம் தொடங்கி இருந்தது. பிரம்மாண்டமான செல்லோ வயலின்களை உரல் மாதிரி முன்னால் நிறுத்தி விக்டோரியா கால உடுப்பும் தொப்பியும் அணிந்த ஆண்கள் அவற்றைக் குறுக்கே வீச்சுக் கம்பால் அறுக்கும் வேகத்தில் மேல் ஸ்தாயிக்கு மென்மேலும் போய் அபசுரமாகும்போது அவ்வப்போது நிறுத்தி இசை விருந்து வழங்கிக் கொண்டிருந்தார்கள்.

உள்ளூர்ப் பெண்களோ இந்த நிகழ்ச்சிக்காக வர எங்கே இருந்தோ கம்பெனி சார்பில் கூட்டி வரப் பெற்றவர்களோ, ஒரே மாதிரி உடுப்பும் அவர்களை அவுட்சோர்ஸ் செய்யும் கம்பெனி வில்லை அணிந்த தோளுமாக, எங்கள் கம்பெனி நிர்வாகிகளோடு அசைந்து ஆடிக் கொண்டிருந்தாரகள்.

சுவரை ஒட்டி, எனக்குக் காலையில் ரெஸ்ட் ரூமுக்கு வழி காட்டிய தேவதை உட்பட ஒரு கூட்டம் சொர்க்க லோக சுந்தரிகள் ஐநூறு வருஷப் பழைய உடுப்பில் அணங்குகளாக நின்றார்கள். அல்பமாக சோடாவும், ஜின்னும் கேட்ட விருந்தினருக்கு அவற்றைப் புன்னகையோடு வழங்குகிற அந்தப் பெண்கள் விருந்து ஆரம்பமாகக் காத்துக்கொண்டிருந்தது அவர்கள் அடிக்கடி கைக்கடியாரத்தைப் பார்த்ததில் இருந்து தெரிந்தது.

ஓரமாக அரையிருட்டில் ஒற்றை மெழுகுத் திரி கொளுத்தி வைத்த மேஜை அருகே நீளப் பாவாடையில் சிந்தியா. கண்டிப்பான கொண்டையாக ஆபீஸில் பிசினஸ் சூட் சகிதம் அந்த இறுகக் கட்டிய தலைமுடி நிர்வாகி என்பதை வலுவாகச் சொல்லும். இப்போது அதற்கும் ஓய்வு நேரம். தோளில் பொன் நிறத்தில் வழியும் கூந்தலோடு, மர்லின் மன்றோ விழிகளோடு, சிந்தியா.

ஹலோ சொல்லியபடி மெட்காஃப் எங்கள் மேஜைக்கு வந்தான். இங்கே உட்காரலாமா என்று மரியாதையோடு சிந்தியாவைக் கேட்க அவள் அமரச் சொன்னாள். நான் எதுவும் கோரிக்கை விடுக்காமல் பொத்தென்று உட்கார்ந்த அநாகரிகத்தை அவள் மன்னிக்க வேண்டும்.

கோக் எடுத்து வந்த டியூடர் அரச வம்ச ராஜகுமாரியிடம் மெட்காஃப் விசாரித்தான் – "எத்தனை மணி வரைக்கும் இங்கே ஆடலாம்?"

'எத்தனை மணி வரை பார் திறந்திருக்கும் என்று அர்த்தம்'. சிந்தியா விளையாட்டாக என்னைப் பார்த்தபடி சொன்னாள்.

"நடனம் எட்டரைக்கும் விருந்து, பார் ரெண்டும் நடுநிசிக்கு அரை மணி முந்தி, அதாவது பதினொண்ணரை மணிக்கும் முடியும். நாங்க எல்லோரும் அதோடு புறப்பட்டுப் போயிடுவோம்." அந்தப் பெண் சொன்னாள்.

"கூட ஒரு அரை மணி நேரம் இருக்கலாகாதா?" நான் கேட்டேன்...

"எங்க கம்பெனி உத்தரவு. இங்கே இருக்கற பிசாசுகள் நடுராத்திரிக்கு ஓடி விளையாட ஆரம்பிச்சுடும். அத்தனையும் ஆண் பிசாசுகள். அழகான பொண்ணுன்னா ரொம்பப் பிடிக்கும் அதுகளுக்கு".

சிப்பந்தி ராஜகுமாரி சிரித்தாள். அவளே கொஞ்சம் முன்னால் உலாத்தக் கிளம்பி வந்த மோகினிப் பிசாசு போல சௌந்தரியம் கொப்பும் குழையுமாகக் குமிழிட்டுப் பெருக நின்றாள்.

சுந்தரிப் பெண்குட்டிகளை, வெள்ளையும் கருப்பும் பேதமின்றி அழகிகளை, நடந்தபடியே ஹிப்னாடிசத் தூக்கத்தில் அமிழ்த்தி, லில்லிக் கோட்டை அகழிப் பக்கம் கூட்டிப் போய் விடுமாம் அந்தக் காமாந்தகார இங்கிலீஷ் பிசாசுகள்.

அங்கே போய்? நான் விடாமல் விசாரிக்க அவள் விஷமமாகச் சிரித்தாள்.

புட்பால் பிடிச்ச பிசாசும் உண்டாமே? நான் துருவினேன்.

"புட்பால் பிசாசா? அப்படி ஒண்ணு ஏற்கனவே பாய் ஃப்ரண்டா இருக்கு..."

அந்தப் பெண் சிரித்தபடி சொல்ல சிந்தியாவும் தொடர்ந்து எங்கள் டேபிளும் அடுத்த ரெண்டு டேபிள்களும் சிரிப்பில் மிதந்தன. தேவதைகள் என்ன சொன்னாலும் சந்தோஷமாக அனுபவித்துச் சிரிக்க வேண்டும். உலக நியதி.

சீக்கிரம் போய்க் குளிக்கணும் என்றாள் சிந்தியா. அர்த்த ராத்திரி எதுக்குக் குளியல் என்று கேட்டேன். இங்கே தேச ஆச்சாரமும்

தேக ஆச்சாரமும் அப்படித்தானாம். ராத்திரி குளித்துவிட்டால் அடுத்த நாள் மாலையில்தான் அடுத்த குளியலாம்.

'இங்கிலீஷ் லாதர் சோப் ரூம்லே இருக்கு பார்த்தேன்....'

'அது நாய்க்குப் போட்டுக் குளிப்பாட்ட. சாரி, நீ குளிக்கறதுன்னா எனக்கு நோ ஆப்ஷக்ஷன். நான் பிரஞ்சு சோப் எடுத்து வந்திருக்கேன்.'

'எனக்கு தருவாயா அந்த சோப்பை, உன்னை?'

என்ன குடித்தேன் என்ன பேசினேன் என்ன சாப்பிட்டேன் எப்படி எங்கே நடந்தேன். ஒரு ஞாபகமும் இல்லை. கிட்டத்தட்ட ரெண்டு மணி நேரம் என் வாழ்க்கையில் நினைவின் எந்தத் தடமும் இன்றிக் கடந்துபோயிருந்தது.

பிரக்ஞை தெளிந்தபோது படுக்கையில் இருந்தேன். கம்பளியை யாரோ இதமாகப் போர்த்திப் போயிருந்தார்கள். விளக்கு சிறிய ஒளியோடு ரம்மியமாக எரிந்துகொண்டிருந்தது. உறக்கம் எங்கே எங்கே என்று மேலே பூசி வழிந்தது.

கதவு திறக்கும் ஓசை. யாரென்று பார்க்க உடல் ஒத்துழைக்கவில்லை. யாராக வேண்டுமானாலும் இருக்கட்டும். அழகான பெண் என்று உடை வாசனையும் உடம்பு வாசனையும் சொல்லியது. குளித்து விட்டு வந்திருக்கிறாள். இங்கிலீஷ் லாதர் சோப் இல்லை இது. அது நாய்க்குப் போடுவது. இவள் பிரஞ்சு மணத்தோடு கிறக்கி அடிக்க என்னைத் தேடி வந்திருக்கிறாள். கொஞ்சம் படுத்து உறங்கி அப்புறம்... என்னென்னவோ செய்யலாம். உறங்கி அப்புறம்.

சிந்தியா என்றேன். சிரிப்பு மெல்லிய தொனியில் மிதந்தது. அவள் என்னை இறுக அணைத்துப் படுக்கையில் என்னோடு புரண்டாள். உறங்கலாம் என்றாள். ஆரத் தழுவி அணைத்தோம். கிடந்தோம். இயங்கினோம். உறங்கினோம்.

வாசலில் தொடர்ந்து மணி அடிக்கும் சத்தம். எங்கே இருக்கிறேன் என்று உணரவே ஐந்து நிமிடம் பிடித்தது.

வாசல் கதவைத் திறக்க மெட்காப் நின்றுகொண்டிருந்தான்.

போகலாமா? எங்கே போகலாமா? ஆபீஸ்தான். இன்னிக்கு வேலை இருக்கே? வீட்டுக்குப் போய்க் குளிச்சுட்டு வரேன் என்றேன் அவனிடம், சுரத்தில்லாமல்.

ராத்திரி குளிக்கலியா? குளிச்சேன் அதுக்கு அப்புறம்.

சட்டென்று ப்ரேக் போட்டு நிறுத்தினேன். அது என் அந்தரங்கம். சிந்தியாவின் அந்தரங்கமும் கூட.

சிந்தியாவோட வரேன்.... நீ போறதுன்னா போ என்று மெட்காபைத் துரத்தினேன்.

'சிந்தியாவா? நேற்று ரெண்டு ரவுண்ட் ஆல்கஹால் ரத்தத்திலே அதிகமாகி துவண்டுபோய்ட்டா. ராத்திரியே ஓட்டல் பெண்களோட லக்ஷுரி கோச்சிலே போயாச்சு. சிந்தியா காரைத் தான் நான் ஓட்டிப் போகப் போறேன். வா.'

ஒன்றும் புரியவில்லை. யோசிக்க முடியாமல் கடுமையாகத் தலைவலி.

கிளம்பு. நேரமாச்சு. நேரே ஆபீஸுக்குப் போகணும் என்று அவசரப்படுத்தினான்.

நான் உள்ளே இயந்திரகதியில் பாய்ந்து கைப்பை, லேப்டாப் எல்லாம் குப்பையாக வாரிப் போட்டுக்கொண்டு மெட்காபைத் தொடர்ந்தேன்.

ராத்திரி பிசாசு வந்ததா? அவன் சிரிப்போடு விசாரித்தான். இல்லை என்றேன்.

மனம் ஆபீஸில் இருந்தது. சிந்தியா கேட்ட பங்ஷன் பாயிண்ட் அனலசிஸ் டாக்குமெண்ட் முந்தாநாளே அனுப்புவதாகச் சொல்லித் தவற விட்டேனே.

'பொறுப்பே இல்லை.'

அவள் இரைவது முதுகெலும்பில் நடுக்கமாகப் பரவ, சீக்கிரம் ஆபீஸ் போகலாம் மேட் அழுத்து என்றேன்.

அடுத்த மாதம் பணி நிரந்தரமாக வேண்டும். ஊருக்குப் போக வேண்டும். குழந்தையைக் கூட்டி வர வேண்டும்.

(2017)

வைக்கோல் கிராமம்

இரண்டாவது முறையாக இந்த ஊருக்கு வந்திருக்கிறேன். கனவுகளில் இந்த ஊரைக் கடந்து போவது நிறைய நடந்திருக்கிறது. ஆனால் அப்போதெல்லாம் ஊர்ப்பொதுவுக்கு மேலே பறந்து, அவசரமாகக் கடந்து, கடலும் நதியும் சந்திக்கும் முகத்துவாரத்துக்குப் போய் விடுவேன். போன வாரம் கூட நடுநிசிக்கு ஆளில்லாத இந்த ஊரைக் கனவில் கடந்தபோது, புதிதாக முளைத்த வைக்கோல் பொம்மைகளைப் பார்த்தேன். அவை எல்லா நிறத்திலும் பளபளத்து நிற்பவை.

எத்தனையோ வருடம் முன்னால் இளைஞனாக இந்த ஊருக்கு வந்திருக்கிறேன். என் சொந்த ஊரில் தேரோட்டம் முடிந்த அடுத்த நாள் அது. அப்போது நான் கல்லூரியில் சேர்ந்திருந்தேன். பட்டப் படிப்புக்காக இல்லை. புகுமுக வகுப்பு. பள்ளிக்கூடத்தை விட எல்லா விதத்திலும் மாறுபட்டது கல்லூரி என்பதையும் பையன்கள் படிக்குமிடம் பள்ளி என்றால் இளைஞர்கள் படிக்கக் கல்லூரி என்பதையும் உணர்த்தவோ என்னவோ ஓராண்டே நடக்கும் புகுமுக வகுப்பு. ஒரு சௌகரியத்துக்காக ஆண்களை மட்டும் உதாரணம் சொன்னேன். புகுமுக வகுப்பில் பள்ளியிறுதி வகுப்பு முடித்து வந்த பெண்களும் இருந்தார்கள்.

முதல் தடவை வந்தபோது ஆளில்லாத இந்த ஊர்த் தெருக்கள் அச்சமூட்டின. அதுவும் கடல் போலக் கூட்டம் பெருகி வந்த தேரோட்டத்தில், எல்லாத் திசையிலும் சந்தோஷமாகச் செலுத்திப் போகப்பட்டு, கும்பல் மெல்ல வடியும் காலை நேரத்தில்

புறப்பட்டு இங்கே வந்தபோது, அந்தச் சத்தத்தையும் நெரிசலையும் ஒருமித்து எழும்பிய வியர்வை வாடையையும் மனதில் எடுத்து வந்திருந்தேன். இங்கே மனுஷர்கள் யாருமில்லை. பூசணிக்காய் காய்த்த வயல்களில் நீள மூங்கிலில் சார்த்தி நிமிர்த்தி உயர்த்திய வைக்கோல் பொம்மைகள் மட்டும் கண்ணில் தட்டுப்பட்டன. வீடுகளுக்குப் பின்னாலும் சின்னத் தெருக்கள் முடிந்து திரும்பும் இடத்திலும் வயல்களும், செழித்து வளர்ந்து கிடந்த சாம்பல் பூசணிக்காய்களும், வைக்கோல் பொம்மைகளும் மட்டும் கண்ணில்பட அமைதியாகக் கிடந்தது ஊர். என்னமோ மனதில் தோன்ற, குரல் எடுத்து அழுதேன் அப்போது. புகுமுக வகுப்பு படிக்கும் இளைஞன் செய்யக் கூடியதில்லை அழுவது. ஆனால் வெற்றுவெளி ஏங்கி விதும்ப வைத்து விட்டது.

அப்போதுதான் கவனித்துக் கேட்டேன். வீடுகளில் இருந்து பேச்சுக் குரல் எழுந்தது. நான்தான் தவறாக முடிவு செய்து விட்டேன். யாருமில்லாமல் ஊர் இருக்குமா என்ன? என்ன காரணமோ, எல்லோரும் வீட்டுக்குள்ளேயே இருக்கிறார்கள். பேசுகிறார்கள். வெளியே வராமல் இருக்க என்ன காரணம்? வெட்டுக்கிளிகளின் தாக்குதலாக இருக்குமோ?

அப்போது, பயத்தோடுநான் பின்னால் திரும்பிப் பார்த்தேன். வெட்டுக்கிளிகள் வந்திருக்கவில்லை. அவை எப்போது வரும் என்று சொல்ல முடியாது. வந்தால்?

போன தடவை இங்கே முதல் தடவையாக வந்திருந்தபோது உடலில் வலு இருந்தது. இருபது வயதுக்கே உரிய வலிமை அது. உண்பது எல்லாம் உடம்பில் வலு ஏற்றுகின்ற காலம் அது. அரிசிச் சோறு மட்டும் என்றில்லாமல் வரகரிசி, கேழ்வரகு, கம்பு என்று ஆக்கிக் கொடுத்ததை எல்லாம் ரசித்துத் தின்பேன்

அப்போது. சாப்பாடு மட்டுமில்லை, எது எது, என்ன என்ன என்று முழுக்க ஆராய்ந்து சொந்த அனுபவத்தில் தெரிந்துகொள்ளவும் ஆர்வம் இருந்தது. ஆளில்லாத இடத்தில் குரல்கள் எங்கிருந்து வந்தன என்று தெரிந்துகொள்ளவும் அதே ஆவலோடு அந்த வீடுகளில் முதலில் இருந்ததற்குள் ஓடினேன்.

சுத்தமான, வெளிச்சம் மிகுந்த, காற்றோட்டமான வீடு அது. சிறிய மனையும் கூட. வீட்டுக்குள் நுழைந்ததுமே ஹாலில் ஈரத்துணி வாடை. பெருமழை பெய்வதால் துவைத்த துணிகளை

வீட்டுக்குள்ளேயே கொடி கட்டி உலர்த்த வேண்டிய கட்டாயத்தின் பேரில் ஏற்படுத்தியது போல, குறுக்கும் நெடுக்குமாகக் கொடிகள். அவற்றில் துவைத்து உலர்த்தி இருந்தவை வகை வகையான ஆனால் எல்லாமே பழைய உடைகள். சலவைக்கு பயன்படுத்திய சவுக்காரத்தின் வாடை வீட்டுக்குள் பலமாக மூக்கில் குத்தியது. பேசும் ஒலிகள் திரும்பக் கேட்டன.

நான் மகாராஜன் சலவை சோப்பை உபயோகிக்கத் தொடங்கி விட்டேன் என்று பெண் குரல் மகிழ்ச்சி பொங்கச் சொன்னது. விலை அதிகம் என்று ஆண் குரல் குறைப்பட்டுக் கொண்டது. மற்ற சவுக்காரம் போலச் சீக்கிரம் கரையாது, ஒரு சவுக்காரப் பாளம் ஒரு மாதம் வரும். ஆதலால் செலவு கம்மி என்று பதில் சொன்னது பெண். வெள்ளை வெளேரென்று சலவை வருமா என்று சந்தேகம் கேட்கிற ஆணுக்கு, கண்ணைப் பறிக்கும் சலவை, தாழம்பூ வாசனையும் கூட சேர்ந்து வருகிறது என்று தொடரும் மகிழ்ச்சியில் பெண் அறிவிக்கிறாள். அப்படியானால் இன்னும் ஒரு வருடம் பயன்படுத்த மகாராஜன் சவுக்காரத்தை இதோ வாங்கி வருகிறேன் என்று சைக்கிள் மணி ஒலிக்கச் சொல்லி ஆண்குரல் தேய்கிறது. பனிரெண்டு பாளம் மகாராஜன் சவுக்காரம் வாங்கினால் குங்குமச் சிமிழ் பரிசு. மேலும் குலுக்கல் முறையில் தங்கச் சங்கிலி வெல்ல வாய்ப்பு. பெண் குரல் பின்னும் மகிழ்ச்சியோடு சொல்ல, நான் அந்தக் குரல்கள் எங்கே இருந்து வந்தன என்று அப்போது கண்டுபிடித்திருந்தேன்.

கூடத்துச் சுவரில் நல்ல உயரத்தில் ஒரு விசாலமான மாடப்பிறை இருந்தது. மற்ற சில ஊர்களில் வயோதிகத்தில் உடல் சுருங்கிய வீட்டுப் பெரியவர்களை இங்கே உட்கார்த்தி, படுக்க வைத்து ஒரு மாதிரி மற்றவர்கள் கவனித்துக் கொள்வார்கள் என்று கேள்விப் பட்டிருக்கிறேன். ஆனால் என்னமோ ஒச்சை அடிக்கும் அந்த மாடப்பிறைகளை அடுத்துப் போய்ப் பார்க்கத் தோன்றியதே இல்லை. தெருவின் முனையில் குவித்து வைத்த பழத்தோலும், எச்சில் இலையும், அழுகிய தக்காளிகளும் ஒரு நாள் மழையில் ஊறி எழுப்பும் துர்வாடை அது. ஒரு கல்யாணத்தில் வயசன் ஒருத்தன் சோற்றில் மோரைப் பிசைந்து சாப்பிட்டுக்கொண்டிருந்தபோது அதே நாற்றம் மூக்கில் பட்டது. வயதானவர்களையும் கல்யாண விருந்தையும் புறக்கணிக்க அப்போது முடிவு செய்தேன். மாடப்பிறையிலும் அதே வாடை.

குரல் வந்த இடம் அந்த மாடப்பிறை தான். வாடை ஒவ்வாமல் போனாலும் மேலும் கவனிக்க நினைத்தேன். சொன்னேனே, அப்போது நல்ல யௌவனமாக இருந்தேன். வீட்டுக் கூடத்தில் கதவுகள் திறந்து உள்ளே ஒன்றுமில்லாமல் இருந்த மர பீரோவை இழுத்து அதன் மேலேறி மாடப்பிறைக்குள் பார்த்தேன். அங்கே பெரிய டிரான்ஸிஸ்டர் ரேடியோ ஒன்று சத்தமாக ஒலித்துக் கொண்டிருந்தது. மகாராஜன் சோப் விளம்பரம் அதிலிருந்து திரும்பத் திரும்பக் கேட்டபடி இருந்தது. வெளியே வந்து அடுத்த வீட்டில் புகுந்தேன். அங்கேயும் கொடிகள், ஈரத் துணிகள். மகாராஜன் சோப் விளம்பரத்தோடு டிரான்சிஸ்டர் ரேடியோ. பாடல்கள் ஏதும் ஒலிக்கவில்லை.

இதெல்லாம் இருபது வருடம் முன்பு இங்கே முதல் தடவையாக வந்த போது. ஆளில்லாத, டிரான்சிஸ்டர் ஒலிக்கும் இந்த ஊரில் அப்போது பகல் சாப்பாட்டு நேரம் வரை இருந்தேன். எடுத்துப் போயிருந்த பகல் உணவை சைக்கிள் கேரியரில் இருந்து எடுத்துக் கொண்டு சுற்றிலும் சிறிதும் பெரியதுமான வயல்களில் வைக்கோல் பொம்மைகள் நிற்கும் பரந்த வெளியில் ஒற்றை மரத்துக்குக் கீழே அமர்ந்தேன். உலர்ந்துபோயிருந்த இட்டலிகளைச் சாப்பிடும்போது அந்த பொம்மைகள் ஒரே நேரத்தில் தலை சாய்த்து என் பக்கம் பார்த்தபடி இருந்தன. அவை ஒரே குரலில் மகாராஜன் சவுக்காரத்தை வாங்கச் சொல்லி என்னிடம் மன்றாடின அப்போது. சொன்னேனே, இருபது ஆண்டு முன்.

இப்போது இங்கே இருக்கிற வைக்கோல் பொம்மைகள் எப்போதும் பேசாதவை, யாரோடும் எதுவும் கோரிக்கை வைக்காதவை என்று உணர்ந்துகொண்டேன். அவை உடுத்திருந்த துணிகள் ஆடம்பரம் மிகுந்தவை. பழைய பொம்மைகள்போல் கிழிந்த, உடுத்திக் கழித்த கால் சராய்களையும், நைந்துபோன சட்டைகளையும் அணிந்து நிற்கிறவை இல்லை இவை. ஒன்றிரண்டு, விலையுயர்ந்த காலணிகளையும் அணிந்திருந்தன. அவை நின்ற வயல்களை அடுத்து இருந்த வீடுகள் புது வர்ணம் அடித்ததாக இருந்தன. அழுத்தமான பழுப்பும் வெளிறிய மஞ்சளும், கத்தரி நிறமுமாக உடுத்து நின்ற அந்த வைக்கோல் பொம்மை ஒன்றுகூட வயிற்றுப் பக்கமோ பிருஷ்டத்திலோ துணி பிய்ந்து வைக்கோல் வெளியே தெரியவில்லை. ஆச்சரியமான விஷயம் இது அவற்றில் சீராக உடுத்த பெண் பொம்மைகளையும் முதல் தடவையாகப்

பார்த்தேன். தலை குளித்து உலர்த்திக்கொண்டிருக்கும், ஜீன்ஸ் அணிந்தவர்கள்.

வெட்டுக்கிளிகளின் பெரிய திரள் என் பின்னால் பறந்து வருவதாக பலமாக ஒரு நினைப்பு வந்து கவிய விதிர்விதிர்த்துத் திரும்பிப் பார்த்தேன். எதுவும் இல்லை.

பத்து நாள் முன்பு, ஏன், ஒரு மாதத்துக்கு முன்பு என்றே சொல்லலாம், மலைச் சரிவில் ஒரு சிறு கிராமத்தில், ஊர்ப்பொதுவில் எல்லோரும் வந்திருந்த ஒரு சாயந்திர நேரத்தில், வெட்டுக்கிளிகளின் மிகப்பெரும் திரள் வந்து இறங்கியது. அரை மணி நேரம் சென்று அவை பறந்து போகும் வரை அந்தக் கிராமத்தில் இருந்து கூட்டமாகப் பலர் அலறும் சத்தம் ஒலித்துக்கொண்டிருந்தாலும் நாங்கள் அங்கே போகவில்லை. ராத்திரி ஊர் திரும்ப பஸ் வராத இடம் அது.

அடுத்த நாள் காலையில் அந்த வழியாக நகரத்துக்கு பஸ் ஏறிப் போனவர்கள் சொன்னார்கள் கண்கள் இருந்த இடங்களில் துளைகள் மட்டும் எஞ்சிய, உடல் சதை பெரும்பாலும் அரிக்கப் பட்டு எலும்புகளே மிச்சமிருந்த பலரை அங்கே கண்டோம். கொண்டாட்டம் போல் இருக்கிறது. நன்றாக உடுத்தியிருந்தார்கள் அவர்கள் எல்லோருமே. தாள வாத்தியங்களும் நாயனங்களும் கிடந்தன அங்கே.

சதை போய் எலும்பு மட்டுமிருக்க, உயிர் இல்லாமல் போனவர்கள் உடுத்திய ஆடைகளைப் பாராட்டத் தேவை என்ன என்று எனக்குப் புரியவில்லை இன்னும்.

அந்த உடுப்புகள் மிக நேர்த்தியானவை. பாராட்டப்பட வேண்டியவை.

என் வழியில் அருகே ஓங்கி உயர்ந்த மூங்கிலில் சார்ந்து நின்ற வைக்கோல் பொம்மை மெல்லிய குரலில் என்னிடம் சொன்னது. நான் வெயில் கண்ணில் பட நிமிர்ந்து பார்த்தேன். அது ஒரு பெண் பொம்மையாக இருந்தது.

நான் இந்த ஊருக்கு ஏற்கனவே வந்திருக்கிறேன்.

ஏனோ அவளிடம் பேச வேண்டும் என்று தோன்றச் சொன்னேன். அப்போது நான் பிறந்திருக்கவில்லை என்றாள் அவள். போன மாதம் என்னை உருவாக்கி நிறுத்தினார்கள் என்றும் கூட்டிச் சேர்த்தாள்.

எந்த நாளில்? சொன்னாள். அவள் கூறிய நாள் வெட்டுக்கிளிகள் மலைச்சாரல் ஊரை அழித்த தினம்.

அவர்களில் இரண்டு பேர் அணிந்த உடைகளே நான் அணிந்திருப்பது.

அவள் சிரித்தபடி சொல்ல நான் அரண்டு போய்ப் பார்த்தேன்... இந்த உடைகளுக்கு உள்ளே வெட்டுக்கிளிகள் ஊர்ந்து சதையைப் பியத்தெடுத்து உண்டிருக்கின்றன. வெளியேறிக் கண்களை அகழ்ந்தெடுத்துத் தின்றுள்ளன.

எனில், அது இனி நடக்காது. சதை இல்லை உள்ளே. வைக்கோல் தான்.

அவள் சொல்ல எனக்கு வருத்தமாக இருந்தது. வைக்கோலைப் பார்க்க என்ன இருக்கிறது? சதை பிடித்த உடலோடு அவளைக் கற்பனை செய்ய, ஒரே நேரத்தில் வீடுகளுக்குள் இருந்து சத்தம் உயர்ந்தது. எனக்குத் தெரியும், சவுக்கார விளம்பரம் ஒலிக்க ஆரம்பித்திருக்கிறது. ஆர்வம் இல்லாமல் கேட்டேன்.

இது சவுக்கார விளம்பரம் இல்லை. தொடர்ந்து அடர்ந்து மேலேறும் இசையும் நடுநடுவே சங்கு முழங்கும் ஒலியும், மணிகள் ஒலிப்பதும், பெண்களின் சிரிப்பும் எல்லாம் சவுக்காரத்தைக் கொண்டு துணி துவைப்பதோடு ஒத்துப்போகாதவை.

பெண் வைக்கோல் பொம்மை இருந்த வயலுக்கு அடுத்த வீட்டுக்குள் நுழைந்தேன். முன்பு போல் உள்ளே ஆர்வத்தோடு ஓடவில்லை. அங்கே யாரும் இருக்கப் போவதில்லை என்று தெரியும். மாடப்பிறையில் இருக்கும் டிரான்சிஸ்டர் ரேடியோவை மட்டும் பார்க்க வேண்டும் போல இருந்தது. இந்தப் பத்தாண்டுகளில் எங்கும் ஒரு ரேடியோ கூடக் கண்ணில் பட்டதில்லை.

வீட்டுக் கூடம் துடைத்துவிட்டதுபோல் கிடந்தது. ஆனால் துணிகள் உலர்த்திய கொடிகள் அங்கே இல்லை. பார்வையை உயர்த்தினேன். மாடப்பிறை இருந்த இடத்தில் சுவர் முழுமையாக எழும்பி இருந்தது. அங்கே ஒரு பெரிய தொலைக்காட்சிப் பெட்டி சத்தத்தோடு இயங்கிக்கொண்டிருந்தது. கனைக்கும் குதிரைகளும், மெல்ல ஊரும் தேர்களும், கச்சை அணிந்த மாதரும், நீண்டு வளர்ந்த வெண் தாடி முதியவர்களுமாக நிகழ்ச்சி.

தாடியைத் தடவிக்கொண்டு ஒரு முதியவர், கட்டுக் குலையாமல், பக்கவாட்டுத் தோற்றத்தில் அடுத்து நின்ற இளம் பெண்ணிடம் நமுட்டுச் சிரிப்போடு சொன்னார்

புகையிலைக் காரத்தைப் பன்னீரில் கழுவி அகற்றி, தங்கத்தைச் சுட்டுத் தேனோடு கலந்து இந்தத் தாம்பூலப் பொடி செய்ய எனக்குப் பழைய அறிஞர்களின் ஓலைச் சுவடிகள் பயன்பட்டன. பெண்ணே, உன் முதலிரவுக்கு இது உன் கூட இருக்கட்டும். அப்புறம் தினம் தினம் முதலிரவுதான்.

அந்தப் பெண் நாணத்தோடு பதில் சொல்கிறாள்

என் அவர் வெற்றிலை கூட மெல்லுவதில்லை.

தாடிக்காரர் பின்னும் விஷமமாகச் சிரித்தபடி ஒரு சிட்டிகை ஏதோ பொடியை வாயில் போட்டுக் கொண்டு லகரியோடு அரைக்கண் மூடிப் பேசுகிறார்

ஐந்து விரல் நீள, உள்ளங்கை அழுத்தித் தொடத் தடவி விரித்துச் சுவைக்க வெற்றிலையும் வேண்டாம், இது இருந்தால்.

திரை முழுக்க ஊரும் பெட்டகத்தில் ஜர்தா பான்- புகையிலைப் பொடி என்று எழுதி இருக்கிறது.

அந்தப் பெண் முகம் நேராக எனக்குத் தெரிந்தது. வாசலில் செருகி வைத்த வைக்கோல் பொம்மை அவள் தான். என்னோடு பேசியவள் இப்போது என்னை விழுங்குவது போல் பார்க்கிறாள். இதைக் கொஞ்சம் சாப்பிட்டுப் பாரு என்று என்னிடம் அவள் தொலைக்காட்சிப் பெட்டிக்குள் இருந்து புகையிலைப் பொடியை நீட்டுகிறாள். நான் வேண்டாம் என்றபடி வெளியே ஓடி வந்தேன்.

ஒரு பெரிய திரளாக வெட்டுக்கிளிகள் வாசலை அடைத்து எனக்காகக் காத்திருக்கின்றன. அந்தப் பெண் வைக்கோல் கை நீட்டி என்னை வாசலுக்கு பத்திரமாக இழுத்துப் போகிறாள். தசைக்குத் தான் அவை வரும், வைக்கோலுக்கு இல்லை என்கிறாள், நகமில்லாத விரல்களால் என் கன்னத்தை வருட, வெட்டுக்கிளிகள் இல்லாத வெளியில் சூரிய ஒளி தகதகக்கிறது.

நன்றி சொல்லிவிட்டு நான் நகர, என் கால்கள் முன்னால் போக மறுக்கின்றன. நான் குனிந்து பார்க்க, இடுப்பைச் சுற்றி, இடுப்புக்குக் கீழே வைக்கோல் அடைத்து கால்சராயும், காலணியும் விளிம்பு பிதுங்கி நிற்கின்றன. வயிற்றுக்கு மேலும் வைக்கோல் நிறைந்து

கொண்டிருக்கிறது. சதை இன்னும் இருக்கிறது.

உன்னை உயர்த்தப்போகிறோம்.

என் தலையைத் தடவி, தாடிக்காரக் கிழவர் கருணையோடு சொல்கிறார். நான் கண்கள் பனிக்க நன்றி சொல்கிறேன் அவருக்கு

வயதானாலும் உன்னை எனக்கு ரொம்பப் பிடிக்கும். ஜர்தாபான் வேண்டாமென்றால் பரவாயில்லை. என்னோடு பக்கத்தில் வந்து இரு.

அழகான அந்த வைக்கோல் பெண் சொல்ல, என்னைத் தாடிக்காரர்கள் பத்மாசனத்தில் அமரச் சொல்கிறார்கள்.

இதை மென்றுகொண்டிரு. அவள் வயது உனக்கும் வரும்.

கையில் கொட்டப்பட்ட ஜர்தாபான் பொடியை ஆர்வமாக மெல்லுகிறேன் நான்,

என்னை மெல்ல உயர்த்தி வைக்கோல் பெண்ணுக்குக் கண் மட்டத்தில் வைக்க இன்னும் கொஞ்சம் ஜர்தாபான் கேட்டுக் கீழே பார்க்கிறேன். கூர்மையான மூங்கில் என் கால்களுக்கு இடையே நீண்டு மேலே வந்து கொண்டிருக்கிறது.

ஜர்தாபான் ஜர்தாபான் என்று எல்லா வீட்டிலும் இருந்து பாட்டுச் சத்தம். இந்த மெட்டு எனக்குப் பிரியமானது. எனக்கும் என்கிறாள் பக்கத்தில் அவள்.

அழுக்கும் துர்வாடையும் போகத் துவைத்து, வெளுத்து, உலர்த்தி, உடுத்து வந்த இந்தத் துணிகளை அணிந்துதான் நான் வெட்டுக்கிளிகளுக்கு உணவாவேன்.

அவளிடம் சொல்லும்போது என் உதடுகளில் முத்தமிடும் அவள் உதடுகள் வெட்டுக்கிளி போல் கூர்மையாகப் படிகின்றன. என் கண்களைக் குறிவைத்து நீளும் கரங்களிலும் பிரம்மாண்டமான வெட்டுக்கிளிகள் சவுக்காரம் மணக்கும் சிறகுகளோடு அமர்ந்து என்னைப் பார்த்தபடி இருக்கின்றன.

கழுமுனை உள்ளே துளைத்துப் பாய்ந்து மேலேறிக்கொண்டிருக்கிறது.

(விருட்சம் 100 - 2016)

நூல்

'உக்காருங்க.'

முன்னால் வந்து நின்ற பெண்ணுக்காகக் கைப்பையை எடுத்து மடியில் புத்தகங்களின் மேல் வைத்துக்கொண்டு பக்கத்தில் இடம் ஒழித்துக் கொடுத்தாள் செல்வி. மழைக்கு நடுவே பஸ் வேகமெடுத்திருந்தது.

பக்கவாட்டில் பார்த்தாள். வந்து உட்கார்ந்தவள் ஆறரை அடிக்கு ஆகிருதியானவள். கழுத்தில் சிலுவை கோர்த்த சங்கிலி.

இன்னிக்கு நீ கிறிஸ்துவப் பெண்ணா? மனதுக்குள் அவளைக் கேட்டாள்.

அன்றன்றைக்கான சக பயணியை அன்றன்று கொடுத்தருளும் என்று வேண்டிக்கொண்ட மாதிரி ஒவ்வொரு பயணத்திலும் செல்விக்கு கிட்டத்தட்ட அவள் வயதில் யாராவது பக்கத்தில் வந்து உட்கார்ந்து விடுகிறார்கள். அவள் கற்பனையில் அந்தப் பெண் அக்காவோ தங்கையோ ஆகிவிடுவது வழக்கம். செல்வியால் சாதிக்க முடியாததைக்கூட சாதித்தவளாகிவிடுவாள் வந்தவள்.

'ஜென்னின்னு உன்னைக் கூப்பிடறேன்.'

இதுவும் செல்வி மனசுக்குள் சொல்லிக் கொண்டதுதான். பெயர் வைத்தால் தான் மனம் விட்டுப் பேச முடியும். செல்விக்கு அந்த மௌனமான உரையாடல் அவளுக்குத் தேவையானது. கற்றுத் தருவது.

மடி கனமாக இருந்ததாகப்பட்டது... கைப்பையை எடுத்துத் தோளில் மாட்டிக்கொண்டாள் செல்வி. ஆனாலும் கனம்தான்... பெரிசு பெரிசாக மூன்று புத்தகங்களைக் கட்டித் தூக்கி எடுத்துப் போகிறாள் அவள்.

'எங்கிட்டே கொடு. தூக்கிட்டு வரேன்.' ஜென்னி சொன்னாள்.

'அப்பா என்னைத்தான் எடுத்துப்போகச் சொன்னார்,' என்றாள் செல்வி.

சொந்தம் கொண்டாடும் பார்வையோடு அந்தக் காலிகோ பைண்ட் புத்தகங்களைப் பார்த்தபடி, அவற்றை அணைத்துப் பிடித்துக் கொண்டு மழையை வேடிக்கை பார்க்க ஆரம்பித்தாள் அவள். அடித்துப் பெய்யாமல் சிணுங்கி அழும் மழை. எந்த நிமிடமும் நின்று விடலாம்.

நூலகம் திறந்திருக்குமா? செல்வியின் மனதில் ஜென்னி கேட்டாள். 'அப்பா பெயரைச் சொன்னேன். கொஞ்சம் லேட்டானாலும் ஓகேன்னு சொல்லிட்டாங்க' என்று முணுமுணுத்தாள் செல்வி.

'உனக்கு இன்னும் ஒவ்வொண்ணுக்கும் அப்பா பெயர் நுழைவுச் சீட்டு மாதிரி வேண்டியிருக்கு' ஜென்னி கிண்டல் செய்தாள்.

'சரிடீ சரி... ஆறரை அடி ஆணழகு மட்டுமில்லே. அபூர்வமான பெண்ணழகும்தான். உன்னை மாதிரி ஆகிருதியா இருந்தா எந்த சிபாரிசும் இல்லாம எவ்வளவோ சாதிச்சிருப்பேன்' என்றாள் செல்வி.

'கண்ணு, சின்னதோ பெரிசோ, உன் சூழல்லே சாதிக்கறதுதான் முக்கியம்' அப்பா சொல்வது நினைவு வந்தது செல்விக்கு.

'பாரு, எங்கப்பா மாதிரியா? இத்தனை உசரமான பொண்ணுக்கு எங்கே போய் மாப்பிள்ளை தேடுவேன்னு எப்பவும் அங்கலாய்ப்பார்... உங்க அப்பா உன்னை கொண்டாடற வகை போல.... என்ன குறைச்சல் உனக்கு' ஜென்னி பொறாமைப்படுவதும் அழகாக இருந்தது.

'எனக்கா? என்ன குறைச்சல்? அறுநூறு சதுர அடி ப்ளாட். சுமாரான சம்பளத்திலே வீட்டுக்காரர், ரெண்டு குழந்தை, சின்னதா ஒரு உத்தியோகம்னு சின்னச் சின்ன வட்டத்திலேயே சுத்திட்டு இருக்கேன்.'

கண்களை மூடியபடி அவள் ஜென்னியின் உலகை உருவாக்கினாள்.

செல்வி பி.எஸ்ஸி. ஜென்னி பார்ட்டிகிள் பிசிக்ஸில் டாக்டரேட் வாங்கியவள். கூடவே தமிழ், பிரஞ்சு இலக்கியத்தில் எம்.ஃபில். செல்விக்கு வங்கியில் கம்ப்யூட்டர் கீபோர்ட் அழுத்தி வரவு செலவு வைக்கும் வேலை. ஜென்னி தும்பாவில் சாட்லைட் சவாரி செய்யும் பிஎஸ்எல்வி லாஞ்ச் வெகிக்கிள் தயாரித்த ஏரோ சயிண்டிஸ்ட். செல்வி குதிகால் எக்கி நின்று ஐந்தடி. ஜென்னி, சொல்லி மாளாது, சகலரையும் அசர வைக்கும் மகா உயரம். காரில் போகாமல் எதுக்கு பஸ்ஸில் வந்தாள்? ஏதானாலும் செல்விக்கு நல்ல பயணத் துணை அவள்.

செல்வி பஸ் ஜன்னலில் அவசரமாகக் கவிந்த தார்ப்பலின் திரையை உயர்த்திப் பார்த்தாள். மழை நின்றிருந்தது.

அப்பா என்னவாக இருந்தார் என்று கேட்டாள் ஜென்னி.

அப்பா சுமாரான வருமானம் வருகிற வக்கீலாகத் தான் இருந்தார். பெரிய கட்சிக்காரன் என்றாலும் சின்ன கேஸ் என்றால் அதற்கான தொகை தான் வாங்குவார். அவர் பெரிய கேஸ் என்று எதுவும் எடுத்து நடத்தியதில்லை என்பது வேறு கதை. ஏழை பாழைக்காக கேஸ் நடத்தினால், கிட்டத்தட்ட காசு வாங்காமல் தான் இருக்கும் அது. சாகுபடி நெல் அளப்பு தாவாவில் ஒரு மூட்டை நெல்லும் ஒரு பூசணிக்காயும், ரெண்டு குட்டைப் புடலும் பீஸாக வந்ததாக அம்மா சொல்லியிருக்கிறாள் செல்விக்கு. அம்மாவின் மஞ்சள்காணி வருமானமும், ரெண்டு வீடு வாடகைக்கு விட்டு வந்ததும் அந்தக் குடும்பத்தை அதிகமாக கஷ்டப்படாமல் காப்பாற்றிவிட்டது.

அம்மா மட்டுமில்லை, அப்பாவும் கட்டு செட்டாக சிக்கன வாழ்க்கைதான். ஆனால் புத்தகம் வாங்குகிறதில் மட்டும் அவர் செலவாளி. எங்கேதான் போவாரோ, மாதம் பத்து நாள் புதுசு புதுசாக ஏதாவது புத்தகம் வாங்கி வந்து விடுவார். தமிழில், இங்கிலீஷில், பிரஞ்சில் என்று மூன்றில் எதுவாகவும் இருக்கும். பழைய புத்தக ரசிகரும் கூட.

பழைய புத்தகம் யாராவது சப்ஜாடாக விற்கிறதாகத் தகவல் தெரிந்தால், செல்வியைக் கூட்டிக் கொண்டு ரகசியப் பயணம் கிளம்பி விடுவார் அப்பா. தலையில் முண்டாசும், கையில் பள்ளிக்கூட வாத்தியார் மாதிரிப் பிரம்பும், தோளில் நாலைந்து

ஜோல்னாப் பையுமாக இந்தப் படையெடுப்பு பெரும்பாலும் ஞாயிற்றுக்கிழமை தான் இருக்கும். ஏதாவது பெரிய வீட்டை இடித்துப் புதிதாகக் கட்ட உத்தேசித்திருப்பார்கள். அல்லது வீட்டைக் காலி செய்து கொண்டிருப்பார்கள். வீட்டில் கட்டாயம் ஒரு அறை முழுக்க மர அலமாரிகளில் கட்டுக் கட்டாகப் புத்தகங்கள் இருக்கும். எல்லாம் ஒரே மாதிரி பழைய வாசனை வீசுகிறவை. அந்த வாசனை மூக்கில் பட்டாலே அப்பா முகத்தில் அலாதியான ஒரு ஆனந்தம் வரும்.

அவர் குற்றாலத் துண்டை மூக்கைச் சுற்றிக் கட்டிக் கொள்ளும்போதே செல்விக்கு அடுத்து என்ன வரும் என்று தெரியும். அவளை வெளியே இருக்கச் சொல்வார். தூசி, பூச்சி, பொட்டு அண்டுமாம். அண்டட்டுமே.

'நானும் எங்கப்பா பழைய புத்தகம் வாங்கறபோது போயிருக்கேனே' ஜென்னி சிரித்தாள். பழக்கமில்லாத வீடுகளின் அலமாரி அடுக்குகள் நிற்கும் அறைகளுக்குள் தன் கூட ஜென்னி நுழைய அவள் அப்பா அனுமதித்து அவளையும் விளையாட்டில் சேர்த்துக் கொள்வாராம்.

'அப்பாவுக்கு புத்தகம்னா குழந்தை மாதிரி. பூ போல. ஓரத்திலே மடிச்சா, நடுவிலே விரிச்சுக் குப்புறப் பறத்தி வச்சா உடனடியாகக் கண்டிப்பார். ஆனாலும், அவரோட பழைய புத்தகக் குழந்தைகளை முதல் தடவையாக ஆசையாக அணைச்சு எடுக்கும் முந்தி அதுகளுக்கு ஒரு பிரம்படி தருவது வாடிக்கை. புத்தகத்துக்கு உள்ளேயோ, அலமாரியிலே வச்ச இடத்துக்குப் பின்னாலேயோ பூச்சி பொட்டு ஏதாச்சும் இருந்தால் வெளியே வந்துடும்னுதான் அந்த அடி' என்றாள் ஜென்னி.

அப்பாவோடு செல்வி புத்தகம் வாங்கப் போன எந்த இடத்திலும் தேளோ பாம்போ புத்தகம் படித்துக்கொண்டிருக்கவில்லை. பாச்சைகளும், வெள்ளையாக மினுக்கும் பூச்சிகளும் சில இடங்களில் கரப்பும் சமயத்தில் வெளியே ஓடி வந்தன. இதில் மகா மோசமான வில்லன் வெள்ளிமீன் பூச்சி என்பார் அப்பா. 'உள்ளே போய் அரிச்சுதுன்னா ஆக்ஸ்போர்ட் இங்கிலீஷ் டிக்ஷனரி போல ரெண்டாயிரம் பக்கப் புத்தகம் கூடப் பொலப்பொலன்னு கூழாகி உதுந்துடும்.'

‘அந்த வெள்ளிமீன் பூச்சி பிரம்மாண்டமா வளர்ந்து துரத்தறதா கனவு அடிக்கடி வரும். இன்னும் பயம் இருக்கு’ என்றாள் செல்வி. ஜென்னி பலமாகச் சிரித்தாள். பூச்சிக்கெல்லாம் எதுக்கு பயம் என்றாள் அவள்.

பஸ் கிட்டத்தட்ட காலியாக இருந்தது. ஜென்னி இன்னும் தன்னோடு பயணம் செய்வது ஆறுதலாக இருந்தது செல்விக்கு. பின்னால் இருந்து ஈரமில்லாத முன் சீட்டுக்கு வந்த கண்டக்டரிடம், எப்போது தான் இறங்க வேண்டிய இடம் வரும் என்று கேட்டாள். ‘கடைசி ஸ்டாப் அதான். இன்னும் பத்து நிமிஷமாவது ஆகும்’ என்றார் அவர்.

அப்பா பழைய புத்தகத்தை எப்படி வீட்டுக்குள் கொண்டு வருவார் என்று கேட்டாள் ஜென்னி. ‘அதை ஏன் கேக்கறே?’ சிரித்தாள் செல்வி.

வாங்கி வந்ததை அப்பா வீட்டுக்குள் கடத்தும் அழகே அழகு. எத்தனை புத்தகம் இருந்தாலும் அழகாக அட்டைப் பெட்டிகளில் அடுக்கி, சைக்கிள் ரிக்‌ஷாவில் கொண்டு வரும் வேலையை அப்பா அலுப்பில்லாமல் செய்வார். பெட்டியில் வைத்தது போக, அவர் மடியிலும் ஜம்மென்று நாலு புத்தகம் இருக்கும். இப்போது செல்வி மடியில் இருப்பதுபோல.

‘பூங்கா நகர்லே இருந்து ரிக்‌ஷாவிலே புத்தகம் வாங்கி வந்த கதை உனக்குத் தெரியாதில்லே. கேளு ஜென்னி’ என்றாள் செல்வி.

புத்தகம் வாங்கி பாதி தூரம் வந்தபோது செல்விக்கு பசி உக்கிரமாக இருந்தது. திரும்பி வரும்போது பூரி கிழங்கு டிபன் வாங்கித் தருவதாக அப்பா சொல்லி வைத்திருந்த உடுப்பி ஓட்டல் கடந்து போக, அவர் எதையோ பரபரப்பாகப் புத்தகக் குவியலில் தேடிக் கொண்டிருந்தார்.

‘பதிற்றுப் பத்து மூலமும் உரையும் எடுத்து வைச்சேனே கண்ணு. அதைக் காணோமே... அந்த வீட்டு அலமாரியிலேயே விட்டுட்டேனா? அடடா கடப்பாறை எல்லாம் எடுத்துட்டு வந்துட்டு இருந்தாங்களே... புத்தகம் அவங்க கையிலே கால்லே மாட்டினா... ஐயயோ’ பதறினார்.

தூறல் வலுக்க, செல்வி தலையில் மேல் துண்டையும், ரிக்ஷா தட்டில் வைத்த புத்தகங்கள் மேல் பிரித்துப் போட்ட மப்ளரையும் வைத்துப் போர்த்தினார் அப்பா. 'கொஞ்சம் வண்டியை திருப்பு.'

ரிக்ஷாக்காரன் முணுமுணுத்துக்கொண்டே திரும்ப ஓட்டிப் போய் நிறுத்த அப்பா இறங்கி ஓடினார். குரல் எழும்பவில்லை. வீட்டுக்காரர் 'என்னங்க, பர்ஸ் விட்டுட்டுப் போயிட்டீங்களா' என்று கவலையோடு விசாரித்தார். அப்பா கஷ்டப்பட்டு பதிற்றுப் பத்து என்றது அவருக்குப் புரியவில்லை. விட்டுட்டுப் போயிட்டேங்க.... இங்கே தான் வச்சேன்...'

இடிக்க ஆரம்பித்திருந்தவர்களை நிறுத்தச் சொல்லி மன்றாடினார் அப்பா. தாற்காலிகமாகப் போர் ஓய்ந்த பூமி போல இருந்த அந்த செங்கலுக்கும் தூசிக்கும் நடுவே ஓடி பாதி இடிந்த சுவரில் பிரித்தெடுத்துக் கொண்டிருந்த ஜன்னல் மாடத்தில் இருந்த புத்தகத்தை வாரி எடுத்து அணைத்துக்கொண்டார். கிழங்கு மாதிரி லெதர் அட்டை மாட்டி சீராகப் பெயர் எழுதிய புத்தகம். திரும்ப வரும்போது ரிக்ஷாக்காரன் சலித்துக்கொண்டதால், செல்வி பார்த்துக் கொண்டிருக்க, உடுப்பி ஓட்டல் கடந்து வண்டி நிற்காமல் ஓடிவிட்டது.

'நானும் அப்பாவும் ஏரியூருக்குப் புத்தகம் வாங்கப் போனோம். அப்பா 'குட்டி நீ பசியாறு. அதான் முக்கியம்'னுட்டார். நாங்க போய்ச் சேர்ந்தபோது புத்தகத்தை எல்லாம் கிழிச்சு குப்பையிலே போட்டிருந்தாங்க. அப்பா அழுதார் அப்போ' என்றாள் ஜென்னி. அப்பாவை எல்லாம் அழ விடலாமா? செல்விக்குத் தெரியவில்லை.

ஜென்னி எழுந்து நின்றாள். பஸ்ஸில் மிச்சம் இருந்த நாலு பயணிகளும் கூட நிற்க, 'கடைசி ஸ்டாப்' என்றார் கண்டக்டர். செல்வியும் எழுந்து நின்றாள். கையில் புத்தகங்களோடு இறங்க சிரமமாக இருக்கலாம்.

'கொடுங்க, நான் ரெண்டு எடுத்துக்கறேன்' என்றாள் ஜென்னி.

நிஜமாகவே அப்படிச் சொன்னாள் செல்வியிடம். செல்வி அவளுக்கு மனதுக்குள் கொடுத்திருந்ததை விட அவள் குரல் மென்மையாக இருந்தது. அவள் பெயர் ஜென்னியாக இருக்காதோ.

பத்திரமாகத் தோளோடு சார்த்திய புத்தகங்களோடு அடுத்தடுத்து இறங்கினார்கள் இருவரும்.

நூலகம் எப்படிப் போகணும்?

செல்வி ஜென்னியை நேசமாகப் பார்த்துக் கேட்டதும் நிஜம்தான். 'நான் அந்தப் பக்கம்தான் போறேன். வாங்க, சேர்ந்து போகலாம்' ஜென்னி சொன்னாள்... இரண்டு பேரும் அமைதியாக நடந்தார்கள்.

'அப்புறம் என்ன ஆச்சு?' செல்வியின் மனசுக்குள் கேட்டாள் ஜென்னி கையில் புத்தகங்களை அணைத்துப் பிடித்தபடி.

'என்ன ஆச்சு, என் கல்யாணம் ஆச்சு' என்றாள் செல்வி. காதலா என்று சிறு புன்னகையோடு கேட்டாள் ஜென்னி. பின்னே இல்லையா?

'அப்பா, உங்ககிட்டே கோயில் மாநகர் புத்தகம் இருக்கா?' அப்பாவிடம் கேட்ட மாலைப் பொழுது செல்விக்கு நினைவு வந்தது.

'ஓ இருக்கே. மதுரை கோவில் அறுபத்து நாலாம் வருஷ குடமுழுக்கு விழா மலர். ரொம்ப அபூர்வமான புத்தகம் ஆச்சே. யாருக்கு வேணும்?'

'படிச்சுட்டு தரலாமான்னு கேக்கறார் பாரி.'

'பாரின்னா?'

'எங்க பேங்குலே புரபேஷனரி ஆபிசரா வந்திருக்கார். மதுரைக் காரர்.'

அபூர்வமான அந்தப் புத்தகத்தை ரெண்டே நாள் இரவல் கொடுத்தார அப்பா. பாரி படித்து வந்து கிழக்கு கோபுர வாசல் ஓவியத்தில் மகாத்மா காந்தி பற்றி தகவல் கேட்க, இன்னும் ஒரு வாரம் இரவல் நீடிப்பு.

நட்பு காதலாகக் கனிந்த நேரம் அது.

'புத்தகம் மட்டும் போதாது. நீயும் வேணும். இரவல் இல்லே. எப்பவும் எனக்கே சொந்தமாக' மழை ஓய்ந்த ஒரு மாலை நேரம் சொன்னான்.

கோயில் மாநகர் முடித்து, ப.சிங்காரத்தின் புயலில் ஒரு தோணி முடித்து, அசோகமித்திரனின் பதினெட்டாம் அட்சக் கோடு முடித்து, ஆதவனின் காகித மலர்கள் முடித்து, ஜி.நாகராஜனின் நாளை மற்றுமொரு நாளே முடித்து, எம்.வி.வெங்கட்ராமின்

வேள்வித் தீ படிக்க அப்பாவிடம் புத்தகம் கேட்டிருந்தான் பாரி அப்போது.

'உன் வேகத்திலே மெல்லப் படிச்சுட்டுக் கொடு' அப்பா சம்மதித்த போது பாரி முறைப்படி பெண் கேட்டு வந்தான்.

அம்மா போய் முதல் திவசம் கழிந்த பத்தாம் நாள். செல்விக்கு சம்பந்தம் பேச அவனோடுகூட ரெண்டே பேர் வந்தார்கள். அக்காவும் அத்தானும் மட்டும்தான் உறவு என்று சொல்லி இருந்தான் பாரி.

காளிதாசனின் எல்லாக் காவியங்களும் மூலமும் உரையும் தமிழ் மொழிபெயர்ப்புமாக நேர்த்தியாக பழைய புத்தகமாகக் கிடைக்கிறது என்று அப்பா தேடிப் போனது அவர்கள் வந்த தினத்தில்தான்.

'குமார சம்பவம் கடைசி சர்க்கத்தை அசிங்கம்னு மொழி பெயர்க்காம விட்டுட்டாங்க. கவிதையிலே, அதுவும் காளிதாசன்கிற மகாகவி காவியத்திலே எது அசிங்கம்? எப்படி வரும்? இந்தப் பதிப்புலே எதையும் விடலே. அதுதான் இதிலே விசேஷம்' என்றபடி கிளம்பினார் அப்பா.

அப்பா வந்தபோது பாரியும் அக்காவும் புறப்படத் தயாராக இருந்தார்கள். ஒரு மணி நேரம் தாமதமாக வந்தார் அவர். ஆனால் வந்ததுமே நிலைமை அவர் வசமானது. பாரியின் அக்காவுக்கும் இலக்கியத்தில் ஈடுபாடு ஆனதால் ஆறிப்போன ரவா கேசரியும் சாயாவும், பிஸ்கட்டும், ஜெயகாந்தனின் 'பாரிசுக்குப் போ'வுமாக அந்தப் பகல் களைகட்டியது.

'எங்கப்பா எனக்கு மாப்பிள்ளை பார்த்தது எதுவுமே அமையலே. இந்த உசரத்துக்கு பிள்ளை கிடைக்காது. பொண்ணு பிடிச்சாலும் இன்பீரியாரிடி காம்ப்ளெக்ஸ்... வேணாமாம். ரெண்டாம் தாரம் போல பார்க்கவான்னு யாரோ கேட்க நான் கல்யாணமே வேண்டாம்னுட்டேன். என்ன போச்சு...'

ஜென்னி சொல்ல, செல்விக்கு துக்கமானது. அறுநூறு சதுர அடி ஃப்ளாட், சராசரி உயரமும், ரசனையும், நிறைய அன்புமான கணவன், பேங்க் வேலை, ரெண்டு பிள்ளை. உனக்கு வேணாமா ஜென்னி?

'ரெண்டு மாசமாச்சும்மா அந்த அல்போன்ஸ்ராஜ் எங்கிட்டே இருந்து ஐசக் அசிமோவ் கம்ப்ளீட் வால்யூம் ஃபவுண்டேஷன் சீரிஸ் சயன்ஸ் பிக்ஷன் வாங்கிட்டுப் போய். படிக்கக்கூட இல்லே. எங்கேயோ பேசறதுக்கு மேற்கோள் கொடுக்கவாம். அலமாரியில் அந்த இடம் காலியா இருக்கறதை பார்க்கவே சகிக்கலே. இன்னிக்கு போய்ப் பார்த்து அவன்கிட்டே இருந்து பிடுங்கிட்டு பத்தே நிமிஷத்துலே வந்துடறேன்.'

வாயும் வயிறுமாக செல்வி வந்திருந்த நேரம் 'ஆட்டோவிலே போய்ட்டு உடனே வந்துடறேன்... குடையை எடுத்துப் போறேன். புத்தகம் நனைஞ்சுடும்' அப்பா கிளம்ப மழையும் எட்டிப் பார்த்தது...

அவர் வர ஆறு மணி நேரம் ஆனது. வழியெல்லாம் மழை வெள்ளம் தேங்கி பாதை அமிழ்ந்து போக, வீட்டில் கரெண்ட் போய் விட்டிருந்தது. தனியாக வீட்டில் வயிற்றுப் பிள்ளையோடு இருக்க, அவசரமாகக் கவிந்து இருட்டும் இரவும் செல்வியை அழ வைத்த பொழுது அது.

ஜென்னியைப் பார்த்தாள் செல்வி. 'உன் உயரத்துக்கு மாப்பிள்ளை கிடைக்கவில்லைங்கறதை மாத்திக்கறேன் ஜென்னி...' சரி என்றாள் ஜென்னி. அவளுக்கு செயற்கைக் கோள் ஏவும் மையத்தில் சீனியர் ஏரோ சயண்டிஸ்ட் பரத் குமாரோடு காதல் கல்யாணம் நடந்துவிட்டது. வாயும் வயிறுமாக ஜென்னி அப்பா வீட்டுக்கு வந்திருந்தாள்...

'புத்தகம் இரவல் வாங்கிப் போனவன் திருப்பித் தரலே. ஆட்டோலே போய் வாங்கிட்டு வந்துடறேன் என்று கிளம்பினார் அப்பா.' ஜென்னி ஒப்பித்தபடி, சரிதானே என்பது போல் செல்வியைப் பார்த்தாள். சரியே.

'போய்ப் பதினைந்தே நிமிடத்தில் திரும்பி விட்டார் அப்பா. வழியெல்லாம் மழை வெள்ளம் தேங்கி பாதை அமிழ்ந்து போக, வீட்டில் கரெண்ட் போயிருந்த நேரம். தனியாக வீட்டில் வயிற்றுப் பிள்ளையோடு இருக்கியே. புத்தகம் முக்கியமா நீயா?' நெகிழ்ந்து போனேன்' என்றாள் ஜென்னி. செல்வி அனுதாபத்தோடு சிரித்தாள்.

'எங்கப்பாவுக்கு பிரியம் இல்லாம இல்லே. நான் சமாளிச்சுப்பேன்னு எம் மேலே நம்பிக்கையும் இருந்தது' தீர்மானமாகச் சொன்னாள் செல்வி.

'அப்பா அப்பப்போ எங்க வீட்டுக்கு வந்து, பேரன் பேத்தியோடு கூட இருந்துட்டு ரெண்டு நாள் கழிச்சுத்தான் போவார். அப்போ புத்தகத்தை எல்லாம் மறந்துடுவார்' என்றாள் பள்ளம் தவிர்த்து நடந்த ஜென்னி.

ஒரே ஊர் என்றாலும் அப்பா செல்வி வீட்டில் ஒரு நாள்கூட ராத்திரித் தங்க சம்மதித்ததில்லை. வீட்டை அப்படியே போட்டுட்டு வரமுடியாது என்று அவசரமாகக் கிளம்பிப் போய் விடுவார். புத்தகங்களைப் பிரிந்து இருப்பது முடியாத காரியம் அவருக்கு.

வீடு முழுக்க புத்தகங்கள் நிறைய அப்பா சொன்னார், 'கூடம் தான் விசாலமாக இருக்கே. அங்கே சுத்தி அலமாரி வைச்சு புத்தகத்தை அடுக்கி வச்சுடலாம்.' அப்பா போட்ட ஸ்கெட்ச் பார்த்துப் பாரி கேட்டான் - இவ்வளவு உசரமா, நாலு நாலு தட்டு வச்சு ஷெல்ப் வேணுமா? மேல் ஷெல்ப்லே எடுக்கறது வைக்கறது கஷ்டமாயிருக்குமே.'

'கஷ்டமே இல்லே பாரி, கொஞ்சம் எம்பினா போதும். எடுத்துடலாம். புத்தகத்துக்காக எவ்வளவு நடந்து இருக்கேன். இப்போ அதுக்காக நுனிக்கால்லே ஒரு நிமிஷம் நிக்கறது கஷ்டமா என்ன? எனக்கு எட்டலேன்னாலும் நம்ம சீனா தானா எடுத்துத் தருவான். செட்டிநாட்டு சமையலுக்கு இல்லே, உசரத்துக்குத்தான் இவனை வேலைக்கு வச்சது என்றார் சமையலுக்கு வீட்டில் நின்ற சிதம்பரம் பிள்ளையைக் காட்டி.

'அலமாரி கதவு கிச்சுனு அடைச்சுப் பூட்டற மாதிரி இருக்கணும். திடீர்னு திறந்துடறது... மேலே பாருங்க' என்றான் பாரி. 'இருந்துட்டுப் போகட்டும், அப்போதான் புத்தகங்களுக்கு சுவாசம் முட்டாம காத்து வந்துட்டு இருக்கும். நான் பாத்து அடச்சுக்கறேன்' என்றார் அப்பா...

'பார்த்துப் போங்க. நேரே நடந்தா தெரு திரும்பற இடத்திலேதான் நூலகம்' என்றபடி ஜென்னி நிற்க விளக்குகள் அணைந்து போயின.

'அடடா இங்கெல்லாம் கரண்ட் போனா எப்போ வரும்னு தெரியாதே.'

அவள் கொஞ்சம் யோசித்தாள். 'வாங்க உங்களை விட்டுட்டு வீட்டுக்கு போறேன்' என்றாள் செல்வியிடம். ஒரு தடவை

நன்றி சொல்லி, போதாது என்றுபட இன்னொரு தடவையும் சொன்னாள் செல்வி.

‘எங்கப்பாவுக்கு கடவுள் நம்பிக்கை எல்லாம் கிடையாது. ஆனாலும் அவர் போன மாதம் இறக்கறபோது கம்பராமாயணத்தைப் படிச்சுட்டிருந்தார்.’

ஜென்னி உண்மையிலேயே சொன்னாள்.

ஆறுதலாக இருந்தது செல்விக்கு. அவளும் ஜென்னியும் ஒரு கோட்டில் வருகிறார்கள். புத்தகம் படிக்கப் பிடித்த, போன மாதம் மறைந்த அப்பா.

போன மாதம் என்ன நடந்தது? செல்வியை ஜென்னி மனதில் கேட்டாள்.

‘இன்னிக்கு சரஸ்வதி பூஜை அப்பா. ஒண்ணும் படிக்கக் கூடாது. நாளைக்கு விஜய தசமிக்குத்தான் படிக்கலாம்.’

அப்பாவுக்குப் பிரியமான புத்தகங்களைக் கொலுவாக வைத்து விட்டு, எண்ணெய் குறைத்து சுக்காகக் காய்ந்த ரெண்டே ரெண்டு பருப்பு வடையும், அரைக் கிண்ணம் பாயசமும் கொண்டு போய்க் கொடுத்துவிட்டு வந்தாள் செல்வி.

‘ரிடையர்ட் ஜட்ஜ் ஜகதீசன், ராமாயணம் பற்றி சங்க இலக்கியத்துலே ரெபரன்ஸ் இருக்கான்னு கேட்டார். நிறைய இருக்குன்னேன். புறநானூறுலேருந்து ஆரம்பிக்கணும்... புத்தகம் எடுக்கணுமே.’

‘சாரி அப்பா, நாளைக்குதான், விஜயதசமி. இன்னிக்கு நோ புத்தகம்.’

விஜயதசமி காலையில் செல்வி போனபோது அப்பா தரையில் அரைகுறை நினைவோடு கிடந்தார். பக்கத்தில் நாலு என்சைகிளோபீடியா பிரிட்டானிகா தலையணை புத்தகங்களும், கம்பராமாயணம் முழு வால்யூமும், புறநானூறும் சிதறிக் கிடந்தன. சமையல் சீனா தானா சொந்தக்காரர் யாரோ துபாயில் இருந்து வந்திருக்கிறார் என்று பார்த்து வரப் போயிருந்த மழைக்கால இரவு.

அப்பா அடுத்து படுத்த படுக்கையாகிப் போனார். டெஸ்ட் செய்த டாக்டர் சொன்னார் - விழுந்ததில் அடி பட்டு எலும்பு முறிவு மட்டுமில்லை, தலையில் அடி பட்டு பாதிப்பு. உச்சந்தலையிலும்

பிடரியிலும் கூட எப்படி அடி என்று புரியவில்லை. சுவரில் தலை மோதி இருக்கலாம்.

‘இதெல்லாம் மேல் வரிசைப் புத்தகம். அப்பா தேடற புறநானூறு கீழ் வரிசையில் இருப்பது. தமிழ் கைக்கு அருகே. கொஞ்சம் எக்கி இங்கிலீஷ், சம்ஸ்கிருதம், பிரெஞ்ச். இப்படித் தானே வச்சிருப்பார். கொஞ்சமும் வரிசை குலையாதே.’ செல்விக்கு மனதில் பட்டது.

அப்பாவிடம் கேட்டும் விட்டாள். நெடுநேரம் பதில் இல்லை. அப்புறம் மெல்லச் சொன்னார் -

‘கண்ணு, அது ஒண்ணும் இல்லே. ராத்திரி பாத்ரூம் போகிற போது அலமாரியிலே மோதிட்டேன்... கரண்ட் வேறே இல்லியா... அலமாரியோட மேல் கதவு திறந்து நாலு புத்தகம்... என்சைக்ளோபீடியா... குழந்தைகள் மாதிரி... பாவம் நிலை குலைஞ்சு மேலே விழுந்துதா... அதுக்கெல்லாம் அடி படாம பார்த்துக்கணும்னு நான் குனிஞ்சேனா, கால் வழுக்கி விழுந்துட்டேன்.’

அழுகையை அடக்கி நிமிர்ந்து பார்த்தாள் செல்வி. நிஜமான அழுகை. நிஜமான பயணத் துணையாக, பயணம் முடிந்தும் அவள் அருகே ஜென்னி. ஜென்னியிடம் செல்வி சொன்னாள் -

‘இன்னிக்கு அப்பா இறந்து பதிமூணாம் நாள். காலையில் சம்பிரதாயமான சடங்கு எல்லாம் முடிஞ்சு நான் ஒரு ரெண்டு நிமிஷம் பேசலாமான்னு கேட்டேன். சரின்னாங்க. எழுதி வச்சதை படிச்சேன்....

வாழும் நாள் முழுதும்
வாசித்து வாசித்தே சுவாசித்தாய்
இதயம் போர்த்திய புத்தகமே
இறுதி மூச்சானது உனக்கு
சொல்றபோதே அழுதுட்டேன்.

அப்பா சொன்னபடி இந்த நாலு புத்தகத்தையும் ஜீவானந்தம் லைப்ரரியில் நன்கொடையாகத் தரப் போய்ட்டிருக்கிறேன்.’

கண் கலங்கினாள் செல்வி. கொஞ்சம் திகைத்து அவளைத் தேற்றினாள் ஜென்னி. பாதித்த சோகம் புத்தகங்களாகக் கனக்க இருவரும் நூலகத்தில் நுழைந்தார்கள்... நூலகரும் புத்தகங்களும்

தவிர ஆளரவமின்றி அது செல்விக்காக காத்திருந்தது.

‘சாரி, லேட் ஆயிடுத்து என்றாள் செல்வி நூலகரிடம். ஒரு கல்லூரி முதல்வர் போலவோ, அனாதை இல்ல நிர்வாகி போலவோ, மாநில ஆளுநர் போலவோ கம்பீரமான ஆளுமை அந்த அம்மா எனப்பட்டது.

‘பரவாயில்லை... புத்தகங்களை அதுவும் அபூர்வமான புத்தகங்களை நன்கொடையாகக் கொடுக்க வரேன்னு சொன்னீங்க. காத்து இருக்காம ஓடிடுவேனா? புத்தகம் மதிப்பு எனக்கும் தெரியுமே’ என்றார் அவர் புத்தகங்களை வாங்கிக்கொண்டு.

வெளியே வந்து திரும்பிப் பார்த்தாள் செல்வி. அந்தம்மா குழந்தை மாதிரி ரெண்டு புத்தகங்களைத் தோளில் அணைத்துப் பிடித்து உள்ளே போய்க் கொண்டிருந்தார்.

அப்பாவுக்கு ரொம்ப மனசு நிறைவா இருக்கும். ‘கண்ணு, நல்லா இரும்மா நீ எப்பவும் நல்லா இருன்னு சின்னச் சின்ன செயலுக்கெல்லாம் ஆசிர்வதிப்பார். செல்விக்கு அழுகை வெடித்தது.

ஜென்னி செல்வி கையை மெல்ல அழுத்தினாள். அழாதீங்க என்றாள். ‘எல்லா அப்பாவும் பொண்ணுங்க மேலே பிரியம் நிறைய வைக்கறவங்க. அவங்க இல்லாட்டாலும் அந்தப் பிரியம் நம்மை வாழ வைக்கும். நான் வரேன்... பாத்துப் போங்க.’

ஜென்னி தெரு திரும்பி நடந்து போனாள். அவளிடம் பெயரைக் கேட்டிருக்கலாம் என்று செல்விக்குத் தோன்றியது. எதுக்கு? ஜென்னியாகவே இருக்கட்டும்.

பஸ் வந்து கொண்டிருந்தது.

(ஜன்னல் 2015)

இரா.முருகன்

1953-ல் தமிழ்நாடு, சிவகங்கையில் பிறந்தவர் இரா.முருகன். பன்னாட்டு நிறுவனங்களில் வங்கித் தொழில்நுட்பவியல், திட்ட மேலாண்மைத் துறைகளில் பொது மேலாளராக இந்தியா, பிரிட்டன், தாய்லாந்து, அமெரிக்காவில் பணிபுரிந்து பணி ஓய்வுபெற்றுத் தற்போது சென்னையில் வசிப்பவர்.

தமிழ் இலக்கிய வெளியில் 1977 முதல் தீவிரமாக இயங்கும் இரா.முருகன் கவிதையிலிருந்து சிறுகதை, குறுநாவல் வழியே நாவலுக்கு வந்தவர். மேடை நாடக ஆக்கம், திரைக்கதை உரையாடல் ஆக்கம் என்றும் பங்களித்துள்ளார். அவருடைய அ-புனைகதைப் பரப்பில் பயண-வரலாற்றுக் கட்டுரைகள், இலக்கிய, வெகுஜனப் பத்திரிகை பத்திகள், தமிழில் தொழில்நுட்ப அறிமுகம், மேலாண்மை அறிமுகம், இஸ்லாமிய வங்கியியல் அறிமுகம் ஆகியவையும் அடங்கும். மலையாளத்தில் இருந்து தமிழுக்கு நாவல், சிறுகதை, கவிதை மொழிபெயர்ப்பு செய்து வருகிறார். ஆங்கிலத்திலும் கவிதை, பத்திரிகை பத்தி எழுதி வருகிறார்.

இதுவரை இரா.முருகனின் பத்து நாவல்களும், பதினொன்று சிறுகதைத் தொகுதிகளும், மூன்று குறுநாவல் தொகுதிகளும், இரண்டு கணினியியல் நூல்களும், பயண – வரலாற்று நூல் மற்றும் இரு இலக்கியக் கட்டுரைத் தொகுதிகளும், மலையாள நாவல் மொழிபெயர்ப்பாக ஒரு தமிழ் நூலும்

(பீரங்கிப் பாடல்கள்) அச்சில் வெளியாகியுள்ளன. இந்திய இலக்கியச் சிற்பிகள் வரிசையில் சாகித்ய அகாதமி கோரியபடி எழுத்தாளர் சுஜாதா பற்றி எழுதிய நூலும் வெளியாகியுள்ளது. இவை தவிர தனி மின் நூல்களாக, பதினைந்து புத்தகங்கள் வெளியாகியுள்ளன.

இரா.முருகனின் அண்மையில் வெளிவந்த பெருநாவல் மிளகு (ஜனவரி 2022).

இரா.முருகனின் மாய எதார்த்த இலக்கிய முயற்சிகளில் முக்கியமானது 'அரசூர் நாவல்கள்' என்ற 1850 – 1960 காலகட்டத்தில் நிகழும், தமிழ்நாட்டிலும், கேரளத்திலும் வேர்விட்டுப் பரவிய ஒரு குடும்பத்தின் புனைவு கலந்த நான்கு புதினங்கள் – *அரசூர் வம்சம், விஸ்வரூபம், அச்சுதம் கேசவம், வாழ்ந்து போதீரே.* ஒன்றிலிருந்து நீண்டு மற்றொன்றாகி அதுவும் நீட்சி கொள்ள இரண்டாயிரத்துக்கு மேற்பட்ட பக்கங்களில் நிறைந்திருப்பவை இவை.

இலக்கியச் சிந்தனை ஆண்டிறுதி விருது, கதா விருது, பாரதி பல்கலைக்கழக விருது போன்றவை பெற்றவர் இரா.முருகன். *அரசூர் வம்சம்* நாவலின் ஆங்கிலப் பதிப்பான *தி கோஸ்ட்ஸ் ஓஃப் அரசூர்*, இந்திய புக்கர் விருது என்று சிறப்பிக்கப்படும் க்ராஸ்வேர்ட் விருதுக்கான குறும்பட்டியலில் இடம் பெற்றது.

2019–ஆம் ஆண்டில் *'பீரங்கிப் பாடல்கள்'* நூலுக்காகச் சிறந்த மொழிபெயர்ப்பாளர் விருது (மலையாளத்திலிருந்து தமிழ்) கனடா நாட்டின் 'இலக்கியத் தோட்டம்' அமைப்பால் இவருக்கு வழங்கப்பட்டது.

2019–இல், மலையாள மகாகவி உள்ளூர் பரமேஸ்வர ஐயர் நினைவுப் பரிசு, மலையாளம் – தமிழ் இலக்கியப் பரிமாற்றத்துக்காக இவருக்கு திருவனந்தபுரம் தமிழ்ச் சங்கத்தால் வழங்கப்பட்டது.

www.ingramcontent.com/pod-product-compliance
Lightning Source LLC
LaVergne TN
LVHW101404051026
849519LV00005BC/1647
9789390053995